समकालीन राजकीय
चळवळी

नवहिंदुत्व व जातसंघटना

समकालीन राजकीय
चळवळी

नवहिंदुत्व व जातसंघटना

प्रकाश पवार

डायमंड पब्लिकेशन्स

समकालीन राजकीय चळवळी : नवहिंदुत्व व जातसंघटना

प्रकाश पवार

Samakalin Rajakiya Chalwali : Navahindutva va Jatsanghatna
Prakash Pawar

प्रथम आवृत्ती : सप्टेंबर २०११

ISBN 978-81-8483-393-5

अक्षरजुळणी
डायमंड पब्लिकेशन्स, पुणे

मुखपृष्ठ
शाम भालेकर

मुद्रक
Repro India Limited, Mumbai.

प्रकाशक
डायमंड पब्लिकेशन्स
१२५५ सदाशिव पेठ
लेले संकुल, पहिला मजला
निंबाळकर तालमीसमोर, पुणे ४११ ०३०.
☎ ०२० – २४४५२३८७,२४४६६६४२

diamondpublications@vsnl.net
www.diamondbookspune.com

प्रमुख वितरक
डायमंड बुक डेपो
६६१ नारायण पेठ, अप्पा बळवंत चौक
पुणे ४११ ०३०. ☎ ०२० – २४४८०६७७

मूल्य : ₹ ३९५

मनोगत

'समकालीन राजकीय चळवळी : नवहिंदुत्व व जातसंघटना' हे पुस्तक तीन भागांमध्ये विभागले आहे. पहिला भाग हा 'नवहिंदुत्व या घटकाच्या आधारे राजकीय कृतिसज्जता कशीकशी घडली' या संबंधीच्या विश्लेषणाचा आहे. या विभागात अभिजनांतर्गत सत्तासंघर्ष मांडला आहे (उच्च जाती व प्रभुत्वशाली जातीतील अभिजन). तसेच इतर मागासवर्गांच्या अभिजनांबरोबरचा राजकीय संघर्ष मांडला आहे. डॉ. सुहास पळशीकर यांच्या मार्गदशनाखाली नवहिंदुत्ववादी संघटनांवर संशोधन पूर्ण केले होते. त्या संशोधनावर हा आधारित या पुस्तकातील पहिला भाग २००५ मध्ये आहे. त्यामुळे डॉ. सुहास पळशीकर यांचे मी विशेष आभार मानतो. यू.जी.सी.च्या अनुदानावर आधारित 'महाराष्ट्रातील नवहिंदुत्ववाद' हा संशोधनप्रकल्प त्यांनी पूर्ण केला होता. हा भाग लिहिताना त्या संशोधनाचा उपयोग झाला. डॉ. यशवंत सुमंत यांनी 'अखिल भारतीय मराठा महासंघ : एक चिकित्सक अभ्यास' या विषयावर संशोधनास मार्गदर्शन केले होते. जात आणि निवडणुका यांच्या संदर्भात डॉ. सुहास कुलकर्णी यांनी 'अनुभव'मध्ये लेख प्रकाशित केले होते. कुमार केतकरांनी महाराष्ट्र टाईम्स मध्ये 'जातपंचायत' असे सदर चालविले होते. तेथे मराठा समाजाचे लेख त्यांनी प्रकाशित केले. डॉ. राजेश्वरी देशपांडे व डॉ. नितीन बिरमल यांनी मांडलेले मुद्दे उपयुक्त ठरले. डॉ. बाबा आढाव व प्रा. शरद जावडेकर यांनी 'पुरोगामी सत्यशोधक' मध्ये माझ्याकडून जात संघटनांवर लेखमाला लिहून घेतली. यामधून जातसंघटनांचे राजकारण मांडण्याची संधी मिळाली. 'परिवर्तनाचा वाटसरू'मध्ये जातसंघटनांवर लेख प्रकाशित झाले होते. कुमार सप्तर्षी यांनी सत्याग्रहीमध्ये 'मराठा समाज' आणि 'महिलांचे हिंदुत्व' असे दोन लेख प्रकाशित केले होते. त्यातूनच या पुस्तकाचा दुसरा भाग तयार झाला आहे. त्यामुळे वर नोंदविलेल्या सर्वांचे मन:पूर्वक आभार. या पुस्तकातील तिसरा भाग जातसंघटनांच्यामार्फत घडणाऱ्या राजकीय कृतीसज्जतेवर आधारलेला आहे. जात आणि राजकारण यांच्या परस्पर संबंधाचा अभ्यास करण्याची प्रेरणा 'राज्यशास्त्र व लोकप्रशासन विभाग' यांच्यापासून मिळाली. डॉ. राजेंद्र व्होरा व डॉ. सुहास पळशीकर यांनी समाज प्रबोधन पत्रिकेत या संदर्भातील लेख प्रकाशित केले. महेश गावसकर यांनी 'मराठा आरक्षण : मराठा समाजगटांना सांधणारे सिमेंट (२००९)' हा लेख समाजप्रबोधन पत्रिकेमध्ये छापला होता. डॉ जयंत लेले यांनी जातसंघटनांवरील लेख वाचले. त्यामध्ये नवीन भर

घालण्यास मुद्दे सुचविले; म्हणूनच हे पुस्तक जास्त नव्या मुद्यांसह प्रकाशित करता आले. त्यामुळे हे पुस्तक संशोधनावर आधारलेले आहे. या पुस्तकास डॉ. रावसाहेब कसबे यांनी प्रस्तावना लिहिली. त्यांचे मन:पूर्वक आभार. 'नवहिंदुत्ववादी संघटना आणि जातसंघटना' यांचे नेते व कार्यकर्ते यांनी दिलेली माहिती या पुस्तकात वापरली आहे. त्यामुळे नवहिंदुत्ववादी संघटना आणि जातसंघटना यांचे नेते व कार्यकर्ते यांचेही मन:पूर्वक आभार.

अण्णासाहेब मगर महाविद्यालयाचे प्राचार्य आर. एम. मिसाळ यांनी संशोधन-कार्यात मदत केली, त्याबद्दल त्यांचा मी ऋणी आहे. या महाविद्यालयाच्या राज्यशास्त्र विभागाचे विभागप्रमुख व महाविद्यालयाचे उपप्राचार्य व्ही. डी. लोखंडे यांचेही सहकार्य लाभले. त्याबद्दल त्यांचेही आभार. ग्रंथालय हा संशोधनाचा आधार असतो. त्यामुळे या महाविद्यालयातील ग्रंथपाल सांगळे व त्यांचे सर्व सहकारी यांचाही मी आभारी आहे. 'समकालीन राजकीय चळवळी : नवहिंदुत्व व जातसंघटना' या विषयावर पुस्तक प्रकाशित करण्याची सर्व जबाबदारी 'डायमंड प्रकाशना'ने उचलली. त्याबद्दल मुद्रक-प्रकाशक दत्तात्रेय पाष्टे आणि निलेश पाष्टे यांचेही मी आभार मानतो.

प्रकाश पवार

प्रस्तावना

एक काळ असा होता की, राज्यशास्त्र या विषयाच्या अभ्यासात राजकीय तत्त्वप्रणालींना महत्त्वाचे स्थान होते. विशेषत: मार्क्सवादी तत्त्वज्ञानाच्या उदयानंतर 'वर्गीय भूमिका' स्वीकारून सत्तासंघर्षाचा विचार केला जात असे. ही भूमिका वर्गसंघर्षाची असल्यामुळे ती जागतिक स्तरावर मान्यताप्राप्त झाली. परंतु पुढील काही वर्षांत या भूमिकेचा अतिरेक झाल्यामुळे तिला ठोकळबाज स्वरूप आले आणि विशिष्ट समाजातील विशिष्ट प्रकारच्या अंतर्विरोधातील बारकावे दुर्लक्षित झाले. याला भारतही अपवाद नव्हता. त्यामुळे राजकीय वास्तव आणि त्यावर प्रभाव टाकणारे महत्त्वाचे घटक यांचा पुरेसा विचार होऊ शकत नव्हता. एकदा वर्गीय-भूमिका घेऊन अभ्यास सुरू झाला की, सत्ता संघर्षातील इतर घटकांना दुय्यम स्थान देऊन, सत्ताधारी वरिष्ठ वर्ग आणि सर्वहारांचा वर्ग यांतील संघर्षाला आणि सत्ताधारी वर्गातील अंतर्विरोधांना केन्द्रिभूत मानले जाऊ लागले. भारतीय समाजही एके काळी वर्गीय समाजच होता; परंतु त्याच्या विकासक्रमात आधी तो वर्गीय आणि पुढे जातीय बनला. तेथून पुढे भारतीय समाजात जात हे वास्तव बनले. ही जात म्हणजे जातीअंतर्गत विवाहसंस्थेने (endogamy) आणि वंशपरंपरागत उद्योगधंद्यांनी केलेला बंदिस्त वर्ग असल्यामुळे, तो मुक्त वर्गापेक्षा अनेक दृष्टींनी वेगळा होता. मार्क्सवादी विचारातील वर्ग आणि भारतात असलेली जात हे सामाजिक वास्तव यांच्यात काही मूलभूत स्वरूपाचे फरक होते. त्यामुळे भारतीय सत्तासंघर्षाचे विश्लेषण करताना वर्गाऐवजी जातीला आधार मानले; तर भारतीय, राजकीय वास्तवाचे सम्यक आकलन होण्यास मदत होईल आणि भारतीय सत्तासंघर्षाच्या अभ्यासातून निघणारे निष्कर्षही वास्तववादी असतील असा विचार विसाव्या शतकाच्या पूर्वार्धात भारतात मांडला गेला. परंतु, या विचाराला अधिक बळ मिळाले, ते १९७० च्या दशकात; तेव्हापासून पुढे या विचारांचा विकास करणारे अनेक राज्यशास्त्राचे अभ्यासक पुढे आले आणि भारतातील, विशेषत: महाराष्ट्रातील राज्यशास्त्राच्या अभ्यासाला एक नवी दिशा प्राप्त झाली. डॉ. प्रकाश पवार हे या दिशेने लेखन करणारे राज्यशास्त्राचे एक प्रमुख अभ्यासक आहेत आणि त्यांनी लिहिलेले 'समकालीन राजकीय चळवळी : नवहिंदुत्व आणि जात संघटना' हे महाराष्ट्राच्या वर्तमान राजकारणावर प्रकाश टाकणारे महत्त्वाचे पुस्तक आहे.

'समकालीन राजकीय चळवळी : नवहिंदुत्व आणि जात संघटना' या पुस्तकाच्या

प्रमुख दोन बाजू आहेत. पैकी एक म्हणजे हिंदुत्व चळवळ आणि इतर मागासवर्गीय (ओबीसी) चळवळ आहे आणि दुसरी ओबीसी नवबौद्ध आणि अनुसूचित जमातीविरोधी चळवळ आहे. त्यामुळेच या लेखनातून किंवा अभ्यासातून काही सैद्धान्तिक आणि संकल्पनात्मक मुद्दे उपस्थित होताना दिसतात. जवळजवळ दोन दशकांहून अधिक काळ ओबीसी आपल्या वेगवेगळ्या प्रश्नांवर आंदोलने करीत आहेत. परंतु या आंदोलनांना ओबीसी चळवळ म्हणता येईल का? चळवळीची वैशिष्ट्ये ओबीसी जातसंघटनामध्ये दिसतात का? वास्तविक पाहता चळवळ म्हटले म्हणजे, ती शिस्तबद्ध असली पाहिजे आणि तिच्या मुळाशी एक विचारप्रणाली असली पाहिजे, परंतु, प्रत्यक्षात असे घडताना दिसत नाही. प्रत्येक बाबतीत विषमताधिष्ठित समाजामध्ये सामाजिक, आर्थिक, राजकीय सत्ता आणि अधिकारांच्या विरोधातील असंतोष हा विविध मार्गांनी अभिव्यक्त होताना दिसतो. ओबीसींच्या बाबतीत नेमके हेच घडताना दिसते. चळवळी मग त्या ओबीसींच्या असोत की, दलित आदिवासींच्या असोत त्या काटेकोरपणे, शिस्तबद्ध आणि विशिष्ट तत्त्वप्रणालीला व्यवहारात उतरवण्यासाठी होतातच असे नाही. परंतु या चळवळींच्या अभ्यासातून लेखकाने एक अतिशय महत्त्वाचा निष्कर्ष सुरुवातीलाच काढला आहे तो असा की, ओबीसी हे दलित आणि आदिवासी जनसमूह आहेत, आणि उच्च जाती व मराठा हे अभिजन आहेत. आदिवासी, दलित, ओबीसी आणि उच्च जाती व मराठा अभिजन यांचे हितसंबंध अंतर्विरोधी स्वरूपाचे आहेत. त्यांच्या राजकारणाचा सांस्कृतिक अवकाश अंतर्विरोधी असून, त्यांच्या अस्मितांचे स्वरूप परस्परविरोधी हितसंबंधांचा आविष्कार करताना दिसतात. या पार्श्वभूमीवर 'जनसमूह आणि अभिजन यांच्यातील सत्तासंघर्ष' हा या पुस्तकाचा मुख्य विषय आहे आणि डॉ. प्रकाश पवार यांच्यासारख्या या विषयावरील एका प्रमुख अभ्यासकाने तो विषय अभ्यासपूर्ण रीतीने यशस्वीपणे स्पष्ट केला आहे.

यापूर्वी म्हटल्याप्रमाणे ओबीसी चळवळ गेली दोन दशके सातत्याने चालू आहे. या दोन दशकांत ओबीसी चळवळींचा आविष्कार अनेक प्रकारे प्रकट झालेला दिसतो. महाराष्ट्रात शिवसेनेच्या नावाखाली नवहिंदुत्ववादी चळवळ क्रमाने विकसित झाली. तिला तिच्या विस्ताराची गरज होती आणि ओबीसींना शासन- निर्मित अन्यायाविरुद्ध लढण्यासाठी संघटनात्मक ताकद हवी होती. त्यामुळे या नवहिंदुत्ववादी चळवळीत ओबीसी सामील झाले आणि त्याआधारे सत्ता, अधिकार व सामाजिक स्थान उंचविण्यासाठी सामाजिक, आर्थिक आणि राजकीय सत्तासंघर्ष सुरू केला. ओबीसींमध्ये अनेक भटक्या-विमुक्त जातींचा समावेश आहे आणि वर्षानुवर्षे त्या जाती शासनाच्या अत्याचाराच्या आणि शोषणाच्या बळी ठरलेल्या आहेत. शासनाशी

संघर्ष करण्याची ताकद त्यांच्यात अजिबात नव्हती. ती ताकद प्राप्त करण्यासाठी या भटक्या ओबीसी जातीसुद्धा या नवहिंदुत्ववादी चळवळीत सामील झाल्या आणि ज्यांच्या हातात शासनसंस्था होती, त्या प्रभुत्वशाली जातींविरुद्ध त्यांनी सामाजिक व राजकीय संघर्ष उभा केला. १९९१ साली छगन भुजबळ यांनी शिवसेनेच्या उच्चजातीय नेतृत्वाविरुद्ध बंड केले, त्यांनी महात्मा फुले समता परिषदेची स्थापना करून मराठ्यांना ओबीसी आरक्षण देण्यास विरोध करणे, ओबीसींची जातिनिहाय जनगणना करण्याची मागणी करणे, यासाठी काम केले. संघपरिवाराने जातिनिहाय जनगणनेला जाहीरपणे विरोध करूनही गोपीनाथ मुंडे यांनी जातीनिहाय जनगणनेची मागणी करणे, मुंडे विरुद्ध गडकरी हा वाद केवळ व्यक्तीतील नव्हता तर सत्ता उच्च जातीकडे राहील की ओबीसीकडे असा होता. त्यामुळे ओबीसी जातसंघटनांमध्ये जातिव्यवस्था विरोधाचा मुद्दा स्पष्टपणे दिसत नसला, तरी ओबीसींच्या संदर्भातील अन्यायाविरोधाच्या अंगाने तपासणी केल्यास उच्च जाती व मराठा जातीच्या हितसंबंधाचे शासनाचे स्वरूप लक्षात घेता त्यांचे वर्चस्व मोडून काढणे ओबीसींना आवश्यक वाटत होते आणि त्या दृष्टीने ते जातिव्यवस्थाविरोधी चळवळीला आपल्या कुवतीप्रमाणे ताकद पुरवीत होते. याला शह देण्यासाठी मराठा समाजही ताकदीने पुढे आला आणि त्यानेही जातीच्या आधारावर विविध जात संघटनांची निर्मिती केली. आज त्या सर्वच संघटना काम करीत आहेत.

मराठा समाजातून निर्माण झालेली चळवळ ही ओबीसी व दलित विरोधी चळवळ आहे की, सरकार, सहकार आणि मराठा अभिजनांच्या विरोधी आहे, असा प्रश्नही या पुस्तकातून उभा केलेला दिसतो. वास्तविक पाहता, मराठासमाज हा काही एकसंघ समाज नाही. त्यातही आर्थिकदृष्ट्या दुर्बल असणाऱ्यांची संख्या फार मोठी आहे. गेल्या पाच दशकांमध्ये मराठा समाजाला शासनाने पंगू केले असून, राज्यसंस्थेने त्यात पुढील गोष्टी येऊच दिलेल्या नाहीत, असे लेखकाचे मत आहे.

१) स्वावलंबी होण्यासाठी विविध नैपुण्ये कमावणे. २) आधुनिक युगाप्रमाणे जगण्यास लागणारी आधुनिक कौशल्ये कमावणे ३) आधुनिक कौशल्यांचा व्यवहारात वापर करणे. ४) कमावलेली कौशल्ये वापरण्याचा आत्मविश्वास देणे. ५) समाजातील व्यवहारांमध्ये विविध पर्यायांचा शोध घेणे, इ.

मराठा समाज हा राज्यसंस्थेवर अवलंबून राहिला असल्यामुळे तो परावलंबी राहिला. राज्याच्या शेती धोरणाने मराठा शेतकऱ्यांना पंगू बनविले, शैक्षणिक धोरणाने गरीब मराठ्यांपर्यंत उच्च आणि व्यावसायिक शिक्षण पोहचूच दिले नाही, या वास्तवाकडेही लक्ष देण्याची गरज आहे.

वास्तविक पाहाता प्रतिकूल परिस्थितीतही मराठा समाजाने अनेक गोष्टी प्राप्त केल्या आहेत. मराठा समाजाचा इतिहास आणि विविध चळवळींतून समृद्ध वारसा लाभलेला असा हा समाज आहे. त्याने स्वराज्य चळवळीतून स्वराज्याची कल्पना घेतली, वारकरी चळवळीतून मानवतावादी मूल्ये स्वीकारली, सत्यशोधक व ब्राह्मणेतर चळवळीतून समता व विषम जातिव्यवस्थेला विरोध, समाजवादी आणि साम्यवादी चळवळीतून समता व शोषणास विरोध, सहकार चळवळीतून ग्रामीण भागाचा विकास अशा अनेक आधुनिक मूल्यांचा वारसा मराठा अभिजनामध्ये होता, यामधून जातिव्यवस्था विरोधी विचारांचा वारसा मराठासमाजात खोलवर रुजला होता. या समृद्ध व प्रगल्भ वारशावर हिंदुत्व चळवळीने सत्तासंघर्षात व सत्ता संपादनात का व कशी मात केली, याचा खोलवर विचार या अभ्यासात करण्यात आला आहे.

दलित समाजात निर्माण झालेल्या हिंदू अस्मिता आणि नवबौद्ध अस्मिता यांच्यातील अंतर्विरोधही या अभ्यासात स्पष्ट करण्यात आला आहे. एकूणच हे पुस्तक महाराष्ट्राच्या राजकारणाचा वास्तववादी विचार करणारे, एका नव्या दृष्टिकोनातून लिहिलेले पुस्तक आहे. ते जसे विविध राजकीय पक्षाच्या कार्यकर्त्यांना उपयुक्त ठरेल, तसेच राजकारणात रस असणाऱ्या अभ्यासकांनाही त्याचा फार मोठा उपयोग होईल. महाराष्ट्रातील राजकीय वास्तवाची ही नवी ओळख असल्यामुळे वाचक या पुस्तकाचे स्वागत करतील असा विश्वास वाटतो.

डॉ. रावसाहेब कसबे

प्रमुख - डॉ. बाबासाहेब आंबेडकर अध्ययन
व संशोधन केंद्र, पुणे विद्यापीठ, पुणे- ७

लेखक परिचय

डॉ. प्रकाश पवार (एम.ए., एम.फिल, पीएच. डी.)

पुणे विद्यापीठातील 'राज्यशास्त्र व लोकप्रशासन' विभागातून पदव्युत्तर एम.ए.चे शिक्षण पूर्ण केले. 'अखिल भारतीय मराठा महासंघ : एक चिकित्सक अभ्यास' हा विषय घेऊन एम.फिल. पदवी मिळवली. तसेच त्यानंतर 'नवहिंदुत्ववादी संघटनांचा एक अभ्यास' या विषयाचा सखोल अभ्यास करून पुणे विद्यापीठातर्फे पीएच.डी. ही पदवी प्राप्त केली.

अण्णासाहेब मगर महाविद्यालय, हडपसर, पुणे येथे सध्या राज्यशास्त्र विषयाचे सहयोगी प्राध्यापक म्हणून ते कार्यरत आहेत. 'महाराष्ट्राचे राजकारण : राजकीय प्रक्रियेचे स्थानिक संदर्भ'या पुस्तकाचे साहाय्यक संपादक, 'महाराष्ट्रातील सत्तासंघर्ष : राजकीय पक्षाची वाटचाल' या पुस्तकात 'बहुजन पक्ष' या विषयावर लेख. तसेच 'महाराष्ट्राच्या नव्या राजकारणाची पुनर्रचना : मतदारसंघाची पुनर्रचना व सार्वजनिक धोरण' या पुस्तकाचे लेखक, महाराष्ट्रातील नवहिंदुत्ववादी संघटना आणि जाती व जातिसंघटनांविषयक विशेष अभ्यास, रमेश चव्हाण संपादित रा. ना. चव्हाण यांचे 'महाराष्ट्र आणि मराठे' व यशवंतराव चव्हाण यांचे 'समाजकारण' या पुस्तकांसाठी प्रस्तावना लेखन. त्याचप्रमाणे समाजप्रबोधनपत्रिकेमध्ये निवडणूकविषयक लेख. याशिवाय इ टीव्ही, झी २४ तास, आय.बी.एन. लोकमत व स्टार माझा या वृत्तवाहिन्यांवर 'निवडणूक व जातींमधील सत्तासंघर्ष' या विषयावर अभ्यासक म्हणून दर्जेदार विश्लेषण.

अनुक्रम

विभाग एक
नवहिंदुत्व चळवळ

समकालीन राजकीय चळवळी: नवहिंदुत्व व जातसंघटना हे पुस्तक तीन भागांमध्ये विभागले आहे. पहिला भाग नवहिंदुत्व या घटकाच्या आधारे राजकीय कृतिसज्जता कशीकशी घडली यासंबंधीच्या विश्लेषणाचा आहे. या विभागात उच्च जाती व प्रभुत्वशाली जातीतील अभिजनांतर्गत सत्तासंघर्षांचे स्वरूप मांडले आहे. तसेच इतर मागासवर्गांचा अभिजनांबरोबरचा राजकीय संघर्ष मांडला आहे.

प्रकरण १

सत्तासंघर्षांचे दोन घटक : जनसमूह आणि सत्ताधारी वर्ग

'जनसमूह' व 'अभिजन वर्ग' हे दोन घटक सत्तासंघर्षांचे मुख्य घटक आहेत. अभिजन वर्गातील अंतर्गत सत्तासंघर्षापेक्षा जनसमूह व अभिजन वर्ग यांच्यातील सत्तासंघर्ष जास्त राजकीय स्वरूपाचा असतो. त्यामुळे राज्यशास्त्रामध्ये जनसमूह व अभिजन वर्ग यांच्यातील सत्तासंघर्ष ही सत्तासंघर्षांची वरची पायरी असते; तर अभिजन वर्गातील अंतर्गत सत्तासंघर्ष हा त्या तुलनेत दुसऱ्या स्थानावर जातो. सत्तासंघर्षांचे निराकरण करण्याचा विचार हा उपाययोजना सुचविण्याचा भाग आहे. तर सत्तासंघर्षाचे स्वरूप समजून घेणे हा राज्यशास्त्राच्या अभ्यासाचा भाग ठरतो. अशा प्रकारचे राज्यशास्त्र विषयाचे भान भारतात सत्तरीनंतर आले.

राज्यशास्त्राचे अभ्यास क्षेत्र : सत्ताधारी वर्गातील अंतर्गत सत्तासंघर्ष

राज्यशास्त्र विषयामध्ये सत्तासंघर्ष हा सर्वांत जास्त महत्त्वाचा भाग आहे. जनसमूह व अभिजन वर्ग असे सत्तासंघर्षांचे स्वरूप असते. या प्रकारच्या सत्तासंघर्षात साधनसामग्री, सत्ता, अधिकार, प्रतिष्ठा, विकास या मुद्यांवर परस्परविरोधी राजकारणाचे ध्रुवीकरण होत जाते. जनसमूहाच्या संघटना आणि अभिजन वर्ग यांचे हितसंबंध, अस्मिता आणि सत्तासंपादनांचा कार्यक्रम यांच्यात अंतर्विरोध आहेत. या पातळीवरील संघर्ष हा राज्यशास्त्राच्या अभ्यासकक्षेत पन्नास व साठीच्या दशकात येत नव्हता. पन्नास व साठीच्या दशकात अभिजन वर्गातील सत्तासंघर्ष हा राज्यशास्त्राच्या विषयपत्रिकेवर होता. याचे मुख्य कारण, भारतीय राज्यशास्त्राचे स्वरूप व व्याप्ती ही राजकीय कार्यपद्धतीशी संबंधित होती. यामध्ये कायदेमंडळ, संविधान यांना आदर्श मानले गेले होते. जनसमूहाचा संघर्ष बेकायदेशीशिवाय किंवा संविधानरीत्या मार्गांनी सोडविण्याची परंपरा होती. जनसमूहांच्या संघर्षांचे निराकरण कायदेशीर किंवा संविधानाच्या मार्गांनी झाले नाही, तर लोकशाहीविरुद्ध त्यांचे स्थान ठरवले गेले. या भारतीय राज्यशास्त्राचा संदर्भ हा ब्रिटिश व अमेरिकन राज्यशास्त्र होता. भारतीय राज्यशास्त्रावर ब्रिटिश आणि अमेरिकन

राज्यशास्त्राचा प्रभाव पन्नास, साठ व सत्तरीच्या दशकात खोलवर गेला होता. अमेरिकन आणि इंग्लंडमधील विद्यापीठात राज्यशास्त्राच्या विभागांना 'शासन' व 'नागरी कायदा' असे संबोधले जाते. भारतातील विद्यापीठेही यांचे अनुकरण करत होती. भारतातील विद्यापीठातील राज्यशास्त्राच्या विभागांना नागरिकशास्त्र आणि व्यवस्थापन किंवा लोकप्रशासन असे संबोधले जाते (शहा घनश्याम; २००४ : ४). अमेरिकन पॉलिटिकल सायन्स असोसिएशनने १९७३ मध्ये राज्यशास्त्राच्या आठ उपविद्याशाखा सुचविल्या आहेत. एक – परदेशी राजकीय संस्था आणि वर्तन; दोन – आंतरराष्ट्रीय कायदा, संघटना, राजकारण; तीन – पद्धतिशास्त्र; चार – राजकीय स्थैर्य, अस्थैर्य व बदल; पाच – राजकीय सिद्धांत; सहा – सार्वजनिक धोरण : जडणघडण व आशय; सात – लोकप्रशासन; आठ – अमेरिकी राजकीय संस्था, क्रिया, वर्तन (पाहा – पळशीकर, १९९६, २२–२५). या शाखांमधूनदेखील शासनाच्या कार्यपद्धतीवर भर दिलेला दिसतो. नियमांची निर्मिती, नियमांची अंमलबजावणी व ही अंमलबजावणी होते की नाही हे पाहणे हे राज्यशास्त्राचे क्षेत्र ठरले होते. अशा कायदेशीर भाषेत राज्यशास्त्राचा विकास होत गेला. 'वर्तनवादी क्रांतीमध्येही मूल्याचे अधिकृत वितरण' हा राज्यशास्त्राचा अर्थ घेतला गेला. लोकशाही, सहमती, संमती, नागरी संस्कृती हा त्या राज्यशास्त्राचा गाभा होता. त्यामुळे सरकारचे कार्य, सत्तारूढ वर्ग व अभिजन याच्याशी संबंधित अभ्यास क्षेत्र विकसित केले गेले. यातून राजकीय प्रक्रिया व राजकीय समाजशास्त्र या प्रकारांच्या अभ्यासाला गती मिळाली. परंतु या विषयामध्ये सत्ता संपादनासाठीच्या अंतर्गत संघर्षापुरतेच मर्यादित राज्यशास्त्राचे संशोधन क्षेत्र होते. यामध्ये सामाजिक समाजांतर्गत संघर्ष आणि जनसमूह आणि अभिजन यांच्यातील संघर्ष यांचा समावेश राज्यशास्त्रात झाला नव्हता. याचाच अर्थ सामाजिक बदलासाठी जे संघर्ष झाले; त्यांचा समावेश राज्यशास्त्राच्या अभ्यासात नव्हता. म्हणजेच जनसमूह आणि अभिजन वर्ग यांच्यातील सत्तासंघर्षांचे परस्परसंबंध हा राज्यशास्त्राच्या अभ्यासाचा विषय नव्हता. केवळ अभिजनांमधील अंतर्गत संघर्षांचा अभ्यास केला जात होता. सामाजिक संघर्ष हे राजकीय असतात, सामाजिक संघर्ष बदलासाठी घडतात, हा व्यापक अर्थदेखील सत्ता आणि संघर्षांचा आहे. यांचे भान पन्नास, साठ व सत्तरीच्या दशकात राज्यशास्त्रास नव्हते. अर्थातच सत्तासंघर्ष आणि सत्तासंपादन या मुद्द्यांभोवती राजकीय प्रक्रिया आणि सामाजिक चळवळी यांची महत्त्वाची भूमिका असते. किंबहुना राजकीय प्रक्रिया आणि सामाजिक चळवळी यांच्यामधून सत्तासंघर्षाचा आविष्कार होतो. या प्रकारच्या अभ्यासाचे क्षेत्र भारतातील राज्यशास्त्रात सत्तरीच्या दशकाच्या उत्तरार्धापर्यंत नव्हते. म्हणूनच चळवळीवरील अभ्यास बिगर–राजकीय, बिगर घटनात्मक किंवा बेकायदेशीर स्वरूपाचे ठरविले गेले. सामाजिक निषेधाचे स्वरूप बेकायदेशीर असते, असे डेव्हिड बेले यांचे मत होते (१९६२). साठच्या दशकात

रजनी कोठारी यांनीही संविधानाबाहेरील असा शब्द वापरला होता (शहा, २००९: ६). विल्यम कॉर्नहाउसर (१९५९ व १९६८), रॉबर्ट निसबेट (१९५३), एडवर्ड शीलस (१९८२) यांच्या मते लोकशाहीविरोधी व अतिरेकी विचारांचे समूहच जन-आंदोलनाला जन्म देतात (शहा, २००९: १०). या उदाहरणावरून असे म्हणता येते की, राज्यशास्त्र विषयाची अभ्यासपत्रिका मर्यादित होती.

राज्यशास्त्राचे अभ्यास क्षेत्र : जनसमूह व अभिजन वर्गातील सत्तासंघर्ष

सत्तर-ऐंशीच्या दशकात राज्यशास्त्रात सामाजिक चळवळीवर फारच कमी अभ्यास झाला हे घनश्याम शहा यांनी पुराव्यासह स्पष्ट करून सांगितले. सामाजिक विषयावर सत्तासंघर्षाच्या संदर्भात अभ्यास करण्याची गरज त्यांनी अधोरेखित केली. सत्तरीच्या दशकात राज्यशास्त्राचे अभ्यास क्षेत्र बदलण्यास सुरुवात झाली. उदाहरणार्थ, य. दि. फडके यांचे पॉलिटिक्स अॅण्ड लँग्वेज (१९७३) व घनश्याम शहा यांचे कास्ट असोसिएशन अॅण्ड पोलिटिकल प्रोसेस इन गुजरात (१९७५), रावसाहेब कसबे यांचे झोत (१९७८) ही पुस्तके जनसमूह आणि अभिजन वर्ग यांच्यातील सत्तासंघर्ष मांडणारी राज्यशास्त्राच्या संदर्भात लिहिली गेली. ऐंशी-नव्वदीच्या दशकात राज्यशास्त्र विषयाचे अभ्यासक्षेत्र सत्तरीच्या दशकाच्या तुलनेत जास्त बदलले. अमेरिकन आणि ब्रिटिश राज्यशास्त्राच्या प्रभावातून भारतीय राज्यशास्त्र गेल्या तीन दशकांत बाहेर पडण्याची प्रक्रिया घडली. राजकीय प्रक्रिया आणि सामाजिक चळवळीं मधून आविष्कार सत्तासंघर्षांचा होतो. त्या संदर्भात अभ्यास करण्याची नवी परंपरा सुरू झाली. चळवळीकडे पाहण्याच्या दृष्टिकोनात बदल झाला. घनश्याम शहा यांचे सोशल मुव्हमेंटस इन इंडिया (१९९१) या पुस्तकामध्ये जनसमूह आणि अभिजन वर्ग यांच्यातील सत्तासंघर्ष मांडला आहे. या पुस्तकामध्ये भारतातील राज्यशास्त्र विषयात राजकीय प्रक्रिया आणि राजकीय चळवळ यांना महत्त्व दिले गेले. नव्वदीच्या दशकात यामध्ये जास्त बदल झाला. महाराष्ट्रात-देखील या दरम्यान बदल झाले. रावसाहेब कसबे (१९९४), जयंत लेले (१९८२अ, १९८२अ, १९८२आ, १९९०अ, १९९०आ, १९९०इ, १९९५), व्होरा राजेंद्र (१९९४), व्होरा राजेंद्र व सुहास पळशीकर (१९९०, १९९६, २००४), सुहास पळशीकर (१९९८अ, २००३अ, २००४अ), पळशीकर सुहास व राजेश्वरी देशपांडे (१९९९, २००३), सुहास पळशीकर व बिरमल नितीन (२००४), सुहास पळशीकर व सुहास कुलकर्णी (२००७), यशवंत सुमंत (२००३), गोपाल गुरू (२००४, २००८), राजेश्वरी देशपांडे (२००४), बिरमल नितीन (१९८९ व १९९९) या राज्यशास्त्राच्या अभ्यासकांनी सामाजिक आर्थिक क्षेत्रातील सत्तासंघर्ष हा राज्यशास्त्राचा अभ्यासविषय म्हणून मांडले. यातून महाराष्ट्रातील राज्यशास्त्र राजकीय कार्यपद्धतीपासून बाजूला सरकले. महाराष्ट्रातील राज्यशास्त्राने राजकीयप्रक्रिया आणि सामाजिक

चळवळीतील जनसमूह आणि अभिजन वर्ग यांच्यातील सत्तासंघर्षांचा राज्यशास्त्रात अभ्यास केला. हे अभ्यासक मराठी भाषिक असले, तरी या क्षेत्रातील त्यांचे अभ्यास भारतीय पातळीवरील आहेत. घनश्याम शहा यांचा जनसमूह आणि अभिजन वर्ग यांच्यातील सत्तासंघर्षांचे अभ्यास भारतीय पातळीवरील मराठी भाषेत प्रकाशित झाला आहे (घनश्याम शहा, २००८, २००८अ, २००९). त्यामुळे महाराष्ट्रातील राज्यशास्त्र महाराष्ट्र व भारतीय पातळीवरील अभ्यासाच्या संयोगातून विकास पावले आहे.

चळवळ

नवहिंदुत्ववादी संघटना, नेतृत्व, कार्यक्रम व विचारप्रणालीस 'चळवळ' असे संबोधले जावे का ? तसेच जातसंघटनांचे नेतृत्व, संघटना, कार्यक्रम व विचारप्रणालीस चळवळ असे संबोधले जावे का ? या प्रश्नाचे उत्तर चळवळीच्या वैशिष्ट्यांच्या संदर्भात देता येईल. **एक,** चळवळीत सामाजिक व राजकीय मूल्यांचा आविष्कार होतो. या वैशिष्ट्याच्या संदर्भात नवहिंदुत्व चळवळ ही हिंदू ऐक्य, सामाजिक एकसंघीकरण, राजकीय एकछत्रीकरण, समरसता, क्षत्रियत्व अशा सामाजिक व राजकीय मूल्यांचा आविष्कार करते. याबरोबरच जातसंघटनादेखील क्षत्रियत्व, सामाजिक न्याय, समता, राजकीय हक्क या सामाजिक व राजकीय मूल्यांचा आविष्कार करते. **दोन,** चळवळीतून समूहांच्या अस्मितांची जडणघडण होते. हे वैशिष्ट्य गेली तीन दशके नवहिंदुत्व चळवळ व जातसंघटनांच्या चळवळींतून घडलेले दिसते. नवहिंदुत्व चळवळीने विविध जनसमूहांना हिंदू अस्तित्वभान दिले. जनसमूह हिंदू ओळख वेगवेगळ्या पातळ्यांवर व्यक्त करतात. हिंदू अस्मिता आणि हितसंबंध हे चळवळीत एकत्रित दिसतात. जातसंघटनांच्या चळवळीत विविध जातींच्या अस्मिता घडविल्या गेल्या. जातींच्या अस्मितांपेक्षा मोठी अशी ओबीसी अस्मिता मात्र आखीवरेखीवपणे घडलेली नाही. मराठा हितसंबंध आणि इतर मागासवर्ग यांचे हितसंबंध अंतरविरोधाचे आहेत, अशी मांडणी जातसंघटना करतात. **तीन,** चळवळी ह्या राजकीय पक्षांचा सामाजिक व भौगोलिक आधार भक्कम करतात. नवहिंदुत्व चळवळीतून भाजप व शिवसेना या दोन पक्षांचा सामाजिक व भौगोलिक आधार विस्तारला गेला. जातसंघटना महाराष्ट्रातील प्रमुख चार पक्षांमध्ये विभागल्या गेल्या आहेत. जातसंघटनांनी काँग्रेस, राष्ट्रवादी काँग्रेस, भाजप, शिवसेना, बहुजन महासंघ अशा पक्षांना सामाजिक आधार दिला आहे. **चार,** चळवळींमुळे पक्ष व अभिजनांना अधिमान्यता मिळते. नवहिंदुत्व चळवळीत ओबीसी व हिंदू दलितांनी सहभाग घेतल्यामुळे भाजप व शिवसेना पक्षांना या समूहांकडून अधिमान्यता मिळाली. जातसंघटनांच्या कार्यक्रमांतून ओबीसी अभिजनांना अधिमान्यता मिळते. **पाच,** सार्वजनिक धोरण-निश्चिती, अंमलबजावणी व मूल्यमापन यांवर चळवळ प्रभाव टाकते. सार्वजनिक धोरणात

चळवळीतील मुद्दे स्वीकारले जातात. नवहिंदुत्व चळवळीत मुद्यांचा केंद्र व राज्य सरकारांच्या धोरणात समावेश झालेला दिसतो. उदा. शिक्षणाचे भगवीकरण. जातसंघटनांनी उठवलेले वर्गवारी व जातनिहाय जनगणना करण्याचे प्रश्न सरकारच्या धोरणात प्रतिबिंबित झाले. या पाच वैशिष्ट्यांच्या आधारे नवहिंदुत्व आणि जातसंघटना यांना 'चळवळ' असे म्हणता येईल. याशिवाय हिंदुत्व चळवळीस अमृता बसू यांनी सामाजिक चळवळ संबोधले आहे. यशवंत सुमंत यांनी या मुद्याचे समर्थन केले आहे. याचाच अर्थ हिंदुत्व चळवळीत सत्तासंघर्ष व सत्तासंपादन हे राज्यशास्त्राचे अभ्यास क्षेत्र घडत गेले आहे. हिंदुत्व चळवळ व जातसंघटनांची चळवळ चांगली की वाईट असे विश्लेषण केले, तर तो विषय नीतिशास्त्राचा ठरतो. असे न करता या चळवळीतील सत्तासंघर्ष व सत्तासंपादन हा मुद्दा समजून घेतल्यास तो राज्यशास्त्राचा अभ्यास ठरतो.

नवहिंदुत्व चळवळीचे केंद्र : अभिजनांतर्गत सत्तासंघर्ष

अभिजनांतर्गत सत्तासंघर्ष आणि जनसमूह व अभिजन यांच्यातील सत्तासंघर्षांच्या संदर्भात नवहिंदुत्व चळवळ व जातसंघटनांची चळवळ यांचे स्वरूप कसे दिसते, असा प्रश्न उपस्थित करता येईल. नवहिंदुत्व चळवळ ही अभिजनांची चळवळ आहे. त्यामुळे महाराष्ट्राच्या संदर्भात दोन अभिजनांमधील अंतर्गत राजकीय सत्तासंघर्ष असे त्यांचे स्वरूप ठरते (उच्च जाती व मराठा). नवहिंदुत्व चळवळ हिंदू राष्ट्र निर्मितीसाठी प्रभुत्वशाली जातीतील सत्ताधारी वर्गांबरोबर सत्तासंघर्ष करते. तसेच राजकीय व्यवस्था बदलण्यासाठी नवहिंदुत्वाचा सत्तासंघर्ष आहे. अर्थात, त्यांचे पर्यायी राजकीय व्यवस्थेचे प्रारूप धूसर आहे. नवहिंदुत्व चळवळीने सत्तासंघर्ष व सत्तासंपादन करण्यासाठी हिंदू ऐक्य, सामाजिक एकसंघीकरण, राजकीय एकछत्रीकरण, समरसता, क्षत्रियत्व अशा तत्त्वांच्याद्वारे सोशल इंजिनिअरिंगचा प्रकल्प राबविला. या चळवळीमध्ये हिंदू राष्ट्राची उभारणी हे अंतिम ध्येय होते. परंतु, त्यासाठी सत्तासंपादन करण्याचा हेतू होता. त्यामुळे नवहिंदुत्व चळवळ ही राजकीय चळवळ आहे. परंतु, नवहिंदुत्व चळवळीस उच्च जातींखेरीज इतर मागासवर्गांचा पाठिंबा राहिला आहे. इतर मागासवर्ग हा सत्तेपासून वंचित होता. साधनसामुग्रीवर त्यांचे फार नियंत्रण नव्हते. या मुद्यावर आधारित इतर मागासवर्गाने नवहिंदुत्व चळवळीतून प्रस्थापित अभिजनांच्या विरुद्ध केलेले हे एक बंडही होते. त्यामुळे नवहिंदुत्व चळवळ अभिजनांतर्गत सत्तासंघर्षाबरोबरच इतर मागासवर्ग आणि अभिजन यांच्यातील सत्तासंघर्षांची पार्श्वभूमी असलेली चळवळ ठरते. अर्थातच नवहिंदुत्व चळवळीमध्ये अभिजनांतर्गत संघर्ष आणि जनसमूह (इतर मागासवर्ग) व अभिजनांमधील संघर्ष असे दोन दृष्टिकोन दिसतात. यांपैकी अभिजनांतर्गत संघर्ष हा केंद्रीभूत संघर्ष आहे. तर या चळवळीतील जनसमूह (इतर मागासवर्ग) व अभिजनांमधील संघर्ष हा परिघावरील संघर्ष आहे.

जातसंघटनांच्या चळवळीचे केंद्र : जनसमूह आणि अभिजन वर्गातील सत्तासंघर्ष

जातसंघटनांच्याद्वारे घडलेल्या चळवळीत जनसमूह आणि अभिजन वर्ग यांच्या सत्तासंघर्षाच्या संदर्भातील आविष्कार व्यक्त झाला आहे. नवहिंदुत्व चळवळीच्या तुलनेत जातसंघटनांची चळवळ ही जास्त जनसमूह आणि अभिजन वर्ग यांच्यातील सत्तासंघर्षांवर आधारलेली आहे. विशेषत: जातसंघटनांची मांडणी इतर मागासवर्गीय चळवळ केंद्रित व इतर मागासवर्ग विरोधी आहे. या चळवळीमध्ये इतर मागास जाती व प्रभुत्वशाली जात यांच्यातील सत्तासंघर्ष व्यक्त झाला आहे. तसचे प्रभुत्वशाली जाती व उच्च जातींमधील अभिजन वर्गातील अंतर्गत राजकीय स्पर्धा व्यक्त झाली आहे. इतर मागासवर्ग हा नवहिंदुत्व चळवळीचा एक आधार घटक आहे. प्रभुत्वशाली जातींच्या विरोधात त्यांचेही राजकीय बंड आहे. जातसंघटनांच्या चळवळींमध्ये इतर मागास जाती व प्रभुत्वशाली जात यांच्यात राजकीय चढाओढ आहे. सत्ता, अधिकार, प्रतिष्ठा, अस्मिता आणि साधनसामग्री या मुद्यांवर जातसंघटनांची चळवळ प्रभुत्वशाली जातीच्या विरोधात राजकीय कृतिसज्जता करते. राज्यशास्त्राची उपशाखा असलेल्या राजकीय चळवळ व राजकीय प्रक्रियेशी यांचा व्यापकपणे संबंध येतो. इतर मागासवर्ग हा अभिजन वर्गाच्या विरुद्ध इतर मागासवर्गातील जातसंघटनांचा साधन म्हणून उपयोग करत आहेत. मराठा जातींच्या राजकीय वर्चस्वाला गेली तीन दशके जातसंघटना विरोध करत आहेत. जातसंघटना जातीचे सुटेसुटे संघटन करत असल्या, तरी त्या संघटनांचे मुख्य नेते इतर मागासवर्गांच्या प्रश्नावर पक्षाच्या सीमारेषा पार करून एकत्र येतात. याचे उदाहरण म्हणजे भुजबळ, क्षीरसागर (बीड), जयंत पाटील (रायगड) आणि मुंडे यांच्यामध्ये इतर मागासवर्गाची अस्मिता, हितसंबंध आणि सत्तासंपादनांचे राजकारण या मुद्यांवरील मतैक्य हे होय. इतर मागास वर्गातील जातसंघटना ही संघटन, प्रश्न उठवणे, आंदोलन, मोर्चा, निषेध, मेळावे अशा संविधानात्मक मार्गांनी मराठा अभिजनांच्या विरुद्ध लढा देत आहेत. जात संघटनांचे सुटेसुटे संघटन असले, तरी त्यामध्ये मराठा अभिजन विरोधदेखील ठळकपणे दिसतो. महात्मा फुले समता परिषदेने गेल्या दशकात मराठा अभिजन विरोधाची धार अधिक तीव्र केली होती. मराठा जातसंघटनांनी आरक्षणाचा मुद्दा व्यापक करून मराठा हितसंबंध व इतर मागासवर्ग यांचे हितसंबंध यांच्यात तीव्र अशी साधनसामग्रीच्या वाटपाची स्पर्धा आहे, हे सूचित केले आहे. या मुद्यावर गेल्या दशकात युद्धच झाले. त्यामध्ये इतर मागासवर्गातील जातसंघटनांचे ऐक्य घडले. इतर मागासवर्गातील जातसंघटनांनी मराठा जातसंघटनांच्या विरोधात माघार घेतली नाही. उलट, मराठा जातसंघटनांना संघर्षाची धार बोथट करावी लागली. अशा प्रकारच्या चित्रामुळे असे म्हणण्यास पुरेसा वाव राहतो की, जनसमूह (इतर मागासवर्गीय) व मराठा अभिजन यांच्यातील सत्तासंघर्ष जातसंघटनांच्या चळवळीत दिसतो.

जनसमूह : सत्तासंघर्षाच्या मर्यादा

इतर मागासवर्गाचा सत्तासंघर्ष हा भक्कम आर्थिक पर्याय देत नाही. शिवाय हिंदू धर्माच्या तत्त्वज्ञानाची चिकित्साही करत नाही. त्यामुळे इतर मागासवर्गाचे राजकारण हिंदू अवकाशात देवाणघेवाण करते. एवढेच नव्हे, तर नवबौद्ध सांस्कृतिक अवकाशाला मर्यादा घालते. त्यामुळे सामाजिक आणि आर्थिक वर्चस्वाच्या विरोधातील सत्तासंघर्षाची धार बोथट होते. नव्वदीच्या दशकापासूनच्या जातसंघटनांच्या चळवळीने राजकीय अर्थकारणाशी जुळवून घेतले आहे. त्या अर्थकारणाच्या विरोधात सत्तासंघर्ष केला नाही. शिवाय ओबीसी अशी एकसंघ अस्मिता घडली नाही. ओबीसी हितसंबंधांचे राजकारण एकसंघ केले गेले नाही. मात्र, राजकीय क्षेत्रात अभिजन वर्गाबरोबर जुळवून घेऊन संघर्ष केला आहे. म्हणजेच जातसंघटना ह्या प्रस्थापित राजकीय पक्षांच्या बरोबर राहिल्या आहेत.

पुस्तकाची उपयुक्तता

नवहिंदुत्व चळवळीतील सत्तासंघर्ष व सत्तासंपादनाचा सोशल इंजिनिअरिंगचा प्रकल्प व हिंदू राष्ट्र निर्मितीची चळवळ आणि जातसंघटनांच्या चळवळीतील इतर मागासवर्ग व अभिजनांच्यामधील सत्तासंघर्ष प्रस्तुत पुस्तकात मांडला आहे. संघटना, नेतृत्व, आर्थिक, सामाजिक व भौगोलिक आधार प्रश्न, आंदोलने, विचारप्रणाली या मुद्यांच्या आधारे नवहिंदुत्व चळवळीतील व जातसंघटनांच्या चळवळीतील सत्तासंघर्ष हा संशोधनाच्या आधारे मांडला आहे. नवहिंदुत्व आणि जातसंघटना यांचे राजकीय चळवळ या चौकटीत विश्लेषण करणारे हे पहिलेच पुस्तक आहे. शिवाय नवहिंदुत्व आणि जातसंघटना अशा दोन चळवळींमध्ये विभागलेल्या इतर मागासवर्गांच्या राजकारणाचे एकत्रितपणे विश्लेषण केले आहे. याखेरीज ओबीसींचा प्रतिवाद करणारी जातसंघटनादेखील या पुस्तकात प्रथमच मांडली आहे. हिंदू दलित व नवबौद्ध दलित यांच्यातील सत्तासंघर्षांची मांडणी केलेली आहे, हेदेखील या पुस्तकांचे वैशिष्ट्य आहे. राज्यशास्त्राचे अभ्यासक, संशोधक, प्राध्यापक, विद्यार्थी, पत्रकार, विविध राजकीय पक्षांचे नेते-कार्यकर्ते व समर्थक-विरोधक यांना अभ्यासासाठी यातून नवे मुद्दे मिळू शकतील. म्हणून आवर्जून वाचावं असे हे पुस्तक आहे.

❒

संदर्भसूची

ऑमव्हेट गेल, १९९५, *वासाहतिक समाजातील सांस्कृतिक बंड*, पुणे, सुगावा.

कसबे रावसाहेब, १९७८, *झोत*, पुणे, सुगावा.

कसबे रावसाहेब, १९९४, *हिंदू-मुस्लीम प्रश्न आणि सावरकरांचा हिंदुराष्ट्रवाद*, पुणे, सुगावा.

घनश्याम, १९७५, कास्ट असोसिएशन अॅन्ड पोलिटिकल प्रोसेस इन गुजराथ, पॉप्युलर प्रकाशन.

घनश्याम (संपा), *सोशल मुव्हमेंट अॅन्ड द स्टेट*, दिल्ली, सेज, पृ. १९३-२२९.

जाफरलॉट ख्रिस्तोफर, १९९६, *द हिंदू नॅशनॅलिस्ट मुव्हमेंट अँड इंडियन पॉलिटिक्स*, व्हामकिंग पेलिवन.

देशपांडे राजेश्वरी, २००४, कुणबी मराठा अॅज ओबीसी बॅकवर्ड जर्नी ऑफ ए कास्ट, *इकॉनॉमिक अँड पॉलिटिकल वीकली*, ३-१० एप्रिल, पृ. १४४८-१४४९.

देशपांडे राजेश्वरी, २०१०, जात अस्मिता पोकळ दावे आक्रमक राजकारण, *अनुभव*, पुणे, युनिक फीचर्स, मे. २०१०.

देशपांडे राजेश्वरी, २०१०, *कास्ट असोसिएशन इन द पोस्ट मंडल ऐरा : नोटस् फॉर्म महाराष्ट्र*, राज्यशास्त्र व लोकप्रशासन विभाग, पुणे, पुणे विद्यापीठ.

पळशीकर सुहास, १९९६, *राज्यशास्त्र :एक चिकीत्सक दृष्टीक्षेप*, विचारशलाका, २२-२५.

पळशीकर सुहास, १९९५ अ, निम-फॅसिस्ट मोहिनीविद्येचा प्रयोग, *अक्षर*, पृ. १३-२८.

पळशीकर सुहास, १९९५ आ, भावनोद्दीपनाचे राजकारण, पुणे, *अनुभव*, फेब्रुवारी, पृ. १०-१७.

पळशीकर सुहास, १९९६, शिवशाही: जनविरोधी हितसंबंधाची युती, *मराठवाडा, दिवाळी.*

पळशीकर सुहास, १९९६अ, नव्या शहरीकरणाचं रसायन, पुणे, *अनुभव*, सप्टेंबर, पृ.२ - ५.

पळशीकर सुहास, १९९७, मध्मवर्ग: भांडवलशाहीचा सांगती, मुंबई, प्रगत दिवाळी, पृ.६८-८२.

पळशीकर सुहास, १९९८अ, भारतीय राजकारण वर्चस्वाकडून धुरिणत्वाकडे, *समाज प्रबोधन पत्रिका*, एप्रिल- मे-जून, पृ. ८५-१०७.

पळशीकर सुहास, १९९८आ, *जात व महाराष्ट्रातील सत्ताकारण*, पुणे, सुगावा.

पळशीकर सुहास, १९९९, शिवसेना अॅन अॅसेसमेंट, पुणे, *ऑकेजनल पेपर*, सेरीज् , नं. ३, राज्यशास्त्र विभाग, पुणे विद्यापीठ .

पळशीकर सुहास, २००३अ, महाराष्ट्राचे बदलते राजकारण, *बदलता महाराष्ट्र*, भोळे भा. ल.- किशोर बेडकीहाळ (संपा.), सातारा, डॉ. बाबासाहेब आंबेडकर अकादमी: २१-३८.

पळशीकर सुहास, २००३आ, परिवर्तनाच्या राजकारणापुढील पेच, *आव्हानांशी संघर्ष आणि परिवर्तनाची दिशा* (ग.प्र. प्रधान, संपा.), पुणे, भाई वैद्य अमृत महोत्सव गौरव समिती : १०७-१२३.

पळशीकर सुहास, २००४अ, *समकालीन भारतीय राजकारण, काँग्रेस वर्चस्व ते हिंदू जमातवाद*, पुणे,

प्रतिमा प्रकाशन.

पळशीकर सुहास, २००९, *भारताच्या राजकारणाचा ताळेबंद,* मराठी वाचनसाहित्य मालिका क्र. १, राज्यशास्त्र व लोकप्रशासन पुणे, पुणे विद्यापीठ.

पळशीकर सुहास, १९९८अ, *आंबेडकरांचे समरसतावादी आकलन* (अप्रकाशित लेख).

पळशीकर सुहास व राजेश्वरी देशपांडे, १९९९, *महाराष्ट्रः इलेक्टोरल कॉम्पिटीशन अँड स्ट्रक्चर्स ऑफ डॉमिनेशन,* पुणे, राज्यशास्त्र व लोकप्रशासन विभाग, पुणे विद्यापीठ.

पळशीकर सुहास व राजेश्वरी देशपांडे, २००३, महाराष्ट्रः चॅलजेंस बिफोर द कॉंग्रेस सिस्टीम, पुणे, *जरर्नल ऑफ इंडियन स्कूल ऑफ पॉलिटिकल इकॉनॉमी,* जून- जुलै, पृ. ९७-१२२.

पळशीकर सुहास व नितीन बिरमल, २००३, महाराष्ट्र फ्रॅग्मेंटेड मराठास् रिटेन पावर, पॉल वॅलास व रामाश्रम (संपा) *इंडियाज १९९९ इलेक्शन,* नवी दिल्ली, सेज, पृ. २०६-२३२.

पळशीकर सुहास व नितीन बिरमल (संपा), २००४, *महाराष्ट्राचे राजकारण: राजकीय प्रक्रियेचे स्थानिक संदर्भ,* पुणे, प्रतिमा प्रकाशन.

फडके, य. दि., (१९७९), पॉलिटिक्स अँड लॅंग्वेज, मुंबई, हिमालया प्रकाशन.

बिरमल नितीन, १९८९, *हिंदू एकता आंदोलन: महाराष्ट्रातील नवहिंदुत्ववादाचा एक अभ्यास,* पुणे, राज्यशास्त्र व लोकप्रशासन विभाग, पुणे विद्यापीठ.

बिरमल नितीन, १९९९, प्रबळ जातीचा प्रादेशिक पक्षः राष्ट्रवादी कॉंग्रेस, *समाज प्रबोधन पत्रिका,* ऑक्टो-डिसेंबर, पृ. २२०-२२५.

लेले जमंत, १९८२अ, *चव्हाण अँड द पॉलिटिकल इनटेग्रेशन आफ महाराष्ट्र, कनटेम्पोररी इंडिया,* पुणे, कॉन्टिन्टल प्रकाशन, पृ. २९-५४.

लेले जमंत, १९८२आ, *इलीट प्यूरॅलिझम अँड क्लास रूल: पॉलिटिकल डेव्हलपमेंट इन महाराष्ट्र,* मुंबई, पॉप्युलर प्रकाशन.

लेले जयंत (संपा), १९९०अ, *स्टेट अँड सोसायटी : चेजींग सोशल बेसेस ऑफ इंडियन पॉलिटिक्स,* दिल्ली, चाणक्य.

लेले जयंत, १९९०आ, महाराष्ट्रातील निवडणूक आणि मराठ्यांचे धुरीणत्व, पुणे, *समाज प्रबोधन पत्रिका,* एप्रिल-जून, ५७-६४.

लेले जयंत, १९९०इ, कास्ट, क्लास अँड डॉमिनन्सः पॉलिटिकल मोबिलायझेशन इन महाराष्ट्र, *डोंमिनन्स अँड पॉलिटिकल पॉवर इन मॉडर्न इंडिया, व्हॉल्यूम २,* मुंबई, ऑक्सफर्ड युनिव्हर्सिटी प्रेस, ११५-२११.

लेले जयंत, १९९५, *हिंदुत्व दि इर्मजन्स ऑफ द राइट,* मद्रास, एरर्थवॉरम.

व्होरा राजेंद्र, १९९१, म. फुले-डॉ. आंबेडकर व हिंदुत्ववादी, *महात्मा फुले विचार आणि वारसा,* पुणे मनोविकास प्रकाशन.

व्होरा राजेंद्र, १९९३, हिंदुत्ववादाचे नवफॅसिस्ट स्वरूप, *समाज प्रबोधन पत्रिका,* जानेवारी-मार्च, १-९.

व्होरा राजेंद्र, १९९४, *ॲन अजेंडा फॉर द स्टडी ऑफ पॉलिटिकल इकॉनॉमी ऑफ महाराष्ट्र*, पुणे, राज्यशास्त्र व लोकप्रशासन विभाग, पुणे विद्यापीठ.

व्होरा राजेंद्र, १९९४, *मुळशी सत्याग्रह*, पुणे, प्रतिमा प्रकाशन.

व्होरा राजेंद्र, १९९६अ, महाराष्ट्र : शिफ्ट ऑफ पावर फॉर्म रूलर टू अर्बन सेक्टर, *इकॉनॉमिक ॲंड पॉलिटिकल वीकली*, १३ जानेवारी, १७१-१७३.

व्होरा राजेंद्र, १९९६आ, बदलत्या राजकारणाचे नवे आधार, पुणे, *अनुभव*, सप्टेंबर.

व्होरा राजेंद्र, २००३अ, *महाराष्ट्र : व्हर्च्युअल रिझर्व्हेशन फॉर मराठास्*, ऑकेजनल पेपर सेरीज् ख, नं. ३, पुणे, राज्यशास्त्र व लोकप्रशासन विभाग, पुणे विद्यापीठ.

व्होरा राजेंद्र, २००३आ, समतेचा लढा व मध्यम वर्गाची संस्कृती, *आव्हानांशी संघर्ष आणि परिर्वनाची दिशा*, ग. प्र. प्रधान (संपा), पुणे, मा. भाई वैद्य अमृत महोत्सवी गौरव समिती, पृ. १२४-१३२.

व्होरा राजेंद्र व सुहास पळशीकर, १९९०, निओ हिंदुइझम ए केस ऑफ डिस्टॉर्टेड कॉन्शस्नेस, लेले जयंत (संपा) *स्टेट ॲंड सोसायटी : चेजींग सोशल बेसेस ऑफ इंडियन पॉलिटिक्स*, दिल्ली, चाणक्य.

व्होरा राजेंद्र व सुहास पळशीकर, १९९६, *महाराष्ट्रातील सत्तांतर*, मुंबई, ग्रंथाली.

व्होरा राजेंद्र व सुहास पळशीकर (अनु चित्रा लेले), २०१०, *भारतीय लोकशाही:अर्थ आणि व्यवहार*, पुणे, डायमंड प्रकाशन.

शहा घनश्याम (संपा),२००८, *दलितांची अस्मिता आणि राजकारण*, पुणे, डायमंड प्रकाशन.

शहा घनश्याम (संपा),२००४, *भारतातील सामाजिक चळवळी*, पुणे, डायमंड प्रकाशन.

शहा घनश्याम (संपा),२००९, *सामाजिक चळवळी आणि सरकार*, पुणे, डायमंड प्रकाशन.

सुमंत यशवंत, २००३, सामाजिक चळवळीचा परिप्रेक्ष्य आणि महाराष्ट्रातील चळवळी: काही निरीक्षणे, *बदलता महाराष्ट्र*, भोळे भा. ल.- किशोर बेडकीहाळ (संपा.), सातारा, डॉ. बाबासाहेब आंबेडकर अकादमी: २५८-२८६.

❐

प्रकरण २

नवहिंदुत्व आणि जातवाद

महाराष्ट्राच्या राजकारणात एकोणीसशे ऐंशीपासून पुढे तीन दशके नवहिंदुत्व आणि जातवाद या दोन घटकांच्या मार्फत राजकीय कृतिसज्जता होत गेली.उद्युक्त नवहिंदुत्व आणि जातवाद या दोन घटकांनी व्यक्तींना राजकीय कृती करण्यास केले. गेली तीन दशके हे दोन घटक राजकीय आघाडीवर सतत कृतिशील होते. राजकीय संघर्षाचे मुख्य मुद्दे, त्या मुद्यांविषयीची विविध मते यांची माहिती देवून तरुण, कामगार, विद्यार्थी, महिला व नवमध्यम वर्गाला राजकीय कृती करण्यासाठी मनाने आणि संघटनेच्या दृष्टीनेही तयार केले, नवहिंदुत्व आणि जातवाद या दोन घटकांनी. नवहिंदुत्व या घटकामध्ये राजकीय कृतिसज्जता जास्त प्रमाणात होती. जातवाद या घटकामध्ये राजकीय कृतिसज्जतेच्या बरोबरच राजकीयीकरण ही प्रक्रियादेखील आढळते. ओबीसी गटाला त्यांची परिस्थिती सुधारण्यासाठी राजकीय कृती करणे आवश्यक आहे हे पटवून दिले गेले. समान परिस्थिती व समान संकटे यांची माहिती दिली गेली. तसेच जातवाद या घटकाच्या मार्फत त्यांना राजकीय प्रश्नांबद्दलचे ज्ञान दिले गेले. ओबीसींना आवाहन करून कायमचे राजकारणात ओढून राजकीय कृती करण्यास उद्युक्त केले ते जातसंघटनांनी. ज्या गोष्टी राजकीय मानल्या जात नाहीत; त्यांना राजकीय चर्चेचा विषय बनविण्यात आले. हा मुद्दा नवहिंदुत्व या घटकाच्या मार्फत गतिशील झाला होता. त्यामुळे नवहिंदुत्व आणि जातवाद या दोन घटकांमध्ये राजकीय कृतिसज्जता व राजकीयीकरण यांचे मिश्रण झाले होते.

राजकीय नवहिंदुत्वाची जडणघडण सामूहिक, धार्मिक, सामाजिक व सांस्कृतिक प्रश्नांमधून झाली. त्यामुळे धार्मिक, सामाजिक व सांस्कृतिक प्रश्नांच्या संदर्भात नवहिंदुत्ववादी संघटनांच्या राजकीय कृतिसज्जता व राजकीयीकरण या मुद्यांची चर्चा केली जाते. नवहिंदुत्ववादी संघटनांनी भारतीय व महाराष्ट्राच्या संदर्भात धार्मिक व सामाजिक प्रश्न, उठविले. नवहिंदुत्ववादी संघटना सामूहिक, धार्मिक व सामाजिक मुद्दे भारतीय संदर्भात उठवीत असल्यामुळे इतर घटक राज्यातील धार्मिक व सामाजिक मुद्यांची चर्चा राजकीयीकरणाच्या संदर्भात झाली. पतितपावन संघटनेने मराठा व इतर मागासवर्गीय

जातींमध्ये नवहिंदुत्व पसरवले. हिंदू एकता आंदोलन व हिंदू सेना या संघटनांतील कार्यकर्ते शिवसेनेत गेले. त्यामुळे या संघटना शिवसेनेच्या उपनद्या आहेत. या संघटनांमध्ये ओबीसी तरुणांचा सहभाग होता. शिवसेनेने स्थानिक पातळीवरील प्रचारातून नवहिंदुत्ववादी मुद्दे ब्राह्मणेतर समाजात पसरवले. स्थानिक पातळीवर शिवसेनेने हिंदू व मुस्लीम समाजातील तणाव, मराठा व दलित जातीतील तणाव, हिंदू देवतांची मंदिरे असे मुद्दे उठविले. मराठा महासंघाने हिंदुत्व मुद्याच्या आधारे मराठा जातीला कृतिप्रवण केले. मराठा ही महाराष्ट्रातील इतर जातींच्या तुलनेत मोठी जात आहे. त्या जातीत गेली तीन दशके हिंदुत्व पसरत राहिले. वनवासी कल्याण आश्रम व सामाजिक समरसता मंच या दोन्ही संघटनांचे संघ, भाजप यांच्याबरोबरचे संबंध स्पष्ट केले आहेत. संघटनांची विचारप्रणाली, कार्यक्रम, नेतृत्व व संघटना या मुद्यांच्या आधारे नवहिंदुत्व व जात या दोन घटकांचे विश्लेषण केले आहे. या संघटनांची नवहिंदुत्ववादी राजकीय वाटचाल १९७८ ते १९८५, १९८५ ते १९९५ व १९९५ ते २००३ अशा तीन कालखंडात विभागलेली आहे.

भाग १ हिंदू चळवळीचा आढावा

१९७८ नंतर संपूर्ण भारतभर नवहिंदुत्ववादी राजकीय प्रक्रिया घडत गेली. महाराष्ट्र, गुजरात, राजस्थान, तमिळनाडू, केरळ, कर्नाटक व ओरिसा येथील राजकारणामध्ये नवहिंदुत्व पसरले. गुजरातमध्ये सुतार, भावसार व खतरी या जाती सांस्कृतीकरण या प्रक्रियेतून नवहिंदुत्वाच्या राजकीय प्रक्रियेत सहभागी झाल्या. गुजरात येथे इतर मागासवर्गीय जातींमध्ये सच्चिदानंद, पांडुरंगशास्त्री आठवले व मोरयाबापू यांनी सामूहिक, धार्मिक मुद्दे मांडत राजकीय नवहिंदुत्वाचा प्रसार केला. तमिळनाडू येथे हिंदू मुन्नानी संघटनेने गणेश उत्सव व हिंदू-मुस्लीम दंगलीमधून नवहिंदुत्वाचा प्रसार केला. तमिळनाडू येथे नवहिंदुत्वाचे 'राम' हे प्रतीक स्वीकारण्यास विरोध होता. त्यामुळे येथे हिंदू मुन्नानीने गणपती हे प्रतीक निवडले. तमिळनाडू येथील मुरूगन ही देवता शंकराच्या परंपरेतील आहे. गणपती हा मुरुगनचा भाऊ असे नाते आहे. त्यामुळे तमिळनाडू येथे गणपतीची स्वीकारार्हता वाढली. कनार्टक राज्यात उडपी येथील पिजावर मठाने धार्मिकता वाढविली. त्यातून प्रभुत्वशाली बंट जातीत मागासजाती व वर्ग मिसळून गेले. येथे ब्राह्मण, बंट, भिल्ल आणि मागासवर्ग यांची एकजूट केली. राजस्थानामध्ये रजपूत व जाट या तुल्यबळ स्पर्धक जाती आहेत. त्यामुळे रजपुतांच्या विरोधी नवहिंदुत्ववादात जाट सहभागी झाले. थोडक्यात भारतीय पातळीवर नवहिंदुत्वाने सामूहिक, धार्मिक व सामाजिक मुद्दे मुस्लीम व ख्रिश्चनांच्या विरोधी उठवले. या राजकीय प्रक्रियेतून भारतीय समाजात 'हिंदू राजकीय समाज' आकाराला आला. मुस्लीम व ख्रिश्चन समाजाच्या व्यतिरिक्त जातींमधील

राजकीय व सामाजिक स्पर्धा हिंदुत्वाचा प्रसार करते. उदा. मध्यम शेतकरी जाती व इतर मागासवर्गीय जाती यांच्यामध्ये राजकीय सहभागाची स्पर्धा आहे. दुसरे म्हणजे मध्यम शेतकरी जाती इतर मागासजातींना सत्तेत वाटा देत नाहीत. त्यामुळे इतर मागासजाती ह्या मध्यम शेतकरी जातीच्या विरोधात गेल्या. अशाच प्रकारची स्पर्धा दलितजातींमध्ये आहे. उदा. नवबौद्ध विरुद्ध मातंग व चर्मकार. त्यामुळे मातंग व चर्मकार हे समूह नवबौद्ध विरोधी राजकारणात कृतिप्रवण होतात. इतर मागासवर्गीय, दलित व आदिवासी हे तीन समाजघटक हिंदू कृतिप्रवणतेमध्ये सहभागी झाले आहेत. हे तीन समाज घटक राजकीय सहभाग या मुद्यावर नवहिंदुत्ववादी राजकीय प्रक्रियेत सहभागी झाले आहेत. याखेरीज या तीन समाज घटकांना हिंदू समाजव्यवस्थेतील त्यांचे सामाजिक स्थान उंचविता येते, अशी जाणीव त्यांच्यामध्ये आहे. त्यामुळे नवहिंदुत्ववादी राजकीय प्रक्रिया गतिमान होते. तसेच या तीन समाज घटकांना धार्मिक हिंदुत्वाच्या विस्तारात सहभाग घेता येतो. त्यामुळे आपणच धार्मिक हिंदुत्वाचे वाहक आहोत, अशी जाणीव त्यांच्यामध्ये वाढली आहे. त्यांच्या दृष्टिकोनातून धार्मिक हिंदुत्वाचा विस्तार करण्यासाठी राजकारण करणे आवश्यक आहे, असे त्यांना वाटते. या तीन समाजघटकांमधील हिंदुत्वाची जाणीव मुस्लीम व ख्रिश्चन विरोधावर वाढते. या पातळीवर धार्मिक हिंदुत्व बाजूला पडते. त्याची जागा राजकीय हिंदुत्व घेते. थोडक्यात ही नवहिंदुत्ववादी राजकीय प्रक्रिया भारतभर घडत गेली, असे दिसून येते. महाराष्ट्र हा त्या नवहिंदुत्ववादी राजकीय प्रक्रियेचा एक भाग आहे.

महाराष्ट्रातील नवहिंदुत्ववादी राजकीय प्रक्रियेचा अभ्यास दोन प्रकारे केला गेला. यापैकी पहिला प्रकार हा हिंदुत्ववादाचा पुरस्कार करणारा आहे. पण हिंदुत्ववादात बदल करून राजकीय हिंदुत्वाचा पुरस्कार करणारा आहे. यामध्ये स. ह. देशपांडे, श्रीनिवास दीक्षित यांचा समावेश होतो (देशपांडे, १९९२: १५०; दीक्षित, १९८६: २५). दुसऱ्या प्रकारात नवहिंदुत्ववादाचा समीक्षात्मक पद्धतीने अभ्यास केला जातो. त्यामध्ये सुधीर बेडेकर, सुलभा ब्रह्मे, अशोक चौसाळकर, राजेंद्र व्होरा व सुहास पळशीकर, भा. ल. भोळे यांचा समावेश होतो (बेडेकर, १९८०; ब्रह्मे, १९८३; चौसाळकर १९८६; भोळे, १९८८; व्होरा-पळशीकर, १९९०). यांनी नवहिंदुत्ववाद हा शब्दप्रयोग वापरला आहे. याच्याखेरीज जयंत लेले, शांताराम पंदेरे, भारत पाटणकर, गेल ऑमव्हेट यांचा समावेश होतो (पंदेरे १९९३; पाटणकर १९९३; लेले १९९५; ओमवेट १९९५). यांपैकी लेले व ओमवेट यांनी हिंदू राष्ट्रवाद हा शब्द वापरला आहे. तर पंदेरे व पाटणकर यांनी ब्राह्मण्यवाद (कूटनीती) असे विश्लेषण केले आहे. फार तर त्यांनी त्यास नवब्राह्मण्यवाद असे संबोधिले आहे. यांच्यामध्ये लेले, व्होरा, पळशीकर यांनी आर्थिक चौकटीत नवहिंदुत्वाचे विश्लेषण केले आहे. त्यांनी उत्पादनपद्धतीतील बदलानुसार जात व वर्गात बदल झाले, असे

विश्लेषण केले आहे. प्रत्येक जातींतून मध्यमवर्ग उदयास आला आहे. तो मध्यमवर्ग नवहिंदुत्वाचा समर्थक आहे, हा मुद्दा त्यांनी मांडला आहे. तर पंदेरे, पाटणकर यांनी ब्राह्मणेतर जातींचा नवहिंदुत्व राजकीय प्रक्रियेतील सहभाग हा संघाच्या व्यूहचनेचा भाग आहे, असा निष्कर्ष काढला आहे. नवहिंदुत्वाची समीक्षा करणाऱ्यांचेही असे दोन उपप्रकार आहेत. हे नवहिंदुत्वाचा अभ्यास करणारे दोन मुख्य उपप्रकार आहेत.

नवहिंदुत्ववाद या संकल्पनेची चर्चा १९९० पासून महाराष्ट्रात केली जाते. आर्थिक वर्चस्वाच्या मुद्याला ऐतिहासिक व जातिसंस्थेचे संदर्भ आहेत, हा मुद्दा राजेंद्र व्होरा व सुहास पळशीकर यांनी स्पष्ट केला आहे. ब्राह्मणेतर जातीतून हिंदुत्वाला पाठिंबा मिळणे हा नवहिंदुत्वाचा एक अर्थ आहे. त्यामुळे हिंदुत्व पांढरपेशा वर्गाच्या बाहेर गेले. ग्रामीण व झोपडपट्टी भागांतून नवहिंदुत्वाला कार्यकर्ते मिळाले. त्यामुळे नवहिंदुत्व जुन्या हिंदुत्वापेक्षा वेगळे आहे (व्होरा-पळशीकर, १९९०: २२८-२२९). जुने हिंदुत्व म्हणजे १९२५ ते १९७४ पर्यंतचे हिंदुत्व होय. या हिंदुत्वाला असा व्यापक पाठिंबा मिळाला नव्हता. त्यामुळे जुने हिंदुत्व धार्मिक व सामाजिक बाजूंवर भर देत होते. जातिसंस्थेचे सरळ समर्थन केले जात होते. परंपरागत हिंदुत्वाची प्रक्रिया धार्मिक व सामाजिक स्वरूपाची होती. नवहिंदुत्व हे धार्मिक व सामाजिक या बाजूंवर भर देत नाही. नवहिंदुत्व सामूहिक, धार्मिक कार्यक्रमांवर भर देते. सामूहिक, धार्मिक कार्यक्रमांतून नवहिंदुत्वाला उर्जा मिळते.

परंपरागत हिंदुत्व हे राजकीय सत्ताप्राप्तीचा मुख्य कार्यक्रम राबवीत नव्हते. मात्र राजकीय सत्ताप्राप्तीसाठी नवहिंदुत्व जनसमूहाला कृतिप्रवण करते. त्यामुळे नवहिंदुत्व हे जनसमूहामध्ये पसरत गेले आहे. याउलट केवळ सत्ता मिळविणे हा परंपरागत हिंदुत्वाचा उद्देश नव्हता. त्यामुळे परंपरागत हिंदुत्व केवळ उच्च जातींमध्ये राहिले. त्यामुळे परंपरागत हिंदुत्वावर उच्च जातींचा हक्क होता. नवहिंदुत्वाने उच्च जातींच्या खेरीज इतर जातींमध्ये पसारा वाढविला. त्यामुळे नवहिंदुत्वाचे कर्ते केवळ ब्राह्मण नाहीत. ब्राह्मणांच्याखेरीज ब्राह्मणेतर जाती नवहिंदुत्वाच्या जडणघडणीत क्रियाशील आहेत. परंपरागत हिंदुत्व जास्तीतजास्त लाठीकाठीचे प्रशिक्षण देत होते. त्या हिंदुत्वाला शक्तीचे आकर्षण होते. परंपरागत हिंदुत्वातील शक्तीपेक्षा नवहिंदुत्व जास्त आक्रमक स्वरूपाचे आहे. त्यांची विचारप्रणाली हिंसेच्या तत्त्वज्ञानावर आधारली आहे. त्यामुळे झोपडपट्टी विभागातील बेहिशोबी पैसा व गुन्हेगारी स्वरूपाची प्रतिमा आहे, असे कार्यकर्ते नवहिंदुत्वाचे समर्थक होतात. राजकीय सत्ता मिळविणे हा या नवहिंदुत्वाचा मुख्य उद्देश आहे. त्यामुळे नवहिंदुत्व म्हणजेच राजकीय हिंदुत्व होय, असे निष्कर्ष सुधीर बेडेकर, सुलभा ब्रह्मे, अशोक चौसाळकर, राजेंद्र व्होरा व सुहास पळशीकर यांनी काढले आहेत (बेडेकर, १९८१: ३३; ब्रह्मे : ४१; चौसाळकर, १९८४-८५: ७१ ; व्होरा- पळशीकर, १९९०: २३२).

लेले, व्होरा, पळशीकर व पंदेरे, पाटणकर यांच्या मांडणीमध्ये फार मोठा फरक नाही. कारण व्होरा व पळशीकर यांनी मराठा जातीच्या वर्चस्वाच्या मर्यादा स्पष्ट केल्या आहेत (व्होरा- पळशीकर १९९०: २३५). दुसरे म्हणजे लेले यांनी मुंबई येथील भांडवलदारी व्यवस्था व पळशीकर यांनी मध्यम वर्गाचे विवेचन करून मध्यम वर्ग हा भांडवलशाहीचा समर्थक आहे, हा मुद्दा स्पष्ट केला आहे (लेले, १९९५: १४-१५; पळशीकर, १९९७: ८०). नवहिंदुत्ववादी संघटनांची जातिसंस्थाविषयक भूमिका घसरडी आहे, अशी भूमिका त्यांनी मांडली आहे. पण जातिसंस्था या शोषणाचे मुख्य हत्यार नाहीत असे म्हटले नाही. पण मराठा जात ही वर्चस्वशाली आहे हा मुद्दा भारत पाटणकर यांनी नाकारला आहे. त्यांच्या मते, मराठा जातीतील छोटा वर्ग वर्चस्वशाली आहे. या वर्चस्वामध्ये त्यांनी ओबीसी जातीतील शेतकरीवर्गाचा समावेश केला आहे. दुसरा मतभेदाचा मुद्दा म्हणजे उत्पादनपद्धती बदलली की, जातिसंस्थेचे स्वरूप बदलते. या प्रक्रियेतून जातिसंस्थेचे स्वरूप बदलले आहे. त्या बदलामुळे भांडवलशाही व नवमध्यमवर्ग यांची युती होत आहे. मध्यमवर्गात ब्राह्मणेतर जातीतील व्यक्तींचा समावेश होतो. त्यांचा नवहिंदुत्ववादाला नुसता पाठिंबा नाही. या ब्राह्मणेतर जाती नवहिंदुत्ववादाच्या समर्थक आहेत. या मुद्यांविषयी पंदेरे, पाटणकर यांचे मतभेद आहेत. कारण ब्राह्मणेतर जाती याच केवळ शोषित जाती आहेत, असे विश्लेषण त्यांनी केले आहे. त्यामुळे त्यांच्या विश्लेषणात ब्राह्मणेतर जातीतील नवमध्यमवर्ग व नवहिंदुत्ववाद यांचे संबंध स्पष्ट झाले नाहीत. पंदेरे व पाटणकर यांनी ब्राह्मण जातीकडे सर्व उत्पादनाची साधने एकवटली आहेत, याची चर्चा केली आहे. त्यांच्या मते शेती, पाणी या उत्पन्नाच्या साधनाला मर्यादा आहेत. त्यामुळे मराठा जातीचे शेतीच्या आधारे वर्चस्व निर्माण होत नाही. उलट भांडवलशाहीतील वर्चस्व ब्राह्मण जातीचे आहे. त्यांनी त्यांचे हितसंबंध जपण्यासाठी १९८० नंतर धार्मिक राजकारण सुरू केले आहे. याउलट मराठा जातीचे हितसंबंध अडचणीत आल्यामुळे त्यांनी नवहिंदुत्वाचा आधार घेतला असा निष्कर्ष व्होरा व पळशीकर यांनी काढला आहे (व्होरा- पळशीकर, १९९०: २३८). थोडक्यात, मराठा व इतर मागासवर्गीय या दोहोंनी नवहिंदुत्ववादी राजकीय प्रक्रिया गतिमान केली आहे. भांडवलशाहीमध्ये त्यांचे हितसंबंध गुंतलेले आहेत. त्या जागा बेडेकर, ब्रह्मे, लेले, व्होरा व पळशीकर यांनी जोडल्या आहेत. याउलट पंदेरे, पाटणकर, साळुंखे यांनी ब्राह्मणशाही व भांडवलशाही यांचे संबंध जोडले आहेत. त्यामध्ये त्यांनी हिंदू धर्मशास्त्राच्या संदर्भात विवेचन केले आहे. त्याखेरीज पाटणकर यांनी मुक्त अर्थव्यवस्थेतील नवे ज्ञान व ब्राह्मण वर्चस्वाचा मुद्दा मांडला आहे. त्यामुळे पंदेरे, पाटणकर, साळुंखे यांनी मराठा व इतर मागासवर्गीय यांना नवहिंदुत्ववादाचे प्रमुख वाहक म्हटले नाही.

भाग –२ हिंदू संकल्पना आणि सिद्धांत

हिंदू धर्म व हिंदुधर्मनिष्ठ सांस्कृतिकता हा हिंदू राष्ट्राचा मुख्य आधार आहे. अशा प्रकारचे हिंदुराष्ट्र निर्माण करणे हे हिंदुत्ववादाचे उद्दिष्ट आहे. राजकीय सत्ता संपादन करणे, हिंदू समाजाचे सामाजिक एकसंघीकरण करणे व एकछत्री प्रभुसत्तेची निर्मिती करणे ही तीन तत्त्वे हिंदुराष्ट्राची निर्मिती करण्यासाठी वापरली जातात. या तीन तत्त्वांशी संबंधित हिंदुराष्ट्र उभारणीचे सर्वसाधारण नियम पुढीलप्रमाणे आहेत. एक, सामाजिक क्षेत्राशी संबंधित वर्ण व जातींच्या नियमाचे पालन करणे. वर्ण व जाती यांच्या पारंपरिक उच्च स्थानाचा आग्रह धरणे हे तत्त्व हिंदुत्वाच्या केंद्रभागी आहे. केवळ उच्च जातीला द्विजाचा अधिकार असतो. कनिष्ठ जातींना द्विजाचा अधिकार नसतो. त्यामुळे केवळ ब्राह्मण जात हिंदुत्वाची संरक्षक असते. या तत्त्वाचा आग्रह हिंदुत्व सिद्धान्तात आहे. दोन, हिंदुत्वाची धार्मिक व सांस्कृतिक बाजू म्हणजे वैदिक धर्म, श्रुतिस्मृतिपुराणोक्त सनातन धर्माचा अभिमान बाळगणे. याबरोबरच आपल्या धर्माची श्रेष्ठ तत्त्वे, परंपरा, सण, उत्सवांचा आग्रह धरला जातो. यामुळे कर्मठ धर्मतत्त्वांचे पालन केले जाते. अंधश्रद्धेचा प्रसार केला जातो. सदसद्विवेकाच्या साहाय्याने धर्मतत्त्वांचे व परंपरांचे मूल्यमापन केले जात नाही. याखेरीज परधर्मियांस शत्रू मानले जाते. परधर्मांविषयी अन्यभावाचे संबंध, इतिहासाचे विपर्यस्त आकलन, ख्रिश्चन व मुस्लीम धर्मीयांविषयक दुरावा, सर्व सामाजिक प्रश्नांची जमातवादी मांडणी ही तत्त्वे म्हणजे हिंदुत्वाची धार्मिक बाजू आहे. तीन, वरील हिंदुत्वाच्या सामाजिक व धार्मिक चौकटीत राहून हिंदूंचे सामाजिक व राजकीय संघटन करणे म्हणजे राजकीय हिंदुत्व होय. याखेरीज हिंदुत्व सिद्धान्ताची इतरही वैशिष्ट्ये आहेत. उदा. हिंदूसमाजरचना व हिंदूसमाजव्यवस्थेच्या संदर्भातील मूल्यात्मक चौकटीचे समर्थन केले जाते. आक्रमक हिंदू राष्ट्रवाद, हिंसेचे गौरवीकरण, परंपरांचे समर्थन, भांडवलशाहीचे समर्थन, सामाजिक बहुविधतेविषयक संशय, एकछत्री सांस्कृतिक वर्चस्वाची कल्पना, दलित व आदिवासी समाज घटकांचे हिंदुकरण इत्यादी. हिंदुत्वाच्या मुख्य सिद्धान्ताची ही समान तत्त्वे असली तरी ब्राह्मणी हिंदुत्व व ब्राह्मणेतर हिंदुत्वाची तत्त्वे वेगवेगळी आहेत.

उच्चवर्णीय व कनिष्ठ जातीय, हिंदू बहुसंख्याक व अल्पसंख्याक, पुरुष व स्त्री असे विभाजन ब्राह्मणी हिंदुत्व करते. ब्राह्मणी हिंदुत्वाचा सिद्धान्त, उच्च जातींचा अहंकार, उच्च जाती हिंदुत्वाच्या खऱ्या पाईक, जाती व वर्ण व्यवस्थेच्या नियमांचे व विधिनिषेधाचे काटेकोर पालन, ब्राह्मणी संस्कृती जतन करणे अशी तत्त्वे ब्राह्मणी हिंदुत्ववादाची आहेत. याबरोबर पुरुषांचे कार्यक्षेत्र लष्करी संघटना उभी करण्याचे, तर महिलांचे कार्यक्षेत्र संस्कार घडविणारे असे पुरुष व महिला यांच्या कामातील फरकांचे तत्त्व ब्राह्मणी

हिंदुत्वामध्ये आहे. ब्राह्मणेतर जातींचे सण, परंपरा, उत्सव यांना दुय्यम स्थान हे तत्त्व या हिंदुत्वात आहे. ब्राह्मणी हिंदुत्वात ब्राह्मणेतरांच्या सांस्कृतिक वारसाचे स्थान दुय्यम असते. या ब्राह्मणी हिंदुत्वातील तत्त्वे ब्राह्मणेतर हिंदुत्वात आहेत. पण त्याखेरीज नव्याने काही तत्त्वे सामील केली आहेत.

ब्राह्मणेतरांनी हिंदुत्व स्वीकारणे व त्यांच्यात हिंदुत्वाचा प्रसार करण्याचे तत्त्व म्हणजे ब्राह्मणेतर हिंदुत्व होय. ब्राह्मणेतर हिंदुत्वामध्ये सर्वसाधारणपणे पुढील बाबींचा समावेश होतो. एक, ब्राह्मणी हिंदुत्वाच्या तत्त्वानुसार ब्राह्मणाखेरीज इतर सर्व जाती कनिष्ठ आहेत. पण ब्राह्मणेतर हिंदुत्वात वर्ण व जातींच्या पारंपरिक उच्च स्थानाचा आग्रह धरणारे तत्त्व आहे. वर्णव्यवस्थेचे समर्थन ब्राह्मणेतर हिंदुत्वामध्ये आहे. ब्राह्मणेतर जाती क्षत्रिय या वर्णाचा दावा करतात. त्यामुळे ब्राह्मणेतर जाती उच्च स्थानाचा आग्रह बाळगतात. द्विजाचा अधिकार मिळविण्यासाठी प्रयत्नशील आहेत. थोडक्यात, क्षत्रियत्वाच्या तत्त्वाचा पुरस्कार करणारे ब्राह्मणेतर हिंदुत्व आहे. दोन, ब्राह्मणेतरांचे सण, परंपरा, उत्सवांना दुय्यम स्थान देऊन वैदिक परंपरेशी जोडून घेण्याचे तत्त्व ब्राह्मणेतर हिंदुत्वामध्ये आहे. यासाठी समरसता व संस्कृतीसंगम अशा नव्या कल्पना वापरल्या जातात. याखेरीज धार्मिक हिंदुत्वाला राजकीय हिंदुत्व राजकारणात भूमिका घेण्यास भाग पाडते. उदा. हिंदुत्ववादी पक्षांच्या उमेद्वारांचा प्रचार करणे, हिंदू उमेद्वारास मत देणे, हिंदू व मुस्लीम असे अन्यभावाचे संबंध निर्माण करणे, अशा कामाच्या स्वरूपातून धार्मिक हिंदुत्व राजकारणात कृतिशील होते. राजकीय क्षेत्रात त्यांचा हस्तक्षेप वाढतो. तीन, राजकीय सत्ता संपादन करणे हे बाह्मणेतर हिंदुत्वाचे उद्दिष्ट आहे. या उद्दिष्टाच्या पूर्ततेसाठी हिंदू ऐक्य, सामाजिक एकसंघीकरण, राजकीय एकछत्रीकरण, समरसता, क्षत्रियत्व, अंतर्गत सहिष्णूता व बाह्य असहिष्णूता, बहुसंख्याक (बहुमत) अशा तत्त्वाचा समावेश ब्राह्मणेतर हिंदुत्व या सिद्धांतात होतो.

हिंदू ऐक्य :

ब्राह्मणी हिंदुत्वात हिंदू ऐक्याचे तत्त्व होते. उच्च वर्णीयांच्या खेरीज इतरांचे संघटन ब्राह्मणी हिंदुत्व सिद्धान्तात करण्याची पद्धत नाही. पण ब्राह्मणेतर हिंदुत्व सिद्धान्तात ब्राह्मण जातिबरोबर इतर सर्व कनिष्ठ जातींच्या संघटनाचे तत्त्व स्वीकारले आहे. हिंदू ऐक्यासाठी सामाजिक एकसंघीकरण, राजकीय एकछत्रीकरण, समरसता, क्षत्रियत्व, अंतर्गत सहिष्णूता व बाह्य असहिष्णूता आणि हिंदुकरण असे मार्ग वापरले आहेत.

एकछत्रीकरण :

एकछत्रीकरण या संकल्पनेचे सामाजिक एकसंघीकरण व एकछत्री प्रभुसत्ता असे दोन अर्थ आहेत. एक केंद्र आहे, त्याच्या परिघात सर्व घटकांनी राहावे, त्या केंद्राशी

जोडून घ्यावे यास एकसंघीकरण संबोधले जाते. उदा. हिंदू वर्णव्यवस्थेच्या व जाती व्यवस्थेच्या परिघात सर्वांनी राहावे. तर एका केंद्रात सर्वांनी तादात्म्य पावणे, यास एकछत्री प्रभुसत्ता संबोधले जाते. संघ व संघपरिवारातील संघटनांची ही दोन उद्दिष्टे आहेत (पळशीकर १९९८*अ*: ३-४, ८). हा मुद्दा क्षत्रियत्व व समरसता या संकल्पनांमध्ये दिसून येतो.

क्षत्रियत्व :

ब्राह्मणेतरांचे राजकीय संघटन करण्यासाठी क्षत्रियत्व या तत्त्वाचा पुरस्कार केला जातो. क्षत्रिय वंश, क्षत्रियांनी पवित्र ग्रंथ लिहिले व क्षत्रिय राज्यकर्ते आहेत ही तीन तत्त्वे हिंदुत्वाच्या विचारामध्ये आहेत. एक, क्षत्रिय हा चार वर्णांपैकी एक वर्ण आहे. हिंदू धर्माची या वर्णास द्विज, उच्चवर्णीय व राज्यकर्ते किंवा सैनिकी पेशा अशी पारंपरिक अधिमान्यता आहे. पण हिंदू धर्मशास्त्रानुसार महाराष्ट्रात क्षत्रिय वर्ण अस्तित्वात नाही. सर्व ब्राह्मणेतर शूद्र आहेत, या ब्राह्मणी हिंदुत्वाच्या तत्त्वाला ब्राह्मणेतरांमधून विरोध होतो. सर्व ब्राह्मणेतर शूद्र आहेत. या तत्त्वाला विरोध करत सर्व ब्राह्मणेतर 'आर्य क्षत्रिय वंशाचे' आहेत. हा क्षत्रिय वंशाचा दावा मराठा, चांद्रसेनीय कायस्थ प्रभू, धनगर, वंजारी, माळी, पारधी, इतर मागासवर्गीय जाती, चर्मकार, मातंग इ. दलित जाती व भिल्ल, गोंड इ. आदिवासी जातींनी केला आहे. भौतिक दर्जा उंचावल्यानंतर हा दावा केला आहे. या दाव्यात ब्राह्मणाबरोबरचा दर्जा मिळविण्याची आकांक्षा आहे. दोन, क्षत्रिय केवळ संरक्षक होते असे नव्हे, तर हिंदूंचे धार्मिक ग्रंथ त्यांनीच लिहिले आहेत. असा दावा केला जातो. तीन, क्षत्रिय हे योद्धे होते, त्याबरोबर ते राजे होते. ब्राह्मण हे बाहेरून आलेले होते. ब्राह्मणाच्या विरोधात लढणारे राजे आर्यांचे वंशज होते, असा दावा केला जातो (गेल ऑमव्हेट, १९९५: ११५-११६). हा दावा सांस्कृतीकरण या संकल्पनेपेक्षा वेगळा आहे. कारण यानुसार कनिष्ठ जाती ह्या उच्च जातींची प्रतीके व मूल्ये स्वीकारून हिंदू म्हणून प्रतिष्ठा मिळवितात. यातून ब्राह्मणेतर जातींना हिंदू अस्तित्वभान मिळते. हिंदू अस्तित्वभानामध्ये ब्राह्मणेतर जातींचे एकसंघीकरण होते.

ब्राह्मणेतर हिंदुत्व ही संकल्पना ब्राह्मणेतर चळवळीतून पुढे आली. क्षत्रियत्व म्हणजेच हिंदुत्व होय. वर्ण व्यवस्थेतील क्षत्रियत्वाचा दावा शाहू महाराजांनी केला होता. क्षत्रियत्वाचा दावा, द्विज, उच्चवर्णीय व राज्यकर्ते आहोत, अशा मागण्या मराठा व चांद्रसेनीय कायस्थ प्रभू यांनी ब्राह्मणेतर चळवळीत केल्या होत्या (व्होरा, १९९१: १४). १९७८ नंतर इतर मागासवर्गीयांनी क्षत्रियत्वाचा दावा, द्विज, उच्चवर्णीय व राज्यकर्ते आहोत, अशा मागण्या केल्या आहेत. थोडक्यात, या मागण्यांतून चातुर्वर्ण्याचा पुरस्कार केला जातो. चातुर्वर्ण्यवादी म्हणजेच उच्चवर्णीयांचे वर्चस्व होय. ब्राह्मणेतरांनी हिंदू म्हणून संघटित होण्यातून हा विचार पुढे येतो. पण ब्राह्मणी हिंदुत्व व ब्राह्मणेतराचे

हिंदुत्व या दोन संकल्पनांमध्ये एक महत्त्वाचा फरक आहे. ब्राह्मणी हिंदुत्व ब्राह्मण वर्णकेंद्रित आहे. तर ब्राह्मणेतराचे हिंदुत्व हे क्षत्रिय वर्णकेंद्रित आहे. ब्राह्मणी हिंदुत्वात ब्राह्मणेतरांचे सांस्कृतिक स्थान नाकारले होते. या उलट ब्राह्मणेतर सांस्कृतिक स्थानाची मागणी करत आहेत. उदा. मराठा यांनी क्षत्रियत्वाचा दावा केला आहे. असा दावा करणे म्हणजे हिंदुत्व होय. या प्रकारचे ब्राह्मणेतर जातीतील हिंदुत्व १९७८ पर्यंत दिसून येते. १९७८ नंतर ब्राह्मणेतरातील हिंदुत्व संकल्पनेचा विस्तार झाला. मराठा-प्रभू यांच्याबरोबर इतर मागासवर्गीय लोकांनी हिंदुत्वाचा पुरस्कार केला. धनगर, माळी, वंजारी यांच्या जात-संघटनांनी क्षत्रियत्वाचे दावे केले. या पातळीवर हिंदुत्वाचा प्रसार ब्राह्मणेतर जातीत झाला.

क्षत्रियत्वाचा मुद्दा हा सामाजिक एकसंघीकरण व समरसता या दोन संकल्पनांशी संबंधित आहे. कारण क्षत्रियत्वाच्या एका केंद्रात सर्व ब्राह्मणेतर जातींना जोडून घेता येते. त्यामुळे हिंदूंचे सामाजिक एकसंघीकरण होते. याबरोबरच क्षत्रिय या एका केंद्रात सर्वांनी तादात्म्य पावणे या मुद्द्यांचाही समावेश क्षत्रियत्वात होतो. त्यामुळे क्षत्रियत्वाची संकल्पना हिंदूंचे राजकीय ऐक्य करते. राजकीय सत्ता संपादनासाठी तिचा वापर केला जातो.

समरसता :

समरसता ही संकल्पना ब्राह्मणेतर जातींनी हिंदुत्व केंद्रात विलीन होणे या अर्थाने वापरली आहे. इतर मागासवर्गीय व दलितांनी हिंदुत्व स्वीकारावे हा या संकल्पनेचा अर्थ आहे. ही संकल्पना इंडियनायझेशन या संकल्पनेचा विस्तार आहे. या संकल्पनेत दोन मुद्दे मांडलेले आहेत. एक, एक केंद्र आहे, त्याच्या परिघात सर्व घटकांनी राहावे. त्या केंद्राशी जोडून घ्यावे हा एकसंघीकरणाचा मुद्दा समरसता संकल्पनेत सामील केला आहे. दोन, एका केंद्रात सर्वांनी तादात्म्य पावावे हा एकछत्री प्रभुसत्तेचा मुद्दा समरसतेत सामील केला आहे. या दोहोंवर समरसता ही संकल्पना आधारित आहे (पळशीकर, १९९८*अ* : ७, ८). थोडक्यात ही संकल्पना समावेशनाशी संबंधित आहे. उच्च जाती कनिष्ठ जातींना हिंदुत्व केंद्रात समाविष्ट करून घेतात, असा त्यांचा अर्थ आहे (पळशीकर, १९९१: १९). समावेशनानंतर उच्च जाती व कनिष्ठ जाती यांचे संबंध पालकत्ववादी-आश्रयदात्याचे ठेवण्याचे तत्त्व समरसता संकल्पनेत आहे (पळशीकर, १९९४:११).

हिंदुकरण :

ब्राह्मणी धर्म, संकृती, परंपरा व जातिव्यवस्था यांची हिंदू समाजातील अधिमान्यता नष्ट करणारी प्रतिके समाजसुधारक म्हणून स्वीकारण्याचे तत्त्व म्हणजे हिंदुकरण होय. या तत्त्वाचा वापर करून ब्राह्मणी धर्म, संकृती, परंपरा व जातिसंस्था या विरोधीचा विद्रोह बोथट केला जातो. त्यामुळे हिंदू समाजसुधारक हे प्रतीक सामाजिक एकसंघीकरण व राजकीय एकसंघीकरणांची राजकीय प्रक्रिया गतिमान करते. याखेरीज लोकांनी ब्राह्मणेतर

उच्चवर्णीय प्रतीके स्वीकारावीत यासाठी प्रयत्न केला जातो.

अंतर्गत सहिष्णूता व बाह्य असहिष्णूता :

हिंदू धर्म अशी ओळख असलेल्या समूहाबद्दल सहिष्णूतेचा व्यवहार केला जातो. उदा. आर्य धर्म, लिंगायत धर्म, जैन धर्म, भागवत धर्म इ. यांचे सामाजिक एकसंधीकरण केले जाते. यास खरी धर्मनिरपेक्षता असेही संबोधिले जाते. या खेरीज बिगर हिंदूसाठी असहिष्णूतेचा व्यवहार केला जातो. उदा. मुस्लीम व ख्रिश्चन या धार्मिक समूहांबद्दल अन्यभावाचे संबंध ठेवले जातात. हिंदूंचे सामाजिक-राजकीय एकसंधीकरण करण्यासाठी या धर्मांना शत्रू म्हणून उभे करणे, त्यांचे व्यक्तिस्वातंत्र्य व आविष्कार स्वातंत्र्य यांवर नियंत्रण घालण्याचा आग्रह धरणे हा मुद्दा बाह्य असहिष्णूतेचा आहे. अल्पसंख्याकांच्या व्यक्तिस्वातंत्र्याच्या व आविष्कार स्वातंत्र्याच्या मुद्याचा दावा करणे, यास खोटी किंवा नकली धर्मनिरपेक्षता संबोधले जाते.

हिंदू बहुसंख्यांकवाद :

बहुसंख्य व अल्पसंख्य असे द्वैत मांडले जाते. या तत्त्वाची सांगड लोकशाहीबरोबर घातली जाते. लोकशाही म्हणजे बहुसंख्येने निर्णय होणे, असा अर्थ घेतला जातो. हिंदू बहुमत ही संकल्पना हिंदू धार्मिक समाजाच्या लोकसंख्येच्या संदर्भात वापरली जाते. मुस्लीम व ख्रिश्चन यांच्या तुलनेत भारतात हिंदूंची लोकसंख्या जास्त आहे. त्यामुळे हिंदूंचे बहुमत आहे, असा दावा केला जातो. हिंदूंचे बहुमत म्हणेज शासनावर हिंदूंचे नियंत्रण असेल, असा दावा केला जातो. हिंदूंचे बहुमत ही संकल्पना बहुमताचे नियंत्रण स्वीकारण्याचा आग्रह धरते. अल्पसंख्य धार्मिक गटावर बहुमताचे नियंत्रण ठेवणे हा हिंदू बहुमताचा अर्थ होतो. हा बहुसंख्याकवाद अल्पसंख्याकांचा द्वेष करत पुढे येतो. पण याखेरीज विवाह व संपत्तीविषयक कायदे, आंतरधर्मीय विवाहांना कायद्याने बंदी, धर्मांतरांवर कायद्याने बंदी, अशा प्रश्नांतून तो वाद साकारतो. थोडक्यात जात, धर्म, पंथ, भाषा, प्रदेश या घटकांमधून बहुसंख्याकवाद आकाराला येतो. अशा प्रकारचा बहुसंख्याकवाद हा हिंदुराष्ट्र निर्मितीचा एक महत्त्वाचा आधार आहे.

हिंदू अस्तित्वभान :

ब्राह्मण व क्षत्रिय वर्णांचा दावा करत उच्च दर्जा मिळविण्याचा प्रयत्न केला जातो. त्यास एम. एन. श्रीनिवास यांनी सांस्कृतीकरण ही संकल्पना वापरली आहे. १९७० नंतर ब्राह्मण व क्षत्रिय या दर्जाऐवजी उच्च जातींची प्रतीके आणि मूल्य स्वीकारून हिंदू म्हणून प्रतिष्ठा मिळविण्याचा नवा मार्ग पुढे आला. उच्च दर्जाचा दावा करण्यापेक्षा हिंदू अस्तित्वभानाशी सहमत होण्यावर भर दिला गेला. हिंदू अस्तित्वभान म्हणजे, वैदिक

परंपरांचा अभिमान, ब्राह्मणी आणि उच्चजातीय देवदेवतांचा सार्वत्रिक स्वीकार, सांप्रदायिक बहुविधता दुय्यम लेखून अखिल हिंदूंची एकच संघटित प्रतिमा असल्याचा दावा, अखिल हिंदुत्वाच्या अस्तित्वासाठी जातीच्या मुद्यावर सुधारकी भूमिका, हिंदू 'स्व'च्या निर्मितीसाठी अहिंदू 'अन्य' समाजाची काल्पनिक निर्मिती, परंपरांच्या अभिमानाला बेडग्या आधुनिकतेची जोड, परंपरांशी निष्ठा व्यक्त करणारा राष्ट्रवाद होय (पळशीकर, २००४अ:२८६-२८७). या हिंदू अस्तित्वभानाच्या आधारे हिंदूंचे राजकीय एकसंघीकरण केले जाते. हिंदू अस्मितेखेरीज जनसमूहामध्ये जातींची एक अस्मिता आहे. जातींची ओळख दुय्यम स्थानावर ठेवून हिंदू ओळख प्रथम स्थानावर आणली जाते. जातींची ओळख हिंदू समाजाचे विभाजन करते. याउलट हिंदू ओळख हिंदू समाजाचे सामाजिक एकसंघीकरण व राजकीय एकछत्रीकरण करते. जात, उपजात अशा अस्मिता सोडून हिंदू केंद्राशी जुळवून घेणे शक्य होते. हिंदूंचे विभाजन रोखले जाते व हिंदूंची एकजूट होऊन हिंदू बहुसंख्याकवाद हा विचार आकाराला येतो.

<u>भाग ३</u> 'हिंदू सोशल इंजिनियरिंग' प्रकल्पाचा विस्तार

१९७८ नंतर नवहिंदुत्ववादी संघटनांचे राजकारण महाराष्ट्राच्या राजकारणात मध्यवर्ती आले. या संघटनांचे स्वभाव प्रकृती व वैशिष्ट्ये संघ व हिंदुमहासभा यांच्यापेक्षा भिन्न आहे. या संघटनांनी संघ व हिंदुमहासभा या संघटनांकडून हिंदुत्वाचा वारसा घेतला आहे. त्यांची पाळेमुळे संघ व हिंदुमहासभा यांच्या विचारात आहेत. पण त्यामध्ये त्यांनी स्वतंत्रपणे भर घातली आहे. संघ व हिंदुमहासभा यांचा वारसा या संघटनांनी नव्या संदर्भात वापरला आहे. त्यामुळे या संघटनांनी या परंपरागत हिंदुत्वापेक्षा वेगळ्या प्रकारची विचारप्रणाली व राजकारणाची व्यूहरचना पुढे आणली. त्यास नवहिंदुत्व संबोधले आहे. नवहिंदुत्ववादी संघटनांचा प्रभाव १९७८ ते २००४ या दरम्यान वाढलेला आहे. १९७८ ते २००४ या दरम्यान ही नवहिंदुत्ववादी राजकीय प्रक्रिया ही महाराष्ट्राच्या राजकारणाची मध्यभूमी राहिली.

जनता पक्षाने व संघाने या संघटनांच्या कामाला पाठबळ पुरवले. वनवासी कल्याण आश्रम व सामाजिक समरसता मंचाने आदिवासी दलित व भटके विमुक्त या समाजाला कृतिप्रवण केले. दलित समाज गटातील मातंग, चर्मकार, खाटीक, बुरूड, या हिंदू दलितांना सामाजिक समरसता मंचाने कृतिप्रवण केले. परंतु सामाजिक समरसता मंचाला दलित समाज गटापैकी नवबौद्ध या जातीगटास कृतिप्रवण करता आले नाही. संघटनेच्या कार्यक्रमास नवबौद्ध जातीतील नेते उपस्थित होते. त्यामधून सामाजिक समरसता मंचाला असलेला विरोध कमी झाला. सामाजिक समरसता मंच दलित समाजात पोचविण्यासाठी

त्यांच्या उपस्थितीचा फायदा झाला. पण नवबौद्ध समाजाचा पाठिंबा मिळाला नाही. हिंदू दलित समाजातील मध्यम वर्ग हा सामाजिक समरसता मंचामध्ये सहभागी झाला आहे. सामाजिक समरसता मंच संघटनेत २५ टक्के नेते व अनुयायी दलित जातीतील आहेत. त्यांच्यासाठी सामाजिक समरसता मंचाने सामाजिक समरसता साहित्य मंच स्थापन केला. नवबौद्ध समाजाच्या राजकारणाची एक बाजू साहित्यनिर्मीती ही होती. साहित्याच्या माध्यमातून नवबौद्ध समाज राजकारण करत होता. हा प्रकार हिंदू दलित स्वीकारत होते. त्यामुळे नवहिंदुत्ववादी संघटनांनी हिंदू दलितांना साहित्याचे वेगळे व्यासपीठ उपलब्ध करून दिले. या व्यासपीठावर दलितहिंदूंच्या महत्त्वाकांक्षा पूर्ण केल्या जातात. तसेच नवबौद्ध दलित समाजाच्या साहित्यामध्ये हिंदू धर्म व जातिव्यवस्थेवर टीका केली जाते. त्याऐवजी सामाजिक समरसता मंच या संघटनेने हिंदू धर्म व जातिसंस्था यांच्याशी संबंधित तसेच समाजसुधारक व हिंदू धर्मसुधारक अशी साहित्यनिर्मितीची व्यूहरचना पुढे आणली. त्यामुळे नवबौद्धेतर समाजाच्या विरोधात जाऊन हिंदू-दलितांनी सामाजिक समरसता मंचाला पाठिंबा दिला.

नवहिंदुत्ववादी संघटनांनी मराठा व इतर मागासवर्गीय यांचा हिंदुत्वाशी मेळ संघाच्या व संघबाह्य (विवेकानंद, सावरकर) अशा दोन चौकटीत घातला आहे. दुसऱ्या गटातील हिंदूसेना, पतितपावन संघटना, हिंदू एकता आंदोलन व बहुजन युवा या संघटनांचा थेट संबंध सावरकर विचारांशी आहे. नवहिंदुत्ववादी संघटनांतील दुसऱ्या फळीतील नेते व कार्यकर्ते यांनी संघाचे हिंदुत्व ब्राह्मणी संबोधले आहे. पण स्वामी विवेकानंद, लोकमान्य टिळक, वि. दा. सावरकर यांचे हिंदुत्वविषयक विचार स्वीकारले आहेत. हिंदू एकता आंदोलन, शिवसेना, भगवा गार्ड या संघटनांच्या कार्यक्रमांतून नवहिंदुत्ववादी संघटनांच्या कार्यकर्त्यांनी हिंदुत्व विचार स्वीकारला.

नवहिंदुत्ववादी संघटनांचा सावरकर विचारांशी थेट संबंध असला तरी या संघटनांचे संघाशी दोन पातळ्यांवरील संबंध आहेत. एक म्हणजे, बाळासाहेब देवरस यांच्या नेतृत्वाखालील संघ विचार हे नवहिंदुत्ववादी संघटना स्वीकारतात. दुसरे, संघाची संघटना, एकचालकानुवर्ती नेतृत्व, या मुद्यांशी नवहिंदुत्ववादी संघटनांचे मतभेद नाहीत. संघटना व एकचालकानुवर्ती नेतृत्व हे मुद्दे नवहिंदुत्ववादी संघटना स्वीकारतात. त्यामुळे नवहिंदुत्ववादी संघटना व संघ यांचे अन्योन्यसंबंध आहेत. हे संबंध नेतृत्व, संघटना, विचारप्रणाली व कार्यक्रम यांतून स्पष्ट होतात. नवहिंदुत्ववादी संघटनांमधील प्रमुख नेते संघाच्या शाखांमध्ये जडणघडण झालेले आहेत. पतितपावन संघटना, हिंदू सेना, हिंदू एकता आंदोलन, बहुजन युवा, सामाजिक समरसता मंच व वनवासी कल्याण आश्रम या संघटनांतील प्रथम फळीतील नेते संघाचे कार्यकर्ते आहेत. मराठा महासंघातील नेते संघ, भाजप व शिवसेना यांच्याशी संबंधित आहेत. शिवसेनेचे मनोहर जोशी यांनी संघाला

आदर्श मानले आहे. हिंदू सेनेचे चंद्रशेखर गाडगीळ हे संघाच्या परंपरेतील आहेत. पतित-पावन संघटनेतील प्रदीप गारटकर, भीमराव बडदे हे संघातील आहेत. या नेतृत्वाने त्यांच्या संघटनेची रचना संघाच्या पद्धतीची उभी केली आहे. नेतृत्व संघाच्या पद्धतीने असावे, अशी भूमिका त्यांनी घेतली आहे. याखेरीज संघ हा या संघटनांचा आदर्श असल्याने या संघटनांतून ब्राह्मणेतर समाजात संघाचा विचार पसरला आहे.

नवहिंदुत्ववादी संघटनांमध्ये नेतृत्व, निर्णय व संघटना या पातळीवर लोकशाही पद्धत राबवली जात नाही. नेतृत्व एकखांबी आहे. संघटनात्मक पातळीवर चर्चा होत नाही. संघटनेत काम करणाऱ्या नेत्यांच्या नियुक्त्या केल्या जातात. नियुक्ती पद्धत ही पूर्वनियोजित असते. नियुक्तीचे निकष दोन प्रकारचे आहेत. एक म्हणजे नेतृत्वाशी संबंधित व्यक्तीची नियुक्ती केली जाते. दुसरा निकष म्हणजे नियुक्ती ही संघाकडून केली जाते.

नवहिंदुत्ववादी संघटनांनी स्वामी विवेकानंद, लोकमान्य टिळक, सावरकर यांच्या विचारांचा पुरस्कार केला. पण त्यांचे विचार विशिष्ट मुद्यांवर स्वीकारले असे झाले नाही. प्रचारातून जे मुद्दे पुढे आले त्या मुद्यांचा पुरस्कार नवहिंदुत्ववादी संघटनांनी केला. उदा. हिंदू धर्म जगात सर्वश्रेष्ठ आहे. हिंदुत्वाच्या मुद्यावर राजकारण उभे करणे, विज्ञान व हिंदुत्व यांचा मेळ घालणे, हिंसेचा पुरस्कार, हिंदू परंपरांचा विस्तार करणे, हिंदू परंपरेतील दैवताचे उत्सव भरवणे, असे मुद्दे नवहिंदुत्ववादी संघटनांनी स्वीकारले. पण त्याच वेळी संघाबरोबरचे मतभेद नोंदवले आहेत. अ) राष्ट्रीय स्वयंसेवक संघ रूढीवादी आहे. ब) संघाची लढाऊवृत्ती नाहीशी झाली आहे. या दोन्ही टीका पतितपावन संघटना, हिंदू एकता आंदोलन, हिंदू सेना व शिवसेना यांनी केल्या आहेत. शिवसेनेने लाठ्याकाठ्याच्या प्रशिक्षणाला नेभळट म्हटले आहे. संघ ही संघटना ब्राह्मणी आहे, अशी टीका हिंदू एकता आंदोलन, शिवसेना व मराठा महासंघ या संघटनांनी संघावर केली आहे. शिवसेनेच्या मते, संघाचे हिंदुत्व ब्राह्मणी हिंदुत्व आहे. हिंदुत्वाचे संस्कार करून हिंदू राष्ट्र घडणार नाही, त्यासाठी रस्त्यावर येऊन संघर्ष करावा लागेल, असे नवहिंदुत्ववादी संघटनांचे मत आहे. असे मतभेदाचे मुद्दे नवहिंदुत्ववादी संघटनांनी मांडले आहे. कारण संघाला उच्च जातींचा पाठिंबा होता. उच्च जातींच्याखेरीज इतर जातींमध्ये शिरकाव करण्यासाठी नवहिंदुत्ववादी संघटना संघावर ब्राह्मणी हिंदुत्वाची टीका करत होत्या. तसेच या संघटना ब्राह्मणेतर हिंदुत्वाची कल्पना मांडत होत्या. दुसरी महत्त्वाची टीका म्हणजे नवहिंदुत्ववादी संघटना या संघापेक्षा जास्त आक्रमक आहेत. त्यांची आक्रमकता जशास तसे या स्वरूपातील सावरकर विचारातून पुढे आली आहे. ते वेगळेपण स्पष्ट करण्यासाठी नवहिंदुत्ववादी संघटना संघावर टीका करत होत्या. संघाने पतितपावन संघटना, शिवसेना, हिंदू एकता आंदोलन व मराठा महासंघ यांच्या हिंदुत्वावर टीका केली आहे. अ) पतितपावन संघटना व शिवसेनेचे हिंदुत्व आक्रमक व विध्वंसक आहे.

ब) पतितपावन संघटना, शिवसेना, हिंदू एकता आंदोलन व मराठा महासंघ या संघटना प्रतिक्रियात्मक स्वरूपाचे काम करतात. क) मराठा महासंघ ही मराठा जातीची संघटना आहे. मराठा महासंघ ही मराठा जातीतील मराठा नेत्यांचा दबावगट आहे. या संघाच्या टीकांमधून संघ व हिंदू एकता आंदोलन, हिंदूसेना, शिवसेना व मराठा महासंघ यांच्यामध्ये मूलभूत फरक दिसून येतो. त्यास राजकीय संदर्भ आहे. तो म्हणजे संघाशी थेट संबंधित भाजपला राजकीय फायदा मिळावा म्हणून संघ या नवहिंदुत्ववादी संघटनांवर टीका करतो. याउलट नवहिंदुत्ववादी संघटनांना राजकीय लाभ मिळावा म्हणून संघाच्या व्यूहरचनेवर टीका करतात. याशिवाय संघ व नवहिंदुत्ववादी संघटनांमध्ये हिंदू राष्ट्राच्या मुद्यावर मतभेद होते. नवहिंदुत्ववादी संघटना पूर्णपणे हिंदू राष्ट्र संकल्पना निर्माण करण्याची भूमिका घेत नाहीत.

नवहिंदुत्ववादी संघटना हिंदू ऐक्याचा प्रयत्न करतात. हिंदू ऐक्य हे नवहिंदुत्ववादी संघटनांचे प्रमुख उद्दिष्ट आहे. समर्थ रामदास यांच्या 'मराठा तितुका मेळवावा, महाराष्ट्र धर्म वाढवावा' या उक्तीच्या आधारे 'हिंदू तितुका मेळवावा, हिंदू धर्म वाढवावा' हा या संघटनांचा एककलमी कार्यक्रम आहे. संघ व हिंदुमहासभा या पारंपरिक हिंदुत्ववादी संघटनांचा प्रभाव उच्चवर्णीय हिंदूपुरताच सीमित होता. गोळवलकर गुरुजींनी जाहीरपणे चातुर्वर्ण्यव्यवस्थेचे समर्थन केल्यामुळे, महाराष्ट्रातील बहुजन समाज त्यांच्यापासून दूर होता. किंबहुना ब्राह्मण-ब्राह्मणेतर वादाच्या संदर्भात बहुजन समाज या संघटनांना शत्रू समजत होता. त्यामुळे उच्चवर्णीय संघात, बहुजन काँग्रेसमध्ये व दलित-आंबेडकरी चळवळीत अशी समाजाची विभागणी झाली होती. त्यामुळे हिंदू बहुसंख्य असूनही महाराष्ट्राच्या राजकारणावर त्यांचा कोणताच प्रभाव नव्हता, अशी नवहिंदुत्ववादी संघटनांची धारणा आहे. त्यांच्या मते, हिंदू धर्मीयांच्या या दुहीचा फायदा अल्पसंख्याक घेतात. म्हणून नवहिंदुत्ववादी संघटना हिंदू ऐक्याचा मुद्दा मांडतात. म्हणजेच हिंदू ऐक्याचा मुद्दा थेट राजकारणाशी संबंधित आहे.

हिंदू ऐक्य करण्यासाठी हिंदू परंपरा, प्रतीके, श्रद्धा, भावना इत्यादींचा मार्ग म्हणून वापर केला गेला. हिंदू ऐक्य या संकल्पनेत, वर्ण, जात व अहिंदू धार्मिक गट यांचा समावेश केला गेला. उच्च जातींच्या खेरीज ब्राह्मणेतर जातींचे संघटन नवहिंदुत्ववादी संघटना करतात. मराठा, इतर मागासवर्गीय, दलित व आदिवासी अशा जातीगटातील विविध जातींनी हिंदू अस्मिता स्वीकारणे म्हणजे हिंदू ऐक्य हा एक अर्थ हिंदू ऐक्याचा आहे. हिंदू ऐक्य करण्यासाठी हिंदू आत्मभान तयार केले जाते. हिंदू आत्मभान तयार करण्यासाठी नवहिंदुत्ववादी संघटनांनी क्षत्रियत्वाचा मुख्य आधार घेतला आहे. नवहिंदुत्ववादी संघटनांनी क्षत्रियत्वाचा प्रचार केला आहे. १९७८ पूर्वी उच्चभ्रू मराठा वगळता इतरांना क्षत्रियत्वाबद्दल फार आकर्षण नव्हते. १९७८ नंतर या नवहिंदुत्ववादी

संघटनांनी क्षत्रिय म्हणून शिवाजी महाराजांचे प्रतीक पुढे आणले. त्यामुळे १९७८ नंतर सर्वसाधारण मराठ्यांपासून ते आदिवासी समाजापर्यंत शिवाजीच्या राज्याचे आपण वारसदार आहोत, अशी जाणीव निर्माण झाली. शिवसेनेच्या शिवसैनिक या कल्पनेत तर हा क्षत्रियत्वाचा मुद्दा मध्यवर्ती होता. शिवाजी महाराज हे क्षत्रिय म्हणजे शक्तीचे प्रतीक आहेत. असा विचार प्रस्तृत केला. मराठा महासंघाने सरळ क्षत्रियत्वाचा दावा केला आहे. वनवासी कल्याण आश्रम व सामाजिक समरसता मंच या दोन संघटना आदिवासी व भटके विमुक्त हे रामवंशी आहेत, असा प्रचार करतात. रामवंश हा क्षत्रिय वंश होता. असे या दोन्ही संघटनांचे मत आहे. हिंदू सेना संघटनेने संभाजी महाराजांचे प्रतीक निवडून आधुनिक पद्धतीचे लष्करी प्रशिक्षण देण्याचे काम सुरू केले. त्यामध्ये संभाजीच्या प्रतीकांचा एक अर्थ क्षत्रिय या पद्धतीने संघटना मांडते. म्हणजेच नवहिंदुत्ववादी संघटनांच्या कृतिप्रवणतेचा मध्यवर्ती गाभा क्षत्रियत्वामध्ये आहे. हा मुद्दा त्यांच्या हिंदू ऐक्याचा गाभा आहे.

हिंदू ऐक्याच्या संकल्पनेत क्षत्रियत्वानंतर समरसता हा मुद्दा महत्त्वाचा आहे. सामाजिक समरसता मंच व वनवासी कल्याण आश्रम संघटना या मुद्याचा पुरस्कार करते. समरसतेचा मुख्य अर्थ हिंदुत्व ओळख स्वीकारणे. हा समरसतेचा अर्थ जातींची ओळख कमी करतो व हिंदू ओळख वाढवतो. हिंदू ओळखीचा प्रसार करण्यासाठी धार्मिक हिंदुत्वाचा मार्ग वापरला जातो. उदा. वनवासी कल्याण आश्रम आदिवासी समाजात हनुमान व राममंदिर बांधकाम करतो. आदिवासींमध्ये धार्मिक मुद्याचा प्रसार करून त्यांची आदिवासी ही ओळख पुसली जाते. सामाजिक समरसता मंच ही संघटना लोकसंस्कृती व लोकसाहित्य या दोन्ही पद्धती हिंदुत्वाच्या प्रचारक आहेत, असा विचार मांडत आहे. उदा. गोंधळी व वासुदेव हे हिंदुत्वाचा प्रचार करत आहेत, अशी भूमिका मांडली आहे. मराठा महासंघ मराठा जातीतील उपजाती निर्मूलनांचा कार्यक्रम उभा करतो. या कार्यक्रमांत मराठा महासंघ मराठा समाजाची एकजूट करतो. मराठा महासंघाला मराठा ही एकसंघ जात महत्त्वाची वाटते. तिचे उपप्रकार त्यांचे अस्तित्व मराठा महासंघाला नको आहे. या सिद्धांताचा पुरस्कार करण्यासाठी क्षत्रिय हे एक केंद्र निश्चित केले आहे. तर हिंदू एकता आंदोलन संघटना सरळ संस्कृती संगम हा मार्ग सुचविते. त्यांचा पुरस्कार करते. म्हणून नवहिंदुत्ववादी संघटनांचा विचार संघाच्या इंडियानायझेशन किंवा एकसंस्कृतीशी सुसंगत आहे.

हिंदू एकछत्रीकरणाचा दुसरा अर्थ म्हणजे हिंदू अस्मिता स्वीकारून हिंदू म्हणून राजकीय वर्तन करणे, नवहिंदुत्ववादी संघटनांना अपेक्षित आहे. हिंदू म्हणून राजकीय वर्तन म्हणजे हिंदूंना राजकीयदृष्ट्या कृतिप्रवण करणे, हिंदूंनी हिंदुत्वनिष्ठ पक्षांना मतदान करणे हा मुद्दा हिंदू ऐक्यात अपेक्षित आहे. यासाठी संत रोहिदास, लहुजी वस्ताद यांच्या

जयंत्या शिवसेना व सामाजिक समरसता मंच साजऱ्या करते. हिंदू ऐक्याची तिसरी पातळी म्हणजे नवबौद्ध, जैन, शीख हे स्वतंत्र धार्मिक समूह नाहीत, ते उपपंथ आहेत. त्यांनी हिंदू अस्तित्वभान स्वीकारावे ही हिंदू ऐक्याची एक पातळी आहे. यामुळे आंबेडकर विचार व हिंदुत्व यांची साम्यस्थळे दाखवली जातात. शिवसेना शिवशक्ती–भीमशक्तीचा कार्यक्रम राबवते. अशा राजकीय प्रक्रियेतून उच्चवर्णीयांना आंबेडकर हे प्रतीक स्वीकारण्यास प्रवृत्त केले जाते. याउलट दलितांनी हिंदू अस्मिता स्वीकारण्याची प्रक्रिया राबवली जाते. ही हिंदू एकछत्रीकरणाची प्रक्रिया हिंदू समाजातील विविध धर्म परंपरा, जातींमधील विविध उपजाती, जातिव्यवस्थेच्या बाहेर असलेला आदिवासी समाज, आदिवासींची स्थानिक दैवते यांना नाकारते. त्याऐवजी क्षत्रियत्व व रामायणाची धार्मिक परंपरा या दोन मुद्यांचा पुरस्कार करते. त्यामुळे हिंदू एकछत्रीकरण ही राजकीय प्रक्रिया हिंदू समाजातील विविधतेच्या जागी एकरसता निर्माण करते.

जात व वर्ण वगळून हिंदू आत्मभान वाढवण्यावर हिंदू ऐक्याचा प्रयोग आधारलेला आहे. पण हिंदू समाजाला हिंदू ही आंतरिक समुदायभावाची जाणीव स्पष्टपणे नाही (पळशीकर, २००४अ: ५८). त्यामुळे हिंदू असे आत्मभान तयार होत नाही. हिंदू आत्मभान तयार करण्यासाठी नवहिंदुत्ववादी संघटनांनी अन्यभाव हा मुद्दा मांडला आहे. अन्यभाव म्हणजे हिंदू विरुद्ध मुस्लीम, हिंदू विरुद्ध ख्रिश्चन असा विचार प्रसारित केला. नवहिंदुत्ववादी संघटनांनी मुस्लीम व ख्रिश्चन विरोधी भूमिका घेऊन हिंदू आत्मभान तयार केले. ऐंशी व नव्वदीच्या दशकात शिवसेना व महासंघ या दोन संघटनांनी दलितविरोधी भूमिका घेऊन मराठा जातीचे संघटन केले. उदा. नामांतराला विरोध, रिडल्स इन हिंदुइझमला विरोध व प्रतिबंधक कायद्याला विरोध, अशी भूमिका घेऊन दलित या काल्पनिक शत्रूच्या आधारे मराठा जातीचे संघटन केले. वनवासी कल्याण आश्रम व सामाजिक समरसता मंच या संघटनांनी धर्मांतर हा मुद्दा उठवून ख्रिश्चन शत्रूची कल्पना मांडून आदिवासी व भटके विमुक्त यांना हिंदू आत्मभान प्राप्त करून दिले. हिंदू, वर्ण, जात व अन्यभाव या चार मुद्यांच्या आधारे नवहिंदुत्ववादी संघटना हिंदूचे एकछत्रीकरण करतात.

नवहिंदुत्वामध्येदेखील जात हा घटक राजकीय कृतिसज्जतेचा एक मोठा घटक ठरला आहे. राजकीय संघटन करण्यासाठी नवहिंदुत्वाने जात या घटकाचा कौशल्याने वापर केला आहे. परंपरागत हिंदुत्वास जात हा घटक फार कौशल्यपूर्ण पद्धतीने वापरता आला नाही. मात्र नवहिंदुत्ववादी संघटनांनी जात हा घटक वापरण्याचे कौशल्य दाखवले. नवहिंदुत्ववादी संघटनांना ब्राह्मणेतर जातीतून पाठिंबा मिळतो, असा मुद्दा अशोक चौसाळकर, राजेंद्र व्होरा व सुहास पळशीकर यांनी मांडला होता. म्हणजेच ब्राह्मणेतर जातीत उच्चवर्णीयांकडून हिंदुत्व जात आहे. यास त्यांनी नवहिंदुत्व संबोधिले आहे

(चौसाळकर, १९८५, व्होरा-पळशीकर, १९९०: २३१). हा मुद्दा नवहिंदुत्ववादी संघटनांच्या अभ्यासातदेखील दिसून आला. नवहिंदुत्ववादी संघटनांच्या एकूण ६७२ कार्यकर्त्यांमध्ये व नेत्यांमध्ये उच्च जातीगटातील १५ टक्के व अमराठी समाजातील ६ टक्के, असे एकूण २१ टक्के नेते व कार्यकर्ते नवहिंदुत्ववादी संघटनेत आहेत. तर याउलट ७९ टक्के नेते व कार्यकर्ते ब्राह्मणेतर जातीगटापैकी आहेत. मराठा- कुणबी ३७ टक्के, इतर मागासवर्गीय २६ टक्के, अनुसूचित जातीतील ६ टक्के व अनुसूचित जमातीतील १० टक्के नेते आणि कार्यकर्ते नवहिंदुत्ववादी संघटनांमध्ये सहभागी झाले आहेत. या आकडेवारीवरून असे दिसते की, नवहिंदुत्ववादी संघटनांना ब्राह्मणेतर जातींतून पाठिंबा मिळाला आहे. त्यामुळे ब्राह्मणेतर जातींत शिरकाव करण्याची नवहिंदुत्ववादी संघटनांची व्यूहरचना यशस्वी झाली आहे. परंतु मराठा कुणबी, इतर मागासवर्गीय या दोन जातीगटांच्या तुलनेत अनुसूचित जातीगटांतून कमी प्रतिसाद मिळाला आहे. उलट अनुसूचित जातीगटांच्या तुलनेत मराठा कुणबी व इतर मागासवर्गीय जातीगट जास्त प्रमाणात नवहिंदुत्ववादी संघटनांमध्ये कृतिप्रवण झाला आहे. याची दोन कारणे आहेत. अ) नवहिंदुत्ववादी संघटनांचा दलित समाजाला विरोध होता. केवळ सामाजिक समरसता मंच ही संघटना सरळपणे दलितविरोधी नव्हती. दलित विरोध हा नवबौद्ध समाजास होता. मात्र त्याला दलितविरोधी म्हणता येणार नाही एवढी काळजी घेतली आहे. अनुसूचित जातिगटांपैकी मोठा गट हा नवबौद्ध समाजाचा आहे. या जातीगटातून नवहिंदुत्ववादी संघटनांना प्रतिसाद मिळाला नाही. केवळ चर्मकार व मातंग या दोन जातीगटांतील नेते नवहिंदुत्ववादी संघटनांमध्ये सहभागी झाले आहे. त्यामुळे मराठा, कुणबी व इतर मागासवर्गीय जातींच्या तुलनेत अनुसूचित जातीगटांतून नवहिंदुत्ववादी संघटनांमध्ये जाण्याचे प्रमाण कमी राहिले. ब) मराठा, कुणबी व इतर मागासवर्गीय समाज हा ब्राह्मणविरोधी होता. परंतु हिंदुत्वाला व जातिव्यवस्थेला या समाजाचा विरोध नव्हता. त्यामुळे काँग्रेसनंतर राजकीय सहभागाची संधी म्हणून हे दोन्ही जातिगट नवहिंदुत्ववादी संघटनांमध्ये सहभागी झाले. मराठा व इतर मागासवर्गीय जातींना नवहिंदुत्ववादी संघटना हा राजकीय सत्ता मिळविण्याचा एक मार्ग ठरला. त्यामुळे नवहिंदुत्ववादी संघटनांमध्ये हे दोन्ही समाज संघटित झाले.

पारंपरिक हिंदुत्वाला पांढरपेशा लोकांचा पाठिंबा होता. नवहिंदुत्वाला मात्र पांढरपेशा व्यवसायाच्या खेरीज इतर लोकांचा पाठिंबा मिळाला आहे. नवहिंदुत्ववादी संघटनांच्या ६७२ नेते व कार्यकर्त्यांपैकी २६ टक्के नेते व कार्यकर्ते पांढरपेशा व्यवसायातील आहेत. तर याउलट ७४ टक्के नेते व कार्यकर्ते पांढरपेशा व्यवसायांच्या खेरीज इतर व्यवसाय करणारे आहेत. शेतीव्यवसाय २२ टक्के, विविध प्रकारचे सेवाव्यवसाय ४३ टक्के नेते व कार्यकर्ते नवहिंदुत्ववादी संघटनांतील व्यवसाय करतात. बेहिशोबी व्यवसाय ८ टक्के नेते

करतात. केवळ १ टक्के नेते उद्योगधंदे करतात. परंतु पांढरपेशा व्यवसाय या गटातील नेते वनवासी कल्याण आश्रम या संघटनेत ८० टक्के व सामाजिक समरसता मंच या संघटनेमध्ये ५१ टक्के आहेत. हिंदुत्व व नवहिंदुत्वातील फरक म्हणजेच पांढरपेशा लोकांच्या ऐवजी व्यावसायिकांचा पाठिंबा, असा आहे.

वनवासी कल्याण आश्रम व सामाजिक समरसता मंच या नवहिंदुत्ववादी संघटनांमध्ये मध्यम वर्गांकडे व कनिष्ठ मध्यमवर्गांकडे नेतृत्व आहे. पतितपावन संघटना, हिंदू एकता आंदोलन, हिंदूसेना, शिवसेना व मराठा महासंघ संघटनांचे नेते व अनुयायी हे मध्यमवर्गातील असले तरी पांढरपेशा व्यवसायातील नाहीत. १९८० ते १९९० मध्ये पांढरपेशा व्यवसाय करणारे अनुयायी त्या व्यवसायातून बाहेर पडले आहेत. १९९० नंतर नवहिंदुत्ववादी संघटनांतील मध्यमवर्ग लॉटरी, हॉटेल व्यवसाय, एजन्सी, बांधकाम व्यवसाय, वाहतूक व्यवसाय, दलाल, व्हिडिओ व्यवसाय, शेतीची जमीन बिगर शेती करणे, लॉज चालवणे या स्वरूपाची कामे करत आहे. हा वर्ग धार्मिक व सांस्कृतिक उत्सव भरवण्यात कृतिशील असतो. शिवसेना नेते हे गणेश उत्सव व शिवजंयती उत्सव साजरा करतात. त्याखेरीज मोठ्या उत्साहात जत्रा व यात्रा साजऱ्या केल्या जातात. अनेक अर्धबेकार, सुशिक्षित बेकार यांना उत्सवामधून कामे उपलब्ध होतात. या नवहिंदुत्ववादी संघटनांतील नेते व अनुयायी वर्ग भांडवलदाराच्या मदतीने बिनभांडवली व्यवसाय करतो. वाहतूक व्यवसाय, विविध प्रकारच्या कन्सल्टन्सी तो राबवतो. कामगार-वर्गाने संप केला, तर तो संप मोडून काढण्याचे काम नवहिंदुत्ववादी संघटना करतात. यापेक्षा वेगळे स्वरूप वनवासी कल्याण आश्रम व सामाजिक समरसता मंच या संघटनेतील नेते व अनुयायी यांचे आहे.

वनवासी कल्याण आश्रम व सामाजिक समरसता मंच या संघटनांचे नेते व अनुयायी पांढरपेशा वर्गातील आहेत. त्यांची व इतर नवहिंदुत्ववादी संघटनांची काम करण्याची पद्धती वेगळी आहे. वनवासी कल्याण आश्रम व सामाजिक समरसता मंच या दोन संघटनांचा एक आदर्श ठरला आहे. त्यासाठी त्यांनी संस्थात्मक जाळे उभे केले आहे व त्यांच्याकडे कार्यकर्ते आहेत. कार्यकर्ते सेवावृत्तीचे आहेत. त्यांनी निष्ठापूर्वक आंदोलने, लढे लढवले आहेत. या संघटना त्यासाठी त्याग करतात व खस्ता खातात. पण पतित-पावन संघटना, हिंदू एकता आंदोलन, हिंदूसेना, शिवसेना व मराठा महासंघ यांचे काम या स्वरूपाचे नाही. या संघटना समाजसेवेपेक्षा सत्ता व साधनसंपत्ती करण्याकडे झुकलेल्या आहेत. देणग्या व सरकारी योजना यांमधून शक्य होईल, तेवढीच समाजसेवा करतात. नवहिंदुत्ववादी संघटना महाराष्ट्रातील ग्रह पूर्वग्रह, म्हणी, समजुती यांना गोंजारते आहे. भणंग अर्थव्यवस्था व हिंदूंच्या धार्मिक परंपरा यांचा मेळ नवहिंदुत्ववादी संघटनांनी घातला आहे. त्यामुळे या संघटनांचे नवहिंदुत्व संघाच्या हिंदुत्वापेक्षा वेगळ्या प्रकारचे आहे.

त्या नवहिंदुत्वास या नवहिंदुत्ववादी संघटना जबाबदार नाहीत. केवळ उपयुक्तता हा एकमेव निकष वापरला गेला आहे. त्यामुळे नवहिंदुत्ववादी संघटनांचे नवहिंदुत्व चकचकीत व हिंसेचा वापर करणारे आहे. नवहिंदुत्वाचा प्रचार आधुनिक प्रसारमाध्यमांच्या द्वारे केला जातो. आधुनिक प्रसारमाध्यमे या हिंदुत्वाची वाहक आहेत. त्यामुळे नवहिंदुत्ववादी राजकारण एकदम विस्तारलेले दिसते.

हिंदुत्ववादी संघाला व हिंदुमहासभेला शहरी भागात पाठिंबा मिळत होता. या-ऐवजी नवहिंदुत्ववादी संघटनांना शहरी भागाच्या बाहेर ग्रामीण भागात पाठिंबा मिळाला आहे. त्यामुळे नवहिंदुत्ववादी संघटना ग्रामीण भागात विस्तारल्या आहेत. परंतु मराठा महासंघ व सामाजिक समरसता मंच या दोन संघटना शहरी व निम-शहरी भागात आहेत. या दोन्ही संघटनांचा विस्तार ग्रामीण भागात झाला नाही. मराठा, भटके विमुक्त व दलित यांनी शहरी व निम-शहरी भागात स्थलांतर केले. अशा स्थलांतरीत मराठा, भटके विमुक्त व दलित समाजात नवहिंदुत्वाचा विस्तार झाला.

१९७४ पर्यंत संघ दबाव गटांच्या स्वरूपातील राजकारण करत होता. त्यामुळे प्रत्यक्षपणे राजकीय सत्ता मिळविण्यास संघाचा विरोध होता. याउलट नवहिंदुत्ववादी संघटनांनी राजकीय सत्ताप्राप्तीच्या राजकारणास प्रमुख मानले आहे. त्यामुळे नवहिंदुत्ववादी संघटना या दबाव गटाच्या स्वरूपातील राजकारणाऐवजी सत्ताप्राप्तीचे राजकारण करत आहेत. त्यामुळे नवहिंदुत्ववादी संघटनांचे पक्षांबरोबर संबंध आहेत. नवहिंदुत्ववादी संघटनांतील ६७२ नेते व कार्यकर्त्यांपैकी सर्वांत जास्त ४२ टक्के नेते व कार्यकर्ते भाजपशी संबंधित आहेत. त्यानंतर ४० टक्के नेते व कार्यकर्ते शिवसेनेशी संबंधित आहेत. काँग्रेसशी १० टक्के, राष्ट्रवादी काँग्रेसशी ४ टक्के व बहुजन महासंघ, समाजवादी पक्ष, जनतादल व मार्क्सवादी कम्युनिस्ट पक्ष यांच्याशी संबंधित ४ टक्के कार्यकर्ते नवहिंदुत्ववादी संघटनांत आहेत. नवहिंदुत्ववादी संघटनांचे कार्यकर्ते राजकीय पक्षापासून अलिप्त नाहीत. राजकीय सत्ता मिळवणे हे नवहिंदुत्ववादी संघटनांतील नेत्यांचे व अनुयायांचे मुख्य ध्येय आहे. त्यासाठी नवहिंदुत्ववादी संघटनांनी स्वतंत्रपणे प्रयत्न केले आहेत. पण स्वतंत्रपणे सत्ता मिळवणे शक्य नाही तेथे काँग्रेस, राष्ट्रवादी काँग्रेस, बहुजन महासंघ, समाजवादी पक्ष व जनतादल या पक्षांमध्ये शिरकाव करून सत्ता मिळविण्याचा डावपेच नवहिंदुत्ववादी संघटनांनी वापरला आहे.

नवहिंदुत्ववादी संघटनांनी जातिसंस्थेबद्दल मोघम भूमिका घेतली आहे. या संघटना जातिभेद पाळत नाहीत. जातिभेद पाळण्यास विरोध हा नवहिंदुत्ववादी संघटनांचा हिंदू समाजसुधारणा विचार आहे. त्यामुळे 'जाती तोडा; हिंदू जोडा,' 'वर्ण व जात विरहित हिंदुत्व' अशा घोषणा हिंदुत्ववादी संघटना वापरतात. जातिभेदाच्या पुढे जाऊन विषमता नष्ट केली जात नाही. कारण समरसता व हिंदू या संकल्पनेत हिंदू राष्ट्रवाद ही मध्यवर्ती

कल्पना आहे. त्यामुळे समरसता किंवा हिंदू यांमध्ये विलीन होणे किंवा तादात्म्य पावणे म्हणजे विषमता नष्ट करणे होय. त्यामुळे सामाजिक व आर्थिक विषमता नवहिंदुत्व नष्ट करत नाही. नवहिंदुत्ववादी संघटना ही जातीला सभासदत्व देतात. जातीचे सुटे सुटे संघटन करतात. उदा. पतितपावन संघटना मराठा व इतर मागासवर्गीय जातीचे संघटन करते. शिवसेना मराठा, इतर मागासवर्गीय व चर्मकार समाजाचे संघटन करते. हिंदू एकता आंदोलन ही संघटना इतर मागासवर्गीय जातींचे संघटन करते. मराठा महासंघ मराठा जातीचे, वनवासी कल्याण आश्रम आदिवासी जातींचे संघटन करतात. सामाजिक समरसता मंच संघटना चर्मकार, मातंग, पारधी, यांचे संघटन करते. या जातींचे स्थान त्यांनी क्षत्रिय या वर्णामध्ये निश्चित केले आहे. एका बाजूने नवहिंदुत्ववादी संघटना जात व वर्ण विरहित हिंदुत्वाचा मुद्दा मांडतात. तर दुसऱ्या बाजूने क्षत्रिय वर्णात ब्राह्मणेतर जातींचे स्थान निश्चित करतात. त्यामुळे नवहिंदुत्ववादी संघटना जातिमधील पोटजाती मोडणे, जातींमधील भेदभाव कमी करणे, जातींमध्ये समाजसुधारणा करणे अशा स्वरूपाची कामे करतात. परंतु या संघटनांमध्ये जातीविरुद्ध कार्यक्रम नाही. काही वेळा जातिसंस्थेचे समर्थन व जातीचे गौरवीकरण या संघटना करतात. थोडक्यात नवहिंदुत्ववादी संघटनांची जातीविषयक भूमिका मोघम स्वरूपाची आहे. याशिवाय जात या घटकाचा राजकीय कृतिसज्जतेसाठी वापर केला आहे. अर्थातच नवहिंदुत्वामध्ये देखील जात हा घटक राजकीय कृतिसज्जतेचा एक मोठा घटक ठरला आहे.

नवहिंदुत्ववादी संघटनांच्या कार्यक्रमाचे दोन प्रकार आहेत. पतितपावन संघटना, हिंदू एकता आंदोलन, हिंदू सेना, शिवसेना व मराठा महासंघ या संघटनांचे कार्यक्रम चमकदार व भडक आहेत. त्या तुलनेत वनवासी कल्याण आश्रम व सामाजिक समरसता मंच यांचे कार्यक्रम चमकदार नाहीत. या संघटनांचे कार्यक्रम राजकीय हेतूसाठी राबवले जातात. त्यामुळे कार्यक्रम पूर्वनियोजित स्वरूपाचे नाहीत. प्रश्न जसे उपस्थित होतात त्याप्रमाणे लोकसमूहाला कृतिप्रवण करण्यासाठी त्या प्रश्नाचा वापर केला जातो. परंतु वनवासी कल्याण आश्रम व सामाजिक समरसता मंच या दोन संघटनांचे कार्यक्रम पूर्व-नियोजित आहेत. दोन निवडणुकांच्या मधल्या काळात वनवासी कल्याण आश्रम व सामाजिक समरसता मंच या दोन संघटनांचे कार्यक्रम प्रभावीपणे राबवतात. या दोन संघटनांच्या तुलनेत इतर नवहिंदुत्ववादी संघटनांचे कार्यक्रम निवडणुकांच्या तोंडावर जास्त चटकदार होतात. निवडणुकांच्या तोंडावर उपस्थित झालेल्या प्रश्नांतून कार्यक्रम उभा केला जातो. उदा. मंडल आयोगाच्या शिफारशींना विरोध, मराठवाडा विद्यापीठाच्या नामांतराला विरोध, जेम्स लेन प्रकरण इ. नवहिंदुत्ववादी संघटनांचे कार्यक्रम असे एकदम उपस्थित होतात. निवडणुकीनंतर कार्यक्रमांस ओहोटी लागलेली असते.

नवहिंदुत्ववादाने सामूहिक, धार्मिक कार्यक्रम राजकीय स्वरूपाचे असल्यामुळे

या कार्यक्रमातून धार्मिक हिंदुत्व व सामाजिक हिंदुत्वाचा मुद्दा भक्कमपणे मांडला नाही. सामूहिक, धार्मिक व सामाजिक मुद्दे लोकसमूहाच्या भावना व श्रद्धा यांना खतपाणी घालण्यासाठी म्हणून वापरले गेले आहेत. त्यामुळे सामूहिक, धार्मिक व सामाजिक हिंदुत्वाशी नवहिंदुत्ववादी संघटनांचा कार्यक्रम बांधील स्वरूपाचा नाही. वनवासी कल्याण आश्रम व सामाजिक समरसता मंच या दोन संघटनांचा कार्यक्रम धार्मिक व सामाजिक हिंदुत्वाची बाजू मांडतो. परंतु त्या दोन संघटनांच्या कार्यक्रमांचाही हेतू राजकीय स्वरूपाचा आहे. त्यामुळे हिंदू धर्म जागृती, जातिभेद विरोध, जटा निर्मूलन, समाजसुधारणा, जातींची शैक्षणिक प्रगती असे कार्यक्रम या संघटनांचा कार्यक्रम राबवीत नाहीत. या संघटनांचा प्रमुख हेतू धार्मिक हिंदुत्वाचा प्रसार करणे हा नाही व जातिसंस्था-निर्मूलन करणे हाही नाही. नवहिंदुत्ववादी संघटनांचे कार्यक्रम धार्मिक हिंदुत्व व सामाजिक हिंदुत्वाची नवी मांडणी करत नाहीत. परंतु नवहिंदुत्ववादी संघटनांचा कार्यक्रम हा एका व्यापक हिंदू समाजव्यवस्थेचे समर्थन करतो. त्यामुळे तो परंपरागत जातिसंस्था व हिंदू धर्मातून पसरलेले हिंदू तत्त्वज्ञान स्वीकारतो. हिंदू धर्माच्या अंतर्गत तो विविध पंथाचा समावेश करतो. त्या सर्व धर्मांचे स्वतंत्र स्थान नवहिंदुत्ववादी संघटनांच्या कार्यक्रमातून नाकारले गेले आहे. नवहिंदुत्ववादाकडे धार्मिक सहिष्णूता नाही. त्यामुळे नवहिंदुत्ववादी संघटनांचा कार्यक्रम हा भक्तिपरंपरा, लोकधर्म परंपरा, जत्रा व यात्रा यांना हिंदू धर्मच्या तत्वज्ञानाचा अर्थ प्राप्त करुन देतो. स्थानिक दैवते मुस्लीम किंवा ख्रिश्चन विरोधी स्वरुपात व्यक्त होतात. त्यांच्यातील परंपरागत सलोखा व सहिष्णुता नष्ट होते. म्हणजेच या कार्यक्रमांतून सांप्रदायिक बहुविधता नाकारली गेली आहे. या स्वरूपाचे काम नवहिंदुत्ववादी संघटनांचे कार्यक्रम करतात. त्यामुळे सार्वजनिक जीवनात सहिष्णुता विरोधी प्रचार व प्रसार नवहिंदुत्ववादाचा कार्यक्रम करतो. नवहिंदुत्ववादी संघटनांच्या कार्यक्रमांत धार्मिक हिंदुत्व, सामाजिक हिंदुत्वाचे मुद्दे फार विचार करून मांडले नाहीत. त्यामुळे नवहिंदुत्ववादी संघटनांकडे नैसर्गिक हिंदुत्वाचा वारसा असला तरी नवहिंदुत्व कृत्रिम मुद्यांवर वाढत आहे. नवहिंदुत्ववादी संघटनांनी कृत्रिम हिंदुत्ववादी मुद्यांचा पुरस्कार केला. अ) जातिसंस्था व वर्णव्यवस्थेच्या खेरीज हिंदू-मुस्लीम या धार्मिक मुद्यांच्या आधारे हिंदुत्व आत्मभान तयार केले. ब) आदिवासी समाज क्षत्रिय वर्णाचा नव्हता. त्यास क्षत्रिय या वर्णव्यवस्थेच्या चौकटीत कृत्रिमपणे बसवले जाते. क) भटक्या विमुक्त जातींना क्षत्रियत्वाच्या चौकटीत स्थान दिले आहे. याखेरीज त्यांच्या लोकपरंपरा या हिंदू धर्मप्रचारक म्हणून पुढे आणल्या आहेत. उदा. जोशी हा ज्योतिषविद्येचा अभ्यासक, गोंधळी हा देवाचा गोंधळी, वासुदेव हा हिंदू संस्कृतीचे प्रतीक इत्यादी. ड) मराठा या जातीने याअगोदर क्षत्रियत्वाचा दावा केला होता. पण सध्या मराठा महासंघ हा क्षत्रिय हे विद्येचे उपासक म्हणून नवा दावा करत आहेत. हे मुद्दे परंपरागत हिंदुत्वाच्या मुद्यापेक्षा

वेगळे आहेत. या मुद्यांमधून नवहिंदुत्ववादामध्ये नैसर्गिकपणापेक्षा कृत्रिमता जास्त आली आहे. पण हा कार्यक्रम ब्राह्मणेतर जातींना हिंदू अस्तित्वभान प्राप्त करून देतो.

नवहिंदुत्ववादी संघटनांनी त्यांचा कार्यक्रम स्थानिक मुद्यांच्या आधारे व्यापक केला. तसेच स्थानिक मुद्दे नवहिंदुत्ववादी संघटनांना मिळाल्यामुळे स्थानिक पातळीवर नवहिंदुत्ववादी संघटनांना आधार मिळाला आहे. शिवसेना संघटनेने ठाणे जिल्ह्यात दुर्गाडी टेकडी, रायगड जिल्ह्यातील रायगड, सातारा जिल्ह्यातील प्रतापगड, पुणे जिल्ह्यातील एकविरा देवीचे मंदिर, कोल्हापूर जिल्ह्यातील बाहुबली मंदिर, परभणी येथील मशीद-विरोधी मुद्दा, रामटेक येथील रामकुंड असे अनेक स्थानिक मुद्दे उपस्थित केले. त्यातून नवहिंदुत्ववादाचा प्रचार केला. पतितपावन संघटनेने पुणे, अहमदनगर, धुळे येथे स्थानिक मुद्दे उठविले. हिंदू सेना अकोला येथे स्थानिक राजेश्वर देवतेचा उत्सव भरविते. आदिवासी भागापुरते सीमित वनवासी कल्याण आश्रम संघटनेने हनुमान, शबरी या देवदेवतांचा प्रचार केला. या खेरीज स्थानिक पातळीवरील जत्रा, यात्रा, उत्सव, मठ, कीर्तनकार व शाहीर अशा अनेक घटकांचा हिंदुत्वाला आधार मिळवून दिला. नवहिंदुत्ववादी संघटनांचे मुद्दे स्थानिक आहेत. पण या सर्व मुद्यांना रामायण व महाभारत यांचे संदर्भ आहेत.

नवहिंदुत्ववादी संघटनांच्या कार्यक्रमांत आर्थिक धोरण नसले, तरी त्यांनी कारखानदार, बाजारपेठ, व्यापार यांना पाठिंबा दिला आहे. त्यामुळे नवहिंदुत्ववादी संघटनांचा कार्यक्रम भावनिक स्वरूपाचा असूनही तो भांडवलदारांचे समर्थन करणारा आहे. नवहिंदुत्ववादी कार्यक्रमातून विविध पातळ्यांवर भांडवलदाराचे समर्थन केले जाते. अ) नवहिंदुत्ववादी संघटनांतील नेते व अनुयायी व्यापारव्यवसाय या क्षेत्रात मोठ्या प्रमाणावर गुंतवणूक केलेले आहेत. ब) कामगारवर्गांने त्यांचे प्रश्न चर्चा व वाटाघाटी करून सोडवावेत. भांडवलदारवर्गांच्या विरोधी संघर्ष करू नये. नवहिंदुत्ववादी संघटना या मुद्यांचे समर्थन करतात. क) नवहिंदुत्ववादी संघटनांकडे कामगार व भांडवलदार, उच्च जाती व कनिष्ठ जाती, महिला व पुरुष यांच्यातील आर्थिक व सामाजिक विषमता दूर करण्याचा कोणताही कार्यक्रम नाही. असा विचार भांडवलदारांना उपयुक्त ठरतो.

नवहिंदुत्ववादी संघटनांनी समाजवादी पक्ष, मार्क्सवादी पक्ष, मार्क्सवादी समाजवादी पक्ष, लाल निशाण पक्ष, भारिप बहुजन महासंघ, भारतीय रिपब्लिकन पक्ष यांच्या विचारांवर टीका केली आहे. समता ही संकल्पना डाव्याची म्हणून नाकारली. संघर्षाचे मुद्दे उठवणे, संघर्षाच्या मार्गांचा वापर करून प्रश्न सोडवण्यास नवहिंदुत्ववादी संघटनांनी विरोध केला आहे. संमतीच्या मार्गांनी प्रश्न सोडविण्याची भूमिका नवहिंदुत्ववादी संघटनांनी घेतली आहे. त्यामुळे नवहिंदुत्ववादी संघटनांचा समाजवादी पक्ष, मार्क्सवादी पक्ष, मार्क्सवादी समाजवादी पक्ष, लाल निशाण पक्ष, भारिप बहुजन महासंघ, भारतीय रिपब्लिकन पक्ष यांना विरोध केला आहे. नवहिंदुत्ववादी संघटनांनी समता या संकल्पनेला

विरोध केला आहे. त्यांच्या दृष्टिकोनातून समता म्हणजे आर्थिक समता. नवहिंदुत्ववादी संघटना त्यास समतावाद असे गृहीत धरतात. तसेच नवहिंदुत्ववादी म्हणून संघटना बंधुभाव स्वीकारत नाहीत. त्यांनी बंधुभावाला पर्याय समरसता व संस्कृती संगम या संकल्पना वापरल्या आहेत. बंधुभाव हा समाजवादाचा प्राण आहे. समता प्रस्थापित करण्यासाठी बंधुभाव निर्माण करावा लागतो (व्होरा, २००३आ: १२४). नवहिंदुत्ववादी संघटना समरसता व संस्कृती संगम हा बंधुभावाला पर्याय देऊन समता व समाजवाद नाकारतात. समरसता म्हणजे विलीन होणे किंवा मिसळून जाणे. नवहिंदुत्ववादी संघटना हिंदुत्वात मराठा, इतर मागास जाती, दलित, आदिवासी व महिला यांना विलीन करतात. त्यांच्यात बंधुभाव निर्माण करत नाहीत. समाजवाद हा उदारमतवादाला पर्याय म्हणून पुढे आला आहे. उदारमतवाद हा भांडवलशाहीचा तात्त्विक आधार आहे. या भांडवलशाहीच्या तात्त्विक आधाराला समाजवाद पर्याय देतो (व्होरा, २००३आ: १२४). तो पर्याय नवहिंदुत्ववादी संघटनांनी वगळला आहे. नवहिंदुत्ववादी संघटना सामाजिक समता निर्माण करण्यासाठी समरसता व संस्कृती संगम या तत्त्वांचा पुरस्कार करतात. संपत्तीच्या समान वाटपाचा मुद्दा या संघटना मांडत नाहीत. त्यामुळे उत्पन्नाची साधने समान वाटून समता निर्माण करण्याऐवजी केवळ समरसता व संस्कृती संगम या तत्त्वाचा पुरस्कार करून सामाजिक विषमतेवर पडदा टाकला जातो.

नवहिंदुत्ववादी संघटनांच्या कार्यक्रमात आरक्षणाचा एक महत्त्वाचा मुद्दा आहे. महाराष्ट्रात मंडलविरोधी आंदोलन झाले नाही. पण मराठा महासंघाचा मंडल आयोगाच्या शिफारशींना ठळक विरोध होता. पतितपावन संघटना, हिंदू एकता आंदोलन संघटना व शिवसेना या संघटनातील एक गट सामाजिक न्यायासाठी आरक्षणाचे समर्थन करतो. असे समर्थन या संघटनांत इतर मागासवर्गीय नेते व अनुयायी करतात. पण या संघटनांतील ब्राह्मण व मराठा आरक्षणाला विरोध करतात. मराठा महासंघाने तर आरक्षणविरोधी भूमिका घेतली आहे. वनवासी कल्याण आश्रम व सामाजिक समरसता मंच यांनी सामाजिक न्याय प्रस्थापित करण्यासाठी आरक्षणाचा मुद्दा स्वीकारला असा दावा केला आहे. वर म्हटल्याप्रमाणे समरसता हा विचार समाजवाद नाकारतो. येथे सामाजिक समरसता मंच केवळ आरक्षणाचा पुरस्कार करतो. अशी विसंगती सामाजिक समरसता मंच व वनवासी कल्याण आश्रम संघटनांच्या संदर्भात आहे. अशी विसंगती या संघटनांमध्ये आहे. कारण या संघटना राजकीय कृतिप्रवणतेसाठी काम करत आहेत. त्या संघटना आर्थिक समता व सामाजिक समतेसाठी काम करत नाहीत. उलट या नवहिंदुत्ववादी संघटनांमध्ये आरक्षणाला विरोध करणारा दुसरा प्रकार जास्त आक्रमक आहे. त्यास या संघटनांचा पाठिंबा आहे. त्यामुळे सामाजिक न्याय ही संकल्पना यातून बाहेर फेकली जाते. हिंसेचा वापर करून तिला दाबून टाकले जाते. उदा. मंडल आयोगाच्या शिफारशींना

विरोध, नामांतराला विरोध, गायरानाच्या जमिनीवरून अत्याचार, श्रमिक मुक्ती दल व सत्यशोधक संघटना, श्रमिक मुक्ती संघटना या संघटनांच्या कार्यकर्त्यांवर हल्ले इ. आर्थिक समता व सामाजिक समता प्रस्थापित करण्याची प्रेरणा ज्या संघटनांकडे आहे, त्यांच्याशी शिवसेना, वनवासी कल्याण आश्रम व मराठा महासंघ यांचे संबंध तणावाचे आहेत. त्यांच्या किमान गरजा भागण्याइतपत साधनसंपत्ती देण्यास विरोध आहे. त्यांच्या गरजा भागणे व सामाजिक न्याय प्रस्थापित करण्यासाठी आरक्षण ही एक पूर्व अट आहे. नवहिंदुत्ववादी संघटनांनी नेमके त्याला लक्ष केले आहे.

नवहिंदुत्ववादी संघटनांची व्यूहरचना एकाच प्रकारची नाही. नवहिंदुत्ववादी संघटनांची व्यूहरचना सतत बदलते. नवहिंदुत्ववादी संघटनांच्या व्यूहरचनेत लवचिकता आहे. कारण तिचे संबंध निवडणुकीशी आहेत. त्यामुळे नवहिंदुत्ववादी संघटनांचा विचार, कार्यक्रम यांमध्ये आंतरविसंगती दिसते. १९८० ते १९९५ पर्यंत नवहिंदुत्ववादाने जातीय व जमातवादी दंगली हिंदुत्वाचा आक्रमक प्रचार केला. या दरम्यान मुस्लीम, नवबौद्ध व ख्रिश्चन यांना लक्ष केले. १९९५ नंतर दंगलीमधील प्रचार कमी केला. नवबौद्धाचे संघटन सुरू केले. शिवशक्तीभीमशक्ती असा विचार स्वीकारला. २००४ व २००९ च्या विधानसभा निवडणुकीत मुस्लीमविरोध कमी केला. म्हणजेच नवहिंदुत्ववादी संघटनांची व्यूहरचना बदलती आहे. विशेष शिवसेना नवहिंदुत्वाकडून सर्वसमावेशक राजकीय पक्ष अशी भूमिका घेऊ लागली. त्यामुळे नवहिंदुत्वातील राजकीय ध्रुवीकरणाचे मुद्दे कमी होत गेले. त्या जागी विविध जातींच्या समावेशनाचा मुद्दा राजकीय कृतिसज्जतेसाठी वापरला. त्यामुळे जात या घटकाचे महत्त्व नव्वदीच्या दशकाच्या उत्तरार्धात वाढले.

नवहिंदुत्ववादी संघटनांची हिंदू अस्मिता ही धार्मिक पायावर रचली आहे. पण हिंदू अस्मितेत हिंदू धर्माखेरीज प्रदेश, उपप्रदेश, जात, भाषा, साहित्य, संस्कृती, परंपरा, चालीरीती यांचा मेळ घातला गेला आहे. त्यामुळे नवहिंदुत्ववादी संघटना एकाच वेळी अनेक मुद्दे उठवतात. त्यामुळे प्रदेशवादी, जातवादी, धर्मवादी, उपजातवादी, भाषावादी, साहित्यवादी, संस्कृतीवादी गटांना त्यांचे हिंदुत्व जपता येते, असे वाटते. हिंदुत्व लोकसमूह लक्षात घेऊन त्यांचे स्वरूप स्पष्ट करतो. अमराठी हिंदू लोकांसाठी शिवसेना हिंदी भाषेतून सामना चालवते. तर दुसऱ्या बाजूला हिंदुत्व म्हणजेच मराठीवाद अशी भूमिका घेते. मराठा महासंघ गरीब मराठ्यांचा दावा करतो. तर दुसऱ्या बाजूने श्रीमंत मराठ्यांचे हितसंबंध जपतो तर कधी उच्च जाती व वर्गाबरोबर युती करतो. नवहिंदुत्ववादी संघटना जातिभेद व अस्पृश्यता पाळत नाहीत. महिला व पुरुष असे वेगवेगळे संघटन करत नाहीत. पण त्याच वेळी वर्णव्यवस्थेचा पुरस्कार करतात. महिलाशक्तीचा पुरस्कार करतात. पण मराठमोळेपणा, चारित्र्य, हिंदू विवाहपद्धती यांचा पुरस्कार केला जातो. वनवासी कल्याण

आश्रम समान नागरी कायद्याचा पुरस्कार करतो. तर दुसऱ्या बाजूने आदिवासी समाजातील परंपराना हिंदू धर्माचा बहुविध वारसा समजतो. पण या सर्व मुद्यांचा मेळ हिंदू धर्माबरोबर घातला आहे. अशा विविध सोई १९२५ ते १९७४ दरम्यानच्या हिंदुत्वात नव्हत्या. १९७८ नंतरच्या नवहिंदुत्ववादी संघटनांच्या हिंदुत्वात मात्र अशी सोय उपलब्ध करून दिली आहे. त्यामुळे तो शहरी व ग्रामीण, शेतकरी, आदिवासी, दलित, अशा जातींत व वर्गांत स्वीकारला जातो. म्हणून नवहिंदुत्ववादी संघटनांची व्यूहरचना भोंगळ किंवा सबगोलकारी आहे, असे नव्हे. नवहिंदुत्ववाद ब्राह्मणेतर जाती, ग्रामीण व झोपडपट्टीतील वर्ग यांना कृतिप्रवण करण्याइतपत लवचीकता ठेवतो.

भाग ४ : बहुसंख्याकवाद

नवहिंदुत्व व जातवाद हे दोन राजकीय कृतिसज्जतेचे घटक १९७८ पासून राजकारणात मध्यवर्ती येऊ लागले. या दरम्यान शेतकरी संघटना (१९७८) व काँग्रेस एस पक्ष, मराठा कुणबी, इतर मागासवर्गीय यांचे संघटन करीत होता. त्या दरम्यान नवहिंदुत्ववादी संघटनांपैकी पतितपावन, हिंदूसेना, हिंदू एकता आंदोलन, बहुजन युवा व वनवासी कल्याण आश्रम या संघटनांनी मराठा, कुणबी, इतर मागासवर्गीय व आदिवासी समाजाचे संघटन सुरू केले. १९७८ ते १९८३ पर्यंत शेतकरी संघटना, काँग्रेस एस व नवहिंदुत्ववादी संघटनांमध्ये लोकांचा राजकीय सहभाग वाढला होता. जसजसा लोकांचा सहभाग वाढला तसतशा राजकीय महत्त्वाकांक्षा वाढल्या. ऐंशीच्या दशकात शिवसेना संघटनेने नवहिंदुत्ववादी भूमिका घेतली (१९८४). या दशकातच शेतकरी संघटना गरीब शेतकरी वर्गांच्या प्रश्ना ऐवजी श्रीमंत शेतकऱ्यांचे प्रश्न उठवत होती. या दशकातील दुसरी मोठी राजकीय घडामोड म्हणजे शरद पवार यांनी काँग्रेस पक्षात प्रवेश केला (१९८६). या पोकळीत शिवसेनेने विस्तार सुरू केला (१९८४). ऐंशीच्या दशकाच्या आरंभीच मराठा महासंघ स्थापन झाला. तसेच सामाजिक समरसता मंच संघटना स्थापन झाली (१९८३). या दुसऱ्या टप्प्यात मराठा, दलित व भटके-विमुक्तांच्या संघटनांची सुरुवात झाली. या टप्प्यावर सर्वसामान्य मराठा आर्थिकदृष्ट्या कोंडीत सापडला होता. १९६० ते १९७८ पर्यंत इतर मागासवर्गीय समाजाची कोंडी झाली होती. मराठा जातीच्या नेतृत्वाखाली दुय्यम स्थानावर त्यांना समाधान मानावे लागत होते. ही कोंडी १९७८ ते १९८३ दरम्यान या तीन प्रकारच्या संघटनांमुळे फुटली. जाती काँग्रेसकडून इतर पक्ष व संघटनांकडे सरकल्या. शेतकरी संघटना व काँग्रेस एस या दोन संघटनांनी इतर मागासवर्गीय जातींच्या संघटनांवर विशेष भर दिला. पण १९८४-८५ नंतर पुन्हा इतर मागासवर्गीय जातींची कोंडी झाली. त्यांचे कारण इतर मागासवर्गीय काँग्रेस एस व नवहिंदुत्ववादी

संघटनांमध्ये संघटित झाले होते. त्या दरम्यान या संघटना राजकारणातून बाजूला झाल्या. त्यामुळे इतर मागासवर्गीय जाती शिवसेना संघटनेकडे सरकल्या. भाजपने पक्षाचे स्वरुप ब्राह्मणेतर स्वरूपाचे तयार केले. त्यामुळे हिंदू आत्मभान आलेल्या इतर मागासवर्गीय जातींनी शिवसेना-भाजपमध्ये प्रवेश केला. याच दशकात मंडल आयोगाच्या शिफारशींची महाराष्ट्रात अंमलबजावणी करण्यासाठी आरपीआय, जनता दल यांनी आंदोलन उभे केले (१९८९). बहुजन महासंघ व बहुजन समाज पक्ष यांनी इतर मागासवर्गीय जातींना कृतिप्रवण करण्यास सुरुवात केली. १९७८ ते १९८९ पर्यंत हिंदुत्ववादी पातळीवर इतर मागासवर्गीय संघटनांसाठी सतत प्रयत्न केले गेले. बहुजन महासंघ व बहुजन समाज पक्ष हे १९८९ नंतर पुढे आले. त्यामुळे बहुजन महासंघ व बहुजन समाज पक्षाच्या तुलनेत हिंदुत्ववादी पक्ष व संघटनांनी इतर मागासवर्गीय जातींचे संघटन केले. त्यास इतर मागासवर्गीय जातींनी पाठिंबा दिला. तर दुसऱ्या बाजूने अखिल भारतीय राजकारणाची चौकट स्वीकारून बहुजन महासंघ, बहुजन समाज पक्ष, जनता दल यांनी सुरू केलेल्या राजकारणास प्रतिसाद मिळाला नाही. त्यामुळे इतर मागासवर्गीय राजकारणाची कोंडी झाली. ही कोंडी शिवसेना, भाजप, व नवहिंदुत्ववादी संघटनांच्या उपयोगास आली. या राजकीय परिस्थितीमुळे इतर मागासवर्गीय जातींचा पाठिंबा नवहिंदुत्ववादी संघटनांना सहजपणे उपलब्ध झाला. त्यामुळे उच्च जाती, मराठा, कुणबी, इतर मागासवर्गीय यांचे एकीकरण झाले. या एकीकरणात उच्च जाती राजकारणाच्या केंद्रस्थानी होत्या. त्यांच्या नेतृत्वाखाली मराठा, कुणबी, इतर मागास जाती, चर्मकार मातंग, आदिवासी जातींना सहभागाची संधी दिली गेली. या राजकीय प्रक्रियेचे दोन परिणाम झाले. एक म्हणजे चव्हाण प्रारूपाला आव्हान दिले गेले. दुसरे म्हणजे हिंदू वर्चस्वाच्या प्रारूपाची जडणघडण झाली. यावरून असे दिसते की, नवहिंदुत्वाच्या बरोबर जात हा घटकदेखील राजकारणात महत्त्वाची भूमिका पार पाडत होता. चव्हाण प्रारूपात जात हा घटक बेरजेच्या व वर्चस्वशाली स्वरूपात होता. नवहिंदुत्ववादी प्रारूपात जात या घटकाचे महत्व ध्रुवीकरणाच्या स्वरूपात प्रकटले.

महाराष्ट्रात ३० ते ३२ टक्के मराठा कुणबी जातीची लोकसंख्या होती. त्यांच्याकडे जमीनमालकी होती. या मराठा कुणबी जातीचे नेतृत्व इतर मागासजातींनी स्वीकारले होते. त्यांस हिंदू वर्णव्यवस्थेची संमती होती. कारण मराठा कुणबी समूह स्वत:ला क्षत्रिय स्थानाचा असल्याचे मानत होता. त्यांनी क्षत्रियत्वाचे दावे केले होते. त्यामुळे मराठा जातीच्या वर्चस्वाला धुरीणत्वाची जोड होती. जयंत लेले यांनी या चव्हाण प्रारूपाची चार वैशिष्ट्ये स्पष्ट केली आहेत (लेले, १९९०आ: ५८). अ) जातीच्या लवचीक मर्यादा. आ) जातीच्या गाभ्याशी असलेली पितृप्रधान कुटुंबव्यवस्था, इ) इतर जातींच्या संबंधात पूर्वपार चालत आलेली यजमानी परंपरा आणि ई) तीन गुणधर्मांचा हवा तेव्हा वर्चस्व समर्थनासाठी वापर केला जातो.

मराठा जातीच्या या नेतृत्वाला वर्चस्वाबरोबर धुरीणत्वाची जोड होती. त्यामुळे मराठा जातीचे नेतृत्व इतर मागासजातींनी स्वीकारले होते. सामाजिक व सांस्कृतिक घटकांमुळे मराठा नेतृत्वाला ग्रामीण भागात न्याय्यता होती. ऐंशीच्या दशकात या नेतृत्वाच्या न्याय्यतेबद्दल इतर मागासजाती व दलित यांना शंका येऊ लागली (१९८४). त्यानंतर नेतृत्वातील न्याय्यता बाजूला गेली व वर्चस्वासाठी दडपणुकीचा मार्ग वापराला गेला.

या चव्हाण प्रारूपास नवहिंदुत्ववादी संघटनांनी व जात संघटनांनी आव्हान दिले. त्यांनी क्षत्रियत्वाचा दावा मराठा जातींच्या खेरीज इतर जातींसाठी केला. त्यामुळे क्षत्रियत्वाच्या व्यापक छत्राखाली मराठ्यांपासून ते आदिवासींपर्यंत विविध जातींना नवहिंदुत्ववादी संघटनांनी एकत्र केले. क्षत्रियत्वाचा दावा मराठ्यांच्या खेरीज इतर जातींसाठी करण्यामुळे इतर जातींना उच्च दर्जा आपसूकच मिळाला. त्यामध्ये भर पडली, ती ग्रामीण भागात १९६० ते १९८४ च्या दरम्यान क्षत्रियत्वाचा हक्क सांगणारे व गाजविणारे मराठा होते. या दरम्यान माळी, धनगर, वंजारी, तेली या समाजांची सामाजिकदृष्ट्या आत्मवंचना झाली होते. या कारणामुळे इतर मागासजातींची सामाजिक व राजकीय कुचंबणा झाली होती. या जाती त्यांच्या सामाजिक दर्जांच्या शोधात होत्या. या पार्श्वभूमीवर नवहिंदुत्ववादी संघटनांनी इतर मागासजातींना क्षत्रियत्वाचा हात दिला. बाळ ठाकरे यांनी तर स्पष्टपणे भूमिका घेतली की, गावावरून ओवाळून टाकलेली मुले शिवसेनेचे शिवसैनिक आहेत. १९६० ते १९८४ पर्यंत त्यांना शिवाजीचे सैनिक किंवा शिवाजीच्या राज्याचे वारसदार असा वारसा मिळाला नव्हता. तो त्यांना शिवसेने दिला. हा वारसा शिवसेनेने तर दिलाच, त्याबरोबर संघाने त्यांना संघाच्या शाखेवर स्थान दिले. गावातून त्यांची अवहेलना करत होते. त्याऐवजी संघाच्या शाखेवर त्यांना सुसंस्कृत, संस्कार झालेला अशा स्वरूपाचे स्थान मिळाले. परंपरागत वर्ण व्यवस्थेतील क्षत्रियत्वाचे स्थान त्यांना दिले गेले. त्यामुळे इतर मागासजाती व चर्मकार, मातंग, आदिवासी समाज काँग्रेस (चव्हाण प्रारूप) पासून बाजूला झाला. त्या नवहिंदुत्वववादी संघटनांच्या छत्राखाली संघटित झाल्या. या प्रक्रियेतून मराठा नेतृत्वाची इतर जातींच्या संदर्भातील यजमानी परंपरा मोडली गेली. मराठा कुणबी जातीगटातील १५ ते १६ टक्के गट फुटून शिवसेना-भाजपकडे सरकला. त्यामुळे मराठा कुणबी ही एकसंघ अस्मिता फुटली. त्यातून मराठा जातीतील पितृप्रधान कुटुंबसंस्था मोडली गेली. मराठा कुणबी जातीतील लवचीकता हवी तशी वापरण्याची कुवत मराठा नेतृत्वाकडे राहिली नाही. उलट काँग्रेसमधील मराठा नेतृत्वाच्या विरोधात मराठा गेले. हा मुद्दा नवहिंदुत्ववादी संघटनांच्या नेतृत्वातूनही स्पष्ट होतो. नवहिंदुत्ववादी संघटनातील एकूण नेते व अनुयायांमध्ये मराठा व कुणबी जातीचे प्रमाण ३४ टक्के आहे. महाराष्ट्रात मराठा जातीची लोकसंख्या ३०ते ३२ टक्के आहे. याचा अर्थ मराठा जातीच्या प्रमाणात नेते व अनुयायी वर्ग नवहिंदुत्ववादी संघटनांत आहेत. त्यामुळे नवहिंदुत्ववादी संघटनांनी मराठा जातीच्या धुरीणत्वाला आव्हान

दिले. मराठा नेत्यांची न्याय्यता संपुष्टात आणली. मराठा नेतृत्वाने उभ्या केलेल्या संस्था व सहकाराचे जाळे हे व मराठा नेतृत्वाच्या शोषण-अन्यायाचे प्रतीक म्हणून नवहिंदुत्ववादी संघटनांनी एका बाजूने मांडल्या. शिवसेनेनेदेखील आरंभी मराठाजातीस विरोध केला. त्यामधून महाराष्ट्राची सत्ता मराठा जातीने लाटली अशी भूमिका शिवसेनेने घेतली. तर मराठा महासंघाने मराठा जातीचे नेते जातींचे हितसंबंध जपत नाहीत, मराठा महासंघाच्या कार्यक्रमांना येत नाहीत. मराठा जातीच्या भौतिक विकासासाठी त्यांचा उपयोग होत नाही. अशी भूमिका घेऊन मराठा अभिजनांची शिवसेनेप्रमाणे न्याय्यता कमी केली. सामाजिक समरसता मंच संघटनेने ग्रामीण भागात ब्राह्मण जातीऐवजी मराठा ही जात अत्याचार करते. विशेषत: नामांतर प्रश्न, रिडल्स इन हिंदुइझम, गायरान प्रश्नावरील अत्याचार प्रतिबंधक कायद्यातील खटले, अशी विविध उदाहरणे नवहिंदुत्ववादी संघटनांनी साखळीसारखी जोडून घेतली. त्यामुळे मराठा अभिजन वर्ग हा आपले वर्चस्व टिकविण्यासाठी बळाचा वापर करू लागला हा विचार बळकट झाला. या पार्श्वभूमीवर ब्राह्मणेतर जाती नवहिंदुत्ववादी संघटनांकडे वळल्या.

नवहिंदुत्ववादी संघटनांनी त्यांच्या वर्चस्वाचे नवे प्रारूप उभे केले. त्या प्रारूपात नवहिंदुत्व ही विचारप्रणाली होती. तिचा गाभा क्षत्रियत्वाचा आहे. त्यामुळे नवहिंदुत्व विचारप्रणालीत बेरजेच्या बहुजनवादाला पर्याय उपलब्ध झाला. एका बाजूने शिवसेना ही संघटना मराठा जातींचे हितसंबंध जपणारी संघटना म्हणून पुढे आली. दुसऱ्या बाजूने इतर मागासवर्गीय जाती व वर्ग यांना शिवसेनेने राजकीय संधी दिली. त्यामुळे बेरजेच्या बहुजनवादापुढे नवहिंदुत्ववादाने आव्हान उभे केले. या नवहिंदुत्व प्रारूपाने उच्चवर्णीयांच्या वर्चस्वाचा मुद्दा पुढे रेटला. मात्र ऐंशीच्या दशकाच्या शेवटी बहुजन पक्षांनी जातलक्षी संघटन सुरू केले. नव्वदीच्या दशकात बहुजनवादाने जात या घटकाच्या आधारे नवहिंदुत्ववादासमोर आव्हान उभे केले. त्यामुळे नवहिंदुत्व प्रारूपाला मर्यादा पडल्या.

नवहिंदुत्वाच्या प्रारूपात हिंदू वर्चस्वाचा मुद्दा मांडला गेला. हिंदू वर्चस्वाच्या प्रारूपात ब्राह्मण शिखरस्थानी आहेत. नवहिंदुत्ववादी संघटनांमध्ये २१ टक्के नेते व अनुयायी उच्च जातीतील आहेत (ब्राह्मण १५ टक्के व अमराठी ६ टक्के). त्यानंतर मराठा, कुणबी ३७ टक्के, इतर मागासवर्गीय २६ टक्के, दलित ६ टक्के व आदिवासी १० टक्के असे एकूण ७९ टक्के नेते व अनुयायी ब्राह्मणेतर जातीचे आहेत. त्यांना नवहिंदुत्ववादी संघटनांनी आकर्षित केले आहे. यांची रचना त्यांनी उतरंडीची ठेवली आहे. पिरॅमिडच्या आकाराप्रमाणे हिंदू वर्चस्वाचे प्रारूप पुढे आले आहे. या रचनेत त्या-त्या जातीतील कनिष्ठ मध्यमवर्गाचा समावेश होतो. म्हणजे नवहिंदुत्वाच्या हिंदू वर्चस्वाच्या रचनेत एकदम ग्रामीण, अशिक्षित यांचा समावेश झाला नाही. प्रत्येक जातीतील कनिष्ठ मध्यमवर्ग हा नवहिंदुत्ववादी वर्चस्वाच्या रचनेत मध्यवर्ती घटक आहे. या उलट चव्हाण प्रारूपात

मराठा हे शिखरावर होते. शेतकरी जाती चव्हाण वर्चस्वाच्या प्रारूपात मध्यवर्ती होत्या. त्यामुळे चव्हाण प्रारूप व नवहिंदुत्वाचे प्रारूप हे एकमेकांचे प्रतिस्पर्धी होते. कारण उच्च जाती भांडवलदार आहेत. तर ब्राह्मणेतर जातीतील कनिष्ठ मध्यमवर्ग हा भांडवलदारी पद्धतीतील बाजारपेठेचा व भणंग अर्थव्यवस्थेचा समर्थक आहे. त्यामुळे भांडवलदारी हितसंबंध व कनिष्ठ मध्यमवर्गाचे हितसंबंध यांची युती झाली आहे. याउलट शेतकरी जातींपैकी वंजारी, लेवा, धनगर या जाती त्यांच्या छावणीत गेल्या आहेत. हिंदू वर्चस्वाचे प्रारूप लोकसंख्येच्या प्रमाणावर आधारले होते.

हिंदू वर्चस्वाच्या प्रारूपाने राजकीय सत्तेसाठी बहुसंख्याकवादाचा दावा केला आहे. हिंदू समाज जातींमध्ये विभागला आहे. त्यामुळे हिंदूचे हितसंबंध जपले जात नाहीत. अशी भूमिका मराठा वर्चस्वाच्या विरोधातील होती. कारण मराठा वर्चस्वाचे प्रारूप हे जातीच्या एकीकरणावर आधारले होते. हिंदू वर्चस्वाचे प्रारूप रचताना मुख्य अडथळा हा मराठा व इतर मागासवर्गीय या शेतकरी जातींचा होता. त्यांना नवहिंदुत्ववादी संघटनांनी कृतिप्रवण करण्याची व्यूहरचना तयार केली. त्यांच्या व्यूहरचनेत अनुसूचित जातीगटातील नवबौद्ध या जातीस नवहिंदुत्ववादी प्रारुपात स्थान नव्हते. त्याऐवजी चर्मकार व मातंग या दोन जातींचा नवहिंदुत्ववादी प्रारूपात समावेश केला होता. थोडक्यात उच्च जाती (४ टक्के), अमराठी लोक (५ टक्के) नवहिंदुत्वाच्या प्रारूपात मध्यवर्ती आहेत. त्यांचे महाराष्ट्राच्या लोकसंख्येतील प्रमाण ९ टक्के आहे. या ९ टक्याला नवहिंदुत्ववादी संघटनांनी जैन, मराठा कुणबी, भटके विमुक्त, चर्मकार, मातंग, आदिवासी या जाती जोडल्या आहेत. या जातींचे संघटन करून त्यांनी बहुसंख्याकवादाचा दावा केला. या नवहिंदुत्ववादी प्रारूपाचा थेट विरोध मराठा, नवबौद्ध, मुस्लीम व ख्रिश्चन या चार समाज घटकांना होता. याचे कारण म्हणजे हिंदू प्रारूपाला मराठा वर्चस्वाचा व बहुजनवादी राजकारणाचा थेट राजकीय विरोध होता. या दोन्ही प्रारूपामध्ये एका बाजूला मराठा व दुसऱ्या बाजूला नवबौद्ध होते. त्यामुळे शिवसेना संघटनेने १९८४ ते १९९५ पर्यंत नवबौद्धविरोधी भूमिका घेऊन चर्मकार व मातंग यांचे संघटन केले. पण शिवसेना व भाजपने नवबौद्धाप्रमाणे मराठा विरोध फार काळ ठेवला नाही. कारण सर्वांत मोठा गट मराठा कुणबी जातीचा होता. या जातिसमूहाच्या विरोधी जाण्यापेक्षा त्या समूहाला नवहिंदुत्व प्रारूपात सामील करण्यावर भर दिला. त्यामुळे जातीवर बेतलेले चव्हाण प्रारूप लोकसंख्येच्या प्रमाणात खाली आले. त्याच्या जोडीला हिंदू वर्चस्वाचे प्रारूप गेले. त्यामुळे महाराष्ट्राच्या राजकारणात राजकीय स्पर्धा तीव्र झाली. गेली दोन दशके काँग्रेस प्रारूप (चव्हाण प्रारूप) व दुसऱ्या बाजूला नवहिंदुत्ववादी प्रारूप या दोन प्रारूपामध्ये महाराष्ट्राच्या राजकारणाचे ध्रुवीकरण झाले. या दोन्ही प्रारूपामध्ये जात हा घटक राजकीय-संघटन करणारा होता.

या दोन्ही प्रारूपांमध्ये पितृप्रधान संबंध जपले होते. वर्चस्व निर्माण करण्यासाठी नवहिंदुत्व प्रारूपाने क्षत्रिय ही वर्णव्यवस्था स्वीकारली. क्षत्रियत्व या वर्णाच्या चौकटीत ब्राह्मणेतर जातींचे संघटन करणे हा एकच पर्याय नवहिंदुत्ववादी संघटनांच्या समोर होता. कारण ब्राह्मणी प्रतिमा त्यांना नको होती. त्यामुळे त्यांनी ब्राह्मणवर्णाचा पुरस्कार केला नाही. वैश्य वर्ण हा महाराष्ट्रीय समाजात नाही. शूद्र हा वर्ण नको होता. कारण जातिभेद व विषमतेमुळे हिंदुत्ववादावर टीका केली जात होती. संपूर्ण महाराष्ट्र स्वीकारेल असा एकच क्षत्रिय वर्ण होता. यांनी कुशलपणे या वर्णाचा वापर केला. त्यामुळे नवहिंदुत्वाचे प्रारूप मराठा, कुणबी, इतर मागासवर्गीय व आदिवासी समाजाला परके वाटले नाही. उलट त्यांना क्षत्रियत्वाचा अभिमान वाटतो. त्यामुळे क्षत्रियत्वाच्या मुद्यातून मराठ्यांसह इतर मागासवर्गीय, चर्मकार, मातंग व आदिवासी समाजाला नवहिंदुत्ववादी संघटनांनी ऐतिहासिक आत्मभान दिले.

महाराष्ट्रात मराठा वर्चस्वाचे चव्हाण प्रारूप व हिंदुत्व वर्चस्वाचे नवहिंदुत्ववादी प्रारूप अशी दोन प्रारूपे घडली आहेत. या दोन्ही प्रारूपांपैकी कोणत्या प्रारूपाचा पुरस्कार करावा हा मराठा, इतर मागास व नवबौद्ध जातींपुढे प्रश्न आहे. सध्या मराठा जात दोन्ही प्रारूपांचा गरजेप्रमाणे वापर करत आहे. ब्राह्मण विरोधाच्या मुद्यावर मराठ्यांसह इतर मागासवर्गीय व दलित जातींचे संघटन केले जाते.

नवहिंदुत्ववादी संघटनांनी रचलेले नवहिंदुत्ववादी वर्चस्वाचे प्रारूप हे एक बहुविविधता व लोकशाहीला आव्हान देते. कारण या प्रारूपात निर्णायक राजकीय सत्ता ब्राह्मण जातीकडे जाते. त्यामुळे लोकशाहीच्या तत्त्वानुसार उच्च जातींकडून कनिष्ठ जातींकडे सत्ता जाण्यास अडथळा निर्माण होतो. दुसरे म्हणजे नवहिंदुत्ववादी वर्चस्वाचे प्रारूप मराठा, इतर मागास जाती, चर्मकार, मातंग, आदिवासी असा बहुजातीय स्वरूपाचा चेहरामोहरा तयार करते. त्यामुळे या प्रारूपात सत्तेचे केंद्रीकरण होत आहे असे सर्वसामान्य लोकांच्या नजरेत भरत नाही. त्याचे दुसरे एक कारण म्हणजे राजकीय नवहिंदुत्वात हिंदुधर्मशास्त्राचा आग्रह नाही. उलट हिंदुधर्मशास्त्र कनिष्ठ जाती व दलित जाती व आदिवासी जाती यांना क्षत्रियत्वाचा दर्जा देत आहे. त्यांचे हिंदुकरण केले जात आहे. नवहिंदुत्ववादी संघटनांमधून पुढे आलेला मध्यमवर्ग हा भणंग भांडवलदारी पद्धतीचा समर्थक आहे. तसेच नवहिंदुत्ववादी संघटनांतून पुढे आलेला मध्यमवर्ग हा राजकीय अभिजनवर्ग म्हणून पुढे येतो. त्यामुळे लोकशाही मार्गांचा वापर व लोकशाहीमधील मतभिन्नता यांना नवहिंदुत्ववादी प्रारूपात जागा नाही. उलट नवहिंदुत्ववादी प्रारूप याविरोधी काम करते.

नवहिंदुत्ववादी वर्चस्वाचे प्रारूप भांडवलशाहीचे समर्थन करते. नवभांडवलशाहीत ज्ञान, कौशल्य, बौद्धिक कष्ट यांना जास्त वेतन मिळते. यावर उच्च जातींचे नियंत्रण आहे. त्यानंतर प्रत्येक जातीतून पुढे आलेला उच्च मध्यमवर्ग सहभागी झाला आहे.

यांचे नवभांडवलशाहीवर नियंत्रण आहे. परंतु यांच्याखेरीज मोठा समाज हा ग्रामीण, दलित, आदिवासी, महिला या स्वरूपाचा आहे. त्याला नवभांडवलशाहीचा सर्वांत जास्त फटका बसतो. अशा नवभांडवलशाहीचे नवहिंदुत्ववादी वर्चस्वाचे प्रारूप समर्थक आहे. त्यांना हा वर्ग नवहिंदुत्ववादी संघटनांपुढील अडथळा वाटतो. हा अडथळा बाजूला होत नाही. त्याऐवजी या गटांना नवहिंदुत्वाच्या आधारे हिंदुत्वाच्या भावनिक चौकटीत सामावून घेतले जाते. ही घडामोड नवभांडवलशाहीलाही सोयीचीच असते. त्यामुळे नवभांडवलशाही व नवहिंदुत्ववाद यांची युती होते. या दोन्ही शक्ती मिळून लोकाभिमुख आर्थिक धोरण ठरविण्याच्या ऐवजी त्याला बाजू देण्यासाठी नवहिंदुत्ववादी संघटनांकडील कार्यक्रम राबवतात. त्यामुळे नवहिंदुत्ववाद हा लोकशाहीच्या पुढील एक गंभीर आव्हान आहे. ❐

संदर्भसूची

कसबे रावसाहेब, १९९४, *हिंदू-मुस्लीम प्रश्न आणि सावरकरांचा हिंदुराष्ट्रवाद*, पुणे, सुगावा.

कसबे रावसाहेब, १९७८, *झोत*, पुणे, सुगावा.

चौसाळकर अशोक, १९८६, नवहिंदुत्ववाद, *परामर्श, खंड ८*, अंक ३, पुणे, तत्त्वज्ञान विभाग, पुणे विद्यापीठ, पृ. ५५-७५.

चौसाळकर अशोक, १९८४-८५, रिसेंट ट्रेंडण्स इन हिंदू कम्फुनल पॉलिटिक्स इन महाराष्ट्र, औरंगाबाद, *मराठवाडा युनिव्हर्सिटी जर्नल ऑफ सोशल सायन्येस, व्हॉल्यूम नं. २२.* मराठवाडा विद्यापीठ, पृ. ६३-७३.

जाफरलॉट ख्रिस्तोफर, १९९६, *द हिंदू नॅशनॅलिस्ट मुव्हमेंट अँड इंडियन पॉलिटिक्स*, व्हाफकिंग पेलिवन.

देशपांडे राजेश्वरी, २०१०, *कास्ट असोसिएशन इन द पोस्ट मंडल ऐरा:नोटस् फॉर्म महाराष्ट्र*, राज्यशास्त्र व लोकप्रशासन विभाग, पुणे, पुणे विद्यापीठ.

देशपांडे राजेश्वरी, २००४, कुणबी मराठा ॲज ओबीसी बॅकवर्ड जर्नी ऑफ ए कास्ट, *इकॉनॉमिक अँड पॉलिटिकल वीकली*, ३-१० एप्रिल, पृ. १४४८-१४४९.

देशपांडे राजेश्वरी, २०१०, जात अस्मिता पोकळ दावे आक्रमक राजकारण, *अनुभव*, पुणे, युनिक मीचर्स, मे. २०१०.

देशपांडे स. ह., १९८०, आदिवासींचे हिंदुकरण, पुणे, *समाज प्रबोधन पत्रिका*, २ मार्च.

देशपांडे स. ह., १९९२, *सावरकर ते भा.ज.प. हिंदुत्व विचाराचा एक चिकित्सक आलेख*, पुणे, राजहंस.

देशपांडे स. ह., १९८३, *संघातील दिवस आणि इतर*, पुणे, सुवर्ण.

पळशीकर सुहास, १९९८*अ*, *आंबेडकरांचे समरसतावादी आकलन* (अप्रकाशित लेख).

पळशीकर सुहास, १९९८आ, *जात व महाराष्ट्रातील सत्ताकारण*, पुणे, सुगावा.

पळशीकर सुहास, २००३अ, महाराष्ट्राचे बदलते राजकारण, *बदलता महाराष्ट्र*, भोळे भा. ल.- किशोर बेडकीहाळ (संपा.), सातारा, डॉ. बाबासाहेब आंबेडकर अकादमी : २१-३८.

बिरमल नितीन, १९९९, प्रबळ जातीचा प्रादेशिक पक्ष : राष्ट्रवादी काँग्रेस, *समाज प्रबोधन पत्रिका*, ऑक्टो-डिसेंबर, पृ. २२०-२२५.

बिरमल नितीन, १९८९, *हिंदू एकता आंदोलन : महाराष्ट्रातील नवहिंदुत्ववादाचा एक अभ्यास*, पुणे, राज्यशास्त्र व लोकप्रशासन विभाग, पुणे विद्यापीठ.

बेडेकर सुधीर, १९८१, हिंदू एकता आंदोलन, *तात्पर्य*, सप्टेंबर, ३३-३५.

ब्रह्मे सुलभा, १९८२, *हिंदू-मुस्लीम तणाव आणि जमातवादाचा धोका*, पुणे, लोकायत प्रकाशन.

बेडेकर सुधीर, १९८०, भारतीम परंपरा व राष्ट्रीय एकात्मता, *तात्पर्य*, ऑक्टोबर, ४-६,३१.

भोळे भा. ल.,१९८८, नवहिंदुत्वाची व्याघ्रमुद्रा, औरंगाबाद, *मराठवाडा*, दिवाळी अंक,१५१-१५८.

लेले जयंत, १९८२आ, *इलीट प्यूरॅलिझम अँड क्लास रूल: पॉलिटिकल डेव्हलपमेंट इन महाराष्ट्र*, मुंबई, पॉप्युलर प्रकाशन.

लेले जयंत, १९९५, *हिंदुत्व दि इमर्जन्स ऑफ द राइट*, मद्रास, एरर्थवॉरम.

लेले जयंत, १९९०आ, महाराष्ट्रातील निवडणूक आणि मराठ्यांचे धुरीणत्व, पुणे, *समाज प्रबोधन पत्रिका*, एप्रिल-जून, ५७-६४.

लेले जयंत, १९९०इ, कास्ट, क्लास अँड डॉमिनन्स: पॉलिटिकल मोबिलायझेशन इन महाराष्ट्र, *डोमिनन्स अँड पॉलिटिकल पॉवर इन मॉडर्न इंडिया, व्हॉल्यूम २*, मुंबई, ऑक्सफर्ड युनिव्हर्सिटी प्रेस, ११५-२११.

लेले जयंत, १९८२अ, *चव्हाण अँड द पॉलिटिकल इनटेग्रअशन आफ महाराष्ट्र, कनटेम्पोररी इंडिया*, पुणे, कॉन्टिनेन्टल प्रकाशन, पृ. २९-५४.

लेले जयंत (संपा) *स्टेट अँड सोसायटी : चेजींग सोशल बेसेस ऑफ इंडियन पॉलिटिक्स*, दिल्ली, चाणक्य.

व्होरा राजेंद्र व सुहास पळशीकर, १९९०, निओ हिंदुइझम ए केस ऑफ डिस्टॉर्टेड कॉन्शस्नेस.

व्होरा राजेंद्र, १९९४, *ॲन अजेंडा फॉर द स्टडी ऑफ पॉलिटिकल इकॉनॉमी ऑफ महाराष्ट्र*, पुणे, राज्यशास्त्र व लोकप्रशासन विभाग, पुणे विद्यापीठ.

व्होरा राजेंद्र, १९९१, म. फुले-डॉ. आंबेडकर व हिंदुत्ववादी, *महात्मा फुले विचार आणि वारसा*, पुणे मनोविकास प्रकाशन.

व्होरा राजेंद्र, १९९६अ, महाराष्ट्र : शिफ्ट ऑफ पावर फॉर्म रूलर टू अर्बन सेक्टर, *इकॉनॉमिक अँड पॉलिटिकल वीकली*, १३ जानेवारी, १७१-१७३.

व्होरा राजेंद्र, १९९६आ, बदलत्या राजकारणाचे नवे आधार, पुणे, *अनुभव*, सप्टेंबर.

व्होरा राजेंद्र, २००३अ, *महाराष्ट्र : व्हर्च्युअल रिझर्व्हेशन फॉर मराठास्*, ऑकेजनल पेपर सेरीज् III, नं. ३, पुणे, राज्यशास्त्र व लोकप्रशासन विभाग, पुणे विद्यापीठ.

व्होरा राजेंद्र, १९९३, हिंदुत्ववादाचे नवफॅसिस्ट स्वरूप, *समाज प्रबोधन पत्रिका*, जानेवारी-मार्च, १-९.

सावरकर बाळ, १९७२, *हिंदू समाज संरक्षक: वि. दा. सावरकर*, मुंबई, सावरकर प्रकाशन.

❐

नवहिंदुत्ववादाचा आरंभ : पतितपावन संघटना

प्रस्तावना

१९६७ ते १९७७ साठीच्या दशकात पतितपावन संघटनेची स्थापना पुणे शहरातील जंगली महाराज मंदिरात झाली. या दशकात संघटनेचे कामकाज उघडपणे चालू नव्हते. मात्र सत्तरीच्या दशकात पतितपावन संघटना जाहीरपणे काम करू लागली. संघटनेला हिंदू जाज्वल्य संघटना हे नाव द्यावे असे संघाशी संबंधित कार्यकर्त्यांचे मत होते. परंतु संघ नेतृत्वाने पतितपावन हे नाव दिले.

'हिंदूनो संघटित व्हा, हिंदू धर्माकडे तिरप्या नजरेने पाहणारा मग तो, कोणीही असो त्याची गय केली जाणार नाही', अशा घोषणा देत, संघटनेची शाखा स्थापन केली जात होती. कारण संघटनेचा सुरुवातीपासूनच अर्थ अन्यायविरुद्ध, अत्याचारविरुद्ध, फुटीरतावाद विरुद्ध असा घेतला गेला होता. (नष्टे). संघाने आरंभी पतितपावन संघटनेचे कार्यक्षेत्र महाविद्यालयीन पातळीवरील विद्यार्थी वर्ग हे निश्चित केले होते. पुणे शहरातील महाविद्यालयामध्ये प्रथम संघटनेच्या शाखा स्थापन झाल्या. या शाखांची स्थापना अनिल शिरोळे (पुणे), भीम बडदे (कोपरगाव), प्रदीप रावत (पुणे), नंदू फडके, गोपीनाथ मुंडे यांनी केली होती. नामजोशी, तात्या बापट, बाबा भिडे, मधू जोशी, दत्तात्रय दातार, इत्यादी संघाच्या प्रचारकांनी पतितपावन संघटनेला पाठिंबा दिला होता. नामजोशी, तात्या बापट, बाबा भिडे, दीपक प्रभू यांच्या विचारांवरती सावरकरांच्या विचारांचा प्रभाव होता. त्यांचा रत्नागिरी येथील पतितपावन मंदिराशी संपर्क होता. त्यांना पतित-पावन मंदिराविषयी आदर होता. त्यामुळे पतितपावन हा शब्दप्रयोग सावरकरांच्या विचारातून स्वीकारला.

शहरी व निम-शहरी भागातील हिंदू सांस्कृतिक संघटना, मंडळे आणि जातींच्या संघटनांच्या मार्फत पतितपावन संघटनेचा विस्तार झाला. पतितपावन मंदिर (रत्नागिरी), संघ, वंदे मातरम्, अखिल भारतीय विद्यार्थी परिषद या हिंदुत्ववादी संघटनांनी पतित-पावन संघटनेला पाठिंबा दिला होता. मध्यवर्ती गणेश उत्सव मंडळ (इंदापूर), शिवराज

मित्रमंडळ (चिंचवड), शिवशक्ती मंडळ (पुणे), यांसारख्या गणेश उत्सव साजरा करणाऱ्या मंडळांचा पतितपावन संघटनेत सहभाग आहे. बंजारा मित्र मंडळ (मोहननगर), वडार समाज संघटना (खराळवाडी-पिंपरी), मातंग एकता आंदोलन (इंदापूर) व बहुजन मोर्चा (लातूर) या सारख्या जातींच्या संघटना पतितपावन संघटनेबरोबर काम करत होत्या. त्यातून पतितपावन संघटनेला विस्तार करण्यास जागा उपलब्ध झाली.

संघटनेची रचना व विस्तार

संघटनेची मुख्य रचना प्रांतीय पतितपावन संघटना (महाराष्ट्र) ही आहे. यामध्ये मध्यवर्ती अधिकार मंडळ, प्रादेशिक, जिल्हा, तालुका शाखा, शहर शाखा, गाव शाखा, कामगार शाखा, झोपडपट्टी शाखा, महिला शाखा, महाविद्यालयीन शाखा व चौक शाखा अशी संघटनात्मक उतरंड आहे.

संघटनेचे एक मध्यवर्ती कार्यकारी मंडळ आहे. या मध्यवर्ती अधिकार मंडळातील प्रांत अध्यक्ष, उपाध्यक्ष, प्रांत सचिव, प्रांत सरचिटणीस, प्रांत संघटक, प्रांत खजिनदार या पदांची भरती संघाकडून होते. संघटनेने जिल्हा पातळीवर जिल्हा शाखांची स्थापना केली आहे. पुणे, सातारा, सोलापूर, अहमदनगर, रायगड, सिंधुदुर्ग, ठाणे, नवी मुंबई, नाशिक, धुळे, जळगाव, जालना, औरंगाबाद व लातूर या जिल्ह्यांच्या शहरात पतित-पावन संघटनेच्या शाखा होत्या. महाराष्ट्रातील ३५ पैकी १५ जिल्ह्यांत संघटनेच्या शाखा स्थापन झाल्या होत्या. कस्तुरबा वसाहत (औंध), नरवीर तानाजी मालुसरे (शिवाजी नगर), पर्वती पायथा, खडकी, दापोडी, वाकडेवाडी, कासारवाडी येथे झोपडपट्टी शाखा आहेत. झोपडपट्टी शाखांचे प्रमुख ग्रामीण भागांतून शहरात स्थलांतरित झालेले नवयुवक आहेत. रोजगार, पाणी, जागा अशा विविध समस्या झोपडपट्टी शाखा सोडवते. झोपडपट्टीतील फेरीवाले, किरकोळ विक्रेते यांना रस्त्यावर व्यवसाय करण्यास संघटना मदत करते. संघटना येथे जशास तसे ही नीती वापरते. त्यामुळे समस्या सोडवली जाते, असे झोपडपट्टी शाखा चालकांचे मत आहे. ज्ञानेश्वर पादुका चौक, पुणे-मुंबई रस्ता, बोपोडी, कासारवाडी, म्हाळसाकांत चौक अशा पुणे शहरात चौक किंवा रस्ता शाखा आहेत. चौक शाखा छोटे दुकानदार चालवतात. संघटना त्यांना मदत करते. संघटनेमध्ये महाराष्ट्रीयन लोकांबरोबर पंजाबी व केरळी यांचा समावेश होता. पिंपरी चिंचवड शहरात संघटनेचे चिंचवड, थेरगाव, पिंपरी, भोसरी, आकुर्डी व आळंदी रोड असे एकूण सहा विभाग आहेत. या विभागांच्या नियंत्रणाखाली पतितपावन संघटनेच्या शाखा काम करतात.

प्रदीप गारटकर हे पुणे येथील सर परशुराम भाऊ महाविद्यालयात उच्च शिक्षण घेत होते. तेव्हा त्यांनी संघटनेत सहभाग घेतला (१९७८- १९७९). प्रदीप गारटकर यांनी प्रदीप रावतांपासून प्रेरणा घेऊन इंदापूर (पुणे) येथे १९८४ मध्ये संघटनेची स्थापना केली

होती. येथे प्रदीप गारटकरांचे वडील राष्ट्र सेवा दलाचे काम करत होते. हा वारसा गारटकर चालवत होते. परंतु हा वारसा गारटकरांनी सोडून दिला व पतितपावन संघटनेचे काम सुरू केले. धनंजय वाशिंबेकर यांनी फर्ग्युसन कॉलेजमध्ये शिक्षण घेत असताना संघाचे काम सुरू केले होते. त्या दरम्यान त्यांनी पतितपावन संघटनेचे काम केले. यानंतर १९९५ मध्ये त्यांनी इंदापूर येथे पतितपावन संघटनेचे काम सुरू केले.

इंदापूर शहरात पंचायत समिती व नगर परिषद या दोन महत्त्वाच्या राजकीय संस्था आहेत. या दोन्ही संस्थांमध्ये काँग्रेस पक्ष सत्ताधारी होता. पंचायत समितीमध्ये मराठा व इतर मागास असा राजकीय तणाव होता. नगरपरिषदेत जैन, मारवाडी व मुस्लीम समाजाचे वर्चस्व होते. मराठा जातीचे तालुका पातळीवर नेतृत्व शंकरराव पाटील करत होते. माळी व धनगर समाजाला नगरपरिषदेत शिरकाव करण्याची संधी उपलब्ध नव्हती. त्यामुळे माळी व धनगर समाजात राजकीय असंतोष होता. हा असंतोष काँग्रेस व शंकरराव पाटील गट यांच्या विरोधातील होता. या असंतोषाचे सामाजिक स्वरूप मराठा विरोधी इतर मागासवर्गीय या स्वरूपाचे होते. काँग्रेस पक्षात शंकरराव पाटील व शरद पवार असे दोन गट होते (१९८५ ते १९९९). शरद पवारांनी धनगर समाजाचे नेतृत्व वाढविले. त्यामुळे शंकरराव पाटील यांचा मराठा गट व शरद पवार यांचा धनगर समाजाचा गट असे राजकारणाचे सामाजिक ध्रुवीकरण झाले. शरद पवार गटाने शहरात शंकरराव पाटील विरोधी गटास मदत केली. शहरातील नगरपालिकेत शंकरराव पाटील व गोकुळदास शहा यांच्याकडील सत्तेस पतितपावन संघटना विरोध करत होती. या पार्श्वभूमीवर आधारित पतितपावन संघटनेने इंदापूर नगरपालिकेच्या निवडणुका लढविल्या व नगरपालिकेत शिरकाव केला.

१३ फेब्रुवारी १९९८ रोजी शिरूर शहरात पतितपावन संघटनेची स्थापना झाली (सकाळ, पुणे, १४ फेब्रुवारी १९९८; लोकसत्ता, पुणे, १४ फेब्रुवारी १९९८). सैनिकी छावणी आणि व्यापार यासाठी शिरूर शहर प्रसिद्ध आहे. जैन, मारवाडी, आणि गुजराथी वाणी या दोन्ही व्यापारी जातींचा शहराच्या राजकारणावर प्रभाव आहे. मारवाडी, जैन, लिंगायत, मुस्लीम, मराठा, धनगर व माळी हे जातीगट निम-शहरी भागात व तालुका पातळीवर प्रभावी आहेत. शिरूर शहरात व्यापारी वर्गाचा वरचष्मा आहे. छोटे व्यवसाय, व्यापार, बांधकाम व्यवसाय, कल्याणी शॉप, इस्पात स्टील, सुल्झर असे मोठे उद्योग या शहराच्या परिसरात आहेत. या क्षेत्रावर जैन, मारवाडी आणि गुजराथी समाजाप्रमाणे मुस्लीम समाजाचेही नियंत्रण आहे. श्रीमंत मुस्लीम समाजाचा छोटा गट आहे. मात्र बहुसंख्य मुस्लीम समाज हा गरीब आहेत. शहरात जैन, मारवाडी, गुजराथी व मुस्लीम समाजांत स्पर्धा आहे. या समाजातील व्यवसाय व उद्योगधंदे या क्षेत्रातील स्पर्धा राजकीय क्षेत्रात दिसून येते. या पार्श्वभूमीवर पतितपावन संघटना येथे वाढली आहे.

शिरूर येथील नगरपालिकेवर व्यापारी वर्गाचे नियंत्रण होते (१९८०). १९९२ च्या नगरपालिका निवडणुकीत महिलांसाठी ३० टक्के आरक्षण होते. निवडून आलेल्या आठ महिलांपैकी सहा महिला मारवाडी व जैन, तर दोन मराठा जातींच्या होत्या. या निवडणुकीत मुस्लीम उमेदवारांचा पराभव झाला. १९९७ च्या नगरपालिका निवडणुकीत भाजपला बहुमत मिळाले होते. भाजपाचे नसीम खान नगराध्यक्ष झाले होते. १९९७ पासून खान अब्दुल हमीद, अकबर बागवान, झकीर खान पठाण, नसीम खान हे चार मुस्लीम नगरसेवक नगरपरिषदेत होते. भाजपामध्ये मुस्लीम समाजाला झुकते माप दिले जाते. या कारणावरून भाजपाच्या कार्यकर्त्यांनी १३ फेब्रुवारी १९९८ रोजी पतितपावन संघटना स्थापन केली. संघटना स्थापन करण्यात भाजपच्या कार्यकर्त्यांबरोबर काँग्रेस पक्षाच्या कार्यकर्त्यांनी सहभाग घेतला होता. फेब्रुवारी १९९९ मध्ये शिरूर नगरपरिषदेच्या निवडणुका झाल्या. या निवडणुकीत पतितपावन संघटनेने काँग्रेस पक्षाला पाठिंबा दिला. तसेच संघटनेने भाजपच्या विरोधात प्रचार केला. या निवडणुकीत काँग्रेसला बहुमत मिळाले. काँग्रेसचे विश्वास भोसले हे नगराध्यक्ष झाले. रसिकलाल धारिवाल, शहीदखान पठाण, शेख इब्राहिम यांचा विश्वास भोसले यांना पाठिंबा होता. १३ फेब्रुवारी १९९९ रोजी पतितपावन संघटनेचे उपाध्यक्ष प्रदीप गारटकर यांच्या हस्ते नव निर्वाचित नगरसेवक व नगराध्यक्ष यांचा सत्कार रसिकलाल धारिवाल व इब्राहिम शेख यांनी केला (पुढारी, पुणे, १४ फेब्रवारी १९९९). येथील संघटनेत ब्राह्मण, मराठा जातींचे कार्यकर्ते आहेत. भाजप, काँग्रेस व शिवसेना नेत्यांबरोबर त्यांचे मैत्रीचे संबंध आहेत.

अहमदनगर जिल्ह्यातील अहमदनगर, संगमनेर, कोपरगाव, अकोला, श्रीरामपूर, राहुरी, नेवासा, शेगाव व पारनेर येथे संघटनेच्या शाखा होत्या. अहमदनगर शहरात अनिल राठोड व ग्रामीण भागात सोपानराव देशमुख यांनी संघटनेचा विस्तार केला होता. संघटना अहमदनगर शहराच्या सामाजिक रचनेचा आधार घेत वाढली. अहमदनगर शहरात १९६६ व १९७२ मध्ये जातीय दंगे झाले होते. तसेच अहमदनगर शहर उदयोन्मुख औद्योगिक शहर आहे. अहमदनगर ही बाजारपेठ आहे. व्यापाऱ्यांमध्ये हिंदूमुस्लीम असा संघर्ष आहे. हिंदू व्यापाऱ्यांच्या पाठिंब्यामुळे शहरात संघटनेची शाखा सुरू झाली. या पार्श्वभूमीचा आधार घेत अहमदनगर शहरात संघटना वाढली. पण पतितपावन संघटनेतील अनिल राठोड गटाने हिंदू एकता आंदोलन संघटनेची स्थापना केली (मार्च १९८३). बाळासाहेब विखे, बाळासाहेब थोरात, शंकरराव कोल्हे, शंकरराव काळे, तुकाराम गडाख, मधुकर पिचड या नेत्यांमध्ये सत्ता व संपत्तीची स्पर्धा आहे. त्यांनी एकमेकांच्या विरोधात पतितपावन संघटनेला पाठिंबा दिला होता. पतितपावन संघटनेने या नेत्यांमधील वादाचा कौशल्याने वापर करून घेत कोपरगाव, अकोला, संगमनेर, श्रीरामपूर, राहुरी, नेवासा, शेगांव व पारनेर येथे पतितपावन संघटनेच्या शाखा वाढवल्या होत्या.

उत्तर महाराष्ट्रातील नाशिक, मालेगाव, धुळे, येवला, सटाणा, सेल्टा, जळगाव, पारोळा व पाचोरा येथे पतितपावन संघटनेच्या शाखा होत्या. नाशिक व मालेगाव येथे मुस्लीम विरोधाच्या आधारे संघटनेची वाढ झाली. धुळ्यात शंकरराव शेळके व शेषराव पाटील यांनी संघटना वाढविली. धुळे जिल्ह्यात पी. के. पाटील गटाचा पाठिंबा घेऊन संघटना वाढली. पी. के. पाटील यांचे कार्यकर्ते पतितपावन संघटनेत होते. तसेच येथे पतितपावन संघटनेला श्रीमंत शेतकरी वर्गाचा पाठिंबा होता. सेल्टा गावात आदिवासी कार्यकर्त्ये व संघटना यांच्यात संघर्ष होता. जळगाव जिल्ह्यात शिवाजी पुतळा, म. गांधी चौक, कृष्णापुरी येथे संघटनेच्या शाखा आहेत. सूर्यवंशी व भिला सोनवणे यांनी संघटना वाढवली होती. सूर्यवंशी व भिला सोनवणे हे काँग्रेस पक्षाशी संबंधित होते. ते सुरेश जैन गटाचे होते.

मराठवाडा विभागात औरंगाबाद, जालना, लातूर येथे पतितपावन संघटनेच्या शाखा होत्या. औरंगाबाद शहरात औरंगपुरा येथे २८ मे १९८७ रोजी शाखा स्थापन झाली होती. येथे संघटनेत मुस्लीम विरोध होता. या मुद्यावर संघटनेला आधार मिळाला. पतितपावन संघटनेचे व शिवसेनेचे कार्यकर्ते येथे एकच होते. प्रवीण कडपे यांच्या नेतृत्वाखाली येथे संघटना काम करीत होती. १९८७ मध्ये बाळ ठाकरे यांचा संघटनेला विरोध होता. १९९० नंतर पतितपावन संघटनेचे कार्यकर्ते शिवसेनेत सहभागी झाले. त्यानंतर पतितपावन संघटनेला शिवसेनेचा विरोध कमी झाला. महाविद्यालयातील विद्यार्थी ह्या संघटनेत मोठ्या प्रमाणात होते. येथील संघटनेने नामांतराला विरोध, औरंगाबादचे संभाजीनगर नामकरण करणे व जयंत पवार लिखित 'अधांतर' हे नाटक अश्लिल असल्याने त्यावर बंदी घालण्याची मागणी असे प्रश्न उठविले होते. 'यदाकदाचित' 'वस्त्रहरण' 'यदा यदा हि अधर्मस्य' 'पती माझे छत्रपती' अशा नाटकांवर बंदी घालण्याची मागणी संघटनेने केली होती. २००२-२००३ मध्ये संघटनेने औरंगाबाद शहरात उग्र निदर्शने केली होती (नीलिमा जांगडा, दै. लोकमत, औरंगाबाद, ३ जुलै २००३: २).

१९८० नंतर कोकण विभागातील रायगड, रत्नागिरी व सिंधुदुर्ग या जिल्ह्यांतील शहरी भागात पतितपावन संघटनेच्या शाखा स्थापन झाल्या. १९९० नंतर रायगड, रत्नागिरी या दोन जिल्ह्यांत संघटना कार्यरत होती. सिंधुदुर्ग, बृहन्मुंबई भागातील शाखांवर काम करणारे कार्यकर्ते शिवसेना, बजरंग दल, विश्व हिंदू परिषद आणि संघ या संघटनात गेले. अ. र. अंतुले १९८० ते १९८२ या कालखंडात महाराष्ट्राचे मुख्यमंत्री होते. इंदिरा गांधी यांनी मराठा जातीचे नेतृत्व बाजूला करून त्या जागी मुस्लीम नेतृत्व आणले. त्यामुळे मुस्लीम विरोध टोकदार झाला. या पार्श्वभूमीवर १९८० नंतर संघटनेच्या शाखा सुरू झाल्या. अलिबाग, सुदागड, महाड, पोलादपूर, रोहे, पनवेल, खोपोली व चौक या भागात अरुण अहिरे यांनी संघटनेचा विस्तार केला. यास भाजपचा पाठिंबा होता.

अंतुलेच्या विरोधात अरब हटाव आंदोलनासाठी पतितपावन व हिंदू एकता आंदोलन या संघटनेने एकत्रित मोर्चा रायगड जिल्ह्यात काढला होता. या मोर्चातून मुस्लीम विरोध वाढला आणि संघटनेचा प्रसार होण्यास मदत झाली. १९८२ मध्ये अंतुले मुख्यमंत्री पदावरून गेल्यानंतर संघटनेचा विस्तार चालू होता. परंतु शिवसेनेचे देवेंद्र साटम व अरुण अहिरे यांच्यात तीव्र राजकीय स्पर्धा होती. या स्पर्धेला भाजप विरोधी शिवसेना अशी एक बाजू होती. रायगड जिल्ह्यातील 'चौक' येथील शिवसेनेची व पतितपावन संघटनेची शाखा हे स्पर्धेचे मुख्य केंद्र होते. या राजकीय स्पर्धेतून शिवसेनेने संघटनेची ताकद कमी केली.

पुणे जिल्ह्यातील पुणे शहर, पिंपरी-चिंचवड, तळेगाव, भिगवण, इंदापूर, चाकण या औद्योगिक भागात पतितपावन संघटनेने कामगार संघटना स्थापन केल्या होत्या. पिंपरी-चिंचवड या औद्योगिक भागात दक्षिण महाराष्ट्र, उत्तर महाराष्ट्र, मराठवाडा, येथून कामगारवर्ग आला आहे. कामगारवर्गाच्या निवासासाठी पिंपरी-चिंचवड भागातील स्थानिक लोकांनी चाळी बांधून व्यवस्था केली. स्थानिक चाळ मालक व भाडेकरू यांच्यात अनामत रक्कम, घरभाडे, मतदान, सेवा सुविधा, लैंगिक छळ या कारणांवरून सत्तरीच्या दशकात संघर्षाला सुरुवात झाली. ए. डी. भोसले, रूपमय चॅटर्जी यांनी पिंपरी-चिंचवड शहरात भाडेकरू संघटना स्थापन केली होती. ही संघटना कम्युनिस्ट पक्षाशी संलग्न होती. भाडेकरूंचे प्रश्न या संघटनेने हाती घेतले होते. या प्रश्नावर भाडेकरू संघटनेने लढा उभा केला. त्या वेळी स्थानिक चाळमालक विरोधी भाडेकरू, असे पिंपरी-चिंचवड शहरात ध्रुवीकरण झाले. हाच प्रश्न शिवसेना व पतितपावन संघटनेने १९८० मध्ये हाती घेतला. शिवसेना व पतितपावन संघटनेने हा प्रश्न भाडेकरू संघटनेपेक्षा जास्त आक्रमक पद्धतीने हाती घेतला. आक्रमक कार्यपद्धतीपुढे स्थानिक चाळ मालकांनी नमते घेतले. त्यामुळे भाडेकरू संघटनेतील कार्यकर्ते पतितपावन व शिवसेना संघटनेकडे सरकले. ऐंशीच्या दशकात भारतीय मजदूर संघ, भारतीय कामगार सेना व पतितपावन संघटना यांनी कामगार क्षेत्रात प्रवेश केला. शिवाजी शेंडगे यांनी टेल्कोमध्ये पतितपावन कामगार संघटना सुरू केली. बापू पाटील यांनी एस. के. एफ मध्ये, किशोर आढवाल यांनी पिंपरी-चिंचवड महानगरपालिकेमध्ये, अशोक नलावडे व श्रीपती पाटील यांनी बजाज ॲटो येथे पतितपावन कामगार संघटनेच्या शाखा स्थापन केल्या होत्या. संप, उपोषण, टाळेबंदी इत्यादी मार्गांचा वापर केल्यास कारखानदार वर्ग कामगार वर्गाला कामावरून कमी करतो. कामगारवर्गाला काम मिळत नाही. कामगार बेकार होतो. त्यामुळे संप, उपोषण, टाळेबंदी या मार्गांचा वापर करण्यास पतितपावन संघटनेचा विरोध होता. संघटना चर्चा व वाटाघाटी या मार्गांचा पुरस्कार करते. ऑक्टोबर १९८९ मध्ये पिंपरी चिंचवड येथील टेल्को कामगार वर्गाने राजन नायरांच्या नेतृत्वाखाली संप केला. प्रथम

या संपास पतितपावन संघटनेने पाठिंबा दिला होता. परंतु नंतर राजन नायरांची कामगार संघटना टेल्को बाह्य म्हणून त्यांच्या नेतृत्वास विरोध केला. शिवाजी शेंडगे व राजन नायरांच्या कार्यकर्त्यांनी परस्परांवर हल्ले केले. राजन नायर यांची कामगार संघटना मोडून काढण्यासाठी भांडवलदारांनी संघटनेचा वापर केला.

नव्वदीच्या दशकात महिलांसाठी स्थानिक शासन संस्थामध्ये आरक्षण ठेवले गेले. या पार्श्वभूमीवर आधारित पतितपावन संघटनेने महिला आघाडीची स्थापना केली (१७ मे १९९२). स्वप्ना गाडगीळ या महिला आघाडी प्रमुख व उमा रावत या महिला आघाडी उपप्रमुख होत्या. महिलांवरील अन्याय, अत्याचार दूर करण्यासाठी महिला आघाडीची स्थापना केली असे स्वप्ना गाडगीळ यांचे मत होते (केसरी, पुणे, १८ मे १९९२). १९९९ पासून या महिला आघाडीचे नेतृत्व अनिता पाटील करीत आहेत. महिला आघाडीने फ्रेंडशिप डे व व्हेलेंटाईन डे यांना विरोध केला. तरुणींनी शरीरप्रदर्शन करणारा पोशाख घालू नये, अशी भूमिका संघटनेच्या महिला आघाडीने मांडली. पाश्चिमात्यांच्या संस्कृतीचे अंधानुकरण करण्यास संघटनेने विरोध केला. शरीरप्रदर्शन करणारा पोशाख हे पाश्चिमात्य संस्कृतीचे प्रतीक आहे. हिंदू संस्कृतीनुसार ते गैर आहे. असा पोशाख वापरल्यामुळे विनयभंग होतो, असे अनिता पाटील यांचे मत आहे (सामना, पुणे, ८ जून २००१).

नेतृत्व

पतितपावन संघटनेत नेतृत्वाची जबाबदारी ही नियुक्ती-पद्धतीने दिली जाते. संघटनेच्या प्रांत अध्यक्षाचे नेतृत्व हे संघाच्या एकचालकानुवर्ती नेतृत्वाप्रमाणे स्वीकारले जाते. संघटनेची सर्व सत्ता प्रमुख नेतृत्वाकडे केंद्रित झालेली आहे. सर्वोच्च नेतृत्वाच्या आदेशाचे पालन करणे ही संघटनेच्या कार्यकर्त्यांची जबाबदारी मानली जाते. संघाचे कार्यक्रम संघटना व नेतृत्व राबवते. संघटनेविषयक निर्णय निश्चिती संघाकडून केली जाते (लोकमत, पुणे, २४ जून २००२). त्या निर्णयांची अंमलबजावणी संघटनेचे नेतृत्व करते. असे संघ व पतितपावन संघटनेचे घनिष्ठ संबंध आहेत.

नंदू फडके, अनिल शिरोळे, भीमराव बडदे, प्रदीप रावत, सोपानराव देशमुख, प्रदीप गारटकर हे प्रथम फळीतील नेतृत्व होते. मात्र हे सर्व नेते पुणे येथे उच्च शिक्षण घेतलेले आहेत. उच्च शिक्षण घेत असताना या नेत्यांवर संघाच्या हिंदुत्वाचा प्रभाव पडला. संघातील बाळासाहेब देवरस, तात्या बापट, बाबाराव भिडे यांचा प्रभाव या नेत्यांवर आहे. हे नेतृत्व संघनिष्ठ आहे. याबरोबर त्यांच्या नेतृत्वात बाळासाहेब देवरस, तात्या बापट, बाबाराव भिडे यांच्याकडून सावरकरांच्या विचारांचा वारसादेखील आलेला आहे. त्यामुळे संघटनेतील नेते व अनुयायी सावरकरनिष्ठ आहेत.

या संघटनेचे दुसऱ्या फळीतील नेतृत्व बाळासाहेब आनासकर, शिवाजी चव्हाण, सुरेश नाशिककर, अरुण अहिरे, नितीन सोनटक्के, भोलासिंह ठाकूर, शिवाजी शेंडगे, संदीप खर्डेकर, अनंत भोज, सतीश मिसाळ, अरुणा अहिरे यांचे आहे. यांपैकी बहुसंख्य नेते पुणे शहरात विविध व्यवसाय करणारे आहेत. बाळासाहेब आनासकर, शिवाजी चव्हाण, सुरेश नाशिककर, नितीन सोनटक्के, संदीप खर्डेकर, अनंत भोज व सतीश मिसाळ हे नेते विद्या सहकारी बँकेचे व उद्योजक बँकेचे संचालक होते. या नेतृत्वात आर्थिक मुद्यावरून तीव्र स्वरूपाची स्पर्धा आहे. भोलासिंह ठाकूर, शिवाजी शेंडगे, विद्या वत्सल हे कामगार व विद्यार्थी संघटनांतून पुढे आलेले नेते आहेत. कामगार व विद्यार्थी संघटना त्यांनी व्यावसायिक पद्धतीने चालवल्या आहेत. निवडणुकांमध्ये प्रचार करणे, मतदान करण्यासाठी मतदारांना बूथवर आणणे, मतदारांवर दबाव टाकणे या स्वरूपातील कामे हे नेतृत्व करते (धर्माधिकारी अविनाश, १९९८: ८८). ही कामे करताना राजकीय व आर्थिक अपेक्षा केली जाते. १९९८ च्या लोकसभा निवडणुकीत नितीन सोनटक्के व संदीप खर्डेकर यांनी नगरसेवक व आमदारकीची मागणी सुरेश कलमाडी व अविनाश धर्माधिकारी यांच्याकडे केली होती (धर्माधिकारी, १९९८: ८८).

हिंदुत्वाचा विस्तार : मराठा व ओबीसी

पतितपावन संघटना मुख्यत: पुणे शहरात व निम-शहरी भागात वाढली. ब्राह्मणेतर जातींत तिचा सामाजिक पाठिंबा आहे. ब्राह्मणेतर जातींतील कार्यकर्ते या संघटनेत आहेत. पतितपावन संघटनेत इतर मागासवर्गीय जातींचा सर्वांत जास्त सहभाग आहे (८४ पैकी ३९). त्यानंतर मराठा जातीचा सहभाग दिसून येतो (८४ पैकी २४). विशेष म्हणजे पतितपावन संघटनेत ८४ पैकी १३ उच्च जातींच्या अनुयायांचा सहभाग आहे. अमराठी समाजाचे नेते ८४ पैकी १२ संघटनेत आहेत. अनुसूचित जाती व जमातीचे प्रमाण फारच कमी आहे. पतितपावन संघटनेतील नेतृत्व पदवी व पदव्युतर शिक्षण घेतलेले आहे. यानंतर दुसरा स्तर हा माध्यमिक शिक्षण घेतलेला आहे. एकूण ८४ नेते व कार्यकर्त्यांपैकी २८ नेत्यांचे माध्यमिक शिक्षण झाले आहे. तर ५६ नेत्यांचे पदवी व पदव्युतर शिक्षण झाले आहे.

संघटनेतील नेतृत्वाचे पक्ष व संघटनांबरोबरचे संबंध

संघटनेच्या नेत्यांनी भाजप, शिवसेना, काँग्रेस व राष्ट्रवादी काँग्रेस पक्षांबरोबर राजकीय संबंध ठेवलेले आहेत. संघटना भाजपला कार्यकर्ते पुरवते. तसेच संघटनेत घडलेल्या कार्यकर्त्यांना भाजपपक्षात सामील करून घेतले जाते. पतितपावन संघटनेतील ८४ पैकी ६२ कार्यकर्त्यांना भाजपने पक्ष संघटक, नगरसेवक, आमदार व खासदार म्हणून संधी दिली आहे. शिवसेना व भाजप युतीपूर्व काळात पतितपावन संघटनेतील कार्यकर्ते

व शिवसेना संघटनेचे संबंध तणावाचे होते. शिवसेना व भाजप यांची युती झाल्यानंतर नव्वदीच्या दशकात रायगड, जळगाव, औरंगाबाद व इंदापूर येथे शिवसेनेने पतितपावन संघटनेतील कार्यकर्त्यांना शिवसेना संघटनेत सामील करून घेतले (८४ पैकी ११). काँग्रेस व राष्ट्रवादी काँग्रेस, इंदापूर विकास आघाडी या पक्ष व संघटनामध्ये पतितपावन संघटनांचे कार्यकर्ते गेलेत (८४ पैकी ०९). मात्र भाजप व शिवसेनच्या तुलनेत हे प्रमाण फारच कमी आहे. पतितपावन संघटनेतील कार्यकर्ते युवक आहेत. परंतु पतितपावन संघटनेतील नेतृत्व सध्या मध्यम वयोगटातील आहे. तरुण नेतृत्वाच्या तुलनेत ५० पेक्षा जास्त वयोगटातील नेतृत्वांचे प्रमाण जास्त आहे (५२ टक्के).

संघटनेची मुळे सेवाक्षेत्राशी संबंधी

संघटनेला ऐंशीच्या दशकातील राजकीय अर्थकारणाचा आधार मिळाला. या दशकात संघटनेने राजकीय अर्थकारणाबद्दल घसरडी भूमिका घेतली होती. नव्वदीच्या दशकात संघटनेची हीच भूमिका राहिली. उदा. संघटनेने पुणे जिल्हा लॉटरी विक्रेता संघाचा मेळावा पुणे येथे आयोजित केला होता (जून १९९२). या मेळाव्यास महाराष्ट्र जैन संघटनेचे अध्यक्ष शांतिलाल मुथ्था हे अध्यक्ष म्हणून उपस्थित होते. तसेच अण्णा जोशी (खासदार) मेळाव्याला उपस्थित होते. मटका हा अनैतिक धंदा आहे; बेकायदा मटक्याला आळा घालावा, असे आव्हान पतितपावन संघटनेने मेळाव्यात केले होते. तर लॉटरी हा कायदेशीर व्यवसाय आहे, अशी भूमिका घेतली होती. संघटनेची ही भूमिका लॉटरी व्यवसायाचे समर्थन करणारी होती (सकाळ, पुणे, २९ जून १९९२).

राज्यसरकारने शाळा व महाविद्यालयाची फी दुप्पट केली (मे १९९२). शैक्षणिक क्षेत्रात फीवाढीचे प्रमाण सतत वाढत आहे हे लक्षात घेऊन संघटनेने शासनाच्या शैक्षणिक शुल्कवाढीवर टिप्पणी करणारी व्यंगचित्रे पुण्यात लावली. शाळा, महाविद्यालय आणि विद्यापीठ पातळीवरील आगामी फीवाढ रोखण्यासाठी टिळक स्मारक पुणे, येथे संघटनेने पालक-शिक्षक मेळावा घेतला होता (३१ मे १९९२). उच्च व पदव्युत्तर शिक्षणातील फीवाढीस संघटनेने विरोध केला (केसरी, पुणे, १ जून १९९२). अर्थातच हा मुद्दा नव्वदीच्या राज्याने कल्याणकारी भूमिका कमी करण्याच्या विरोधातील ठरतो.

याखेरीज संघटनेने स्वदेशी जागरण मंचाच्या 'स्वदेशी' धोरणास पाठिंबा दिला होता. संघटनेने 'स्वदेशी' धोरणास पुणे व पिंपरी-चिंचवड येथे चौका-चौकांत सभा घेऊन पाठिंबा दिला. विदेशी वस्तू वापरण्यास संघटनेने विरोध केला. लोकमान्य टिळक व सावरकर यांनी विदेशी वस्तूंची होळी केलेल्या घटनेस शंभर वर्षे पूर्ण झाली म्हणून कोथरूड (पुणे) येथे विदेशी वस्तूंची होळी केली. शेतकरी संघटनेच्या राजीव वस्त्र होळी कार्यक्रमात संघटनेने सहभाग घेतला होता. गॅट करार, खुले आर्थिक धोरण व एन्रॉन हा

बहुराष्ट्रीय प्रकल्प यांचा संघटनेने निषेध केला होता. इंदापूर तालुक्यातील सिनार मास ह्या बहुराष्ट्रीय प्रकल्पाच्या विरोधात प्रथम आंदोलन केले. त्यानंतर या प्रकल्पास संघटनेने पाठिंबा दिला होता. बहुराष्ट्रीय कंपन्या इंदापूर तालुक्यात आल्या नाहीत, तर इंदापूर तालुक्याचा विकास होणार नाही. तालुका प्रगतीपासून दूर राहील. यावरूनच असे दिसते की, एकीकडे स्वदेशी जागरण मंचाच्या कार्यक्रमांमध्ये सहभाग आणि दुसरीकडे सिनार मास या बहुराष्ट्रीय उद्योगाला सहकार्य असे दुटप्पी धोरण संघटनेने पुरस्कारले होते.

नव्वदीच्या दशकात खुल्या अर्थकारणामुळे सेवा व्यवसायाची भरभराट झाली. विविध प्रकारचे व्यवसाय भरभराटीला आले. या क्षेत्रातून संघटनेला भक्कम आधार मिळत गेला. पतितपावन संघटनेचे ८४ पैकी ७५ नेते सेवा क्षेत्रातील आहेत. उदा. वकील, छोटे दुकानदार, बांधकाम व्यवसाय, कंत्राटदार, हॉटेल व्यवसाय, गॅरेज व्यवसाय, कामगार व घरकाम असे विविध व्यवसाय करणारे नेते व अनुयायी पतितपावन संघटनेचे नेते आहेत. सेवा क्षेत्राच्या तुलनेत उद्योग व शेती क्षेत्रातील नेत्यांची संख्या फारच कमी आहे. पुणे शहरात मध्यम व मोठ्या व्यावसायिकांचा पतितपावन संघटनेला पाठिंबा आहे. पुणे–पिंपरी–चिंचवड शहरात सद्गुरू जंगली महाराज बँक, दि. कॉसमॉस को–ऑप बँक, विद्या सहकारी बँक या मोठ्या बँकांनी संघटनेच्या कार्यकर्त्यांना आर्थिक मदत केली आहे. विद्या सहकारी बँक पुणे व उद्योग विकास बँक एरंडवणा, पुणे या दोन बँकांच्या संचालक मंडळातील बाळासाहेब अनासकर, प्रदीप गारटकर, सतीश मिसाळ, शिवाजी चव्हाण, नितीन सोनटक्के हे पतितपावन संघटनेचे नेते होते. मझर शेख, तस्लीम शेख, डालियन समीर, माधव शालियान हे छोटे कारखानदार व तसेच छोटे उद्योगधंदे असणारा वर्ग पिंपरी–चिंचवड येथील पतितपावन संघटनेला मदत करतो. छोटे व्यावसायिक, व्यापारी, अमराठी व्यापारी, हॉटेल व्यावसायिक, दळणवळण व्यावसायिक यांनी संघटनेला आर्थिक मदत केली आहे. पेट्रोल पंप उद्योजक पुणे यांचा संघटनेला आर्थिक पाठिंबा होता. वकिलांनी संघटनेच्या कार्यकर्त्यांवरील खटले मोफत चालवले. बाबा भिडे व प्रकाश औटी यांनी संघटनेला मदत केली होती. ही संघटना आपल्या कार्यक्षेत्रात भव्य प्रमाणात शिवजयंती, गणेश उत्सव, दुर्गा उत्सव साजरा करते. अशा प्रसंगी व्यावसायिक मदत करतात. कार्यकर्त्यांवर जर पोलीस खटला असेल तर तो खटला संघटनेचे वकील व सहानुभूतीदार मोफत चालवतात. भारतीय जनता पक्षाचे प्रकाश जावडेकर, प्रमोद महाजन, अण्णा जोशी, गिरीश बापट इत्यादी नेत्यांनी पोलीस खटले मिटविण्यासाठी संघटनेला मदत केली. इंदापूर नगरपरिषदेचा कारभार इ. स. १९९२ ते १९९७ पर्यंत संघटनेचे प्रदीप गारटकर चालवत असल्याने येथील नगरपरिषदेची साधनसामग्री संघटनेच्या मदतीस आली. १९९७ नंतर नगरपरिषदेत ९ नगरसेवक पतितपावन संघटनेचे असल्याने इंदापूर नगरपरिषदेतून संघटनेला मदत होत होती. पुणे महानगरपालिकेत सतीश मिसाळ हे नगरसेवक होते. सुरेश कलमाडींच्या आघाडीस

पतितपावन संघटनेने पाठिंबा दिल्याने व सतीश मिसाळ महानगरपालिकेच्या कारभारातील एक प्रमुख नगरसेवक होते. या संघटनेत आर्थिक हितसंबंधांना जास्त महत्त्व देणारा गट आहे (धर्माधिकारी, १९९८: ८८). निवडणुकीतील पाठिंबा आर्थिक मुद्यावर दिला जातो. त्यामुळे संघटनेची बाजू आर्थिकदृष्ट्या दुबळी असली, तरी संघटनेतील नेत्यांची आर्थिक बाजू भक्कम होती.

कार्यक्रम

पतितपावन संघटनेने सांस्कृतिक, धार्मिक, आर्थिक कार्यक्रमांमध्ये व निवडणुकांमध्ये सहभाग या कार्यक्रमांद्वारे नवहिंदुत्वाचा मुद्दा ओबीसी व मराठा समाजात मांडला.

हिंदुकरण : सांस्कृतिक कार्यक्रम

संघटना १० जानेवारी रोजी शनिवारवाडा वर्धापन दिन साजरा करीत असते. या कार्यक्रमात शहीद व हौतात्म्य पत्करलेल्या जवानांच्या कुटुंबाचा सदाशिवराव भाऊ पुरस्कार देऊन सत्कार करण्यात येतो (नष्टे). पतितपावन संघटनेने शिवाजी महाराज व संभाजी महाराज यांच्या चरित्रातून हिंदू धर्म संरक्षक विचार मांडला आहे. शिवाजीने अफजलखानाचा कोथळा बाहेर काढला व संभाजी हिंदू धर्मरक्षक होता. हा विचार संघटनेने संभाजी महाराज बलिदान स्मृतीदिनांतून समाजात पसरवला. छत्रपती संभाजी हे मराठ्यांचे राजे होते. ११ मार्च १६८९ रोजी पुण्याजवळील वढू बुद्रुक-तुळापूर त्यांची हत्या येथे झाली होती. या घटनेला १९८९ मध्ये तीनशे वर्षं पूर्ण झाली होती. येथून पुढे संघटनेने संभाजी महाराज बलिदान स्मृतिदिन साजरा करण्यास सुरुवात केली. १९८९ मध्ये संघटनेचे नेते सुरेश नाशिककर यांनी धर्मवीर संभाजी महाराज प्रतिष्ठान (पुणे) या संस्थेची स्थापना केली. ही संघटना संभाजी महाराज बलिदान स्मृतिदिन साजरा करण्यात पुढाकार घेते. १९८९ पासून पतितपावन संघटना, शिवसेना, संभाजी स्मारक स्मृती समिती (पुणे), छत्रपती शंभूराजे ट्रस्ट, धर्मवीर संभाजी महाराज प्रतिष्ठान (शिरूर), संघ व संघ परिवार या संघटनांनी एकत्रितपणे संभाजी महाराज बलिदान स्मृतिदिन साजरा केला. १९९५ पासून संभाजी स्मारक स्मृती समितीच्यावतीने धर्मवीर संभाजी महाराज पुरस्कार दिला जातो. १९९५ मध्ये हा पहिला पुरस्कार शिवाजी सावंत यांना दिला गेला. तसेच शंभूसेवा पुरस्कार दिला जातो. संभाजी महाराजांच्या स्मृती स्मारकाचा विकास करावा, राष्ट्रीय स्मारक असा दर्जा मिळावा, धर्मवीर म्हणून प्रसिद्धी मिळावी हे मुद्दे या संघटनांनी मांडले. हे मुद्दे मिलिंद एकबोटे (संभाजी स्मारक स्मृती समिती कार्यवाहक), सुरेश नाशिककर (पतितपावन संघटना) यांनी मांडले होते. या कार्यक्रमामुळे छत्रपती संभाजी समर्थकांकडून नवहिंदुत्व विचाराला अधिमान्यता मिळत गेली. छत्रपती संभाजी समर्थक व नवहिंदुत्ववाद यांच्यातील राजकीय अंतर कमी झाले.

हिंदू अस्मिता : धार्मिक कार्यक्रम

पतितपावन संघटनेने १९८१ पासून गणेश उत्सव, शिवजयंती उत्सव व नवरात्रोत्सव हे कार्यक्रम राबवले. सार्वजनिक ठिकाणी अष्टभुजेची स्थापना केली. १९८१ व १९८२ मध्ये संघटनेने शनिवारवाडा, महात्मा फुले मंडई, संभाजी चौक डेक्कन, नागनाथपार या भागांत मेळावे घेतले व मिरवणुका काढल्या. त्यात संघटनेने शाहीर बाबासाहेब देशमुख यांच्या पोवाड्याचे कार्यक्रम आयोजित केले होते. या पोवाड्यांमध्ये हिंदूंवरील अन्यायाचे वर्णन केले जात असे. धार्मिक भावना चेतावणारी भाषा वापरली जात होती. चौकाचौकातून भगव्या झेंड्याचा मुक्तहस्तपणे व नियोजनपूर्वक वापर केला (टिळेकर एन. एम., १९८२: ४). २६ जानेवारी १९८२ रोजी संघटनेने लक्ष्मी रोडवरून मिरवणूक काढली होती. या मिरवणुकीत संघटनेने प्रक्षोभक घोषणा दिल्या. १४ फेब्रुवारी १९८२ रोजी भव्य मिरवणूक काढली. या मिरवणुकीत व दुसऱ्या दिवशी पुण्यात हिंदू व मुस्लीम अशी दंगल झाली (टिळेकर, १९८२: ६). विश्व हिंदू परिषदेबरोबर एकात्मता यात्रा (१९८३), भारत माता, गंगामाता यात्रा, हरिद्वार ते हरिमंदिर सद्भावना यात्रा (पंजाब), रामभक्ती मेळावा (दिल्ली), धर्म संसद (नाशिक), हिंदू धर्म पुनरागमन, परिवर्तन कार्यक्रम (१९८५- नेवासा जिल्हा अहमदनगर), रामजन्मभूमी मुक्ती आनंद सोहळा (९ फेब्रुवारी १९८६, शनिवारवाडा, पुणे) राम पादुका पूजन, रामजन्मभूमी मुक्ती आंदोलन इत्यादी कार्यक्रमांत संघटनेने सहभाग घेतला होता. संघटनेच्या दृष्टिकोनातून हे कार्यक्रम हिंदू एकात्मतेचे आहेत. म्हणून या कार्यक्रमात संघटनेने सहभाग घेतला होता (गारटकर; बडदे, खर्डेकर). या धार्मिक कार्यक्रमांतून हिंदू ऐक्य झाले.

ऑक्टोबर १९८७ मध्ये महाराष्ट्र शासनातर्फे समग्र आंबेडकर साहित्यातील चौथा खंड 'रिडल्स इन हिंदुइझम' प्रकाशित झाला. या खंडातील डॉ. आंबेडकरांनी हिंदू धर्मावर आणि देव-देवतांवर (राम-कृष्ण) केलेल्या समीक्षेवरून वाद निर्माण झाला. या चौथ्या खंडातील काही भाग वृत्तपत्रांनी प्रकाशित केल्याबरोबर हिंदूच्या भावना दुखावल्या जाणारे साहित्य प्रकाशित करू नये, अशी भूमिका संघटनेने घेतली. रिडल्स इन हिंदुइझमचा प्रतिवाद करण्यासाठी इंदापूर येथील संघटनेने रामरावजी ठोक यांचे रामाचे धार्मिक व सांस्कृतिक महत्त्व सांगणारे कार्यक्रम सुरू केले (गारटकर). श्रीराम चरण, पादुका पूजन, रामभक्त मेळावा, रामजन्मभूमी, रथयात्रा इत्यादी हिंदुत्ववादी कार्यक्रम पतितपावन संघटनेने घेतले.

निवडणुकांमधील सहभाग

राजकीय पक्ष म्हणून काम करावे की, सामाजिक क्षेत्रात काम करावे, असे दोन विचारप्रवाह संघटनेमध्ये होते. राजकीय पक्षाचे स्वरूप धारण करून निवडणुका लढवाव्यात, या मताचे समर्थन प्रदीप गारटकर, सतीश मिसाळ, संदीप खर्डेकर, दिलीप

उंबरकर व अनंत भोज यांनी केले होते (गारटकर; लोकसत्ता पुणे, ८ डिसेंबर २००१). राजकीय क्षेत्रात संघटनेने प्रत्यक्षपणे काम करू नये. संघाची एक सामाजिक शाखा म्हणून तिने काम करावे. या मताचे समर्थन भीम बडदे, नितीन सोनटक्के व धनंजय लेले यांनी केले होते (लोकसत्ता, पुणे, ८ डिसेंबर २००१). संघटनेतील कार्यकर्त्यांनी राजकारण करण्यासाठी भाजपमध्ये सामील होऊन त्या व्यासपीठावर राजकारण करावे या विचारांच्या मतभिन्नतेने २००२ मध्ये उग्र स्वरूप धारण केले. परंतु संघटनेने जून २००२ मध्ये संघटना संघाच्या अधिपत्याखाली सामाजिक कार्य करेल, असा धोरणात्मक निर्णय घेतला. त्यामुळे राजकीय पक्षाचे स्वरूप धारण करण्याचा विचार मागे पडला व संघाची एक सामाजिक शाखा हा विचार पुढे आला (सकाळ, पुणे, २४ जून २००२; लोकमत, पुणे, २४ जून २००४). हा वादाचा विषय असूनही संघटनेने निवडणुकांच्या राजकारणात कृतिशीलपणे सहभाग घेतला आहे.

पुणे, इंदापूर व संगमनेर येथे पतितपावन संघटनेने निवडणुकांत प्रचार केला व निवडणुका लढवल्या. हिंदूना संघटित केले. १९८५ मध्ये संगमनेर येथे संघटनेचे नगरसेवक नगरपरिषदेत निवडून आले होते. संघटनेतील कार्यकर्ते संगमनेर येथे भाजप, शिवसेना, काँग्रेस व राष्ट्रवादी काँग्रेस या पक्षांमध्ये होते (गुणे विनय, महाराष्ट्र टाईम्स, २७ फेब्रवारी १९९८). नव्वदीच्या दशकात संघटनेने इंदापूर तालुक्यात नगरपरिषद, ग्रामपंचायत, पंचायत समिती, जिल्हापरिषद, साखर कारखाना संचालक मंडळ व विधानसभा निवडणुका लढवल्या आहेत. त्या निवडणुका पुढीलप्रमाणे आहेत.

१९९२ ची नगरपालिका निवडणूक

१९९२ ची नगरपालिका निवडणूक पतितपावन संघटनेने लढवली. संघटनेने ही निवडणूक काँग्रेस पक्षाच्या विरोधात लढवली. १९९२ च्या निवडणुकीत प्रदीप गारटकर यांनी जनसेवा पॅनल स्थापन केले होते. या जनसेवा पॅनलच्या विरोधात अधिकृत पॅनल काँग्रेस (आय) पक्षाने उभे केले नव्हते. इंदापूर शहर युवक काँग्रेस (आय) चे अध्यक्ष अरविंद वाघ, इंदापूर सहकारी साखर कारखान्याचे उपाध्यक्ष गोकुळशेठ शहा, माजी उपनगराध्यक्ष गिरीश शहा, माजी नगराध्यक्ष रत्नाकर मखरे आणि इंदापूर सहकारी साखर कारखान्याचे संचालक रमेश शुक्ल हे पाच स्थानिक नेते इंदापूर शहर विकास आघाडी या बॅनरखाली जनसेवा पॅनलविरोधी एकत्र आले. त्यांनी 'स्वच्छ इंदापूर-सुंदर इंदापूर' हा निवडणूक जाहीरनामा प्रकाशित केला (जाहीरनामा, जनसेवा पॅनल, जानेवारी १९९२). असे चित्र वरवर दिसते. पण पतितपावन संघटनेच्या विरोधी पॅनलमध्ये शंकरराव पाटील, गिरीश शहा व रत्नाकर मखरे असे तीन गट होते. या गटबाजीचा थेट फायदा पतितपावन संघटनेला झाला. संघटनेचे प्रदीप गारटकर बिनविरोध निवडून आले. एकूण २५ जागांपैकी १४ जागा पतितपावन संघटनेला मिळाल्या होत्या. त्यामुळे संघटनेकडे स्पष्ट बहुमत

होते. या निवडणुकीत संघटनेचे ५६ टक्के नगरसेवक निवडून आले होते (तक्ता क्र. २.१). या व्यतिरिक्त तीन अपक्ष नवनिर्वाचित नगरसेवक संघटनेत सहभागी झाले. प्रदीप गारटकर ७ फेब्रुवारी १९९२ ते ६ फेब्रुवारी १९९७ पर्यंत इंदापूर नगरपालिकेचे नगराध्यक्ष होते (सकाळ, पुणे: १९ जानेवारी १९९२, पालिका निवडणूक: १-३; कामत सतीश, पुणे जिल्हा वार्तापत्र).

पतितपावन संघटनेकडून विशेष: इतर मगासवर्गीय उमेदवार जास्त निवडून आले होते. हा मुद्दा संघटनेचा मुख्य आधार होता. प्रदीप गारटकर (ब्राह्मण), बाब्रस (ब्राह्मण), कृष्णा ताटे (मराठा), उद्धव पवार (मराठा), वनमाला विंचू (शिंपी), सुरेश गवळी (माळी), सुशिला स्वामी (लिंगायत), अतुल ढोले (वाणी), राऊत (माळी), सौ. कुंभार (कुंभार), अशोक इंजगुडे (धनगर), अंकुश गवळी (माळी), विठ्ठल ननावरे (चर्मकार), तानाजी मोहिते (मातंग), नंदकुमार शहा (गुजर) व लिंगायत पठाण (मुस्लीम) हे संघटनेचे नगरसेवक होते. रमाकांत पलंगे (खाटीक) व कन्हेलाल शहा (गुजर) हे दोन संघटनेचे स्वीकृत सदस्य होते (वाशिंबेकर).

१९९७ ची नगरपालिका निवडणूक

१९ जानेवारी १९९७ रोजी इंदापूर नगरपालिकेची निवडणूक झाली. ही निवडणूक ५ वार्डांमध्ये १७ जागांसाठी झाली. या निवडणुकीत पतितपावन संघटना विरोधी काँग्रेस, रिपब्लिकन पक्ष, विकास आघाडी अशी युती झाली होती. या निवडणुकीत १७ पैकी ८ जागा पतितपावन संघटनेस तर काँग्रेस, रिपब्लिकन पक्ष, विकास आघाडी यांना मिळून ८ जागा जिंकता आल्या. पतितपावन संघटनेस स्पष्ट बहुमत नसल्याने सत्तांतर घडून आले.

नव्वदीच्या दशकात ओबीसी व महिला या दोन घटकांसाठी स्थानिक शासन संस्थामध्ये आरक्षण आले होते. त्यामुळे संघटनेने या निवडणुकीत आरक्षणाची व्यूहनीती वापरली होती. महिलांसाठी १७ पैकी ६ जागा राखीव होत्या. या ६ पैकी ५ जागांवर पतितपावन संघटनेच्या महिला निवडून आल्या होत्या. इतर मागासवर्गासाठी ५ राखीव जागा होत्या. पतितपावन संघटनेचे ५ ही इतर मागासवर्गीय जातीगटातील उमेदवार निवडून आले होते. याखेरीज सर्वसाधारण जागेवर २ इतर मागासवर्गीय उमेदवार निवडून आले होते. अनुसूचित जातीसाठी तीन जागा राखीव होत्या. त्यांपैकी २ जागा पतितपावन संघटनेने जिंकल्या होत्या. सुशिला स्वामी (लिंगायत), नलिनी शिंदे (माळी), लताबाई शिंदे (माळी), सुरेश गवळी (माळी), वनमाला विंचू (शिंपी), विठ्ठल ननावरे (चर्मकार), प्रतिभा गालबोटे (शिंपी), धनंजय वाशिंबेकर (सोनार), अरुण ढवरे (मातंग) इत्यादी नगरसेवक संघटनेचे होते. संघटनेने वहिब या मुस्लीम समाजातील व्यक्तीला स्वीकृत सदस्य म्हणून नगरसेवक केले. पतितपावन संघटनेच्या विरोधी गटाला बहुमत टिकवता

आले नाही. त्यामुळे फेब्रुवारी १९९९ मध्ये नगराध्यक्ष पदासाठी मतदान झाले, तेव्हा पतितपावन संघटना प्रणित जनसेवा पॅनलच्या सुनंदा विठ्ठल ननावरे यांना ९ मते मिळाली होती. हर्षवर्धन पाटील प्रणित विकास आघाडीच्या अरविंद वाघ यांना ८ मते मिळाली. पतितपावन संघटनेने एका मताने विकास आघाडीचा पराभव केला. दोन वर्षांत पुन्हा संघटनेने सत्तांतर केले होते. शरद पवार गट व हर्षवर्धन पाटील गट यांच्यात राजकीय संघर्ष असल्याने शरद पवार गटाने पतितपावन संघटनेला प्रत्यक्ष युती न करता अंतर्गतपणे मदत केली होती. यामुळे संघटनेचा नगराध्यक्ष झाला होता.

२००२ ची नगरपालिका निवडणूक

जानेवारी २००२ मध्ये इंदापूर नगरपालिकेच्या निवडणुका झाल्या. या निवडणुकीत पतितपावन संघटनाप्रणित जनसेवा आघाडी, इंदापूर तालुका विकास आघाडी प्रणित लोकसेवा पॅनल व राष्ट्रवादी काँग्रेस पक्ष असे तीन पक्ष निवडणुका लढवित होते. प्रदीप गारटकर यांनी डिसेंबर २००१ मध्ये भारतीय जनता पक्षात प्रवेश केला. मात्र निवडणूक पतितपावन संघटनेच्या नावे लढवली. गारटकरांनी जनसेवा आघाडीचे नेतृत्व केले. इंदापूर तालुका विकास आघाडी प्रणित लोकसेवा पॅनलचे नेतृत्व हर्षवर्धन पाटील (आमदार) यांनी केले. जनसेवा पॅनेल व लोकसेवा पॅनेल या दोन आघाड्यांनी परस्परांच्या विरोधात प्रचार केला. लोकसेवा पॅनलच्या नेतृत्वाने व्यक्तिगत स्वार्थासाठी इंदापूर शहराचा विकास केला नाही. विकास आघाडीचे ८ नगरसेवक होते. त्यांच्या वॉर्डात आमदार निधीतील एक पैसाही खर्च केला नाही. इंदापूर नगरपालिकेचे मुख्याधिकारी विकास-कामामध्ये अडथळे आणत होते. शासनाकडून मिळणारे अनुदान वेळेवर मिळत नाही. पुढील पाच वर्षांत क्रीडासंकुल, जलतरण तलाव, सांस्कृतिक केंद्र उभारू असे प्रश्न जनसेवा आघाडीने प्रचारात मांडून लोकसेवा पॅनलच्या विरोधात वातावरणनिर्मिती केली होती(लोकमत, पुणे : १७ जानेवारी २००२). स्वच्छ इंदापूर, सुंदर इंदापूर, विकसित इंदापूर हा जनसेवा आघाडीच्या विरोधात लोकसेवा पॅनलने प्रमुख मुद्दा मांडला. घर तेथे शौचालय, शिक्षणाचा दर्जा उंचावणे, क्रीडा सांस्कृतिक केंद्र, महिलांसाठी व्यवसाय मार्गदर्शन करणे, गेल्या दहा वर्षांत जनसेवा आघाडीने भ्रष्टाचार केला. हे प्रश्न लोकसेवा पॅनलने प्रचारात मांडले होते. जनसेवा आघाडीचे विठ्ठल ननावरे नगराध्यपदी निवडून आले होते (पुढारी, पुणे: २२ जानेवारी २००२). तसेच संघटनेचे ८ नगरसेवक निवडून आले (तक्ता क्र. २.१). पतितपावन संघटनेचे अनिल राऊत हे स्वीकृत सदस्य होते.

इतर मागासवर्गीयांसाठी ५ जागा व अनुसूचित जातींसाठी ३ जागा राखीव होत्या. या ८ जागा संघटनेने जिंकल्या होत्या. सर्वसाधारण जागेवरील संघटनेचे उमेदवार पडले. मात्र सर्वसाधारण जागेवर निवडून आलेले उमेदवार संघटनेत निवडणुकीनंतर गेले. संघटना पुरस्कृत जनसेवा आघाडीचे धनंजय बाब्रस (ब्राह्मण), राजेश शिंदे (माळी), अनिल राऊत

(माळी), धनंजय वाशिंबेकर (सोनार), सरस्वती कदम (परीट), वनमाला विंचू (शिंपी), स्मिता पलंगे (खाटीक), विठ्ठल ननावरे (चर्मकार), अरुण ढावरे (मातंग), मिलिंद दोशी (गुजर) यास्मीन बागवान हे उमेदवार निवडून आले होते. विकास आघाडीचे सादिक बागवान यांनी २००३ मध्ये पतितपावन संघटनेत प्रवेश केला (विठ्ठल ननावरे). पतितपावन संघटनेचे विठ्ठल ननावरे हे २००२ पासून इंदापूर नगरपरिषदेचे नगराध्यक्ष होते.

तक्ता. क्र. २.१ : **इंदापूर नगरपालिकेच्या नगरसेवकांचे पक्षनिहाय वर्गीकरण**

निवडणूक	**१९९२**		**१९९७**		**२००२**	
आघाडी	नगरसेवक	टक्के	नगरसेवक	टक्के	नगरसेवक	टक्के
पतितपावन संघटना	१४	५६	८	४७	८	४७
विकास आघाडी	८	३२	८	४७	५	२९
राष्ट्रवादी काँग्रेस	–	–	–	–	३	१८
इतर	३	१२	१	६	१	६
एकूण	**२५**	**१००**	**१७**	**१००**	**१७**	**१००**

(महाराष्ट्र निवडणूक आयोग रिपोर्ट: १९९४–२००३; सकाळ, पुणे, २२ जाने २००२, पुढारी, पुणे, १२ जानेवारी २००२, सकाळ, पुणे, १७ जानेवारी २००२ व २२ जानेवारी २००२).

१९९५ ची विधानसभा निवडणूक

इंदापूर तालुक्यात शंकरराव पाटील हे १९५२ ते १९७९ पर्यंत काँग्रेस पक्षाचे आमदार होते. १९७९ ते १९८४ या कालखंडात शंकरराव पाटील यांचे भाचे राजेंद्रकुमार घोलप हे काँग्रेस पक्षाचे आमदार होते. शंकरराव पाटील १९८० मध्ये लोकसभेवरती निवडून गेले (eci.gov.in). १९८० पर्यंत इंदापूर तालुका पंचायत समितीचे दोन सभापती मराठा व एक सभापती धनगर समाजाचा झाला होता. उपसभापती तीन मराठा व एक धनगर समाजाचा झाला होता. शंकरराव पाटील या मराठा जातीच्या नेतृत्वाखाली तालुक्याचे राजकारण केले जात होते. जमीन हे उत्पादनाचे साधन मराठ्यांकडे आहे. मराठा जातीबरोबरच धनगर व माळी या दोन जातींकडे बागाईत शेतजमीन आहे. माळी व धनगर समाजांतून सधनवर्ग तयार झाला आहे. १९८० नंतर हा वर्ग मराठा जातीच्या राजकारणातील मुख्य स्पर्धक झाला आहे. त्यामुळे इंदापूरचे राजकारण मराठा विरोधी धनगर अशा स्वरूपाचे आहे. या पार्श्वभूमीवर आधारित काँग्रेस पक्षाने गणपतराव पाटील (धनगर) यांना विधानसभेची उमेदवारी दिली (१९८५). गणपतराव पाटील १९८५ व १९९० अशा दोन वेळा विधानसभेवर निवडून आले (eci.gov.in). या कालावधीत

इंदापूर येथील मराठा समाज काँग्रेस विरोधात गेला. या पार्श्वभूमीवर ग्रामीण भागातून संघटनेला आरंभी मराठा समाजातून पाठिंबा मिळाला.

१९९५ ची निवडणूक प्रदीप गारटकर यांनी गणपतराव पाटील (काँग्रेस आय) व हर्षवर्धन पाटील (बंडखोर काँग्रेस) यांच्या विरोधात लढवली. प्रदीप गारटकर शिवसेना-भाजप युतीचे पुरस्कृत उमेदवार होते. परंतु प्रत्यक्षात बाळ ठाकरे यांनी हर्षवर्धन पाटील यांना अंतर्गत पाठिंबा दिला होता. प्रदीप गारटकरांनी पतितपावन संघटना, भाजप, संघ व काँग्रेस पक्षाची अनधिकृत मते अशी मिळून ३८,७९७ मते घेतली. त्यांना २५.६६ टक्के मतदान झाले होते. ते अनुक्रमे तिसऱ्या क्रमांकावर होते (eci.gov.in). विजयी उमेदवार हर्षवर्धन पाटील यांना ५९,१२५ आणि दुसऱ्या क्रमांकाचे गणपतराव पाटील यांना ४७,९४९ मते पडली होती (eci.gov.in). या निवडणुकीच्या प्रचारामुळे संघटनेचा प्रसार इंदापूर शहराच्या बाहेर ग्रामीण भागात झाला. प्रचाराच्या निमित्ताने संघटनेच्या शाखा गाव पातळीवर कृतिशील झाल्या.

१९९९ ची विधानसभा निवडणूक

ऑक्टोबर १९९९ मध्ये महाराष्ट्र विधानसभेच्या निवडणुका झाल्या. या निवडणुकीत इंदापूर विधानसभा मतदारसंघात प्रदीप गारटकर हे पतितपावन संघटनेचे उमेदवार उभे होते. धरणग्रस्तांच्या समस्या, सुशिक्षित बेकारांना नोकऱ्या व दलित जातींवरील अत्याचार हे मुद्दे संघटनेने प्रचारात मांडले. पतितपावन संघटनेने धनगर जातीची मते मिळवण्यासाठी प्रयत्न केला.

हर्षवर्धन पाटील-मराठा (अपक्ष), मुरलीधर निंबाळकर-मराठा (राष्ट्रवादी काँग्रेस), प्रदीप गारटकर ब्राह्मण (पतितपावन संघटना), किसन नरूटे धनगर (काँग्रेस) हे प्रमुख उमेदवार होते. हर्षवर्धन पाटील यांना ६४८४०, मुरलीधर निंबाळकर यांना ३८८९८, प्रदीप गारटकर यांना २५४०१ व किसन नरूटे यांना १६५५ मते पडली होती (eci.gov.in). प्रदीप गारटकर यांच्या २५४०१ मतांमध्ये धनगर समाजाची मते बहुसंख्य होती. तसेच त्यांना काँग्रेस पक्षाच्या अधिकृत उमेदवारापेक्षा जास्त व तिसऱ्या क्रमांकाची मते मिळाली होती. या निवडणुकीत पतितपावन संघटनेला १९ टक्के मते मिळाली. पण १९९५ च्या विधानसभेच्या तुलनेत ६.१८ टक्के मते कमी झाली. कारण या निवडणुकीत शिवसेना, भाजप व संघपरिवाराचा प्रदीप गारटकरांना पाठिंबा नव्हता. या संघटनांचा पाठिंबा हर्षवर्धन पाटील यांना होता. पण काँग्रेस पक्षाने किसन नरूटे या अपरिचित व्यक्तीला उमेदवारी दिली होती. त्यांना धनगर समाजाचे मतदान झाले नाही. त्याऐवजी धनगर समाजाचे मतदान पतितपावन संघटनेला झाले. म्हणजेच नव्वदीच्या दशकाच्या आरंभी संघटनेला इतर मागासवर्गीय राजकारणाच्या विरोधात मराठा जातीचा पाठिंबा

होता. तो कल नव्वदीच्या दशकाच्या उत्तरार्धात बदलला. नव्वदीच्या दशकाच्या उत्तरार्धात मराठा जातीच्या राजकीय विरोधात इतर मागासवर्गाने पतितपावन संघटनेला पाठिंबा दिला होता.

२००४ ची लोकसभा व विधानसभा निवडणूक

ऑगस्ट २००४ पर्यंत प्रदीप गारटकर हे पतितपावन संघटनेचे उपाध्यक्ष व भाजपचे प्रदेश उपाध्यक्ष होते. त्यांनी ऑगस्ट २००४ मध्ये शिवसेनेत पक्षांतर केले. २००४ च्या लोकसभा निवडणुकीत पतितपावन संघटनेने पुणे लोकसभा मतदारसंघात भाजपला पाठिंबा दिला. खेड लोकसभा मतदारसंघात शिवसेना पक्षाला पाठिंबा होता. तर बारामती लोकसभा मतदारसंघात दौंड येथील राजेश पाटील यांनी राष्ट्रवादी काँग्रेस पक्षाला पाठिंबा दिला होता (सकाळ पुणे, १६ एप्रिल २००४). २००४ च्या लोकसभा निवडणुकीत भाजपला इंदापूर तालुक्यातील संघटनेचा पाठिंबा होता. तर पिंपरी-चिंचवड येथील पतितपावन संघटनेने राष्ट्रवादी काँग्रेसचा प्रचार केला होता.

२००४ च्या विधानसभा निवडणुकीत इंदापूर विधानसभा मतदारसंघात पतितपावन संघटनेने प्रदीप गारटकर उभे होते. शिवसेना या पक्षाने त्यांना उमेदवारी दिली होती. प्रदीप गारटकर यांना भाजप व संघाचा पाठिंबा होता. त्यांच्या विरोधात राष्ट्रवादी काँग्रेसने उमेदवार दिला नाही. राष्ट्रवादी काँग्रेसचे कार्यकर्ते पतितपावन संघटनेचा प्रचार करत होते. पण अपक्ष उमेदवार हर्षवर्धन पाटील यांना राष्ट्रवादी काँग्रेस, काँग्रेस व भारिप (आठवले गट) या पक्षांचा पाठिंबा होता. २००४ च्या विधानसभा निवडणुकीत निवडणुकीच्या शेवटच्या दिवशी शरद पवारांनी अपक्ष उमेदवार हर्षवर्धन पाटीलांचा प्रचार केला होता. कारण पतितपावन संघटना, शिवसेना व भाजप यांची युती झाली होती. या युतीने दोन्ही काँग्रेस व हर्षवर्धन पाटलांच्या पुढे आव्हान उभे केले होते. या निवडणुकीत प्रदीप गारटकर यांना ६९८३६ मते पडली व ४१. ६ टक्के मतदान झाले. या विधानसभा मतदारसंघात पतितपावन संघटनेची मते दुप्पटीने वाढली (तक्ता क्र. २.५). विजयी उमेदवार हर्षवर्धन पाटील व पतितपावन संघटना यांच्यामध्ये १३.९१ टक्के मतांचा फरक होता. परंतु हर्षवर्धन पाटलांच्या मतात काँग्रेस व राष्ट्रवादी काँग्रेस पक्षांची मते होती. १९९९ मध्ये राष्ट्रवादी काँग्रेसला २९.३४ टक्के मते मिळाली होती. ही मते हर्षवर्धन पाटील यांच्या मतदानातून वजा केली, तर त्यांची मते २५.८१ टक्के मते शिल्लक राहतात. या मतांच्या तुलनेत प्रदीप गारटकरांची ४१.६ टक्के मते जादा दिसतात (तक्ता क्र.२.२). थोडक्यात प्रदीप गारटकरांनी शिवसेनेची उमेदवारी मिळवून, भाजपबरोबर युती करून हर्षवर्धन पाटील व दोन्ही काँग्रेस पक्षांच्या पुढे आव्हान निर्माण केले. या निवडणुकीत मराठा विरोधी धनगर असे ध्रुवीकरण झाले होते. धनगर समाजाची बहुसंख्य मते प्रदीप

गारटकर यांना पडली होती. इंदापूर नगरपालिका व इंदापूर विधानसभा या दोन्ही पातळ्यांवर पतितपावन संघटना ही ओबीसी समाजाचा आधार घेत वाढली असे दिसते.

तक्ता क्र. २.२: **इंदापूर विधानसभा मतदारसंघातील पक्षनिहाय मतदान**

निवडणूक वर्ष	१९९५		१९९९		२००४	
पक्ष	मते	टक्के	मते	टक्के	मते	टक्के
पतितपावन	३८७९७	२५.६६	२५४०१	१९.४८	६९८३६	४१.०६
काँग्रेस	४७९४९	३१.७१	१६५५	१.००	–	–
राष्ट्रवादी काँग्रेस	–	–	३८८९८	२९.३४	–	–
अपक्ष	५९१२५	३९.१०	६४८४०	४९.७३	९४४०९	५५.९४
इतर	५३२९	३.५३	५९३	०.४५	५८२७	३.००
एकूण	१५१२००	१००	१३१३८७	१००	१७००७२	१००

(WWW.eci.gov.in)

विचारप्रणाली

नंदू फडके, अनिल शिरोळे, जनाभाऊ पेडणेकर, भीम बडदे, प्रदीप रावत, सोपानराव देशमुख यांनी पतितपावन संघटनेची विचारप्रणाली मांडली. पतितपावन हा विचार संघटनेने वि. दा. सावरकरांच्या विचारातून घेतला आहे. पतितपावन मंदिर हिंदू ऐक्याचे प्रतीक आहे. उच्च जाती व कनिष्ठ जाती यांच्यात ऐक्य निर्माण करण्यास पतितपावन संबोधिले जाते. कनिष्ठ जातींना मंदिरात प्रवेश देणे हा पतितपावन मंदिराचा उद्देश होता. हिंदूचे जे-जे गेलेले आहे, ते सर्व जो मिळवून देईल, तो पतितपावन, अशी व्याख्या वि. दा. सावरकर करतात (बाळ सावरकर, १९७२: १९६– ९७). ही कल्पना संघटना स्वीकारते. संघटना हिंदूंचे ऐक्य सांस्कृतिक स्वरूपाचे मानते. हिंदूंचे सांस्कृतिक ऐक्य बळकट करण्यासाठी जातिभेद, अस्पृश्यता व जुन्या समजुती या तीन घटकांचा नाश करावा, असा विचार संघटना मांडते (प्रदीप रावत, १९८५: ५०, ५२).

पतितपावन संघटना 'पतित' हा शब्द धर्म, जात, संस्कृती व दुबळा या सामाजिक घटकांच्या संदर्भात वापरते. हिंदू धर्मातीत व्यक्तीने हिंदू धर्म सोडून मुस्लीम व ख्रिश्चन धर्म स्वीकारला असेल त्यांना संघटना पतित संबोधिते. अशा धर्मांतरित हिंदू व्यक्तींना पुन्हा हिंदू धर्मात प्रवेश देणे म्हणजे पतिताला पावन करून घेणे. त्या पतितांचा उद्धार करणे हा एक अर्थ पतितपावन या संकल्पनेचा संघटनेला अभिप्रत आहे. या विचारांचा एक भाग म्हणूनच संघटनेने आसाममधील घुसखोरी व काश्मीरचे ३७० वे कलम रद्द करण्याचा

मुद्दा मांडला. हिंदू समाज जातिव्यवस्थेवर आधारलेला आहे. त्यामुळे हिंदू समाजात जातिभेद निर्माण होऊन तो पोखरला जातो. हिंदू समाजात फूट पडून तो दुबळा होतो. जातिभेद व अस्पृश्यता हिंदू समाजाचे एकजिनसीकरण होऊ देत नाही. या कारणामुळे हिंदू समाज बलशाली होत नाही. म्हणून हिंदू समाजात सामाजिक सुधारणा कराव्यात. हा दुसरा अर्थ पतितपावन शब्दाचा आहे. वि. दा. सावरकरांचा हा विचार पतितपावन संघटनेने स्वीकारला. आंतरजातीय किंवा आंतरधर्मीय विवाह रोखण्याचा विचार म्हणज देखील पतितपावन होय.

हिंदू स्त्रीने आंतरजातीय विवाह करणे म्हणजे पतित होणे होय. जातीबाहेर विवाह करण्यातून हिंदू संस्कृतीचा ऱ्हास होतो. हिंदू संस्कृतीचा ऱ्हास होऊ नये, म्हणून हिंदू स्त्रीने जाती अंतर्गत विवाह करावा, असा विचार संघटना मांडते. हिंदू स्त्री ही हिंदू संस्कृतीचा आदर्श आहे. त्यामुळे स्त्रीने पतिव्रताचा आदर्श पाळावा. कुंकू, मणिमंगळसूत्र, पडदा पद्धती, मराठमोळी पद्धती जपावी या विचाराचा आग्रह पतितपावन संघटना धरते. धर्मांतर व हिंदू स्त्रियांनी आंतरजातीय व आंतरधर्मीय विवाह करण्यातून हिंदू समाज अल्पसंख्याक होईल, असा संघटनेचा विचार आहे. अल्पसंख्याकत्व हिंदू समाजाला येणे म्हणजे हिंदू समाज मुस्लीम व ख्रिश्चन धर्माच्या तुलनेत दुबळा होणे. मुस्लीमाच्या तुलनेत हिंदू दुबळे आहेत. हिंदू धर्म संस्कृती यांच्यामध्ये मुस्लीम हस्तक्षेप होतो. या प्रक्रियेला रोखण्याचा विचार पतितपावन मध्ये मांडला जातो. हिंदू धर्म व संस्कृतीमधील हस्तक्षेप रोखण्यासाठी हिंदू समाजाला प्रबळ करण्याचा मुद्दा पतितपावन विचारात आहे. हा संघटनेचा विचार वि.दा. सावरकर यांच्या विचाराशी मिळता जुळता आहे. कारण वि. दा. सावरकर-देखील हिंसा व सैनिकीकरणाच्या धोरणाचे समर्थन करत होते. जीवनकलहात बलवान किंवा श्रेष्ठत्तम जगतो व इतर मरून जातात. हिंदूंना टिकून राहण्यासाठी बलवान झाले पाहिजे. हिंदू समाज विविध जाती-जातींत विभागला गेल्याने दुर्बल होत आहे. त्यामुळे हिंदूंवरती आक्रमण होते. बळी तो कान पिळी हा निसर्गाचा नियम आहे. निसर्गाप्रमाणे मानवी जीवनातही हिंसा अपरिहार्य आहे. एवढेच नव्हे, तर आवश्यक तेव्हा हिंसा केल्याने ती इष्टही असल्याचे सिद्ध होते. ही वि. दा. सावरकरांची वैचारिक भूमिका पतितपावन संघटनेत स्वीकारली जाते. संघटनेने स्थापनेपासून या विचारांचा पाठपुरावा केला आहे. पुणे शहरात विविध महाविद्यालयात संघटनेच्या शाखा स्थापन झाल्याबरोबर धाकदडपशाहीचा त्यांनी वापर केला. ११ सप्टेंबर १९७८ रोजी पुणे विद्यापीठाच्या विज्ञान प्रदर्शनावरती हल्ला केला. संघटनेने सैन्यबळ वाढविण्याच्या धोरणाचा पुरस्कार केला. मे १९९८ मध्ये अणुचाचणी घेतल्यावर भाजपच्या धोरणाचे स्वागत पतितपावन संघटनेने केले. शिवाजी, सुभाषचंद्र बोस, वि. दा. सावरकर ही प्रतीके संघटनेने शस्त्रबळ व सैनिकीबळाची प्रतीके म्हणून स्वीकारली आहेत. त्यांच्याबरोबर टिकून राहण्यासाठी शस्त्रबळ व सैनिकीबळात वाढ करावी, असा विचार संघटनेने मांडला. या विचारास

संघटना प्रखर हिंदुत्ववादी विचारप्रणाली संबोधिते.

संघ व पतितपावन संघटनेच्या हिंदुत्वात पतितपावन संघटनेने फरक केला आहे. फरकाचा पहिला मुद्दा म्हणजे, संघाचे जुने हिंदुत्ववादी अनुयायी मागासलेले आहेत. तर पतितपावन संघटनेचे हिंदुत्ववादी अनुयायी परिवर्तनशील आहेत. परिवर्तनशीलतेची स्पर्धा, औद्योगिकीकरण व नवा वैज्ञानिक दृष्टिकोन ही तीन वैशिष्ट्ये आहेत, असा संघटनेचा विचार आहे. हा विचार १९७४ पूर्वीच्या संघ व जनसंघाकडे नव्हता. तो पतितपावन संघटनेकडे आहे (रावत). दुसरा फरक म्हणजे १९७४ पूर्वीचे हिंदुत्ववादी वैचारिक संघर्ष करत नाहीत. पतितपावन संघटना मात्र वैचारिक संघर्ष करते (रावत). मतभेदाचे हे दोन मुद्दे १९७४ पूर्वीच्या संघ व जनसंघाबदलचे व जुन्या हिंदुत्ववादी नेत्यांबद्दलचे व कार्यकर्त्यांबद्दलचे होते. १९७४ नंतरच्या संघ व भाजपच्या हिंदुत्व विचारांबदल पतितपावन संघटनेत मतैक्य आहे. पतितपावन संघटना संघाच्या अधिपत्याखाली काम करते. अर्थातच यावरून असे दिसते की, पतितपावन संघटनेच्या विचारप्रणालीवर बाळासाहेब देवरस यांच्या विचारांचा प्रभाव राहिला आहे.

जनता पक्षाच्या कालावधीत इतर मागास जातीचे सत्ताकारणातील महत्त्व वाढले. जनता पक्षाच्या सरकारने डिसेंबर १९७८ मध्ये बी. पी. मंडल यांच्या अध्यक्षतेखाली इतर मागासवर्गीय आयोगांची स्थापना केली होती. या आयोगाने डिसेंबर १९८० मध्ये अहवाल सादर केला. या अहवालाच्या शिफारशींची अंमलबजावणी करावी, अशी मागणी महाराष्ट्रात दलित, आदिवासी व इतर मागासवर्गीयांनी केली. त्यामुळे उच्च व मध्यम शेतकरी जातींची सत्ता व संपत्तीची घडी विस्कटणार हे दिसू लागले. सत्ता व हितसंबंधाची घडी मोडू नये, म्हणून महाराष्ट्रात पतितपावन संघटनेने राखीव जागांना विरोध केला. संघाने आक्रमक व धाकदडपशाहीचा मार्ग वापरण्याऐवजी हे कार्य पतितपावन संघटनेवर सोपवले. अशी चर्चा पतितपावन संघटनेत केली जाते. पुणे (१९८२), शहादा (१९८३), धुळे (१९८४) मधील दंगलीत संघटनेने आरक्षणाची भूमिका घेणाऱ्या समाज घटकांना लक्ष केले होते. संघटनेने १९८७ मध्ये झालेल्या अधिवेशनात राखीव जागांना विरोध केला. मंडल आयोगाच्या शिफारशींची अंमलबजावणी करण्यासाठी आंदोलन करणाऱ्या श्रमिक मुक्तिदल व सत्यशोधक संघटनांच्या कार्यकर्त्यांना पतितपावन संघटनेने विरोध केला. संघटनेने येथे बळी तो कान पिळी हा विचार स्वीकारला होता. हिंदू समाज ताकदवान व शक्तिशाली बनविण्यासाठी हिंदूंचे ऐक्य व शास्त्र आणि तांत्रिकतेचा अवलंब करावा (रावत). या दोन पद्धतीने हिंदू समाज बलवान होईल, असे पतितपावन संघटनेचे मत होते.

हिंदुत्ववाद ही देशाची मुख्य सांस्कृतिक परंपरा आहे. त्यामुळे हिंदुत्वाचा अर्थ सांस्कृतिक राष्ट्रवाद हा आहे, असे पतितपावन संघटनेचे मत आहे. तसेच हिंदुत्वाचा

गाभा हिंदू संस्कृती हा आहे. हिंदू संस्कृतीचा अर्थ वर्णरचना, रूढी, परंपरा आणि अंधश्रद्धा हा नाही, असे संघटनेचे मत आहे. तर सांस्कृतिक चिन्ह, प्रतीके आणि भक्ती स्थान या मुद्यांचा समावेश हिंदू संस्कृतीमध्ये होतो, असा विचार संघटनेचा आहे. वेद, राम व रामदास ही संस्कृतीची प्रतीके आहेत. चार धाम, बारा ज्योतिर्लिंग, अयोध्या, काशी व बनारस ही भक्तिस्थाने आहेत. ही हिंदूंची श्रद्धास्थाने आहेत (रावत). अर्थातच यावरून असे दिसते की, चिन्ह प्रतीके आणि भक्तिस्थाने या सांस्कृतिक घटकांवरील निष्ठा म्हणजेच सांस्कृतिक हिंदुत्व होय. देशाचे आधुनिकीकरण करण्यासाठी हिंदू संस्कृतीची देखभाल केली पाहिजे. राष्ट्रीय भावना हे प्रत्येक क्रांतीमागील खरे कारण आहे. हिंदुत्ववादी क्रांती करण्यासाठी राष्ट्रीय एकात्मता, शास्त्रीय प्रगती आणि औद्योगिकीकरण झाले पाहिजे. संघटनेने आरंभी हिंदू ऐक्य निर्माण करण्यासाठी राखीव जागांच्या धोरणास विरोध केला. मात्र राखीव जागांच्या रूपाने हिंदू समाज त्यांना समानतेची संधी देऊ शकतो, असे वेगळे मत प्रदीप रावत यांनी मांडले आहे (रावत). संघटनेचा राखीव जागांना असलेला विरोध प्रदीप रावतांनी मागे घेतला. हिंदूनी वर्णभेद निर्माण करून असमानता निर्माण केल्याने, राखीव जागांच्या रूपाने किंमत दिली पाहिजे, असा विचार आहे. दलितांनी हिंदू प्रतीके व भक्तिस्थानांचा अवमान करू नये. कारण या सर्व गोष्टी लोकांना एकत्र आणण्यासाठी आहेत. हिंदू सहिष्णू आणि बदलासाठी तयार आहेत अशी भूमिका घेऊन संघटना हिंदू धार्मिक तत्त्वज्ञानाचे समर्थन करण्याचा मुद्दा मांडते.

भगवा ध्वज, ओम आणि ओमच्या बाह्य बाजूस तळपता सूर्य हे पतितपावन संघटनेचे सांस्कृतिक प्रतीक आहे (पतितपावन संघटनेचे पत्रक, १२ जानेवारी १९९८). वेदांचे पुरातन, हिंदू धार्मिक ग्रंथ आणि वैदिक आर्यकाल म्हणजे हिंदू धर्माचे सुवर्णयुग होय. वैदिक संस्कृतीच्या आधारे राष्ट्रबांधणी करणे संघटनेला महत्त्वाचे वाटते. वैदिक संस्कृती हीच प्रमुख संस्कृती व धर्म आहे. दलितांनी या वैदिक संस्कृतीमध्ये एकरस व्हावे. वैदिक संस्कृतीत सर्व जातींनी एकरस होण्यासाठी हिंदू ऐक्याची गरज आहे. वैदिक संस्कृती आणि वैदिक धर्मामध्ये हिंदू, जैन, शीख इत्यादी पंथांचा समावेश होतो, यातून संघटना सामाजिक एकसंघीकरण व एकछत्री प्रभुसत्ता हे दोन मुद्दे मांडते. भारत भूमीवरती वास्तव्य करणाऱ्या प्रत्येक व्यक्तीने आपल्या राष्ट्रीय निष्ठा ह्या हिंदू धर्म व संस्कृतीवर ठेवाव्यात. अल्पसंख्याकांनी फुटीरतावादाचा स्वीकार करू नये. फुटीरतावादाचा स्वीकार केल्याने भारताची प्रादेशिक अखंडता धोक्यात आली आहे. म्हणून अल्पसंख्याकांच्या फुटीरतावादास पतितपावन संघटनेचा विरोध आहे.

हिंदुत्व हेच राष्ट्रीयत्व ही संघटनेची घोषणा आहे. वि. दा. सावरकरांच्या हिंदुत्वाप्रमाणे हिंदू हा शब्द केवळ धर्मवाचक नसून तो राष्ट्रवाचक शब्द आहे. हिंदू हा राष्ट्राभिमान आहे. एक राष्ट्र, एक धर्म, एक संस्कृती या तत्त्वावर हिंदू राष्ट्राची उभारणी

करणे हा पतितपावन संघटनेचा राष्ट्रवादाबाबतचा विचार आहे. संघटना हिंदू अस्मितेला धार्मिकतेऐवजी सामाजिक स्वरूपाची संबोधते. समाजाच्या विकासासाठी व समाजाच्या धारणेसाठी अस्मिता महत्त्वाची आहे, असे संघटनेचे मत आहे. श्रद्धास्थाने सामान्यांच्या अस्मितेचा भाग आहेत. त्यामुळे अस्मिता घडविण्यात श्रद्धास्थाने महत्त्वाची भूमिका पार पाडतात, असे संघटनेचे मत आहे (रावत, १९८५: ५०- ५२).

दलित, मुस्लीम व ख्रिश्चन विरोधाच्या आधारे पतितपावन संघटनेने हिंदूचे राजकीय संघटन केले. हिंदूंची राजकीय कृतिसज्जता अधिक भक्कम करण्यासाठी संघटनेने काँग्रेसला अल्पसंख्याक व दलितधार्जिणी म्हणून संबोधले. दलितांसाठी राखीव जागा ठेवून काँग्रेस पक्ष दलितांचे अनुनय करतो. त्यामुळे काँग्रेस पक्षाची धोरणे दलितधार्जिणी आहेत आणि काँग्रेस पक्ष हिंदुंवरती अन्याय करतो, अशी संघटनेची भूमिका होती. यावरून संघटनेचा राजकीय संघटन करण्याचा विचार स्पष्टपणे दिसतो. शिवाय हिंदू व बिगर हिंदू असे राजकीय धुव्रीकरण संघटना करते. हा संघटनेच्या राजकारणाचा अर्थही आहे.

संघटनेने स्थापनेपासून समान नागरी कायद्याचा पुरस्कार केला आहे. पतितपावन संघटना काँग्रेस पक्षाच्या व मुस्लीम समाजाच्या विरोधी समान नागरी कायद्याचा मुद्दा मांडते. या मुद्दाला घटना निर्मितीपासूनची पार्श्वभूमी आहे. समाननागरी कायदा तयार करावा हा विचार स्वातंत्र्यप्राप्तीपासून भारतीय राजकारणातील एक महत्त्वाचा मुद्दा झाला आहे. नागरिकांच्या मूलभूत अधिकारासंबंधीच्या सल्लागार समितीने समान नागरी कायदा हा मूलभूत अधिकार होऊ शकत नाही, अशी शिफारस केली होती. या समितीतील एम. आर. मसानी, हंसा मेहता आणि अमृत कौर या तीन सदस्यांनी या शिफारशींना नापसंती दर्शवली होती. बाबासाहेब आंबेडकर यांनी हिंदू बिलाचा विचार मांडला. या मुद्याला काँग्रेस पक्षाचा विरोध होता. १९५५ व १९५६ मध्ये हिंदूंच्या वैयक्तिक कायद्यामध्ये सुधारणा करणारे चार कायदे झाले. यादरम्यान सर्व भारतीयांसाठी समान नागरी कायदा करावा अशी देशभर मागणी केली होती. १९६२ मध्ये सर्वोच्च न्यायालयाने इतर कोणत्याही मूलभूत अधिकारापेक्षा धार्मिकस्वांतत्र्याचा अधिकार श्रेष्ठ आहे, हा निर्णय दिला (स. मा. गर्गे, १९९०: ४९५- ४९६). या पार्श्वभूमीवर पतितपावन संघटनेने समान नागरी कायदा करावा हा विचार स्वीकारला होता. डिसेंबर १९७१ मध्ये मुस्लीम महिला परिषदेत समान नागरी कायद्याची मागणी केली. १९८० मध्ये शहाबानू या घटस्फोटीत मुस्लीम महिलेच्या पोटगीच्या संदर्भात सर्वोच्च न्यायालयाने दिलेल्या निर्णयाविरुद्ध मुस्लीम समाजाने निषेध दर्शविणारे आंदोलन केले. हा निर्णय मुस्लीम धार्मिक क्षेत्रात हस्तक्षेप करणारा आहे. म्हणून तो अंमलात आणू नये, अशी मागणी मुस्लीम समाजातील धार्मिक संघटनांनी केली. या मुस्लीम संघटनांच्या विरोधात पतितपावन संघटनेने समान नागरी कायद्याचा पुरस्कार केला. समान नागरी कायदा हा

हिंदूंप्रमाणे मुस्लीमांना लागू करावा. मुस्लीमांच्या मतपेटीच्या भीतीमुळे काँग्रेस सरकारने समान नागरी कायदा केला नाही. काँग्रेस पक्ष मुस्लीम समाजाचा अनुनय करतो. म्हणून समान नागरी कायदा होत नाही. त्यामुळे समान नागरी कायदा या मुद्यावर संघटनेचा काँग्रेस पक्षाला विरोध होता. हा विचारही हिंदूची राजकीय कृतिसज्जता अधिक भक्कम करणारा होता. संघटना हिंदूंच्या बहुसंख्याकवादाचा विचार मांडते. हिंदूंची संख्या जास्त असल्यामुळे हिंदूकडे राजकीय सत्ता व अधिकार असावेत. भारतीय लोकशाही व हिंदुत्व यांचा संबंध संघटना जोडते. हिंदुत्ववादात लोकशाहीला पोषक तत्त्वे आहेत. त्यामुळे हिंदुत्व विचार लोकशाहीविरोधी नाही, असा पतितपावन संघटनेचा विचार आहे (रावत).

समारोप

पतितपावन संघटनेने हिंदू ऐक्याचा कार्यक्रम शहरी व निमशहरी भागात राबवला. संघटनेचे नेतृत्व ब्राह्मण व मराठा अशा उच्च जातींकडे होते. या नेतृत्वाने इतर मागासवर्गीय व दलित जातींचे संघटन केले. पांढरपेशा लोकांच्या खेरीज शेतकरी, व्यवसायिक यांचे पतितपावन संघटनेने संघटन केले. शहरी व निमशहरी भागातील दुर्लक्षित हितसंबंधाचे संघटन या संघटनेने केले. उदा. विद्यार्थी, झोपडपट्टीतील बेकार, कामगार इ. श्रीराम व छत्रपती संभाजी महाराज ही दोन प्रतीके क्षत्रियत्वाची प्रतीके म्हणून अनुयायांनी स्वीकारली. या प्रतीकांच्या माध्यमातून संघटनेने ब्राह्मणेतर जातींमध्ये हिंदू आत्मभान पसरवले. क्षत्रियत्वाच्या मार्फत त्यांचे सामाजिक व राजकीय एकसंघीकरण केले. याबरोबरच संघटनेने राजकीय सत्ता संपादन करण्यासाठी या संघटनांचा वापर केला. अहिंदू अल्पसंख्याक हा संघटनेचा शत्रू होता. हा मुद्दा पुणे शहर, खालापूर, संगमनेर येथे कृतिशील झाला होता.

पतितपावन संघटना संघाने स्थापन केलेली संघटना आहे. परंतु संघटनेत संघनिष्ठ, सावरकरनिष्ठ, काँग्रेसनिष्ठ व स्वतंत्रपणे राजकीय सौदेबाजी करणारा असे चार गट आहेत. त्यामुळे संघटनेचे राजकारण हिंदू महासभा, भाजप, शिवसेना, काँग्रेस, राष्ट्रवादी काँग्रेस व अपक्ष अशा पक्षांमध्ये व गटांमध्ये विभागले आहे. पुणे शहर, इंदापूर तालुका, संगमनेर शहर व खालापूर येथे पतितपावन संघटनेचे राजकारण मध्यवर्ती आले होते. पुणे महानगरपालिकेत कलमाडींबरोबर युती करून पतितपावन संघटनेने सत्तेत वाटा मिळवला होता. याखेरीज कोपरगाव (१९९६) मतदारसंघातून व पुणे लोकसभा (१९९९) मतदारसंघातून संघटनेशी संबंधित भीम बडदे व प्रदीप रावत हे दोन नेते लोकसभेवर निवडून गेले होते. पुणे जिल्ह्याच्या ग्रामीण भागातील इंदापूर तालुक्यात संघटनेची शक्ती वाढली होती. २००४ विधानसभा निवडणुकीत पतितपावन संघटना, शिवसेना व भाजप या पक्षांची युती होती. त्यामुळे या निवडणुकीत पतितपावन संघटनेची मते वाढलेली होती (तक्ता क्र.२.५). याखेरीज इंदापूर शहरात नगरपालिका पातळीवर पतितपावन

संघटनेची शक्ती मध्यवर्ती आलेली दिसते. पतितपावन संघटनेच्या इंदापूर नगरपालिकेत १९९२ मध्ये ५६ टक्के, १९९७ मध्ये ४७ टक्के व २००२ मध्ये ४७ टक्के जागा निवडून आल्या होत्या (तक्ता क्र. २.४). थोडक्यात इंदापूर शहराच्या राजकारणात पतितपावन संघटना मध्यवर्ती होती. रायगड जिल्ह्यातील खालापूर येथे पतितपावन संघटनेने शिवसेनेबरोबरची राजकीय शक्ती तयार केली होती. पण शिवसेना व भाजप यांच्या युतीमुळे येथील शक्ती शिवसेनेच्या कामास आली. येथील शक्ती स्वतंत्रपणे व्यक्त झाली नाही. संगमनेर येथे पतितपावन संघटनेने नगरपालिकेच्या सत्तेत वाटा मिळवला होता. पतितपावन संघटनेतील या राजकीय घडामोडी नवहिंदुत्व या घटकाबरोबरच जात या मुद्याच्या आधारे घडल्या असे दिसते. त्यास मंडलचा व महिला राखीव जागांचा एक संदर्भ होता. तसेच काँग्रेसमधील वर्चस्वशाली जातीचाही एक संदर्भ होता.

❒

संदर्भसूची

आपटे संज्योत, १९९७, *हिंदुमहासभा इन महाराष्ट्र*, पुणे, राज्यशास्त्र व लोकप्रशासन विभाग, पुणे विद्यापीठ (पीएच. डी.चा अप्रकाशित प्रबंध).

खर्डेकर संदीप, पतितपावन : काळाची गरज, कोथरुड, पतितपावन संघटना.

गर्गे स. मा., १९९०, समान नागरी कायदा, *भारतीय समाजविज्ञान कोश, खंड ४ था*, पुणे, समाजविज्ञान मंडळ, पृ. ४९४-४९६.

जांगडा नीलिमा, २००३, समांतर सेन्सॉरशिप, *लोकमत*, औरंगाबाद, ३ जुलै.

धर्माधिकारी अविनाश, १९९८, पहिल्या निवडणुकीचा अनुभव, पुणे, दीपवाली *साप्ताहिक सकाळ*.

जाखडे अरुण, १९८९, *धर्मवीर छत्रपत्ती संभाजी महाराज*, पुणे, पद्मगंधा प्रकाशन.

नष्टे पद्माकर, *पतितपावन संघटना : अंगाराचा धगधगता आविष्कार*, कोथरुड, पतितपावन संघटना.

फडके य. दि., १९८९, *स्वातंत्र्यवीर सावरकरांची शस्त्रास्त्रांच्या वापराबद्दलची भूमिका*, पुणे, संरक्षण आणि सामरिकशास्त्र विभाग, पुणे विद्यापीठ.

बिरमल नितीन, १९८९, *हिंदू एकता आंदोलन : महाराष्ट्रातील नवहिंदुत्ववादाचा एक अभ्यास*, पुणे, राज्यशास्त्र व लोकप्रशासन विभाग, पुणे विद्यापीठ.

रावत प्रदीप, १९८५, परिवर्तनासाठी हिंदुत्व आवश्यक, *माणूस*, परिवर्तन विशेषांक, ऑगस्ट.

व्होरा राजेंद्र व सुहास पळशीकर, १९९०, निओ हिंदुइझम ए केस ऑफ डिस्टॉर्टेड कॉन्शस्नेस, लेले जयंत (संपा) *स्टेट अँड सोसायटी : चेजींग सोशल बेसेस ऑफ इंडियन पॉलिटिक्स*, दिल्ली, चाणक्य.

सावरकर बाळ, १९७२, *हिंदू समाज संरक्षक : वि. दा. सावरकर*, मुंबई, सावरकर प्रकाशन.

❒

अखिल भारतीय हिंदू सेना : ओबीसी तरुणांचा सहभाग

ऐंशीच्या दशकात अखिल भारतीय हिंदू सेना (हिंदू सेना) या संघटनेचा विस्तार झाला होता. या संघटनेमध्ये इतर मागासवर्गीय समाज संघटित झाला होता. या संघटनेने १९८० ते १९८४ पर्यंत स्वतंत्रपणे राजकीय कृतिप्रवणतेचा कार्यक्रम राबवला. १९८४ नंतर या संघटनेमधील नेते व अनुयायी शिवसेना-भाजपमध्ये सामील झाले. त्यामुळे या संघटनेची राजकीय कृतिप्रवणतेची मध्यवर्ती भूमिका बाजूला पडली. पण या संघटनेने १९८४ नंतरही हिंदुत्वाशी संबंधित सामूहिक, धार्मिक व सामाजिक मुद्दे उठवले. त्यामुळे हिंदूंचे राजकीय व सामाजिक एकसंघीकरण झाले. त्याचा थेट फायदा शिवसेना-भाजपला झाला. शिवसेनेने नवहिंदुत्व स्वीकारण्याच्या अगोदर या संघटनेने हिंदूंचे संघटन केले होते. १९६८ मध्ये हिंदू सेनेच्या चंद्रशेखर गाडगीळ यांनी मुंबई, अकोला, अमरावती व नागपूर येथे इतर मागासवर्गीय समाजाचे संघटन करण्यास सुरुवात केली होती (चंद्रशेखर गाडगीळ). या संघटनेने इतर मागासवर्गीय समाजाचे संघटन केले, हा मुद्दा येथे सविस्तरपणे मांडला आहे.

१९६८ मध्ये हिंदू सेनेची स्थापना झाली. संघटनेची स्थापना करण्यापूर्वी अकोला, अमरावती, नागपूर व विक्रोळी (मुंबई) येथे सभा घेतल्या होत्या. मुंबई, पुणे, नागपूर व अकोला येथे संघटनेच्या शाखा स्थापन केल्या होत्या. मुंबई व पश्चिम महाराष्ट्रात संघटनेचे काम सुरूवातीस वाढले होते. पुणे जिल्ह्यातील वढु बुद्रक व मुंबई येथील विक्रोळी येथे संघटनेची शाखा होती. आरंभी हिंदू सेना ही संघटना महाराष्ट्र पातळीवर पतितपावन संघटना, बजरंग दल, विश्व हिंदू परिषद यांच्याबरोबर काम करत होती. परंतु ऐंशीच्या दशकात हिंदू सेनेने केवळ विदर्भात संघटनात्मक काम करण्याचे निश्चित केले. त्यानंतर संघटनेने केवळ विदर्भात विस्तार केला (गाडगीळ).

संघटनात्मक विस्तार

हिंदू सेना ही संघटना महाराष्ट्रात विदर्भ या उपप्रादेशिक पातळीवर काम करते. हिंदू सेना विदर्भातील व्यवसाय, शिक्षण व झोपडपट्टी या क्षेत्रांत वाढली. संघटनेचे स्वरूप पूर्वनियोजित नव्हते. हिंदू सेनेचा विस्तार जसजसा होत गेला, तसतसे संघटनेचे

स्वरूप स्पष्ट होत गेले (गाडगीळ). अखिल भारतीय हिंदू सेना या संघटनेने प्रादेशिक संघटना (मुंबई संघटना, पश्चिम महाराष्ट्र, विदर्भ संघटना), व्यावसायिक संघटना (ऑटोरिक्षा संघटना, हिंदू कामगार संघटना) शिक्षण क्षेत्रातील संघटना (हिंदू ज्ञानपीठ, हिंदू विद्यार्थी सेना, धर्मवीर संभाजी कमांडोज व हिंदू व्यायामशाळा) झोपडपट्टी संघटना (हिंदू सेना नगर, आंबेडकर नगर, हिंदू माता नगर), जिल्हा शाखा, तालुका शाखा व गाव शाखा असा संघटनात्मक विस्तार केला होता. या संघटनांपैकी शिक्षण क्षेत्रातील संघटना जास्त भक्कम स्वरूपाची आहे.

महाराष्ट्र, आंध्रप्रदेश, गुजरात, दिल्ली, हरियाणा या राज्यांत संघटनेच्या शाखा होत्या, असा दावा चंद्रशेखर गाडगिळांनी केला होता. परंतु इतर राज्यांच्या तुलनेत महाराष्ट्रात संघटनेने जास्त संघटनात्मक विस्तार केला आहे. मुंबई, पश्चिम महाराष्ट्र, मराठवाडा व विदर्भ या चार विभागांत हिंदू सेनेचे कार्यक्षेत्र होते. हिंदू सेनेने विदर्भातील अमरावती व नागपूर या दोन भागात इतर विभागांच्या तुलनेत जास्त काम केले आहे. अमरावती विभागातील अकोला व नागपूर विभागांतील नागपूर ही दोन संघटनेची प्रमुख केंद्र आहेत. या दोन्ही केंद्रांमधून संघटनेचा संघटनात्मक विस्तार केला जातो. नागपूर, भंडारा, चंद्रपूर, गडचिरोली, वर्धा, यवतमाळ, अमरावती, वाशीम, अकोला, बुलढाणा या विदर्भातील सर्व जिल्ह्यांत हिंदू सेनेच्या शाखा आहेत (सूर्यवंशी सुधीर). विदर्भात तालुका व गाव पातळीवर संघटनेची कामे केली जात होती. मराठवाडा विभागातील हिंगोली, परभणी, व जालना येथे शाखा स्थापन केल्या होत्या. १९८० ते १९९० च्या दरम्यान येथे संघटनेची वाढ झाली (गाडगीळ). १९८९ मध्ये शिवसेना-भाजपची युती झाली. यानंतर १९८९ च्या लोकसभा व १९९० च्या विधानसभा निवडणुकीत हिंदू सेनेचे कार्यकर्ते शिवसेनेत गेले. १९९० ते १९९५ च्या दरम्यान शिवसेना व हिंदू सेना या दोन संघटनांमध्ये विस्तारावरून स्पर्धा होती. या स्पर्धेत शिवसेनेने हिंदू सेनेचे कार्यकर्ते आपल्याकडे वळवले. हिंदू सेनेच्या कार्यकर्त्यांनी शिवसेनेत प्रवेश करण्याची दोन कारणे आहेत. १) हिंदू सेना हा पक्ष नव्हता. त्यामुळे तो कार्यकर्त्यांच्या राजकीय महत्त्वाकांक्षा पूर्ण करू शकत नव्हता. २) शिवसेनेबरोबर हिंदू सेना आर्थिक स्पर्धेत टिकली नाही. कारण शिवसेनेला मुंबई येथून आर्थिक मदत मिळत होती. त्या तुलनेत हिंदू सेनेला आर्थिक पाठबळ मिळत नव्हते. त्यामुळे हिंदू सेनेला राजकीय पक्षाचे स्वरूप धारण करता आले नाही. या दोन कारणांमुळे हिंदू सेनेचे कार्यकर्ते शिवसेनेत गेले. त्यामुळे १९९२-९३ नंतर संघटनेचा विस्तार खुंटला (गाडगीळ).

१९९३ नंतर संघटनेने कामाचे कार्यक्षेत्र बदलले. संघटनेने सैनिकशास्त्र कवायत, नियुद्ध कला (जिजुत्सू कराटे), मुष्टियुद्ध, घोडेस्वारी, साहस अडथळे प्रशिक्षण, रायफल, पिस्तोल शुटींग, योग प्रशिक्षण, नागरी सुरक्षा प्रशिक्षण, युद्ध प्रात्यक्षिक, बौद्धिक व

मानसिक कठोरतम कमांडो प्रशिक्षण, वॉकीटॉकी दूरसंचार यंत्रणा, पेट्रोलिंग या क्षेत्रात काम सुरू केले. त्यामुळे १९९३ नंतर शिक्षण क्षेत्रात हिंदू सेनेचा विस्तार झाला. जून २००४ मध्ये हिंदू सेनेच्या अकोला, वाशिम, यवतमाळ, अमरावती, नागपूर व चंद्रपूर या जिल्ह्यांमध्ये ९० शाखा आहेत, असा संघटनेचा दावा होता (गाडगीळ).

गेल्या दोन दशकात ऑटो रिक्षा संघटना (जि. अकोला) व हिंदू कामगार सेना (अकोला) या संघटना हिंदू सेनेने स्थापन केल्या आहेत. संघटनेने छोट्या व्यावसायिकांचे संघटन केले आहे. अकोला एस. टी. थांब्यासमोरील टपरीवाले हिंदू सेनेचे सदस्य आहेत. अकोला शहरात सप्टेंबर २००३ मध्ये महानगरपालिकेची बस सेवा विरोधी रिक्षा चालक असा संघर्ष सुरू झाला. हिंदू सेना ऑटो रिक्षा संघटनेने बससेवा सुरु करण्यास विरोध करणाऱ्या रिक्षा संघटनांना विरोध केला. रिक्षा चालक व सहा आसनी रिक्षा चालकांनी महानगरपालिकेच्या प्रशासनाचे नियम पाळावेत, अशी भूमिका हिंदू सेना ऑटो रिक्षा संघटनेने २००३ मध्ये घेतली होती. हिंदू सेना ऑटो रिक्षा संघटनेने सहा आसनी रिक्षा व महानगरपालिका बस सेवेला जुने रिक्षा थांबे चालू ठेवावेत असे आवाहन केले होते (जागे व्हा सावधान, नागपूर, ९ सप्टेंबर २००३: ३). रिक्षा चालक व बस चालू करण्याची बाजू या दोन्ही मुद्यांचे समर्थन हिंदू सेना करत होती. कारण रिक्षा चालकांमध्ये हिंदू सेनेचे कार्यकर्ते होते. तर अकोला महानगरपालिका भाजपकडे होती. हिंदू सेना या दोन घटकांत समन्वय निर्माण करत होती.

नव्वदीच्या दशकापासून शिक्षण क्षेत्रात संघटनेने काम उभे केले. हिंदू विद्यार्थी सेना, हिंदू युवक व्यायाम शाळा, हिंदू ज्ञानपीठ व धर्मवीर राजे संभाजी कमांडोज या शिक्षण क्षेत्रांत संघटना स्थापन केल्या आहेत. हिंदू विद्यार्थी सेना या संघटनेच्या शाखा महाविद्यालय पातळीवर आहेत. अकोला, अमरावती, नागपूर, या शहरांमध्ये हिंदू विद्यार्थी सेना वाढली होती. हिंदू युवक मंडळ व हिंदू युथ जिम्मको या दोन संघटना आहेत. या संघटना युवकांमध्ये काम करतात. या संघटनांनी हिंदू युवक व्यायाम शाळा स्थापन केल्या आहेत. अकोला, नागपूर, बुलढाणा येथे या संघटनेची प्रमुख केंद्रे आहेत. या केंद्रांच्या नियंत्रणाखाली तालुका व गाव पातळीवर व्यायामशाळा आहेत. या संस्थेमधून व्यायाम, कुस्ती, मुष्टियुद्ध, घोडेस्वार, लाठी-काठी या स्वरूपाचे प्रशिक्षण दिले जाते (पत्रक, हिंदू युवक मंडळ व हिंदू युथ जिम्मका, अकोला, १० ऑक्टोबर १९९९).

धर्मवीर राजे संभाजी कमांडोज ही संस्था आधुनिक युद्धकलेचे शिक्षण देणारी आहे. या संस्थेकडून सैनिकशास्त्र कवायत, नियुद्ध कला, मुष्टियुद्ध, घोडेस्वारी, साहस अडथळे प्रशिक्षण, रायफल, पिस्तोल शुटींग, योग प्रशिक्षण, नागरी सुरक्षा प्रशिक्षण, युद्ध प्रात्यक्षिक, बौद्धिक व मानसिक कठोरतम कमांडो प्रशिक्षण व वॉकीटॉकी या स्वरूपाचे प्रशिक्षण दिले जाते (पत्रक, धर्मवीर राजे संभाजी मध्यवर्ती कमांडोज प्रशिक्षण

केंद्र, अकोला, ६ मे २००१).

हिंदू ज्ञानपीठ (कॉन्व्हेंट) ही माध्यमिक शिक्षण देणारी संस्था आहे. या माध्यमिक शाळेत इंग्रजी भाषेतून शिक्षण दिले जाते. या संस्थेच्या अकोला व नागपूर अशा दोन शाखा आहेत. अकोला, धरमपेठ व आंबाझरीरोड अशा तीन माध्यमिक शाळा आहेत. हिंदू ज्ञानपीठ या संस्थेवर हिंदू सेना या संघटनेचे प्रशासकीय नियंत्रण आहे. या संस्थेत अभ्यासक्रमाबाहेर जाऊन संस्कृत, हिंदू संस्कृती, संस्कार व सैनिक शिक्षण दिले जाते (गाडगीळ). शाळेतील विद्यार्थ्यांना भगव्या रंगाचा गणवेश अनिर्वाय केला आहे. शाळा सुरू होताना प्रथम वंदे मातरमूचे गायन होते. त्यानंतर भारताची प्रार्थना म्हटली जाते. शाळेत लष्करी शाळांप्रमाणे शिस्त आहे. हिंदू सणांना व उत्सवांना शाळेला सुट्टी दिली जात नाही. शाळेत सर्व विद्यार्थी सण व उत्सव साजरा करतात. अशा लहान कार्यक्रमांतून विद्यार्थ्यांवर हिंदुत्वाचे संस्कार केले जातात. वंदे मातरम हा शब्द प्रणाम म्हणून वापरला जातो. संघाप्रमाणेच समोरील बाजूला आडवा हात करून प्रणाम केला जातो (कुंकुम घोष).

झोपडपट्टी संघटना

हिंदू सेना नगर, आंबेडकर नगर, हिंदू माता नगर या झोपडपट्ट्यांमध्ये हिंदू सेनेच्या शाखा आहेत. हिंदू सेना नगर, आंबेडकर नगर, हिंदू माता नगर या झोपडपट्ट्यांना हिंदू सेनेने नावे दिली आहेत. अकोला शहरात या झोपडपट्ट्या हिंदू सेनेच्या म्हणून परिचित आहेत. १९८८ पासून हिंदू सेना नगरमध्ये रेहमान भाई पानवाला हे पाणपोई चालवतात. चर्मकार, मातंग, कोळी, बंजारा, कुंभार या समाजातील लोक झोपडपट्टी शाखांमध्ये काम करतात. हिंदू सेना झोपडपट्टीत वास्तव्य करणाऱ्या लोकांना संरक्षण देते. शहरात मोक्याच्या ठिकाणी हातगाडीवर व्यवसाय करण्यास संघटना पाठिंबा देते. त्यामुळे हिंदू सेनेच्या झोपडपट्टी भागात शाखा कार्यक्षमपणे काम करतात.

नेतृत्व

हिंदू सेनेचे नेतृत्व चंद्रशेखर गाडगीळ यांनी केले आहे (१९६८ ते आजपर्यंत). यांच्या विचारांवर सावरकरांचा प्रभाव आहे. सावरकर विचारातील हिंदू राष्ट्रवाद, सामाजिक सुधारणा, सैनिकीकरण व आधुनिकीकरण या कल्पनांचा प्रभाव चंद्रशेखर गाडगीळ यांच्यावर आहे. मात्र सावरकरांचे गाईबाबतचे मत ते स्वीकारत नाहीत (गाडगीळ). म्हणजेच सावरकर विचारातील उपयुक्ततावाद गाडगीळ यांनी स्वीकारला नाही. हिंदू सेनेच्या नेतृत्वास सरसेनापती व गुरू संबोधले जाते. सरसेनापती हा शब्द क्षत्रियवाचक या अर्थाने वापरला जातो. तर गुरू हा शब्द ज्ञान या अर्थाने वापरला जातो. हिंदू सेनेच्या नेतृत्वाकडे शक्ती व ज्ञान या दोन गोष्टी आहेत. हा विचार समर्थ रामदास यांचा होता. तो विचार हिंदू सेनेचे नेतृत्व स्वीकारते (गाडगीळ, हिवंज वाल्मीक).

चंद्रशेखर गाडगीळ हे विदर्भ बॉडी बिल्डिंग असोसिएशनचे अध्यक्ष आहेत. 'जागे व्हा सावधान' या साप्ताहिकाचे संपादक, हिंदू ज्ञानपीठाचे सरचिटणीस, धर्मवीर राजे संभाजी मध्यवर्ती कमांडोजचे संस्थापक आहेत. अशा संस्था व संघटनांतून घडलेले चंद्रशेखर गाडगीळ यांचे नेतृत्व आहे (गाडगीळ). गाडगीळ हे हिंदू सेनेचे एकखांबी नेते आहेत. त्यांच्या जोडीचा दुसरा नेता संघटनेत नाही. तसेच संघटनेत संघटनात्मक पदाची रचनादेखील नाही. त्यामुळे संघटनेची सर्व जबाबदारी गाडगीळ यांच्यावरती आहे

चंद्रशेखर गाडगिळांची बहीण उषा गोडबोले या अकोला येथे भाजप पक्षात काम करतात (किशोर मांगटे). संग्राम गाडगीळ हा चंद्रशेखर गाडगीळ यांचा मुलगा आहे. तो अकोला शहरातील हिंदू सेनेच्या शाखांचे दैनंदिन काम करतो. हिंदू सेनेचे नेतृत्व गाडगीळ कुटुंब करते. गाडगीळ कुटुंबाच्या बाहेरचे नेतृत्व गाडगीळ कुटुंबीयांच्या तुलनेत दुय्यम स्वरूपाचे राहिले आहे. संघटनेत चंद्रशेखर गाडगीळ यांच्यानंतर जिल्हा-प्रमुख व तालुका-प्रमुख ही दोन महत्त्वाची पदे आहेत. या दुसऱ्या पातळीवर संघटनेत नेतृत्व वाढलेले आहे. या पातळीवरील ५१ नेते व अनुयायांचे शिक्षण, जात, उत्पन्न गट, वयोगट व पक्षांतर या घटकांच्या आधारे पुढीलप्रमाणे विश्लेषण केले आहे.

हिंदू सेना संघटनेतील ५१ पैकी ३१ नेते व कार्यकर्ते यांनी पदवीधर व पदव्युतर शिक्षण घेतलेले आहे. त्याखालोखाल ५१ पैकी १५ नेते व कार्यकर्ते यांनी उच्च माध्यमिक व महाविद्यालयीन शिक्षण घेतलेले आहे. अशिक्षित व माध्यमिक शिक्षण घेतलेले नेतृत्व कमी प्रमाणात आहे. संघटनेकडे सुशिक्षित नेतृत्व होते. शिक्षणाचे प्रमाण जसजसे वाढत जाते, त्यानुसार संघटनेत काम करणाऱ्या नेत्यांची संख्या वाढत जाते. पण संघटनेचा प्रयत्न अशिक्षित वर्गात प्रवेश करण्याचा होता.

नेतृत्वाचा जातीगट

हिंदू सेनेला इतर मागासवर्गीय (५१ पैकी ५) व मराठा कुणबी (५१ पैकी १०) समाजातून नेतृत्व मिळाले आहे. मराठाकुणबी समाजाबरोबर माळी, धनगर, बंजारा, वंजारी, बारी, या जातीतील नेतृत्व मिळाले होते. हिंदू सेनेत अनुसूचित जाती गटांपैकी केवळ दोन लोक नेतृत्व करतात. त्यामध्ये मातंग व चर्मकार या दोन जातींचा समावेश आहे. मात्र संघटनेत अनुसूचित जातीगटांतील कार्यकर्त्यांचा सहभाग मोठ्या प्रमाणावर आहे. या संघटनेकडे अनुसूचित जमाती या गटातील केवळ दोन व्यक्ती होत्या. यामध्ये महादेव कोळी समाजाचा विशेष सहभाग आहे. अकोला जिल्ह्यात कोळीवाडा नावाचा भाग आहे. या भागातून संघटनेला कार्यकर्ते मिळाले होते. संघटनेत अमराठी समाजाचा सहभाग आहे. संघटनेत ५ नेते अमराठी समाजातील होते. हिंदू ९८ टक्के व मुस्लीम केवळ २ टक्के आहेत. संघटनेत महिला कार्यकर्त्या आहेत. अकोला, अंबाझरी व धरमपेठ (नागपूर) येथील शाळांमध्ये महिला शिक्षिका आहेत. त्या हिंदू सेनेच्या कार्यकर्त्या

आहेत.

हिंदू सेनेत शेतीशी संबंधित केवळ सात नेते व कार्यकर्ते होते. उद्योग व नेतृत्व यांचा संबंध दिसून येत नाही. परंतु सेवा व्यवसायाशी संबंधित ७२ टक्के नेतृत्व आहे. सेवा व्यवसाय या क्षेत्रात छोटे दुकानदार, व्यापारी, फूल व्यवसाय- टपरी, वाहतूक व्यवसाय, ठेकेदार, शैक्षणिक संस्था चालक यांचा समावेश आहे. संघटनेतील नेते व अनुयायी शिक्षक, संस्थाचालक, ठेकेदार, या स्वरूपाच्या उत्पन्न क्षेत्राशी संबंधित आहेत. हिंदू सेनेतील नेते व कार्यकर्ते यांचा वयोगट ४० ते ५० या दरम्यानचा होता. परंतु संघटनेत आरंभी नेतृत्व १८ ते ३० या वयोगटातील होते (१९८०). ५० पेक्षा जास्त वयोगट असलेले केवळ ४ नेते व कार्यकर्ते होते. मात्र संघटनेचा कार्यकर्ता वर्ग हा तरुण आहे. त्यांचा वयोगट १८ ते ३० या दरम्यानचा आहे.

हिंदू सेना व इतर पक्ष व संघटनांचे संबंध

हिंदू सेनेतील एकूण कार्यकर्त्यांपैकी केवळ २६ टक्के कार्यकर्ते हिंदू सेनेचे काम करतात. याउलट ७४ टक्के कार्यकर्ते शिवसेना, भाजप, काँग्रेस, राष्ट्रवादी काँग्रेस, भारिप-बहुजन महासंघ व मराठा महासंघ या पक्ष व संघटनांमध्ये पक्षांतर केलेले आहेत. शिवसेना, भाजप व बहुजन महासंघ या तीन पक्षांमध्ये ६० टक्के कार्यकर्त्यांनी पक्षांतर केले आहे. या तीन पक्षांकडे संघटनेतून अनुक्रमे २० टक्के कार्यकर्ते गेले. काँग्रेस, राष्ट्रवादी काँग्रेस व मराठा महासंघ या पक्ष व संघटनेकडे केवळ १४ टक्के कार्यकर्ते गेले आहेत (तक्ता क्र. ३.४). हिंदू सेनेच्या २० टक्के कार्यकर्त्यांनी शिवसेनेत प्रवेश केला. यांपैकी प्रतापराव जाधव व गुलाबराव गावंडे हे दोन आमदार म्हणून निवडून आले. सुबोध मोहिते हे रामटेक मतदारसंघातून खासदार म्हणून निवडून आले (१९९९,२००४). चंद्रशेखर पुरोहित (खामगाव) व श्रीरंग पिंजरकर (अकोला) हे नगरसेवक म्हणून निवडून आले. सुधीर सूर्यवंशी व भीमराव सुर्वे (वाशिम) हे दोन जिल्हापरिषद सदस्य होते. विलास शेळके, संजय शेळके, बाबाराव करनाटे हे शिवसेनेत जिल्हा पातळीवर काम करत होते. अकोला येथील गोवर्धन शर्मा हे भाजपाचे आमदार आहेत. शंकरराव खंडारे, गजानन घुगे, संजय जोशी (अमरावती) हे भाजप पक्ष संघटनेत तालुका व जिल्हा पातळीवरील पदाधिकारी आहेत.

बहुजन महासंघ या पक्षाकडून गाव पातळीवर सरपंच निवडून आले. ते पूर्वी हिंदू सेनेचे कार्यकर्ते होते. दैडवाड गीरी (सरपंच), पाटक तनमेले (सरपंच), मांगीलाल पवार (लोहगड सरपंच), अनंदा मेतकर (चिखलगाव, उपसरपंच), निला शिंगोले, महादेव बुद्देले (शहर प्रमुख) यांचा समावेश यामध्ये होतो. बहुजन महासंघाने अकोला महानगरपालिकेत भाजपबरोबर युती केली आहे (२००२-२००४). वंदना वासनिक या बहुजन महासंघाच्या नगरसेविका झोनल सभापती अकोला महानगरपालिकेत होत्या.

लालदास अभ्यंकर (बहुजन महासंघ) यांनी अमरावती जिल्हा परिषदेत शिवसेनेबरोबर युती केली होती. ही युती हिंदू सेनेतील कामामुळे झाली, असे सुधीर सूर्यवंशी यांचे मत आहे.

हिंदू सेनेतील रमेश बजाज व माधवराव पाटील हे अकोला जिल्हा काँग्रेस कमिटीवर काम करतात. तुकाराम बिडकर हे सभापती आहेत (अकोला, जिल्हा परिषद). ते राष्ट्रवादी काँग्रेस पक्षाचे प्रदेश सचिव होते. तुकाराम बिडकर २००४ मध्ये मूर्तीजापूर मतदारसंघातून विधानसभेवर निवडून आले होते. गणेश भगत हे मराठा महासंघाचे काम करतात. हिंदू सेनेतून शिवसेना, भाजप, काँग्रेस, राष्ट्रवादी काँग्रेस, भारिप– बहुजन महासंघ व मराठा महासंघ या पक्ष व संघटनात पक्षांतर झाले, तरी पक्षांतरीत नेते व कार्यकर्त्यांचे संबंध हिंदू सेनेबरोबर सहकार्याचे आहेत (गाडगीळ).

खाजगी क्षेत्रातून आर्थिक पाठिंबा

हिंदू सेनेने खाजगी क्षेत्रातील आर्थिक उत्पन्नाचे मार्ग तयार केले आहेत. अकोला शहरात एस.टी.स्टॅंड जवळ तरुण बेकारांना टपरी व छोटी दुकाने चालू करून दिली. हे टपरीवाले व छोटे दुकानदार संघटनेला आर्थिक मदत करतात. व्यायाम शाळा हा एक उत्पन्नाचा मार्ग आहे. व्यायाम शाळा व कमांडोज प्रशिक्षण केंद्रामध्ये प्रवेशफी आकारली जाते. या मार्गाने संघटनेला आर्थिक मदत होते. हिंदू ज्ञानपीठ ही पाचवी ते दहावीपर्यंत शिक्षण देणारी शिक्षण संस्था आहे. अकोला व नागपूर येथे या संस्थेच्या दोन शाखा आहेत. या संस्थेचे प्रशासन हिंदू सेनेकडून चालवले जाते. हिंदू ज्ञानपीठ व व्यायाम शाळा यांच्या इमारती व जागा आहेत. इमारतीची पक्की बांधकामे झालेली आहेत. जागा मोक्याच्या ठिकाणी आहेत. नागपूर शहरात अंबाझरी मार्गावर शंकरनगर चौकाजवळ शाळा आहे. येथे हिंदू सेना छापखाना चालवते. धरमपेठ गांधीसागर येथे दुसरी शाळा आहे. अकोला येथे एस. टी. स्टँडसमोर व्यायाम शाळेची मोठी इमारत आहे. या इमारती व जागांचा वापर हिंदू सेनेच्या कामासाठी केला जातो. राणी झाँशी मार्ग अकोला येथे हिंदू सेनेचे मुख्य कार्यालय पक्क्या बांधकामाचे आहे.

हिंदू सेनेतून शिवसेना, भाजप, काँग्रेस, राष्ट्रवादी काँग्रेस, बहुजन महासंघ या सर्वच पक्षात गेलेल्या कार्यकर्त्यांकडून संघटनेला मदत मिळते. गणेश उत्सव, दुर्गा उत्सव व शिवजंयती इत्यादी उत्सवांसाठी नागरिक वर्गणी देतात. वर्गणीच्या रूपाने गोळा झालेले पैसे हिंदू सेनेच्या कामासाठी वापरले जातात. हिंदू सेनेच्या कार्यकर्त्यांवरील खटले शिवसेना व भाजपचे नेते सोडवतात. तसेच सामूहिक, धार्मिक कार्यक्रमांस शिवसेना, भाजप व संघ यांची मदत मिळते. पण ही संघटना पूर्णपणे परावलंबी नाही. या संघटनेकडे स्वत:चे उत्पन्नाचे खाजगी मार्ग आहेत.

कार्यक्रम

हिंदू सेनेने हिंदू एकता ज्योत, संभाजी स्मारक लाँग मार्च, राम नवमी, दसरा, गणेश उत्सव, रामजन्मभूमी आंदोलन, मदनलाल धिंग्रा ज्योत, व्यायाम शाळा, हिंदू ज्ञानपीठ, कमांडोज प्रशिक्षण इत्यादी कार्यक्रम राबवले आहेत. हे सर्व कार्यक्रम सामूहिक व धार्मिक स्वरूपाचे आहेत. या कार्यक्रमांमधून हिंदू सेना हिंदूचे ऐक्य करते.

ऐतिहासिक कार्यक्रम

छत्रपती शिवाजी, छत्रपती संभाजी, जिजाबाई, पहिले बाजीराव पेशवे व मदनलाल धिंग्रा ही संघटनेची वीरतेची व धर्म संरक्षक प्रतीके आहेत. ही प्रतीके संघटनेने कार्यक्रमात वापरली. हिंदू सेनेने छत्रपती शिवाजी व छत्रपती संभाजी यांच्या चरित्रातून हिंदू धर्म-संरक्षक विचार मांडला आहे. छत्रपती शिवाजीने अफजलखानाचा कोथळा बाहेर काढला व छत्रपती संभाजी हिंदू धर्मरक्षक होता. हा विचार संघटनेने छत्रपती संभाजी महाराज बलिदान स्मृतीदिनांतून समाजात पसरवला. छत्रपती संभाजी हे मराठ्यांचे दुसरे राजे होते. ११ मार्च १६८९ रोजी पुण्याजवळील वढू बुद्रुक- तुळापूर त्यांची हत्या येथे झाली होती. या घटनेला १९८९ मध्ये तीनशे वर्ष पूर्ण झाली होती. येथून पुढे हिंदू सेनेने संभाजी महाराज बलिदान स्मृतिदिन साजरा करण्यास सुरुवात केली. हिंदू सेनेचे नेते चंद्रशेखर गाडगीळ यांनी धर्मवीर संभाजी महाराज कमांडोज (अकोला) या संस्थेची स्थापना केली आहे. ही संघटना संभाजी महाराज बलिदान स्मृतिदिन साजरा करण्यात पुढाकार घेते. १९८९ मध्ये शरद पवार (मुख्यमंत्री), के. सी. पंत, सुमित्राराजे भोसले (राजमाता) यांच्या उपस्थितीत बलिदान स्मृतिदिन साजरा झाला. या कामात हिंदू सेनेने पुढाकार घेतला होता. संघटनेने रामटेक येथून जलतीर्थ वढू बुद्रुक-तुळापूर येथे आणले होते. रामटेक येथून वढू बुद्रुक- तुळापूरपर्यंत एक फेरी काढली होती. यामध्ये 'जय अंबे; जय वीर संभाजी बोला; वढू बुद्रुक- तुळापूर (पुणे) चला' अशी घोषणा दिली होती (भगवा गार्ड लाँग मार्च परिपत्रक).

पहिला बाजीराव पेशवे यांना हिंदू सेना वीरतेचे प्रतीक मानते. हिंदू सेनेने रावेर येथे त्यांच्या समाधीची डागडुजी केली. रावेर हे समाधी स्थळ स्मारक स्वरूपात विकसित करावे, यासाठी मध्यप्रदेश सरकारला संघटनेने निवेदन दिले (गाडगीळ).

जेम्स लेन लिखित शिवाजी: द हिंदू किंग इन इस्लामिक इंडिया या पुस्तकामधील मजकूर जिजाबाई यांची बदनामी करतो. म्हणून या पुस्तकावर बंदी घालावी, अशी मागणी हिंदू सेनेने केली होती (तरुण भारत, नागपूर ८ जानेवारी २००४, मातृभूमी, अकोला ८ जानेवारी २००४). मराठा सेवा संघाच्या संभाजी बिग्रेडने भांडारकर

प्राच्यविद्या संस्थेवर हल्ला केला. भांडारकर प्राच्यविद्या संस्थेतील ग्रंथाचे नुकसान झाले म्हणून हल्ला करणाऱ्या युवकांचा हिंदू सेनेने निषेध केला व संभाजी बिग्रेडच्या हल्ला करणाऱ्या युवकांवर कडक कारवाई करावी, अशी मागणी हिंदू सेनेने केली होती (देशोन्नती, अकोला, ७ जानेवारी २००४).

१९९७ मध्ये हिंदू सेनेने प्रतापगड येथे शिवप्रतापदिन साजरा केला. अफझलखान बुरूज हे नाव काढून टाकले. त्या जागी शिवप्रताप बुरूज असे नाव हिंदू सेनेने दिले (जागे व्हा सावधान, नागपूर २३ सप्टेंबर २००४). प्रतापगडावर जीवा महाला, येसाजी कंक, कृष्णाजी इंगळे व जेधे यांच्या पालख्या आल्या होत्या. हिंदू सेनेने त्या पालख्यांचा सत्कार केला (जागे व्हा सावधान, नागपूर, २३ सप्टेंबर २००४). अफझलखान कबरी बाबत सप्टेंबर २००४ ला विश्व हिंदू परिषदेने आंदोलन केले. या आंदोलनास हिंदू सेनेचा पाठिंबा होता (जागे व्हा सावधान, नागपूर, २३ सप्टेंबर २००४). हिंदू तिथी-प्रमाणे शिवजयंती साजरी करावी अशी मराठा सेवा संघाच्या विरोधी बाजूची भूमिका हिंदू सेनेने घेतली आहे (जागे व्हा सावधान, नागपूर, १९ मार्च २००४: ४).

राम पुनियानी यांनी स्वा. वीर सावरकरांनी ब्रिटिश शासनाला माफीनामा लिहून दिला, असे लिहिले होते. २००१ मध्ये हिंदू सेनेने अकोला येथे या विधानाचा निषेध धिंग्रा चौकात केला. राम पुनियानी यांची प्रतिमा जाळण्यात आली होती (जागे व्हा सावधान, नागपूर, १३ नोव्हेंबर २००१). अंदमानमधील स्वातंत्र्यज्योतीवरील सावरकर यांच्या कवितेतील अवतरणे मणिशंकर अय्यर (काँग्रेस) यांनी काढली. हिंदू सेनेने या घटनेचा निषेध केला (जागे व्हा सावधान, नागपूर, २३ सप्टेंबर २००४). शिवसेनेच्या जोडे मारा आंदोलनास हिंदू सेनेने पाठिंबा दिला होता (जागे व्हा सावधान, नागपूर, १ सप्टेंबर २००४: १). उमा भारती यांनी सप्टेंबर २००४ मध्ये तिरंगा यात्रा काढली होती. या यात्रेस हिंदू सेनेचा पाठिंबा होता (जागे व्हा सावधान, नागपूर, १ सप्टेंबर २००४: २). याचा अर्थ ही संघटना स्थानिक पातळीवर हिंदुत्वाचे आवाहन उभे करत होती. तसेच स्थानिक पातळीवर हिंदूचे राजकीय ऐक्य करण्याचा प्रयत्न ही संघटना करत होती.

धार्मिक कार्यक्रम

हिंदू सेना रामनवमी, दसरा, गणेश उत्सव, रामजन्मभूमी आंदोलन, मदनलाल धिंग्रा ज्योत हे कार्यक्रम अकोला जिल्ह्यात घेते. अकोला जिल्ह्यात हिंदू सेनेबरोबर शिवसेना, संघ परिवार व भाजपचे कार्यकर्ते या धार्मिक कार्यक्रमात सहभाग घेतात. मात्र मुख्य सहभाग हा हिंदू सेनेचा असतो. या कार्यक्रमांतून हिंदू सेनेने हिंदू विरोधी अहिंदू असे ध्रुवीकरण केले आहे. हिंदू सेनेने अकोला जिल्ह्याच्या बाहेर अमरावती, वाशीम, बुलढाणा व नागपूर येथे हे कार्यक्रम राबवले होते.

१९८२ मध्ये विश्व हिंदू परिषदेने जनजागरण अभियान सुरू केले. या आंदोलनाला हिंदू सेनेचा पाठिंबा होता. हिंदू सेनेने विश्व हिंदू परिषदेबरोबर एकात्मता यात्रा (१९८३), भारत माता, गंगामाता यात्रा, हरिद्वार ते हरिमंदिर सद्भावना यात्रा (पंजाब), रामभक्ती मेळावा (दिल्ली), धर्म संसद (नाशिक), हिंदू धर्म पुनरागमन, परिवर्तन कार्यक्रम (१९८५ नेवासा), रामजन्मभूमी मुक्ती आनंद सोहळा (९ फेब्रुवारी १९८६ शनिवारवाडा, पुणे) राम पादुका पूजन, रामजन्मभूमी मुक्ती आंदोलन इत्यादी कार्यक्रमांत सक्रिय सहभाग घेतला होता. १९८७ मध्ये अमरावती व १९८८ मध्ये मोर्शी व वडगाव (जि. अकोला) येथे दंगल झाली. दंगलीमध्ये हिंदूचे संरक्षण करण्यासाठी हिंदू सेना विदर्भात विखुरली होती. १९८८-८९ मध्ये विश्व हिंदू परिषद, बजरंग दल व भाजप या संघटनांनी रामजन्मभूमीचा प्रश्न उपस्थित केला होता. यास हिंदू सेनेचा पाठिंबा होता (गाडगीळ). नोव्हेंबर ८९ च्या रामशिलापूजनास हिंदू सेनेचे कार्यकर्ते गेले होते. चंद्रशेखर गाडगिळांनी हिंदू सेनेच्या कार्यकर्त्यांची एक तुकडी अयोध्येला पाठविली होती (गाडगीळ).

६ डिसेंबर १९९२ ला अयोध्येत कारसेवकांनी बाबरी मशीद उद्ध्वस्त केल्यानंतर विदर्भातील अकोला, अकोट, बुलढाणा, मलकापूर, कामठी, नागपूर येथे दंगली झाल्या. या वेळी हिंदू सेनेचे कार्यकर्ते अयोध्येला गेले नव्हते. दंगली होणार हे हिंदू सेनेला माहीत होते (गाडगीळ). दंगलीमध्ये हिंदूंचे संरक्षण करण्यासाठी हिंदू सेना विदर्भात विखुरली होती. अकोला येथे राजेश्वर हे एक परंपरागत दैवत आहे. या दैवताची यात्रा अकोला शहरात हिंदू सेना साजरी करते. राजेश्वर दैवताचा उत्सव साजरा करण्यासाठी प्रत्येक वर्षाला समिती स्थापन केली जाते. या समितीत हिंदू सेनेचा समावेश असतो. जिल्हाभर या उत्सवाचा प्रभाव असतो. या उत्सवामधून हिंदू सेना हिंदूंचे ऐक्य घडविण्याचा प्रयत्न करते. हिंदू सेना नवरात्र, गणेश उत्सव, गुढीपाडवा हे धार्मिक सण साजरे करते. दुर्गा उत्सव हा हिंदूंचा राष्ट्रीय उत्सव आहे, असे संघटनेचे मत आहे (पत्रक, २८ सप्टेंबर २०००).

शैक्षणिक कार्यक्रम

हिंदू सेना भावनिक कार्यक्रमाच्या बाहेर पडून भरीव कार्यक्रम राबवते. व्यायाम शाळा, हिंदू ज्ञानपीठ, कमांडोज प्रशिक्षण व सावरकर साहित्य संमेलन असे कार्यक्रम संघटनेने घेतले आहेत. अकोला, अमरावती, वाशीम व नागपूर येथे व्यायाम शाळा, हिंदू ज्ञानपीठ, कमांडोज प्रशिक्षण हे नियमितपणे घेतले जातात. हिंदू ज्ञानपीठ ही दहावी-पर्यंत शिक्षण देणारी संस्था आहे. अकोला व नागपूर येथे तिच्या दोन शाखा आहेत. या शिक्षणसंस्थांना शासनाचे अनुदान मिळते. या शाळांमध्ये हिंदू परंपरा, संस्कृत व इंग्रजी भाषेमध्ये हिंदू आशय समाविष्ट करून शिकविला जातो. इंग्रजी भाषा ही परकीय असली,

तरी शिकण्याची गरज हिंदू सेनेला वाटते. त्यामुळे या संघटनेने इंग्रजी भाषेचा आग्रह धरला आहे. परंतु ही भाषा हिंदू चौकटीत शिकवली जाते, असा संघटनेचा दावा आहे.

हिंदू सेनेने स्वातंत्र्यवीर सावरकर साहित्य संमेलन २३, २४ मे १९९२ रोजी वारी श्री. हनुमान मंदिर, वारी भैरवगड (ता. तेल्हारा जि. अकोला) येथे घेतले होते. 'जातिवंतानो मर्दगड्यांनो, हजारोंच्या संख्येने उपस्थित राहा, जय मृत्युंजय जय वीर सावरकर बोला, वारी हनुमान भैरवगड चला' अशी घोषणा वापरली होती (हिंदू सेनेचे पत्रक, नागपूर, २३ मे १९९२). सावरकर साहित्यावर आधारलेले ग्रामीण व वनवासी साहित्य संमेलन होते, असे हिंदू सेनेचे मत आहे. ग्रामीण व वनवासी भागात सावरकर विचार रुजविण्यासाठी साहित्य संमेलन आयोजित केले होते (गाडगीळ).

समान नागरी कायदा करावा, अशी भूमिका हिंदू सेनेने १९८० पासून घेतली आहे. 'एक देश एक कानून ईस मां, माटी के लिए पसीना खून' अशी घोषणा हिंदू सेनेने वापरली आहे. विदर्भात हिंदू सेनेने समान नागरी कायदा करण्यासाठी आंदोलन केले. नागपूर हिंदू सेनेने विधानसभेवर मोर्चा काढला होता. हिंदू एकता आंदोलनाच्या समान नागरी कायदा आंदोलनाला हिंदू सेनेचा पाठिंबा होता (जागे व्हा सावधान, २८ जुलै २००३: १).

निवडणुकांतील सहभाग

हिंदू सेना ही बहुजन जातीतील हिंदूंचे संघटन करणारी संघटना आहे. ही संघटना या नेत्यांमध्ये हिंदू अस्तित्वभान निर्माण करते. त्यामुळे संघटना तत्त्व म्हणून निवडणुकांच्या राजकारणापासून अलिप्त आहे (गाडगीळ). परंतु संघटनेच्या कार्यकर्त्यांना कोणत्याही पक्षात जाऊन काम करण्यास हिंदू सेनेची संमती आहे. हिंदू सेना व शिवसेना या दोन संघटनांमध्ये निवडणूक पाठिंब्यावरून लोकसभा-१९८९, विधानसभा १९९०, लोकसभा १९९१, विधानसभा १९९५ मध्ये तणाव वाढला होता. शिवसेनेच्या विरोधात हिंदू सेनेने उमेदवार दिले होते. परंतु हिंदू सेनेच्या तुलनेत शिवसेना महाराष्ट्रभर वाढलेला पक्ष म्हणून अकोला येथे हिंदू सेनेला मतदारांनी नाकारले. लोकसभा-१९९६, लोकसभा-१९९७, लोकसभा आणि विधानसभा १९९९ व लोकसभा २००४ च्या निवडणुकीत भाजप -शिवसेना युतीस हिंदू सेनेचा पाठिंबा होता (गाडगीळ). २००४ च्या लोकसभा निवडणुकीत कपिल सिब्बल यांनी लालकृष्ण आडवाणी विदेशी असल्याचा मुद्दा मांडला होता. हा मुद्दा हिंदू सेनेने खोडून काढला व कपिल सिब्बल यांचा निषेध केला (जागे व्हा सावधान, १८ एप्रिल २००४). हिंदू सेना ही संघटना सोनिया गांधी यांना विदेशी मानत नाही. कारण हिंदू विवाह कायद्यानुसार विवाहानंतर सोनिया गांधी या हिंदू आहेत, असे हिंदू सेनेचे मत आहे (गाडगीळ).

विचारप्रणाली

हिंदू सेनेची विचारप्रणाली चंद्रशेखर गाडगीळ यांनी 'जागे व्हा, सावधान' या साप्ताहिकातून मांडली आहे (गाडगीळ, जागे व्हा, सावधान, ७ जून २००४). त्यांनी हिंदू महासभा व संघ यांचे हिंदुत्व व हिंदू सेनेचे हिंदुत्व यामध्ये फरक केला आहे. त्यांच्या मते, हिंदू सेनेचे हिंदुत्व सुधारित हिंदुत्व आहे. सुधारित हिंदुत्व हे ब्राह्मणेतर जातींचे संघटन करते. हिंदू महासभा व संघ यांचे नेतृत्व ब्राह्मणेतर जातींचे संघटन करत नव्हते. ब्राह्मणेतर जातींचे संघटन करण्याचा विचार हिंदू महासभा व संघ यांच्या संघटनापेक्षा वेगळा आहे (गाडगीळ). सावरकरांच्या विचारात जातिभेदविरोध व अस्पृश्यता निर्मूलन हा विचार होता. हा विचार हिंदू सेनेने व्यापक केला. जातिभेदविरोध व अस्पृश्यता निर्मूलन या मुद्दाच्यापुढे जाऊन मराठा, कुणबी व इतर मागासवर्गीय जातींचे संघटन करण्याचा विचार हिंदू सेनेने मांडला. यास त्यांनी बहुजनलक्षी हिंदुत्व असे संबोधिले. हिंदू सेना जातिभेद व अस्पृश्यता नाकारते. परंतु वर्णव्यवस्था मात्र स्वीकारते. त्यामुळे वर्ण व जातिसंस्थेबद्दल संघटनेचा विचार घसरडा आहे. त्यांच्यात स्पष्टता नाही. जाती विरहित वर्णव्यवस्थेवर आधारलेले हिंदुत्व हा हिंदू सेनेच्या विचाराचा मुख्य भाग आहे (गाडगीळ). 'जातीवर्ण विसरून जाऊ हिंदू सारे एक होऊ', 'जात पात तोडो, हिंदू एक हो' अशा घोषणा हिंदू सेना सुधारित हिंदुत्वासाठी वापरते (जागे व्हा सावधान, १३ नोव्हेंबर २००१: २). २३ व २४ मे १९९२ च्या सावरकर साहित्य संमेलनात पतितपावन हा विचार मांडण्यात आला होता. दलित व आदिवासी समाजाला हिंदू समाजात सामावून घेण्यासाठी पतितपावन हा शब्द हिंदू सेनेने वापरला होता (हिंदू सेना, पत्रक, २३ मे १९९२; गाडगीळ). म्हणजेच हिंदू अस्तित्वभानाचा विचार संघटनेने स्विकारला होता.

हिंदू सेनेने क्षात्र धर्माचा पुरस्कार केला आहे. क्षात्र धर्म म्हणजे कर्म या गुणाचे संवर्धन करणे. क्षात्र हा शब्द बलसंवर्धन करणे या अर्थाने संघटना वापरते. संघटनेच्या मते बलसंवर्धन केले तर धर्म संरक्षण होईल. म्हणून हिंदू सेना क्षात्रवृत्ती वाढवते (गाडगीळ, सामना, मुंबई, १४ डिसेंबर २००३: ३). क्षात्र हा शब्दप्रयोग क्षत्रियत्वाचे गौरवीकरण करतो. बहुजन समाजाने क्षात्रवृत्ती जपावी असे संघटनेचे मत आहे. परंपरागतदृष्ट्या मराठा हे क्षत्रित्वाचा दावा करत होते. त्यांच्याबरोबर इतर मागासवर्गीय समाज, कोळी, आदिवासी समाज क्षत्रियत्वाचा दावा करतो. त्यांनी क्षात्र धर्म पाळावा, असे हिंदू सेनेचे मत आहे (गाडगीळ).

क्षात्रवृत्ती ही आक्रमक असावी अशी भूमिका हिंदू सेनेने घेतली आहे. संघटनेने घोषवाक्यातून आक्रमकता स्पष्ट केली आहे. हिंदू सेना ही हिंदू समाजाच्या बलिदानाची जथा आहे. संघर्ष के बिना हिन्दुत्व कहाँ ? या घोषणाचा वापर संघटना करते (गाडगीळ). वीर शिवाजी, वीर संभाजी व वीर पहिला बाजीराव ही प्रतीके हिंदू सेना वापरते. वढु बुद्रुक

(पुणे) ही संभाजीची समाधी व रावेर (मध्यप्रदेश) ही पहिल्या बाजीरावाची समाधी म्हणजे संघटना वीरतेची प्रतीके मानते (गाडगीळ). हिंदू हा भ्याड, देशद्रोही, धर्मद्रोही, अपमान सहन करणारा नसावा. हिंदू हा शूर, धर्मरक्षक, अन्यायाविरोधी संघर्ष करणारा व स्वावलंबी असावा, असे हिंदू सेनेचे मत आहे (जागे व्हा सावधान, १ सप्टेंबर २००४: ४). अर्थातच यावरून हिंदू सेना क्षत्रियत्वाचे गौरवीकरण करते आणि वर्णव्यवस्थेचा सरळ पुरस्कार करते.

हिंदू सेनेच्या मते, हिंदू धर्मावर हिंदूंची श्रद्धा असावी. हिंदू धर्मासाठी हिंदू समाजात त्यागवृत्ती वाढवण्याचे काम हिंदू सेना करते. हिंदू सेना अयोध्येत राम मंदिर बांधण्यासाठी प्रयत्नशील आहे. श्रीराम शोभायात्रा हिंदू सेना काढते (जागे व्हा सावधान, १८ एप्रिल २००४). हिंदू सेनेने हिंदू देवदेवतांच्या विटंबनेला तीव्र विरोध केला आहे. गुडी पाडवा हा हिंदूंचा मुख्य सण आहे. हा सण गुलामगिरीतून मुक्त होण्याचे प्रतीक म्हणून हिंदू सेना संबोधते. त्यामुळे १ जानेवारी हे नव वर्ष गुलामगिरीचे प्रतीक संबोधले जाते (हिंदू सेना, पत्रक, नागपूर, २८ मार्च १९९८).

हिंदू सेनेच्या मते अल्पसंख्यांक हिंदू धर्मविरोधक आहेत. त्यांची निष्ठा भारतावर नाही. अल्पसंख्याकांवर नियंत्रण ठेवण्याचा मार्ग हिंदूंनी बलसंवर्धन करणे हा आहे (गाडगीळ). विवाहाच्या संदर्भात हिंदूप्रमाणेच मुस्लीमांसाठी समान नागरी कायदा करावा. संघटनेने धर्मांतरास विरोध केला आहे. आंतरधर्मिय विवाहात हिंदू पुरुष असेल तर त्यांच्या पासून जन्मलेली पिढी ही हिंदू आहे. उदा. मस्तानीचा मुलगा हा हिंदू होता, असे हिंदू सेनेचे मत आहे (गाडगीळ). सावरकर विचारातील सैनिकीकरण, आधुनिकता, हे मुद्दे हिंदू सेनेने स्वीकारले. याबरोबर हिंदू सेनेने व्यायाम, कुस्ती, मुष्टियुद्ध, घोडेस्वार,लाठी काठी हा परंपरागत व सैनिकशास्त्र कवायत, नियुद्ध कला, मुष्टियुद्ध, घोडेस्वारी, साहस अडथळे प्रशिक्षण, रायफल, पिस्तोल शुटींग, युद्ध प्रात्यक्षिक, कमांडो प्रशिक्षण हा आधुनिक मार्ग स्वीकारला. संगणक प्रशिक्षण व हिंदू ज्ञानपीठ (कॉन्व्हेट) हे दोन मुद्दे हिंदू सेनेने नव्या संदर्भात स्वीकारले. आधुनिकतेचा पुरस्कार करताना हिंदू सेनेने हिंदू संस्कृती व परंपरा या दोन्हींचा मेळ घालण्याचा विचार मांडला. उदा. संस्कृत भाषा शिकवणे, गुड मॉर्निंगऐवजी वंदे मातरम्‌चा वापर करणे यामधून पाश्चिमात्य व अमेरिकीकरणास हिंदू सेनेने विरोध केला. स्वदेशी शिक्षणपद्धतीचा वापर केला, असा गाडगिळांचा दावा आहे (गाडगीळ, १४ डिसेंबर २००३: ३).

हिंदू सेना हिंदू राष्ट्रवादाचा पुरस्कार करते. हिंदू राष्ट्रवाद हा वैदिक धर्म, हिंदू संस्कृती, हिंदू परंपरा यांवर आधारित उभारावा, असे हिंदू सेनेचे मत आहे. हिंदू परंपरा जपत हिंदू सेना आधुनिकतेचा पुरस्कार करते. हिंदू राष्ट्रवाद उभारताना परंपरा व आधुनिकतेचा मेळ घातला आहे, असे गाडगिळांचे मत आहे. उदा. हिंदू ज्ञानपीठात इंग्रजी भाषा व संस्कृत भाषा शिकविली जाते (गाडगीळ). भारत हे केवळ हिंदू राष्ट्र व्हावे, असा हिंदू सेनेचा

आग्रह आहे. म्हणजेच संघाचे हिंदू राष्ट्र हिंदू सेनेलादेखील अभिप्रेत आहे. राजकारण पवित्र व शुद्ध असावे, अशी भूमिका हिंदू सेनेने मांडली आहे. नगरसेवक कसे असावेत यासाठी एक आचारसंहिता हिंदू सेनेने जाहीर केली होती. नगरसेवक हा सेवक असावा, त्यांचे चारित्र्य शुद्ध असावे, तो सुशिक्षित व सुसंस्कृत असावा. नगरसेवक हा भष्ट्राचारी नसावा, असे हिंदू सेनेचे मत आहे (पत्रक, नगरसेवक कसा असावा, रमेश पडोळे, नागपूर). हा विचार संघाच्या विचारांशी मिळताजुळता आहे. आंतरराष्ट्रीय राजकारणाच्या संदर्भात हिंदू सेना पाकिस्तान व चीन या दोन्ही देशांना शत्रू संबोधते (जागे व्हा सावधान, २७ सप्टेंबर २००३ व ६ आक्टोबर २००३).

समारोप

हिंदू सेना विदर्भात स्थानिक पातळीवर हिंदुत्वाचा प्रसार करते. अकोला व नागपूर येथे संघटनेने स्थानिक मुद्यांच्या मदतीने हिंदुत्व घडवले. हिंदू सेनेने संघाच्या हिंदुत्वाला ब्राह्मणी हिंदुत्व संबोधिले आहे. तर हिंदू सेनेचे हिंदुत्व बहुजनलक्षी हिंदुत्व आहे, असा हिंदुत्व विचारात फरक केला आहे. बहुजनलक्षी हिंदुत्व म्हणजे ब्राह्मणेतर जातींना हिंदुत्वाच्या संघटनात्मक कामात सहभागी करून घेणे, असा अर्थ हिंदू सेनेने लावला आहे. बहुजनलक्षी हिंदुत्वाचा मुख्य आधार सावरकर-विचार आहे. कारण हिंदू सेनेने सावरकर-विचार सारांशाने स्वीकारला आहे. त्यामुळे हिंदू सेनेचे हिंदुत्व सावरकरी हिंदुत्ववाद या स्वरूपाचे आहे. सावरकर विचारातील आधुनिकता, लष्करी प्रशिक्षण व ब्राह्मणेतर जातींचे संघटन हे तीन मुद्दे हिंदू सेनेच्या विचारात स्पष्टपणे दिसतात. पण गाय हा उपयुक्त पशू आहे. तर हिंदू सेनेने गाईला उपयुक्त पशूऐवजी हिंदू धर्माच्या दैवतांचे प्रतीक मानले आहे. हा फरक सावरकर-विचार व हिंदू सेनेच्या विचारात आहे.

हिंदू सेनेने संघाच्या कार्यक्षेत्राबाहेर हिंदुत्वाचा विस्तार करण्यासाठी अकोला येथील राजेश्वर दैवताची यात्रा, सावरकर साहित्य संमेलन, संभाजी महाराजांचा बलिदान दिन, जिजाबाईचे स्मारक, असे स्थानिक मुद्दे उठविले. संभाजी व पहिले बाजीराव पेशवे ही दोन नवी प्रतीके त्यांनी पुढे आणली. त्यामुळे ब्राह्मणेतर जातींमध्ये हिंदुत्वाची हिंदुत्व स्वीकारले गेले. तसेच ब्राह्मणेतराची राजकीय व सामाजिक एकजूट झाली.

❐

संदर्भसूची

व्होरा राजेंद्र व सुहास पळशीकर, १९९०, निओ हिंदुइझम ए केस ऑफ डिस्टॉर्टेड कॉन्शस्नेस,लेले जयंत (संपा) *स्टेट अँड सोसायटी : चेजींग सोशल बेसेस ऑफ इंडियन पॉलिटिक्स*, दिल्ली, चाणक्य.

सावरकर बाळ, १९७२, *हिंदू समाज संरक्षक : वि. दा. सावरकर*, मुंबई, सावरकर प्रकाशन.

❐

प्रकरण ५

हिंदू एकता आंदोलन : ओबीसी तरुणांचा सहभाग

१९८० च्या दशकात अखिल भारतीय हिंदू सेना (हिंदू सेना), हिंदू एकता आंदोलन व बहुजन युवा या संघटनांचा पसारा वाढला होता. या संघटनांमध्ये इतर मागासवर्गीय समाज संघटित झाला होता. त्यामुळे या संघटनांनी १९८० ते १९८४ पर्यंत स्वतंत्रपणे राजकीय कृतिप्रवणतेचा कार्यक्रम राबवला. १९८४ नंतर या संघटनांमधील नेते व अनुयायी शिवसेना-भाजपमध्ये सामील झाले. त्यामुळे या संघटनांची राजकीय कृतिप्रवणतेची मध्यवर्ती भूमिका बाजूला पडली. पण या संघटनांनी १९८४ नंतरही हिंदुत्वाशी संबंधित सामूहिक, धार्मिक व सामाजिक मुद्दे उठवले. त्यामुळे हिंदूंचे राजकीय व सामाजिक एकसंघीकरण झाले. त्याचा थेट फायदा शिवसेना-भाजपला झाला.

शिवसेनेने हिंदुत्व स्वीकारण्याच्या अगोदर या संघटनांनी हिंदूंचे संघटन केले होते. १९८० मध्ये हिंदू एकता आंदोलन व बहुजन युवा या संघटनांनी इतर मागासवर्गीय समाजाचे संघटन करण्यास सुरुवात केली. नितीन बिरमल यांनी या संघटनेचा अभ्यास केला आहे. या संघटनेने इतर मागासवर्गीय समाजाचे संघटन केले, हा मुद्दा त्यांनी सविस्तरपणे मांडला आहे. हा अभ्यास १९८९ पर्यंतचा आहे (बिरमल, १९८९). १९८९ नंतर संघटनेचा विस्तार झाला. उदा. संघटनेने हिंदू एकता आंदोलन पक्षाची स्थापना केली (जून २०००). तसेच शिवसेना-भाजपच्या विरोधात हिंदू आघाडी स्थापन केली. पश्चिम महाराष्ट्राच्या बाहेर उत्तर महाराष्ट्रात संघटना वाढली. हिंदू एकता आंदोलन संघटनेतील या राजकीय बदलांचा अभ्यास झालेला नाही. यामुळे १९८९ नंतरच्या हिंदू एकता आंदोलन व बहुजन युवा या संघटनांच्या नवहिंदुत्वाचा व जात या घटकाचा अभ्यास या प्रकरणात मांडला आहे.

महाराष्ट्रातील सांगली शहरातील खण भाग येथे १० फेब्रुवारी १९८० रोजी हिंदू एकता आंदोलन संघटनेची स्थापना झाली (कदम नारायण; १९८४: २१). दत्ता बाळ यांच्या हस्ते संघटना स्थापन झाली होती. या संघटनेचे संस्थापक व आरंभीचे अध्यक्ष नारायण कदम हे होते (बिरमल, १९८९: ३६). त्यांनी दक्षिण महाराष्ट्रात संघटना वाढवली. प्रारंभी हिंदू एकता आंदोलन संघटनेच्या शाखा सांगली शहराच्या चौकाचौकात

स्थापन झाल्या. सांगली शहरानंतर सातारा, कोल्हापूर, कऱ्हाड, मिरज, इचलकरंजी या शहरांमध्ये संघटना विस्तारली. पुणे व अहमदनगर येथे संघटनेच्या शाखा स्थापन झाल्या होत्या. दक्षिण महाराष्ट्राच्या खेरीज उत्तर महाराष्ट्रातील नाशिक, धुळे, मालेगाव, जळगाव येथे संघटनेच्या शाखा वाढल्या होत्या (तुपे विलास; बिरमल : ३६ ते ५२; चौसाळकर: ६५). १९८५ मध्ये महाराष्ट्राबाहेर बेळगाव, निपाणी, चिकोडी, जमखंडी, संकेश्वर, रायबाग इत्यादी ठिकाणी मिळून ७० शाखा होत्या (बिरमल: ८०). १९८० ते १९८४ या चार वर्षांच्या काळात संघटनेचा विस्तार झाला. १९८५ नंतर संघटनेचा विस्तार खुंटला. १९८५ ते १९९० पर्यंत संघटनेच्या शाखा कमी होत गेल्या. निम-शहरी भागातील शाखा बंद झाल्या. कारण हिंदू एकता आंदोलन संघटनेतील कार्यकर्ते शिवसेना व भाजप या पक्षात गेले (तुपे). १९९० नंतर सांगली, कोल्हापूर, इचलकरंजी, कऱ्हाड, सातारा येथे संघटनेला नवे कार्यकर्ते मिळाले. उत्तर महाराष्ट्रातील धुळे, नाशिक, कोपरगाव, मालेगाव येथे संघटनेच्या शाखा आहेत. जून २००० मध्ये संघटनेने हिंदू एकता आंदोलन पक्षांची स्थापना केली (कदम). हिंदू एकता आंदोलन पक्षाच्या शाखा खण (सांगली), कोल्हापूर, सातारा, पुणे, संगमनेर, श्रीरामपूर, कोपरगाव, नाशिक, धुळे व जळगाव येथे २३ शाखा स्थापन झाल्या आहेत (कदम). यावरून असे दिसते की, ऐंशीच्या दशकाच्या आरंभी संघटना प्रभावी होती. त्यानंतर नव्वदीच्या दशकात तिचा प्रभाव व विस्तार ऐंशीच्या दशकाप्रमाणे राहिला नाही.

संघटना

हिंदू एकता आंदोलन संघटना स्थापनेच्या वेळी संघटनेचे स्वरूप स्पष्ट केले नव्हते. त्यामुळे हिंदू एकता आंदोलनाची संघटना विस्ताराप्रमाणे तयार होत गेली.

प्रांतिक कार्यकारिणी

हिंदू एकता आंदोलन संघटनेची प्रांतिक कार्यकारिणी आहे. प्रांतिक ही रचना लवचीक आहे. १९९० पर्यंत महाराष्ट्रातील बारा जिल्हे व कनार्टक राज्यातील दोन जिल्हे मिळून प्रांत तयार झाला होता. १९९० नंतर प्रांताची रचना महाराष्ट्रापुरती मर्यादित झाली. हिंदू एकता आंदोलन संघटनेतील कार्यकर्त्यांमधून पदावरती नियुक्ती केली जाते. प्रांतिक कार्यकारिणीमध्ये शहर प्रमुख व जिल्हा अध्यक्ष सदस्य असतात. १९८५ पूर्वी या कार्यकारिणीमध्ये जास्तीत जास्त २८ सदस्य होते (कदम). महाराष्ट्रातील बारा जिल्हे व कर्नाटक राज्यांतील दोन जिल्हे मिळून प्रांतिक कार्यकारी मंडळ तयार झाले होते. २००४ मध्ये प्रांत या रचनेत केवळ दहा जिल्ह्यांचा समावेश होतो (सांगली, कोल्हापूर, सातारा, पुणे, सोलापूर, अहमदनगर, नाशिक, धुळे, नंदूरबार व जळगाव). या कार्यकारिणीची बैठक दर तीन महिन्यांनी वेगवेगळ्या जिल्ह्यात होते. हिंदू एकता आंदोलन

संघटनेने चार जिल्ह्यांचा मिळून एक विभाग तयार केला आहे. विभागास विभाग प्रमुख व कार्यकारिणी असते (बिरमल : ८९).

जिल्हा व शहर शाखा

सांगली, कोल्हापूर, सातारा, सोलापूर, पुणे, अहमदनगर, नाशिक, जळगाव, धुळे, मुंबई, रत्नागिरी व ठाणे या बारा जिल्ह्यांत जिल्हा शाखा होत्या. जिल्ह्यासाठी एक जिल्हा शाखा व एक शहर शाखा असते. जिल्हा प्रमुख व शहर प्रमुख यांना प्रांतिक कार्यकारिणीचे सदस्यत्व दिले जाते. शहर व जिल्हा कार्यकारिणीची दरमहा एक बैठक होते (कदम). जिल्हा शाखेच्या नियंत्रणाखाली तालुका, गाव व वॉर्ड शाखा कामकाज चालवतात. जिल्हा शाखेचे सर्व शाखांवर नियंत्रण असते. महाराष्ट्र व कनार्टक राज्य मिळून ६५० शाखा व ४०,००० कार्यकर्ते होते (बिरमल: ८९). १९९० नंतर या शाखांची संख्या फार कमी झाली होती. एका अंदाजानुसार हिंदू एकता आंदोलन संघटनेच्या शाखा ५० पेक्षा कमी झाल्या होत्या. सध्या बाराऐवजी दहा जिल्हा स्तरावर जिल्हा शाखा आहेत. मात्र १९९० पूर्वी हिंदू एकता आंदोलन संघटनेच्या बारा जिल्ह्यांच्या शहरी भागात वॉर्ड शाखा आणि ग्रामीण भागात तालुका व गाव शाखा होत्या. त्या १९९० नंतर राहिल्या नाहीत. दहा जिल्हा स्तरावर केवळ एक प्रमुख शाखा दिसून येते. तालुका पातळीवर कऱ्हाड, संगमनेर, कोपरगाव, राहाता, श्रीरामपूर, मालेगाव येथे शाखा होत्या (तुपे). जून २००० नंतर हिंदू एकता आंदोलन संघटनेच्या शाखा वाढल्या आहेत. बारा जिल्ह्यांत संघटनेने ३६० शाखाचे पुनरूज्जीवन केले. संघटनेकडे नव्याने २००० कार्यकर्ते संघटित झाले आहेत. कार्यकर्त्यांना राजकीय महत्त्वाकांक्षा पूर्ण करण्यासाठी संघटनेने पक्ष स्थापन केला. भाजप, शिवसेना हे नकली हिंदुत्ववादी आहेत. हिंदू एकता आंदोलन पक्ष खरा हिंदुत्वाचा अजेंडा स्वीकारतो. या दोन कारणांमुळे जून २००० नंतर संघटनेची वाढ झाली (कदम).

हिंदू एकता आंदोलन पक्ष

जून २००० मध्ये हिंदू एकता आंदोलन संघटनेने हिंदू एकता आंदोलन पक्षाची स्थापना केली (लोकसत्ता, अहमदनगर, २४ जून २०००: ८). हिरामण गवळी, रामसिंह बावरी, सुदर्शन शितोळे व भगवान गुंजाळ यांनी पुढाकार घेऊन हिंदू एकता आंदोलन पक्षाची स्थापना केली. हिंदू एकता आंदोलन पक्षाच्या शाखा नाशिक, धुळे, नंदुरबार, जळगांव, अहमदनगर, पुणे, सातारा, सांगली व कोल्हापूर या जिल्ह्यांत आहेत. नाशिक, धुळे, अहमदनगर व पुणे येथे हिंदू एकता आंदोलन पक्ष निवडणुकांमध्ये उतरला होता. नाशिक, धुळे, अहमदनगर व पुणे महानगरपालिका निवडणुकीत हिंदू एकता आंदोलन पक्षाने उमेदवार उभे केले होते. शंकर पाटील (पुणे), सयाजी साळुंखे (पुणे), सुरेश

भालेराव (मालेगाव) सुनिल संगपाळ (सातारा) इत्यादी भाजपचे स्थानिक नेते हिंदू एकता पक्षामध्ये पक्षांतरीत झाले (सकाळ, पुणे, १४ ऑगस्ट १९९९; सकाळ, पुणे, २५ ऑगस्ट १९९९; लोकसत्ता, पुणे, २ मे २००३). हिंदू एकता आंदोलन पक्षात भाजप समर्थक व भाजप विरोधक असे दोन गट आहेत. धुळे येथील हिरामण गवळी गट भाजप समर्थक आहे. तर पुणे येथील शंकर पाटील, सयाजी साळुंके व राजाभाऊ देशपांडे यांचा गट भाजप विरोधी भूमिका घेणारा आहे. गो-हत्या बंदी, समान नागरी कायदा, सक्तीचा संतती नियम, ३७० वे कलम रद्द करावे, अयोध्येत राममंदिर उभारणे या मुद्यांवर भाजप व हिंदू एकता आंदोलन पक्षात मतभेद झाले होते. (लोकसत्ता, अहमदनगर, २४ जून २०००).

नेतृत्व

नारायण कदम, शं. प. साठे, बाळासाहेब कदम, विजय कडणे हे हिंदू एकता आंदोलन संघटनेचे संस्थापक सदस्य आहेत. प्रकाश जगताप व विलास तुपे यांनी पुणे येथे नेतृत्व केले आहे (कदम). १९९० नंतर हिरामण गवळी व रामसिंग बावरी यांच्याकडे संघटनेचे नेतृत्व होते. संघटनेच्या कार्यकारिणीचे सदस्य, जिल्हा प्रमुख, शहर प्रमुख, तालुका प्रमुख या पातळीवरील ६१ नेते व अनुयायी यांचे शिक्षण, जात, वयोगट, उत्पन्न गट, पक्षांबरोबरचे संबंध या मुद्यांचे विश्लेषण पुढीलप्रमाणे केले आहे.

संघटनेचे नेतृत्व व शिक्षण यांचा जवळचा संबंध दिसून येतो. शिक्षणाचे प्रमाण वाढत जाते, तसतसे त्या गटातील हिंदू एकता आंदोलन संघटनेच्या नेत्यांचे प्रमाण वाढत जाते. शिक्षणाचे प्रमाण कमी होत जाते, तसतसे हिंदू एकता आंदोलन संघटनेच्या नेत्यांचे प्रमाण कमी होत जाते. संघटनेत अशिक्षित पातळीवरील नेतृत्व नाही. प्राथमिक शिक्षण घेतलेले कार्यकर्ते केवळ ६१ पैकी ६ होते. हिंदू एकता आंदोलन या संघटनेचे नेतृत्व पदवीधर व पदव्युत्तर शिक्षण घेतलेल्या स्तरातील आहे(६१ पैकी ३४). उच्च शिक्षण घेतलेल्या नेत्यांचे संघटनेवर नियंत्रण आहे. संघटनेच्या नेतृत्वाची दुसरी पातळी माध्यमिक व उच्च माध्यमिक शिक्षण घेतलेली आहे (६१ पैकी २१).

मराठा व इतर मागासवर्गीय जातींचा सहभाग

संघटनेत अन्य जातींच्या तुलनेत मराठा (६१ पैकी २२) व इतर मागासवर्गीय (६१ पैकी २४) या दोन जाती गटांतील नेत्यांचा सहभाग जास्त होता. मराठा जातीच्या तुलनेत इतर मागासवर्गीय जातींतील नेत्यांचा सहभाग जास्त होता. ऐंशीच्या दशकात इतर मागासवर्गीय व मराठा या दोन जाती गटांत नेतृत्वाची स्पर्धा होती (तुपे; कदम). नारायण कदम (परीट), प्रकाश जगताप (माळी), विजय कडणे (सोनार) नंदकुमार काशिद (न्हावी), गजानन मुरदाडे (साळी), धनंजय जगताप (माळी), हिरामण गवळी

(गवळी) हा नेतृत्वाचा गट इतर मागासवर्गीय जाती गटातील आहे. विलास तुपे, बाबा पार्टे, संभाजी सुर्वे, राजेंद्र देसाई, उदय पोवार, सुंदर पवार, मानसिंह पाटोळे, बाळासाहेब कदम, बाळासाहेब साळुंके हे नेते मराठा जातीचे होते. नव्वदीच्या दशकात हिंदू एकता आंदोलन संघटनेतील इतर मागासवर्गीय व मराठा अशी स्पर्धा नष्ट झाली. कारण संघटनेतील मराठा जातीचे नेते व अनुयायी यांनी शिवसेना व काँग्रेस पक्षात पक्षांतर केले. त्यामुळे संघटनेचे नेतृत्व इतर मागासवर्गीय जातींकडे गेले. नारायण कदम (सांगली), शंकर पाटील (पुणे), हिरामण गवळी (धुळे), मालगिरी गोसावी (नाशिक), विनय पावसकर (कराड) या इतर मागासवर्गीय जातीगटांतील नेत्यांचे नियंत्रण संघटनेवर होते (कदम). २००० नंतर सुनील संगपाळ (सातारा), सुरेश भालेराव (नाशिक), सुदर्शन शितोळे, भगवान गुंजाळ (अहमदनगर) हे नवे मराठा नेतृत्व संघटनेत उदयास आले. परंतु ऐंशीच्या दशकाप्रमाणे मराठा विरोधी इतर मागासवर्गीय असा संघर्ष नेतृत्वात नाही.

संघटनेत ब्राह्मण जातीतील नेत्यांचादेखील सहभाग आहे (६१ पैकी ५). अशोक खटावकर (मिरज), विजय कुलकर्णी (कोल्हापूर), हरिष जोशी (कराड), शं. प. साठे (सांगली) हे नेते ब्राह्मण जातीचे आहेत. १९८० ते १९९० पर्यंत या नेतृत्वाचे संघटनेवर नियंत्रण होते. संघटनेचे कार्यक्रम व संघटनेच्या विचाराची मांडणी या नेतृत्वाने केली होती.

संघटनेत अनुसूचित जाती (६१ पैकी ४) व जमाती (६१ पैकी २) यांच्या नेतृत्वाचा एक स्तर आहे. संघटनेत अनुसूचित जाती गटातील चर्मकार व मातंग या जातींचे नेते आहेत. संघटनेत सयाजी साळुंके व शैलेश पवार (चर्मकार), सुभाष भोसले (मातंग) नेते आहेत. तालुका प्रमुख अनुसूचित जाती गटातील आहेत. अनुसूचित जमाती गटामधील कातकरी व कोळी जातीचे नेते संघटनेत आहेत. जळगांव व धुळे या भागात शाखा प्रमुख कोळी समाजाचे आहेत. रामसिंग बावरी हे कातकरी जातीचे नेते हिंदू एकता आंदोलन पक्षाचे अध्यक्ष आहेत. संघटनेत अमराठी समाजातील नेते केवळ चार आहेत. संघटनेत केवळ सांगली, कोल्हापूर या शहरी भागात अमराठी समाजातील नेते आहेत.

आर्थिक स्तर व हिंदू एकता आंदोलन यांचा घनिष्ट संबंध आहे. शेती व सेवा क्षेत्रात काम करणाऱ्या नेत्यांचे प्रमाण जास्त आहे. हिंदू एकता आंदोलन संघटनेत शेतीशी संबंधित ६१ पैकी १८ नेते होते. उद्योग व नेतृत्व यांचा संबंध दिसून येत नाही. परंतु सेवाव्यवसायाशी संबंधित ६१ पैकी ३७ नेते होते. सेवा व्यवसाय या क्षेत्रात छोटे दुकानदार, फुलांचा व्यवसाय, ट्रान्सपोर्ट, टपरी, कमी पगाराची नोकरी, यांचा समावेश आहे.

हिंदू एकता आंदोलन संघटनेचे नेते व वय यांचा घनिष्ट संबंध आहे. २००४ मध्ये हिंदू एकता आंदोलनात काम करणाऱ्या नेत्यांचा वयोगट ५० ते ६० च्या दरम्यानचा सर्वांत जास्त होता (६१ पैकी ३९). संघटनेतील हे नेतृत्व ऐंशीच्या दशकात तरुण होते.

संघटनेला ऐंशीच्या दशकात तरुण वर्गाचा पाठिंबा मिळाला होता. २००४ मध्ये संघटनेत मध्यम वयोगटातील नेत्यांचा सहभाग जास्त आहे. तरुण वयातील नेते संघटनेकडे केवळ सात होते. ३१ ते ४९ या वयोगटातील नेते संघटनेत १५ होते. ऐंशीच्या दशकात मध्ये हिंदू एकता आंदोलन संघटनेला तरुण वर्गाचा पाठिंबा होता. तसा पाठिंबा २००४ मध्ये दिसत नाही.

हिंदू एकता आंदोलन व इतर पक्ष व संघटनांचे संबंध

हिंदू एकता आंदोलन संघटनेचे सर्वांत जास्त नेते भाजप व शिवसेना या दोन पक्षांमध्ये गेले. भाजप व शिवसेनेमध्ये ५८ टक्के नेत्यांनी प्रवेश केला. काँग्रेस व जनता पक्ष या दोन पक्षांमध्ये १५ टक्के नेत्यांनी प्रवेश केला. हिंदू एकता आंदोलन पक्षामध्ये २३ टक्के नेते काम करतात. हिंदू एकता आंदोलन संघटनेतून ७७ टक्के नेत्यांनी राजकीय महत्त्वाकांक्षेपोटी इतर संघटनांमध्ये प्रवेश केले. संघ व हिंदुमहासभबरोबर काम करणारे नेते ४ टक्के आहेत.

हिंदू एकता आंदोलन संघटनेला संघ व हिंदुमहासभा या दोन संघटनांचा पाठिंबा होता. हिंदुमहासभेचे दत्ता बाळ व विक्रम सावरकर यांनी हिंदू एकता आंदोलनासाठी सभा घेतल्या होत्या. दत्ता बाळ हे आध्यात्मिक व गूढवादी नेते म्हणून कोल्हापूर येथे प्रसिद्ध आहेत. त्यांनी संघटनेला कार्यकर्ते पुरवले. संघाचे तात्यासाहेब तेंडुलकर यांनी संघटनेला कार्यकर्ते पुरवले. हिंदुमहासभा व संघ या संघटनांची मदत घेणाऱ्या गटाचे नेते नारायण कदम हे होते. नारायण कदम यांना विरोध करणारा विलास तुपे व धनंजय जगताप यांचा एक गट संघटनेत होता. विलास तुपे हे वसंतदादा पाटील समर्थक व धनंजय जगताप हे शरद पवार समर्थक होते (तुपे). हिंदू एकता आंदोलन संघाच्या हातातील बाहुले झाली आहे, अशी धनंजय जगताप यांनी टीका केली होती (बिरमल : १००).

१९८० पासून संघटनेत स्थानिक काँग्रेस नेत्यांचे कार्यकर्ते काम करत होते. राजाभाऊ जगदाळे यांच्या मंडळात काम करणारे नारायण कदम (सांगली) हिंदू एकता आंदोलन संघटनेचे पहिले अध्यक्ष होते. सांगली येथे हिंदू एकता आंदोलन संघटनेत विष्णुपंत पाटील (काँग्रेस) व संभाजी पवार (जनता पक्ष) या दोन नेत्यांचे समर्थन करणारे कार्यकर्ते व नेते १९८६ मध्ये होते. उदय पवार (कोल्हापूर) यांचे काँग्रेस पक्षातील उदयसिंह गायकवाड यांच्याशी निकटचे संबंध होते. प्रकाश खंजिरे (इचलकरंजी) यांचा हिंदू एकता आंदोलन संघटनेला पाठिंबा होता (तुपे; बिरमल: ३६ ते ५२).

१९९९ पासून संघटनेच्या नेतृत्वात भाजप समर्थक व विरोधक असे दोन गट आहेत. शरद पाटील, सयाजी साळुंके व राजाभाऊ देशपांडे हे नेते हिंदुमहासभेची बाजू घेतात. हिरामण गवळी व हिंदुराव शेळके हे भाजप समर्थक होते. २००४ मध्ये हिरामण गवळी

व हिंदुराव शेळके यांनी भाजपमध्ये हिंदू एकता आंदोलन संघटनेच्या शाखा विलीन केल्या (कदम). हिंदू एकता आंदोलन संघटनेत काँग्रेस, भाजप, शिवसेना, जनता पक्ष-जनता दल व हिंदू एकता आंदोलन पक्षसमर्थक नेत्यांचे गट आहेत. नंतर नेतृत्वाचा दावा करणारा गट काँग्रेस, शिवसेना व भाजपमध्ये जातो. हे हिंदू एकता आंदोलन संघटनेच्या नेतृत्वाचे वैशिष्ट्य आहे. विलास तुपे हे नेते संघटनेतून काँग्रेस व पुढे शिवसेनेत गेले (१९८९). १९९९ नंतर बाळासाहेब विखे पाटील गटाच्या विरोधात अहमदनगर संघटनेने जिल्ह्यांत हिंदू एकता आंदोलन पक्ष वाढविला. २००३ मध्ये बाळासाहेब विखे गटाने काँग्रेस पक्षात पक्षांतर केले. त्यानंतर हिंदू एकता आंदोलन पक्षाचे संस्थापक हिरामण गवळी यांनी भाजप पक्षात पक्षांतर केले. हिंदू एकता आंदोलन पक्षातील नव्याने दावा करणारे नेतृत्व एक-दोन वर्षे हिंदू एकता आंदोलन पक्षात राहते व नंतर पक्षांतर करते.

व्यापारीवर्गाचा पाठिंबा

हिंदू एकता आंदोलन संघटनेला मध्यम व मोठे व्यापारी, उद्योगपती, साखर कारखानदार यांच्याकडून आर्थिक पाठिंबा मिळाला होता. सांगली येथील डुड्डीया या व्यापारी कुटुंबाचा संघटनेला आर्थिक पाठिंबा होता (बिरमल: ८२). कोल्हापूर शहरातील व्यापारीवर्गाचा संघटनेला पाठिंबा होता. पुणे व अहमदनगर शहरांत १९८० ते १९९६ पर्यंत छोटे व्यापारी संघटनेला पाठिंबा देत होते.

उद्योगपती तात्यासाहेब तेंडुलकर व मल्लायास्वामी (पॉवर लुम्स संघटनेचे अध्यक्ष, इचलकरंजी) यांनी हिंदू एकता आंदोलन संघटनेला मदत केली होती. १९८० मध्ये ल. र. भोसले व शिवाजी धुळूबुळू (सांगली) शेतकरी सहकारी साखर कारखान्याचे संचालक होते. त्यांनी हिंदू एकता आंदोलन संघटनेला मदत केली होती. सांगली, मिरज, कराड, कोल्हापूर येथे हिंदू एकता आंदोलन संघटनेला श्रीमंत बागाईतदार शेतकरी वर्गाचा पाठिंबा होता. शेतकरी वर्ग हा धर्माने हिंदू आहे. कृषी उत्पन्न बाजार समितीत व्यापारी समाज व दलाल या व्यवसायात मुस्लीम समाज आहे. बाजार समितीत शेतकरी वर्गाच्या मालाला बाजारभाव मिळत नाही. या कारणावरून शेतकरीवर्ग हा दलाल व व्यापारी यांच्या विरोधात गेला होता. व्यापारी व दलाल वर्गांना विरोध करण्यासाठी श्रीमंत बागाईतदार शेतकरी वर्गाने हिंदू एकता आंदोलन संघटनेला पाठिंबा दिला होता.

खाटीक, कासार, भोई, कोळी यासारख्या जातीं शहरी भागात छोटे व्यवसाय करत होत्या. या जातींचा स्पर्धक वर्ग मुस्लीम धर्मातील खाटीक व तांबोळी या जातीं होत्या. व्यवसायातील स्पर्धा हिंदू विरोधी मुस्लीम अशा धार्मिक स्वरूपात छोटे व्यापारी व्यक्त करू लागले. त्यामुळे हिंदू खाटीक, कासार, भोई, कोळी या व्यवसायिक जातींनी

संघटनेला मदत केली. सांगली येथे खण भागात संघटनेला भोई समाजाचा पाठिंबा मटण मार्केटमधून मिळाला. अहमदनगर येथे कासार समाजाने तांबोळी समाजाच्या विरोधात संघटनेला पाठिंबा दिला.

ऑगस्ट १९८३ मध्ये अरब हटाव व मिरज बचाव आंदोलन सुरू झाले होते. या- दरम्यान महाराष्ट्राचे मुख्यमंत्री अ. र. अंतुले हे होते. अंतुले व वसंतदादा पाटील यांच्यात महाराष्ट्राच्या मुख्यमंत्री पदावरून स्पर्धा होती. वसंतदादा पाटील यांनी अ. र. अंतुले यांना अरब हटाव व मिरज बचाव आंदोलनात कोंडीत पकडण्यासाठी प्रयत्न केले. अरब हटाव व मिरज बचाव आंदोलन तीव्र करण्यासाठी वसंतदादा पाटील यांनी हिंदू एकता आंदोलन संघटनेला मदत केली (सुधीर बेडेकर; १९८१: ३४). कार्यकर्ते, वाहतुकीची साधने, पैसे, अटक झालेल्या कार्यकर्त्यांना पोलीस स्टेशनमधून सोडविणे, खटले मागे घेणे, खटल्यांचे स्वरूप बदलणे या स्वरूपाची मदत वसंतदादा पाटील यांनी १९८३- ८४ मध्ये केली (तुपे).

गट काँग्रेस व जनता पक्ष यांच्यात स्पर्धा होती (१९७७ ते १९८५). युनुस कच्छी यांना मुस्लीम समाजातून पाठिंबा मिळत होता. त्यामुळे युनुस कच्छी यांना कोंडीत पकडण्यासाठी चव्हाण गटाने कराड येथे हिंदू एकता आंदोलन संघटनेला मदत केली (तुपे). कोल्हापूर शहरात संघटनेच्या मालकीची रुग्णवाहिका आहे (बिरमल: ८३). करवीर मठाच्या शंकराचार्यांचा पाठिंबा संघटनेला होता. माणूस साप्ताहिकाचे श्री. ग. माजगावकर यांचा संघटनेला पाठिंबा होता (कदम).

अहमदनगर जिल्ह्यात शिवसेना व भाजप अशी राजकीय स्पर्धा युती अंतर्गत होती. १९९९ मध्ये शिवसेनेचे बाळासाहेब विखे केंद्रात मंत्री झाले. तसेच विखेंमुळे शिवसेना भाजपच्या क्षेत्रात शिरकाव करू लागली. त्यानंतर बाळासाहेब विखे गटाला भाजपकडून विरोध होत गेला. अहमदनगर जिल्ह्यातील श्रीरामपूर, रहाता, कोपरगाव येथे स्थानिक पातळीवर विखे गटाला विरोध करण्यासाठी भाजपने हिंदू एकता आंदोलन संघटनेला मदत केली. संघटना १९९९ ते २००३ च्या दरम्यान अहमदनगर जिल्ह्यात वाढली, ती केवळ भाजपच्या मदतीवर आधारित.

कार्यक्रम

हिंदू एकता आंदोलन संघटनेने अरब हटाव आंदोलन, समान नागरी कायदा, शिवजयंती व नवरात्र उत्सव, देवदासी प्रथा विरोधी आंदोलन, निवडणुकांमध्ये सहभाग असे विविध कार्यक्रम राबवले.

शिवजयंती व नवरात्र

हिंदू एकता आंदोलन संघटनेचा वर्षातील सर्वांत मोठा कार्यक्रम म्हणजे शिवजयंती व नवरात्र उत्सव साजरा करणे. शिवजयंतीची भव्य मिरवणूक काढण्यामागे हिंदूंच्या एकतेचे दर्शन घडवणे व अल्पसंख्य धर्मीयांमध्ये दहशत बसवणे हे दोन प्रमुख हेतू होते. मिरवणुकीत राष्ट्रप्रेमाचे दाखले देणारे प्रसंग सजवतात. गणेश उत्सव व नवरात्र उत्सवांमध्ये समान नागरी कायद्याचा प्रसार करणारी दृश्ये लावल्यास हिंदू एकता आंदोलनामार्फत बक्षिसे दिली जातात. या उत्सवात शहरात सर्वत्र भगवे झेंडे लावून हिंदुत्वाचे वातावरण निर्माण करण्याचा प्रयत्न केला जातो. सांगली शहरात शंकराचार्यांचे प्रवचन किंवा शिवाजी महाराजांवर कीर्तनमाला असे कार्यक्रम आयोजित केले गेले(कदम; बिरमल : १०८).

धार्मिक प्रश्न

हिंदू एकता आंदोलनाने अरब हटाव, हिंदू जनजागरण अभियान, समान नागरी कायदा, ईदगाह मैदान अशा विविध प्रश्नांमधून हिंदू व मुस्लीम धर्मांच्या संदर्भांतील प्रश्न हाती घेतले. १ ते १४ फेब्रुवारी १९८२ मध्ये विश्व हिंदू परिषदेने हिंदू जनजागरण अभियान राबवले होता. या हिंदू जनजागरण अभियानात संघटनेचा सहभाग होता (भिसे, १९८२ : २).

हिंदू एकता आंदोलनाने अरब हटाव आंदोलन केले होते. हा संघटनेचा सर्वांत मोठा कार्यक्रम होता. मिरजमध्ये मिरज मिशन हॉस्पिटल व सर विल्यम वॉलेन्स चेस्ट हॉस्पिटल ही दोन ख्रिश्चन मिशनऱ्यांनी चालवलेली हॉस्पिटल आहेत. या वैद्यकीय सुविधांच्या निमित्ताने १९२० च्या आसपास पहिला अरब मिरजेत आला. प्रगत वैद्यकीय सेवा सुविधांमुळे स्वातंत्र्यपूर्व व स्वातंत्र्योत्तरकाळात मिरजेमध्ये अरबांची संख्या सतत वाढत गेली. १९६० नंतर अरब राष्ट्रे तेलाची उत्पादन करणारी संपन्न राष्ट्रे बनली. मिरजेत येणाऱ्या अरबांच्या संख्येत लक्षणीय वाढ झाली. १९७२ ते १९७७ या काळात १४,५००० अरब मिरजेत येऊन गेले म्हणजे वर्षाकाठी सरासरी तीन हजार अरब मिरजेत आले होते (सुभाष काळे, १९८८: १७). मिरजेतील दोन–अडीच महिन्यांच्या वास्तव्यात एक अरब कमीत कमी ५०,००० रूपये आणि जास्तीत जास्त पाच लाख रुपये खर्च करत होते. अरब लोक वर्षाकाठी एकट्या मिरजेत दहा कोटी रुपये खर्च करत होता. वैद्यकीय सेवा सुविधांसाठी मिरजेमध्ये येणाऱ्या अरबांचा निकाह, तलाक, तब्बक असा प्रवास होत गेला. १९६२ नंतर स्त्रियांबरोबर अरबांचे संबंध येऊ लागला. स्त्री संबंधाचा राजरोस मार्ग म्हणजे निकाह हे दलालांनी पद्धतशीरपणे अरबांच्या गळी उतरवले आणि निकाहाला प्रारंभ झाला. हा निकाह म्हणजे गरीब मुस्लीम कुटुंबातील अल्पवयीन मुलींचा प्रौढ, वयस्कर अरबांशी लावलेला विवाह होय. मुलगी पसंत केल्यानंतर तिचा दर ठरवून

रोख रक्कम पालकांना व दलालांना दिली जात होती. काझी व गवाहदार यांना बोलवून निकाह लावला जातो. निकाहाच्या वेळीच तलाकनाम्यावर सह्या झालेल्या असत. नंतर तो अरब सोयीनुसार त्या मुलीला तलाक देत होता. लग्न झाल्यानंतर या अरबांची नववधूला बरोबर घेऊन जाण्याची इच्छा नसते. भारतात विवाह केलेल्या ७५ टक्के मुस्लीम मुलींना अरब तलाक देऊन सोडून जातात. निकाहातून तलाक झाले होते. या तलाक-पीडित अबलांतून तब्बकने जन्म घेतला आहे. तब्बकाचा अर्थ स्वयंपाकीण असा होतो. अरबांच्या पद्धतीचा स्वयंपाक करून खाऊ घालणाऱ्या स्त्रियांस तब्बक संबोधिले जाते.

अरबांच्या सेवेसाठी दवाखाने, लॉज, निकाह व तब्बक प्रकार मिरज शहरात वाढले. या अनैतिक प्रकरणांचा जाहीर निषेध रमजान ईदच्या दिवशी मिरजेतील मुस्लीमांनी केला. त्यांनी जिल्हाधिकाऱ्याकडे निवेदन दिले. परंतु अरबांमुळे मिरजेत मशीद, लॉज, दवाखाने, व्यवसाय इत्यादी क्षेत्रांत मोठ्या प्रमाणावर पैशाचा व्यवहार होत होता. यामुळे अरबांना विरोध करण्यास मिरजेत योग्य प्रतिसाद मिळत नव्हता. या पार्श्वभूमीवर हिंदू एकता आंदोलन या संघटनेने ऑगस्ट १९८३ मध्ये 'अरब हटाव, मिरज बचाव' आंदोलन सुरू केले.

मिरज शहरातील अरबांच्या वास्तव्यामुळे लॉज मालक व डॉक्टरांचा व्यवसाय भरभराटीला आला होता. असे असले, तरी भारतीय स्त्रीची मोठ्या प्रमाणावर विटंबना होत होती. मग ती मुस्लीम असो, की हिंदू असो अशी भूमिका हिंदू एकता आंदोलन या संघटनेने घेतली. हिंदू एकता आंदोलनाच्या अरब हटाव आंदोलनाला मुस्लीम विचारवंतांनी पाठिंबा दिला. जिल्हाधिकाऱ्यांना निवेदने, राज्यपालांना निवेदने, मोर्चा इत्यादी वैधानिक मार्ग वापरण्यात आले. सनदशीर मार्गांनी यश येत नाही म्हणून धाकदपटशाहीचा मार्ग विलास तुपे यांच्या नेतृत्वाखाली वापरला गेला. एकदा चार-पाच अरबांचे हातपाय कापून काढा म्हणजे आपोआपच दहशत निर्माण होईल, अशी भूमिका हिंदू एकता आंदोलनाने घेतली. धाकदपटशाहीच्या मार्गानुसार सांगली, कराड, इचलकरंजी, कोल्हापूर या शहरांतून कार्यकर्ते गोळा करून ट्रक-टेम्पोसारख्या वाहनांतून ते मिरज शहरात येत. लॉजवरती धाडी टाकून ते अरबांना मारहाण करीत. या आंदोलनात हिंदू एकता आंदोलन संघटनेच्या अनेक कार्यकर्त्यांना मिसाखाली अटक झाली. यानंतर गनिमी पद्धतीने आंदोलन राबवले गेले. मिरजेतील लॉज व्यावसायिक, अरब व डॉक्टरांच्या अनैतिक कृत्यांना आळा बसला. वकिलाची परवानगी घेतल्याशिवाय लग्न करता येत नाही, असा दंडक जाहीर झाला. या आंदोलनास मुस्लीम व हिंदू या दोन्ही धर्मीयांचा पाठिंबा मिरजेत होता (काळे, १९८४). यातून संघटनेला प्रसिद्धी मिळाली आणि संघटनेचा विस्तार झाला.

समान नागरी कायदा हा प्रश्न हिंदू एकता आंदोलनाने हाती घेतला होता (साठे:

६०). मुस्लीम लोकसंख्या वाढ, मुस्लीम पर्सनल लॉ कायदा विरोधासाठी हा प्रश्न संघटनेने हाती घेतला (कदम:३०–३१). या संघटनेने जिल्हाधिकारी कचेरीवर मोर्चा, विधानसभेवरती मोर्चा, पुणे व मुंबई येथे मोर्चा काढला होता. विधानसभेचे कामकाज चालू असताना हिंदू एकता आंदोलन संघटनेच्या कार्यकर्त्यांनी विधानसभेत पत्रके फेकली. अनेक शहरांतून शहरबंदचे कार्यक्रम पार पाडले. १९८५ ची विधानसभा निवडणूक या मागणीसाठी लढवली. ठिकठिकाणी उपोषणे आयोजित केली. हिंदू सेना, बहुजन युवा, समग्र क्रांती, हिंदू एकता समिती व हिंदू एकता आंदोलन, अशा पाच हिंदुत्ववादी संघटना या मागणीकरिता एकत्र आल्या होत्या. या संघटनेचे सरचिटणीस विजय कुलकर्णी यांनी समान नागरी कायद्याविषयी बुद्धिवाद्यांची निरनिराळे मते एकत्र करून 'एक राष्ट्र एक कायदा' हे पुस्तक प्रसिद्ध केले (कुलकर्णी). गणेशोत्सव व शिवजयंती उत्सवातून समान नागरी कायद्यासंबंधी प्रचाराच्या देखाव्यांना हिंदू एकता आंदोलनातर्फे बक्षिसे देण्यात आली.

खलिस्तानची मागणी करणारे डॉ. जगजितसिंग चौहान यांच्या प्रतिमेची यात्रा काढण्यात आली. ऑक्टोबर १९८६ मधील धुळे येथील अधिवेशनात राष्ट्रगीत सक्तीचे करावे, असा ठराव समत करण्यात आला. प्रत्येक वर्षी १४ ऑगस्टच्या रात्री मशाल मिरवणूक काढणे व भारताचे अखंडत्व जपणे अशी प्रतिज्ञा हिंदू एकता आंदोलनाचे कार्यकर्ते करतात. या संघटनेने आसाममध्ये हिंदूच्या होणाऱ्या कत्तलींचा निषेध म्हणून शहरात बंदचे आदेश दिले. पंजाब प्रश्न, धर्मांतर इत्यादी राष्ट्रीय एकात्मतेशी संबंधित विषयावर बौद्धिक शिबिरे आयोजित केली. शीखांच्या फुटीरतावादी धोरणाला व ख्रिश्चनांच्या भारतातील धार्मिक हस्तक्षेपाला याला संघटनेने सातत्याने विरोध केला. मुस्लीम लोकसंख्यावाढ, मुस्लीम लोकसंख्या नियंत्रणावर उपाययोजना, मुस्लीम घुसेखोर, मुस्लीम लोकसंख्या वाढीतून बेकारी, मुस्लीम खासदारांच्या संख्येत वाढ, मुस्लीम मतांसाठीच्या अनुनयाला विरोध, मुस्लीम धर्माच्या उपासना पद्धतीस विरोध, मुस्लीमांचे हिंदुकरण करण्यासाठी हिंदू-मुस्लीम संस्कृती संगम व यासाठी प्रबोधन व दंडशक्तीच्या मार्गाचा वापर करावा, अशा पद्धतीने मुस्लीम प्रश्न हाती घेतला होता (साठे, ६, १०, २२, २५).

हिंदू एकता आंदोलनाने पार पाडलेला महत्त्वाचा कार्यक्रम म्हणजे मुस्लीम कुटुंबांना हिंदू धर्मात प्रवेश दिला. या संघटनेच्या वतीने कोल्हापूर जिल्ह्यातील शिरोळ तालुक्यातील कुरूंदवाड गावी मे १९८२ मध्ये ४० मुस्लीम कुटुंबांना धार्मिक विधीने हिंदू धर्मात प्रवेश दिला. हिंदू संस्काराच्या पद्धतीने त्यांचा नामकरणविधी केला. त्यांची नावे बदलली. या कार्यक्रमाला पुढारीचे संपादक प्रतापसिंह जाधव, कोल्हापूर महानगरपालिकेच्या स्थायी समितीचे अध्यक्ष दिनकर पाटील व त्याचप्रमाणे तरुण भारतचे संपादक उपस्थित होते.

इचलकरंजी येथे ईदगाह मैदान आहे. या मैदानावर १९१२ मध्ये मखदुमवली दर्गातील मुजावर व जामे मस्जीदीमधील बागवान या दोन मुस्लीम समाज गटांनी हक्क सांगितला होता. तेव्हापासून ईदगाह मैदान वादाच्या भोवऱ्यात अडकले आहे. हे मैदान मुस्लीम समाजाचे प्रार्थनास्थळ आहे (होगाडे प्रताप, २००१: १०). या मैदानातील जुन्या कुंपणाशेजारी नवे कुंपण मुस्लीम समाजाने १९९९ मध्ये घातले. यानंतर २६ जानेवारी २००० रोजी मैदानाची जागा सरकारी मालकीची की मुस्लीम समाजाच्या मालकीची, असा प्रश्न हिंदू एकता आंदोलनासह संघपरिवारातील सर्व संघटनांनी उठवला (होगाडे, २००१: ७). ईदगाह मैदानाची जागा मुस्लीम समाजाची आहे, असा निर्णय २२ मे २००० रोजी प्रांताधिकारी यांनी दिला. यानंतर हिंदू एकता आंदोलन, संघ परिवार व शिवसेना या संघटनांनी आक्रमक भूमिका घेतली होती. २८ डिसेंबर २००० रोजी महाआरती, ३ दिवस दंगल, दगडफेक, जाळपोळ या मार्गांचा वापर येथे करण्यात आला (होगाडे, २००१: १९). झेंडावंदनासाठी हिंदू संघटनांनी एकत्रितपणे ईदगाह मैदानाची मागणी जिल्हाधिकाऱ्याकडे २००० मध्ये केली होती. त्या बरोबरच मुस्लीम समाज व ईदगाह ट्रस्टने या मैदानावर झेंडावंदनाची मागणी केली होती. शांततेच्या कारणामुळे या मैदानावर झेंडावंदन करण्यास जिल्हाधिकारी यांनी नकार दिला होता. हा मुद्दा २००० ते २००४ या दरम्यान येथे संघटनेने उठवला होता (होगाडे, २००१: ८).

गुजरातमधील गोध्राजवळ अयोध्येहून येणाऱ्या रेल्वेवर हल्ला झाला. या हल्यात रामसेवक मरण पावले. हा हल्ला देशद्रोही शक्तींनी केला. या विरोधात मार्च २००२ मध्ये हिंदू एकता आंदोलनाने सातारा बंदचे आवाहन केले होते (पुढारी, सातारा: २ मार्च २००२: २). हिंदू एकता आंदोलन या संघटनेने हे आंदोलन विश्व हिंदू परिषद, बजरंग दल, हिंदू महासभा व शिवसेना या संघटनांबरोबर केली होती.

सामाजिक प्रश्न

देवदासींच्या जटा निर्मूलनाचा कार्यक्रम हिंदू एकता आंदोलन या संघटनेने हाती घेतला होता (सप्टेंबर१९८३). या कार्यक्रमामध्ये शंभर देवदासींच्या जटा काढून टाकण्यात आल्या. या कार्यक्रमाला जिल्हा परिषदेचे अध्यक्ष श्यामराव पाटील हे प्रमुख पाहुणे होते. हिंदू एकता आंदोलन या संघटनेने राखीव जागेच्या शासकीय धोरणाचे समर्थन केले. राखीव जागा कायमस्वरूपी नसाव्यात तर काही काळ राखीव जागा ठेवाव्यात असे हिंदू एकता आंदोलन संघटनेचे मत आहे. या प्रश्नावरून मराठा महासंघ व पतित-पावन संघटनेबरोबर हिंदू एकता आंदोलन संघटनेचे मतभेद झाले. हिंदू एकता आंदोलन संघटनेने मंडल आयोगाचे समर्थन केले.

राष्ट्रीय एकात्मतेसाठी जातपातविरहित समाज निर्माण करणे हा एक प्रश्न संघटनेने

हाती घेतला होता. हिंदू सारे एक होऊ या. अशी घोषणा देण्यात आली होती.

वर्ण जाती विसरून जाऊ हिंदू सारे एक होऊ

राष्ट्राच्या उद्धारासाठी एकदिलाने काम करू.

'जातपात तोडू या, हिंदू सारे एक होऊ या' (ब्रह्मे सुलभा: ४१).

जातींचे संघटन व ऐक्य करण्यासाठी ही घोषणा हिंदू एकता आंदोलनाला उपयुक्त वाटली. हिंदू एकता आंदोलनाच्या स्थानिक शाखांनी आपापल्या क्षेत्रांत वेगवेगळे कार्यक्रम राबवले. कोल्हापूर शहरातील बाबू जमाल दर्ग्यांमध्ये एका पायरीवर गणपतीचे चित्र होते. मुसलमान मशिदीमध्ये जाताना या पायरीवर पाय देऊन जात. त्यामुळे हिंदूंच्या भावना दुखावल्या जातात म्हणून ही पायरी काढून टाकण्याकरिता संघटनेने आंदोलन केले. सरकार ही पायरी काढून टाकत नाही हे पाहिल्यावर स्वत: ती पायरी काढून टाकण्याचा कार्यक्रम जाहीर केला. दहशत निर्माण होऊ नये, म्हणून सरकारने पायरी काढून टाकली. रुग्णवाहिका सेवा पुरवणे, रक्तदान शिबिरे, स्थानिक उत्सवात (जत्रा) मदत केंद्र राबविणे. गणेश उत्सवात दलितांच्या हस्ते पूजा घालणे, स्थानिक गुंडगिरीविरोधी नागरिकांना मदत करणे, असे कार्यक्रम या संघटनेने हाती घेतले होते.

हिंदू एकता आंदोलन संघटनेने २००१ मध्ये शिवप्रताप मुक्ती आंदोलन सुरू केले होते. शिवप्रताप मुक्ती आंदोलन नारायण कदम व नितीन शिंदे यांनी २००१ ते २००२ या कालावधीत राबवले. या आंदोलनात मिलिंद एकबोटे (पुणे), विजया भोसले (सातारा) यांनी सहभाग घेतला होता. संघटनेने विश्व हिंदू परिषदेला या आंदोलनात सहभागी होण्याचे आवाहन केले होते. मात्र विश्वहिंदू परिषद या आंदोलनात २००१ मध्ये सहभागी झाली नाही. संघटनेने उरूसबंदी, सुफी संताचा दर्जा देऊ नये, या मागण्या केल्या होत्या. यानंतर सप्टेंबर २००४ मध्ये विश्वहिंदू परिषदेने आंदोलन सुरू केले. या आंदोलनात हिंदू एकता आंदोलन संघटना सहभागी झाली नाही (कदम). जेम्स लेन लिखित 'शिवाजी: द हिंदू किंग इन इस्लामिक इंडिया' या पुस्तकावरून संभाजी बिग्रेडने भांडारकर प्राच्यविद्या संस्थेवर हल्ला केला होता. संभाजी बिग्रेडच्या हल्याचे संघटनेने समर्थन केले होते. तसेच संघटनेने जेम्स लेनचा निषेध केला होता (कदम). अंदमानमध्ये स्वातंत्र्यज्योतीवर वि. दा. सावरकर यांच्या कवितेतील अवतरणे होती. अवतरणे मणिशंकर अय्यर यांनी काढली. त्या विरोधात संघटनेने ऑगस्ट व सप्टेंबरमध्ये सांगली, पुणे व नाशिक येथे निषेध नोंदविला होता (कदम). शिवसेनेने जोडे मारा आंदोलन राबवले. भाजपने तिरंगायात्रेत उमरगा, लातूर, परभणी, अकोला येथे निषेध नोंदविले. शिवसेना व भाजपच्या या आंदोलनांना हिंदू एकता आंदोलन संघटनेचा पाठिंबा नव्हता. हिंदू एकता आंदोलन संघटनेच्या मते भाजप शिवसेना राजकीय हेतूने आंदोलने करत आहेत. राजकीय हेतूला संघटनेचा पाठिंबा नव्हता (कदम). अशी संघटनेची भूमिका होती.

अधिवेशन व मेळावे

हिंदू एकता आंदोलन संघटनेची दोन अधिवेशने झाली आहेत. पहिले अधिवेशन धुळे येथे झाले (ऑक्टोबर १९८६). अधिवेशनाला वीस हजार कार्यकर्ते हजर होते. या अधिवेशनात राष्ट्रीय एकात्मता व अल्पसंख्यधर्मीयांचा धोका याविषयी चर्चा झाली. समान नागरी कायदा व्हावा, राष्ट्रीय गीत सक्तीचे व्हावे असे ठराव संमत करण्यात आले (प्रगत हिंदुस्थान, २० ऑक्टोबर १९८६). नोव्हेंबर १९८७ मध्ये कोल्हापूरमध्ये संघटनेने विराट हिंदू मेळावा घेतला. कोल्हापुरात संघटनेचे कार्य व्यापक असल्याने प्रचार मोठ्या प्रमाणावरती झाला होता. या संघटनेचे प्रमुख नेते विलास तुपे यांना संघटनेतून काढून टाकण्यात आले होते. त्यांनी प्रतिहिंदू मेळावा भरवला. प्रतिहिंदू मेळाव्याच्या तुलनेत हिंदू मेळाव्याला जास्त प्रतिसाद मिळाला होता. या हिंदू मेळाव्याला १५००० कार्यकर्ते उपस्थित होते. मेळाव्याला शंकाराचार्य तसेच शीख, जैन, लिंगायत पंथाचे धर्मगुरू उपस्थित होते. समान नागरी कायदा व्हावा, एकपत्नी व कुटुंबनियोजन सक्तीचे व्हावे, हुंडाबंदी, सतीबंदीसंबंधी कायदे अधिक कडक करावेत. धर्मांतरावरती बंदी घालावी असे ठराव या मेळाव्यात मंजूर करण्यात आले (हिंदू एकता आंदोलन संघटनेचे पत्रक, नोव्हेंबर १९८७). कोल्हापूर जिल्ह्यातील ग्रामीण भागातील कार्यकर्ते राजू जगताप, मिरज भागातील बाळासाहेब कदम यांनी हिंदू एकता आंदोलन संघटनेचे काम करणे बंद केले. प्रतिहिंदू मेळावा भरवणाऱ्यांनी शिवसेनेत प्रवेश केला. या अधिवेशन व मेळाव्यातून संघटनेचा विस्तार होण्याऐवजी संघटनेत फूट पडलेली दिसून येते (बिरमल: १०१). यातून संघटनेच्या विचारांचा प्रसार झाला नाही. कार्यकर्ते उदासीन होऊन काँग्रेस, भाजप, सेना या पक्षांमध्ये सामील झाले.

निवडणुकातील सहभाग

निवडणुकीच्या राजकारणापासून दूर राहण्याचे धोरण या संघटनेने निश्चित केले. पण प्रत्यक्षात ही संघटना निवडणुकीच्या राजकारणापासून अलिप्त राहिली नाही. स्थानिक स्वराज्यसंस्थेच्या व विधानसभा निवडणुका लढवणे काँग्रेस, शिवसेना, भाजप व अपक्ष उमेदवारांना संघटनेने पाठिंबा दिला होता (कदम). ल. र. भोसले, शिवाजी धुळूबुळू हे मिरज येथील नगरसेवक संघटना स्थापनेपासून स्थानिक राजकारणात सहभागी होते (बिरमल: ४०). १९८५ ची विधानसभा निवडणूक संघटनेने समान नागरी कायदा या मुद्यावर लढवली (बिरमल: ९८). कोल्हापूर शहर मतदारसंघात या संघटनेचे सरचिटणीस विजय कुलकर्णी यांनी निवडणूक लढवली. या मतदारसंघात शेकापचे नारायण पाटील, काँग्रेसआयचे बाळासाहेब यादव व अपक्ष उमेदवार होते. शेकापचे नारायण पाटील ३४९८६ मते मिळवून काँग्रेस (आय) च्या उमेदवारापेक्षा १३००० जास्त मते मिळवून

विजयी झाले. तर विजय कुलकर्णी यांना तिसऱ्या क्रमांकाची २०९४ मते मिळाली (WWW.eci.Gov.in).

इचलकरंजी शहर मतदारसंघातून संघटनेचे गजानन मुरदंडे यांनी निवडणूक लढवली. या मतदारसंघात काँग्रेस (आय) चे आवाडे, भारतीय कम्युनिस्ट पक्षाचे मलाबादे, जनता पक्षाचे रघुनाथ नेमिष्टे व प्रमुख अपक्ष उमेदवार मल्लय्या स्वामी हे उभे होते. प्रकाश आवाडे यांना ५१७९१ मते पडली. ते भारतीय कम्युनिस्ट पक्षाचे उमेदवार मलाबादे कल्लापा यांच्यापेक्षा १९००० जास्त मते मिळवून विजयी झाले. संघटनेचे गजानन मुरदंडे यांना १४७५ मते मिळाली.

सांगली शहरात फेब्रुवारी १९८६ मध्ये झालेल्या पोटनिवडणुकीत काँग्रेस (आय)चे विष्णुपंत पाटील उभे होते. जनता पक्षांचे संभाजी पवार होते. संभाजी पवार त्यांचे प्रतिस्पर्धी यांना पाठिंबा देण्यावरून हिंदू एकता आंदोलन संघटनेत फूट पडली. संघटनेच्या एका गटाने संभाजी पवार यांना पाठिंबा दिला. या पोटनिवडणुकीत काँग्रेस (आय) उमेदवार विष्णुपंत पाटील यांना ३४३४३ मते पडली, तर २६३१ मतांनी ते निवडून आले (बिरमल: ९९).

हिंदू एकता आंदोलन पक्ष

१९८० ते १९९९ पर्यंत हिंदू एकता आंदोलन संघटनेने भाजपशिवसेना युतीच्या उमेदवारांना लोकसभा व विधानसभा निवडणुकीत पाठिंबा दिला होता. १९९९ पासून हिंदू एकता आंदोलन संघटनेत शिवसेना व भाजप विरोधी गट तयार झाला होता. सुनिल संगपाळ (सातारा) व सुरेश भालेराव यांनी १९९९ च्या विधानसभा निवडणुकीत शिवसेना व भाजप विरोधात ११ उमेदवार दिले होते. सुनिल संगपाळ व सुरेश भालेराव यांना भाजपची उमेदवारी हवी होती. भाजपने उमेदवारी न दिल्याने हिंदू एकता आंदोलन संघटना भाजप विरोधात गेली होती. मात्र सुनिल संगपाळ व सुरेश भालेराव यांच्याखेरीज इतर नेत्यांनी शिवसेना- भाजप संघटनेला पाठिंबा दिला होता. जून २००० नंतर हिंदू एकता आंदोलन पक्षाने निवडणुका लढवल्या. नाशिक, मालेगांव, जळगांव, अहमदनगर या महानगरपालिकेच्या निवडणुकीत पक्षाने उमेदवाऱ्या दिल्या होत्या. मात्र उमेदवार निवडून आले नाहीत.

एप्रिल २००४ मधील लोकसभा निवडणुकीत हिंदू एकता आंदोलन पक्षाने नाशिक लोकसभा मतदारसंघातून सुधाकर शंकर भालेकर व पुणे लोकसभा मतदारसंघातून राजाभाऊ देशपांडे असे दोन उमेदवार उभे केले होते (पुढारी, पुणे, १ एप्रिल २००४). हिंदू एकता आंदोलन हिंदू हिताचा अजेंडा स्वीकारते. या मुद्यावर विश्वहिंदू परिषदेने हिंदू एकता आंदोलन पक्षाला पाठिंबा दिला होता. मात्र विश्वहिंदू परिषदेने निवडणूक प्रचारात

पाठिंबा दिला नाही. विश्व हिंदू परिषद व संघ हे राम मंदिर ३७० वे कलम व समान नागरी कायदा या हिंदुत्ववादी मुद्यांवर बेगडी भूमिका घेतात, असा प्रचार संघटनेने केला (पुढारी, पुणे, १ एप्रिल २००४). पुणे येथे हिंदू एकता आंदोलन पक्षाचा प्रचार बाळकृष्ण एकबोटे (ज्येष्ठ नागरिक संघटना) व अन्वय बेंद्रे (चित्रपट अभिनेता) यांनी केला (लोकसत्ता, पुणे,१३ एप्रिल २००४).

महाराष्ट्र विधानसभेची २००४ मधील निवडणूक लढवण्यासाठी हिंदू एकता आंदोलन, हिंदुमहासभा, वंदे मांतरम व हिंदू महिला आघाडी यांनी सप्टेंबर २००४ मध्ये हिंदू आघाडीची स्थापना केली. भाजप हा पक्ष मुस्लीमाचा अनुनय करतो. तर शिवसेना व भाजपने हिंदुत्ववादी प्रश्न सोडवले नाहीत. त्यामुळे भाजप –शिवसेनेचा हिंदुत्ववाद नकली आहे. हिंदू आघाडी समान नागरी कायदा, ३७० कलम, संतती नियमन कायदा असे खरे हिंदुत्ववादी प्रश्न हाती घेते. असा फरक हिंदू एकता आंदोलन संघटना भाजप– शिवसेना व हिंदू आघाडीमध्ये करते (कदम नारायण, १९ सप्टेंबर २००४). २००४ च्या महाराष्ट्र विधानसभा निवडणुकीसाठी पर्वती व शिवाजीनगर येथे संघटनेने उमेदवार दिले होते (सकाळ, पुणे, २३ सप्टेंबर २००४). हिंदू एकता आंदोलन संघटनेचे हिंदुराव शेळके यांना भाजपने उमेदवारी दिली होती. मात्र त्यांचा अर्ज अवैध ठरला (पुढारी, कोल्हापूर २५ सप्टेंबर २००४). पर्वती मतदारसंघातून शंकर शेंडगे यांनी २००४ ची विधानसभा निवडणूक लढवली. राजाभाऊ देशपांडे, उमेश कांबळे व सलीम शेख यांनी त्यांचा प्रचार केला (लोकसत्ता, पुणे, ९ ऑक्टोबर ०४). शंकर शेंडगे यांना २७३ मते मिळाली होती (WWW.eci. Gov.in). अर्थातच निवडणुकीच्या राजकारणात संघटना यशस्वी झाली नाही, असे दिसते.

विचारप्रणाली

बापू साठे, नारायण कदम, धनंजय जगताप, विलास तुपे, हिरामण गवळी या नेत्यांनी हिंदू एकता आंदोलन या संघटनेची विचारप्रणाली मांडली आहे. बापू साठे यांनी 'शोध एकात्मतेचा', 'हिंदुसमाजवादी राष्ट्रीय युवक दलच का ?' व 'हिंदुसमाजवाद' या पुस्तकांमध्ये हिंदू एकता आंदोलन संघटनेची विचारप्रणाली मांडली आहे (बापू साठे, १९८४; बापू साठे, अ; बापू साठे, १९७४). नारायण कदम यांनी संघटनेची ध्येये व धोरणे स्पष्ट केली आहेत. त्याबरोबरच त्यांनी बापू साठे यांच्या विचारांचा पुरस्कार केला आहे (कदम: १९८१). नारायण कदम यांच्या हिंदुत्व विचारांवर संघाचा प्रभाव आहे, म्हणून त्यांच्या विचारापेक्षा वेगळी भूमिका धनंजय जगताप यांनी मांडली. नोव्हेंबर १९८७ मध्ये विलास तुपे यांनी नारायण कदम यांच्या हिंदुत्व विचारांसंबंधी मतभेद नोंदवले आहेत. विलास तुपे यांनी बापू साठे व नारायण कदम यांच्या हिंदुत्व विचारांना

मवाळ व पुस्तकी स्वरूपाचे संबोधले होते. त्यांनी बापू साठे व नारायण कदम यांच्या विचारांपेक्षा वेगळी भूमिका मांडली होती. तुपे यांनी आक्रमक हिंदुत्ववादाचा पुरस्कार केला होता (तुपे). जून २००० मध्ये हिरामण गवळी यांनी हिंदू एकता आंदोलन संघटनेच्या ध्येय- धोरणात बदल केला. त्यांनी सामाजिक कार्याबरोबर राजकीय क्षेत्रात काम सुरू केले. राजकीय क्षेत्रात काम करण्यासाठी हिंदू एकता आंदोलन संघटनेने हिंदू एकता आंदोलन पक्ष ही राजकीय शाखा सुरू केली.

हिंदू एकता आंदोलन संघटनेच्या विचारांचे पाच टप्पे आहेत (कदम). १) हिंदू समाजवाद (१९८० ते १९८५), २) संघटनेची ध्येय धोरणे (१९८० ते १९८७), ३) बहुजनकेंद्रित हिंदुत्व (१९८० ते १९८२), ४) आक्रमक हिंदुत्ववाद (१९८३ ते १९८७), ५) हिंदुत्ववादी राजकीय पक्ष (२००० ते २००४) हा संघटनेचा विचार पुढीलप्रमाणे आहे.

बापू साठे हे वि. दा. सावरकर यांचे शिष्य आहेत. त्यांनी १९५८ ते १९६२ या कालखंडात रत्नागिरी जिल्ह्यात हिंदू महासभेचे काम पूर्ण वेळ केले होते. त्यांनी शुद्धी चळवळीसाठी दलित समाजात १९६७ पर्यंत काम केले. त्यांनी १९७४ मध्ये राष्ट्रीय युवक दलाची उभारणी केली (साठे). बहुजन समाजातील युवक वर्गात त्यांनी वि. दा. सावरकरांचा विचार मांडला. परंतु तो विचार त्यांनी हिंदू समाजवाद या संकल्पना व्यूहरचनेत मांडला. १९८० ते १९८३ पर्यंत त्यांनी हिंदू एकता आंदोलन संघटनेला वैचारिक मार्गदर्शन केले. प्रगत हिंदुस्तान (कोल्हापूर) या साप्ताहिकातून त्यांनी हिंदू समाजवाद हा विचार मांडला होता (प्रगत हिंदुस्तान, १४ एप्रिल १९८६).

व्यक्ती व समाज यांच्यात स्पर्धा असते, असा मुद्दा हिंदू समाजवाद या संकल्पनेत त्यांनी मांडला आहे. व्यक्ती समाजापेक्षा जास्त प्रबळ झाली, तर समाजात संघर्ष निर्माण होतो. संघर्षामुळे समाजाचे विघटन होते. समाजाचे विघटन रोखण्यासाठी बापू साठे यांनी दोन मार्ग मांडले आहेत. एक, व्यक्तीचे समाजाशी नाते वडील व मुलाचे असावे. दोन, संस्कृती संगम या मार्गाचा पुरस्कार करावा. साठे यांनी व्यक्तीपेक्षा समाजाला जास्त महत्त्व दिले आहे.

बापू साठे यांच्या दृष्टिकोनातून संस्कृती संगम हा विचार देशी आहे. आर्य व आर्यतर, मुस्लीम व हिंदू यांच्यातील अलगत्वाचा भारताचा इतिहास आहे. हिंदू धर्माने आर्यांबरोबर आर्यतरांना, हिंदूबरोबर मुस्लीमांना व बौद्ध, जैन, शीख, लिंगायत यांना हिंदू संस्कृतीत सामील करून घेतले. या मार्गाचा वापर हिंदू एकता आंदोलन संघटनेने करावा असे प्रतिपादन त्यांनी केले आहे.

'मात्स्न्याय विरोधस्य गती धर्मसहिष्णूता; निष्ठा समाजाचे विज्ञानेच सवै हिंदू रितीस्मृत:' ही बापू साठे यांनी हिंदू संकल्पनेची संज्ञा केली आहे (साठे: ८१). या

व्याख्येचा मराठी अनुवाद नारायण कदम यांनी हिंदू एकता आंदोलनासाठी केला आहे. 'दीन- दुबळ्यांचा जो वाली, भक्तीमार्गे सहिष्णुतावादी, जनविद्या घेऊन भाळी, नियम गतीचा जो पाळी तो हिंदू' (कदम: १९८४). हिंदू हा शब्द भक्तीमार्ग, सहिष्णुता व काळाप्रमाणे बदलतो (विज्ञान वाचक) आहे. हिंदू उपासनापद्धती व हिंदू जीवनपद्धती असा फरक हिंदू एकता आंदोलन संघटना करते. वैदिक, जैन, बौद्ध, शीख, आर्यसमाज, लिंगायत, इस्लाम व ख्रिश्चन यांना हिंदू एकता आंदोलन उपासना पद्धती संबोधिते. हिंदू ही एक जीवनपद्धती आहे. हिंदू जीवनपद्धती हिंदू उपासनापद्धतीपेक्षा व्यापक आहे. हिंदू जीवनपद्धतीत संस्कृती संगम पद्धतीचा वापर केला आहे (साठे: ६, ७). या जीवनपद्धतीने 'जातपात-विरहित, न्याय्य, सामाजिक समतेवर आधारित, आर्थिक अन्याय विमुक्त, विज्ञाननिष्ठ, गतिमान, स्वसंरक्षणक्षम' असा एकात्म हिंदू समाज निर्माण करणे हे हिंदू एकता आंदोलन संघटनेचे ध्येय आहे. असा संघटनेचा विचार आहे.

हिंदू एकता आंदोलन संघटनेने ऑगस्ट १९८४ मध्ये ध्येय, उद्दिष्टे व धोरणे प्रसिद्ध केली. ध्येय, उद्दिष्टे व धोरणे यांमधून हिंदू एकता आंदोलन संघटनेची विचारप्रणाली स्पष्ट झाली आहे. संघटनेला केवळ एक सांस्कृतिक संघटना एवढाच मर्यादित अर्थ अभिप्रेत होता. वर्णजाती विसरून सर्व हिंदूंचे ऐक्य करणे, देशाच्या उद्धारासाठी एकसंघपणे काम करणे, हिंदू ओळख दाखवणे, हिंदू ओळखीचा अभिमान ठेवणे हे काम हिंदूएकता आंदोलन करते. देशाला संघटनेने हिंदुस्थान हा शब्द वापरला आहे. हिंदुस्थानला माता व हिंदू धर्माला पिता हिंदू एकता आंदोलन असे संबोधते. हिंदूचे एकीकरण करण्यास हिंदू एकता आंदोलन राजनीतीचे शुद्धीकरण संबोधते. संघटना सहिष्णुता, प्रबलांपासून दुर्बलांचे संरक्षण, शासनसंस्थेची आवश्यकता, विज्ञाननिष्ठा, गतिमानता व समाजाला प्राधान्य ही मूलभूत मार्गदर्शक तत्त्वे स्पष्ट करते (कदम: १९८४).

धनंजय जगताप यांनी बापू साठे व नारायण चव्हाण यांची 'हिंदू' ची संज्ञा नाकारली (फेब्रुवारी १९८१). संघाचा प्रभाव बापू साठे व नारायण चव्हाण यांनी मांडलेल्या 'हिंदू' व्याख्येवर आहे, असा धनंजय जगताप यांचा आरोप होता. हिंदूची व्याख्या बदलण्यासाठी एक समिती स्थापन करण्यात आली होती. समितीमध्ये जगताप यांनी संघटनेची व्याख्या व व्यवहार यांवर आक्षेप घेतले होते. विश्वहिंदू परिषद व पतितपावन संघटना या हिंदू एकता आंदोलन संघटनेला संघ, साधन म्हणून वापरत आहेत. संघटना संघाच्या हातातील बाहुले बनली आहे. ही टीका धनंजय जगताप यांनी करून बहुजनकेंद्रित हिंदुत्व नाही, अशी भूमिका घेतली होती. बहुजन युवकांचा बळी देऊन हिंदुत्व जपले जाते त्यास त्यांचा विरोध होता. संघटना ही साधन ठरू नये. संघटनेने तिची ध्येये साध्य करावीत. या मुद्द्यांवर मतभेद होऊन धनंजय जगताप संघटनेतून बाहेर पडले (जगताप धनंजय). विलास तुपे यांनी बापू साठे व नारायण कदम यांची 'हिंदू' ची संज्ञा नाकारली. त्यांचे हिंदुत्व मवाळ व पुस्तकी स्वरूपाचे

आहे, असा विलास तुपे यांचा आरोप होता. विलास तुपे यांनी आक्रमक व व्यवहारी हिंदुत्वाचा पुरस्कार केला होता. मुक्त संभोगातून समाधी हा विचार रजनिश फाऊंडेशन (पुणे) मांडत होते. या विचारास तुपे यांनी स्वैराचार व भारतीय संस्कृतीवरील आक्रमण संबोधले होते. हे आक्रमण हटवण्यासाठी त्यांनी पुणे येथे भगवा गार्ड ही संघटना स्थापन केली होती. या संघटनेने आक्रमक भूमिका घेतली होती. यामध्ये त्यांनी धाकदपटशाहीचा पुरस्कार केला होता. विलास तुपे यांनी अरब हटाव आंदोलनात या मार्गांचा वापर केला होता(तुपे). विलास तुपे यांच्या हिंदुत्वाचे दुसरे वैशिष्ट्य म्हणजे त्यांनी विचार व शक्ती यांच्या युतीचा पुरस्कार केला आहे. शक्ती म्हणजे क्षत्रिय जाती व विचार म्हणजे ब्राह्मण जाती. त्यांचा संघटनेने पुरस्कार करावा, असे विलास तुपे यांचे मत होते (तुपे). याचा अर्थ ब्राह्मण व क्षत्रिय या दोन वर्णांच्या युतीचा विचार त्यांनी मांडला होता.

हिरामण गवळी व नारायण कदम यांनी जून २००० मध्ये संघटनेच्या विचारांमध्ये बदल केला. हिंदू एकता आंदोलन ही केवळ एक सांस्कृतिक संघटना होती (१९८०-२०००). त्यांनी संघटनेची हिंदू एकता आंदोलन पक्ष ही उपशाखा स्थापन करून सत्तेच्या राजकारणाचा नवा विचार संघटनेला दिला (कदम). १९९५ ते १९९९ पर्यंत शिवसेना व भाजप सत्ताधारी होती. सत्तेचा वापर करून या पक्षांना गो- हत्या बंदी कायदा, समान नागरी कायदा, सक्तीचे संतती नियमन, ३७० वे कलम रद्द करणे, अयोध्येत राममंदिर उभारणे इत्यादी हिंदुत्वाचे मुद्दे सोडवता आले नाहीत. शिवसेनाभाजपने या मुद्दांवर आधारित राजकारण केले. त्यांनी हे मुद्दे प्रत्यक्ष अमलात आणले नाहीत. त्यामुळे शिवसेना-भाजपचे हिंदुत्व नकली आहे. शिवसेना व भाजप हे दोन्ही पक्ष १९९९ पासून अल्पसंख्याकांचा अनुनय करतात. त्यामुळे भाजप शिवसेना व काँग्रेस या तीन पक्षांची विचारप्रणाली अल्पसंख्याकांच्या अनुनयाची आहे (कदम), अशी राजकीय भूमिका संघटनेने घेतली होती.

गो- हत्या बंदी कायदा, समान नागरी कायदा, सक्तीचे संतती नियमन, ३७० वे कलम रद्द करणे, अयोध्येत राममंदिर उभारणे या मुद्यांना हिंदू एकता आंदोलन संघटना हिंदुत्व संबोधते. या मुद्यांच्या सोडवणुकीसाठी सत्ताधारी झाले पाहिजे. म्हणून हिंदू एकता आंदोलन पक्ष ही एक राजकीय उपशाखा संघटनेने सुरू केली (लोकसत्ता, अहमदनगर, २४ जून २०००). हिंदू एकता आंदोलन पक्ष राजकारणाचे शुद्धीकरण करणार आहे. 'समान नागरी कायदा हा पक्षाचा वायदा' हे पक्षाचे घोष वाक्य आहे (हिंदू एकता आंदोलन पक्ष, पत्र व्यवहार, २१ मार्च २००४). जात व धर्म या निकषांवर आधारित ठेवलेले आरक्षण बंद करावे व गुणवत्तेच्या निकषांवर आधारित संधी द्यावी (लोकसत्ता, अहमदनगर, २४ जून २०००), या विचारांचा पुरस्कार हिंदू एकता आंदोलन पक्ष करतो. म्हणजेच समकालीन दशकात राजकारण करण्याचा या संघटनेचा मुख्य विचार व्यक्त झाला आहे.

बहुजन युवा

बहुजन युवा ही संघटना नाशिक व औरंगाबाद येथे १९८० मध्ये स्थापन झाली (व्होरा, पळशीकर: १५). बहुजन युवा संघटनेने पतितपावन संघटना व हिंदू एकता आंदोलन या संघटनांबरोबर काम केले. समान नागरी कायदा हा एक प्रश्न बहुजन युवा संघटनेने हिंदू एकता आंदोलन संघटनेबरोबर मांडला होता. समान नागरी कायद्याच्या प्रश्नावर बहुजन युवा संघटनेने नाशिक व औरंगाबाद येथे आंदोलन केले होते. हिंदू-मुस्लीम तणावांतून हिंदू जमातवादाचा विस्तार करणे, संघ व भाजपवरील शेटजी-भटजी व ब्राह्मणबनिया प्रतिमा पुसण्यासाठी मराठा-कुणबी व इतर मागासवर्गीय यांना संघात भरती करण्यासाठी संघाने बहुजन युवा संघटना वाढविली (अशोक ढवळे). १९८३-८४ नंतर बहुजन युवा संघटनेचा प्रभाव कमी झाला. कारण १९८४ नंतर बहुजन युवा संघटनेचे कार्यकर्ते शिवसेना व भाजप या पक्षात गेले. बहुजन युवा संघटनेच्या कार्यकर्त्यांमुळे शिवसेना व भाजपला मुंबई बाहेर पाठिंबा देणारा एक समर्थक वर्ग तयार स्वरूपात उपलब्ध झाला (ढवळे; २०००). २००४ मध्ये बहुजन युवा संघटनेने परभणी, बीड, व उस्मानाबाद येथे एकनाथ आव्हाड यांच्यावर झालेल्या हल्ल्यांचा निषेध केला होता. महाराष्ट्राच्या राजकीय प्रक्रियेत बहुजन युवा संघटनेचे स्थान महत्त्वाचे आहे. कारण या संघटनेत ब्राह्मणेतर तरुण वर्ग होता. या संघटनेत इतर मागासवर्गीय व अनुसूचित जाती गटांतील चर्मकार, मातंग व बुरूड जातींचे युवक होते. १९८३ नंतर बहुजन युवा संघटनेचे नाव जाहीर होते. मात्र या संघटनेत कोणते कार्यकर्ते काम करतात, हे उघड झाले नाही. संघटनेच्या नाव भाजप, मानव एकता अभियान या संघटना वापरतात.

हिंदू एकता आंदोलन व बहुजन युवा या संघटनांनी १९८० ते १९८४ च्या दरम्यान महाराष्ट्रात हिंदू अस्तित्वभान तयार केले. १९८४ नंतर या संघटनांमधील कार्यकर्ते शिवसेना पक्षात गेले. त्यामुळे शिवसेना पक्ष १९८४ नंतर हिंदुत्ववादी पक्ष म्हणून महाराष्ट्राच्या राजकारणात पुढे आला. १९८४ नंतर या संघटनांनी त्यांच्या कार्यक्षेत्रात बदल केला. हिंदू सेना शिक्षण, संस्कृती व धर्माच्या क्षेत्रात काम करत होती. हिंदू एकता आंदोलन संघटनेने सांस्कृतिक क्षेत्राबरोबर राजकीय क्षेत्रात काम सुरु केले. २००४ मध्ये हिंदू आघाडी निर्माण करून शिवसेना व भाजपाकडून कमी होणाऱ्या हिंदुत्ववादाला विरोध केला. या तीनही संघटना हिंदू अस्तित्वभान निर्माण करण्यात १९८० ते २००४ पर्यंत यशस्वी झाल्या आहेत. या संघटनांमधून शिवसेना व भाजपला कार्यकर्ते उपलब्ध झाले. यांची एक बाजू हिंदू सेना, हिंदू एकता आंदोलन व बहुजन युवा या संघटनांच्या राजकीय प्रक्रियेतून स्पष्ट होते. दुसरी बाजू शिवसेना व भाजपच्या राजकीय प्रक्रियेत गुंतलेली आहे. म्हणून या पार्श्वभूमीवर आधारित शिवसेनेची मांडणी पुढे केली आहे.

❐

संदर्भसूची

कदम नारायण, हिंदू एकता आंदोलन ध्येय उद्देश धोरणे; हिंदू एकता आंदोलन, सांगली,

काळे सुभाष, मिरज-इचलकरंजी वार्तापत्र-४, माणूस, २८ जानेवारी १९८४.

काळे सुभाष, मिरज-इचलकरंजी वार्तापत्र-१, माणूस , ७ जानेवारी १९८४.

काळे सुभाष, मिरज-इचलकरंजी वार्तापत्र-२, माणूस, १४ जानेवारी १९८४.

काळे सुभाष, मिरज-इचलकरंजी वार्तापत्र-३, माणूस, २१ जानेवारी १९८४.

कुलकर्णी विजय, १९८६, एक राष्ट्र, एक कायदा, कोल्हापूर, हिंदू एकता आंदोलन.

चौधरी वि. का., अहमदनगर जिल्हा गॅझेटिअर, मुंबई, महाराष्ट्र राज्य.

चौसाळकर अशोक, १९८६, नवहिंदुत्ववाद, परामर्श, खंड ८ अंक ३. पुणे तत्त्वज्ञान विभाग, पुणे विद्यापीठ.

चौसाळकर अशोक, १९८४-८५, रिसेंट ट्रेन्डस् इन हिंदू कम्युनल पॉलिटिक्स इन महाराष्ट्र, मराठवाडा युनिव्हर्सिटी जर्नल ऑफ सोशल सायन्सेस, व्हॉल्युम नं. २२.

टिळेकर एन. एम., १९८२, पुण्याची जातीय दंगल, जबाबदार कोण ? पुणे, प्रागतिक .

ढवळे अशोक, एप्रिल जून २०००, मार्क्ससिस्ट, द शिवसेना: सेमी फॅशिझम इन अॅक्शन.

पवार प्रकाश, २००४, विदर्भाचे राजकारण, महाराष्ट्राचे राजकारण : राजकीय प्रक्रियेचे स्थानिक संदर्भ (संपा. पळशीकर- बिरमल), पुणे, प्रतिमा प्रकाशन.

बिरमल नितीन, १९८९ हिंदू एकता आंदोलन : महाराष्ट्रातील नवहिंदुत्ववादाचा एक अभ्यास, पुणे विद्यापीठ, राज्यशास्त्र व लोकप्रशासन विभाग.

बेडेकर सुधीर, भारतीय परंपरा व राष्ट्रीय एकात्मता, पुणे, तात्पर्य, ऑक्टोबर १९८०.

बेडेकर सुधीर, हिंदू एकता आंदोलन, पुणे, तात्पर्य, सप्टेंबर, १९८१.

भिसे लता, विश्व हिंदू परिषदेचे अभियान, पुणे, तात्पर्य, मार्च १९८२.

महाराष्ट्र राज्य सांख्यिकी गोषवारा, १९८६, १९८१-८२, मुंबई, अर्थ व सांख्यिकी संचालनालय, महाराष्ट्र शासन.

महाराष्ट्र राज्य, पत्रव्यवहार गृहखाते, मुंबई, दिनांक ५ एप्रिल १९८१.

साठे बापू, १९८४, शोध एकात्मतेचा हिंदू एकता आंदोलन, सांगली, हिंदू एकता आंदोलन.

साठे बापू, हिंदू समाजवादी राष्ट्रीय युवक दलच का?, सांगली, शंकर साठे प्रकाशन.

होगाडे प्रताप, २००१, महाकांगावा, कोल्हापूर, विद्रोही सांस्कृतिक चळवळ.

❒

प्रकरण ६

संघ-प्रणीत हिंदू ऐक्याचे प्रयत्न : सामाजिक समरसता मंच

प्रस्तावना

सामाजिक समरसता मंच ही संघटना संघ-प्रणीत हिंदू ऐक्याचे प्रयत्न करणारी आहे. या संघटनेच्या मार्फत नवहिंदुत्व हे उच्च जातींच्या पलीकडे मध्यम जाती, इतर मागासवर्गीय जातींमध्ये सामाजिक, सांस्कृतिक व धार्मिक मुद्दे उठवत पसरले. नवहिंदुत्व इतर मागासवर्गीय जातीगटांतील भटके-विमुक्त आणि दलित जातीगटांतील मातंग व चर्मकार जातीत पसरत आहे. ही संघटना दलित समाजात हिंदू अस्तित्वभान पसरवते. तसेच दलित समाजाचे सामाजिक व राजकीय एकसंघीकरण करते. हा मुद्दा येथे मांडला आहे.

१४ एप्रिल १९८३ रोजी मराठी कालगणेप्रमाणे डॉ. हेगडेवार आणि इंग्रजी कालगणेप्रमाणे डॉ. बाबासाहेब आंबेडकरांची जयंती एकाच दिवशी आली. या दिवशी संघाने सामाजिक समरसता मंचाची स्थापना पुणे येथे केली (दत्तोपंत ठेंगडी, १९८५: ५, ६; रमेश पतंगे, १९९६: ६२). दत्तोपंत ठेंगडी, मोहन वि. गवंडी, भिकू इदाते, रमेश पतंगे, नामदेव घाडगे, सुखदेव नवले हे सामाजिक समरसता मंचाचे संस्थापक सदस्य आहेत. १९८४ साली चेंबूर येथे महाराष्ट्र, विदर्भ व गुजरात अशा तीन प्रांताचे द्वितीय वर्षा संघ शिक्षा वर्ग झाला. त्या वर्गात दत्तोपंत ठेंगडी व रमेश पतंगे यांनी समतेऐवजी समरसता हा शब्दप्रयोग निश्चित केला (पतंगे, १९९६: ६२). यानंतर औरंगाबाद येथे प्रमुख संघ कार्यकर्त्यांची बैठक झाली (एप्रिल १९८५). या बैठकीपासून सामाजिक समरसता मंच संघटनेच्या कामाला सुरुवात झाली (पतंगे, १९९६: ६२- ६४). द. बा. ठेंगडी यांनी सामाजिक समरसता मंचाला व्यासपीठाचे स्वरूप दिले. परंतु संघटना स्थापन करण्याऐवजी तात्पुरती बॉडी स्थापन करावी, अशी भूमिका त्यांनी घेतली. याप्रमाणे सामाजिक समरसता मंचाची एक अस्थायी समिती स्थापन केली (पतंगे, १९९६: ६२-६४). अस्थायी समितीच्यानुसार सामाजिक समरसता मंचाचे कामकाज चालवले जाते

(पतंगे, १९९६: ६४; गुरूदेव सोरदे). १९७४ साली बाळासाहेब देवरस यांनी हिंदू संघटन आणि सामाजिक समता या विषयांवर विचार मांडले होते. या विचारांचा आशय घेऊन सामाजिक समरसता मंचाचा विस्तार केला गेला (पतंगे, १९९६: ६३).

सामाजिक समरसता मंचाचा विस्तार

सामाजिक समरसता मंच संघटनेचा विस्तार एप्रिल १९८३ ते एप्रिल १९८५ पर्यंत झाला नाही. कारण संघाने अधिकृतपणे सामाजिक समरसता मंचाला मान्यता दिली नव्हती. सामाजिक समरसता मंचाचा विचार व कार्यांची निश्चिती एप्रिल १९८५ मध्ये झाली (पतंगे, १९९६: ६४). यानंतर संघटनेचा विस्तार सुरू झाला. एप्रिल १९८५ नंतर जुन्या संघ कार्यकर्त्यांनी सामाजिक समरसता मंचाचा विस्तार करण्यात पुढाकार घेतला (पतंगे, १९९६: ६५). वसंतराव केळकर यांनी संघ कामातील समरसता या विषयावर व्याख्याने दिली. संघ शाखांनी सामाजिक समरसता मंच संघटना बांधणीला पाठिंबा दिला. संघाच्या प्रमुख कार्यकर्त्यांच्या मदतीने मोहन गवंडी, भिकू इदाते, रमेश पतंगे, नामदेव घाडगे, सुखदेव नवले यांनी संघटनात्मक बांधणी केली (पतंगे, १९९६: ६४-६५). महात्मा फुले, डॉ. बाबासाहेब आंबेडकर व गाडगेबाबा ही तीन प्रतीके निवडून प्रथम दलित समाजात संघटनेची बांधणी केली (सामाजिक समरसता मंच पत्रिका, ७-८ नोव्हेंबर १९९८). बौद्ध धर्म हा हिंदू धर्माचा उपासनापंथ आहे आणि महात्मा फुले, डॉ. बाबासाहेब आंबेडकर व गाडगेबाबा हे धर्मसुधारक होते. हेच काम सामाजिक समरसता मंच करत आहे, असा दावा करत सामाजिक समरसता मंचाने दलितवर्गात शिरकाव केला. आंबेडकरी चळवळीचा विद्रोह हा नकारात्मक आहे. आंबेडकरी चळवळीत रचनात्मक कार्यक्रमांचा अभाव आहे. आंबेडकरी चळवळ बौद्धकेंद्री झाली अशी टीका करत संघटनेचा विस्तार हिंदूदलित समाजात केला.

१९८८ पर्यंत संपूर्ण महाराष्ट्रात सामाजिक समरसता मंच संघटनेची संघटनात्मक बांधणी झाली नव्हती. यानंतरच्या पाच वर्षांत महाराष्ट्रातील सर्व जिल्ह्यांत 'सामाजिक समरसता मंचाची संघटनात्मक बांधणी करण्याचा विचार पुणे येथे मांडला होता (अनिरुद्ध देशपांडे, १९९२: ६४). त्यानुसार जिल्हा पातळीवर संघटनेची बांधणी केली गेली. १९८८- ८९ मध्ये पुणे, सोलापूर, नाशिक, औरंगाबाद, नांदेड, नागपूर, मुंबई, सिंधुदुर्ग, रत्नागिरी व गोवा या शहरात सामाजिक समरसता मंचाची संघटनात्मक बांधणी झाली (देशपांडे). या कार्यक्रमांतून नवबौद्ध समाजाबरोबर हिंदू-दलितांचे संघटन सुरू केले होते.

१९९७ मध्ये विदर्भ विभागात सामाजिक समरसता मंच संघटनेची स्थापना झाली होती. विदर्भातील सामाजिक समरसता मंच संघटना स्वतंत्रपणे चालवली जाते. अकोला, चंद्रपूर, भंडारा, वर्धा, गडचिरोली, वाशीम, गोंदिया व अमरावती येथे सामाजिक समरसता

मंच संघटनेच्या शाखा आहेत. दर दोन वर्षांतून एकदा संमेलन होते. विदर्भातील नागपूर व यवतमाळ येथे समरसता साहित्य संमेलने झाली. जानेवारी २००२ मध्ये नागपूर येथे ईश्वर नंदापुरे (नाभिक) यांच्या अध्यक्षतेखाली समरसता साहित्य संमेलन झाले. फेब्रुवारी २००४ मध्ये यवतमाळ येथे नामदेव कांबळे (मातंग) यांच्या अध्यक्षतेखाली समरसता साहित्य संमेलन झाले होते.

सामाजिक समरसता मंच संघटनेची रचना

अस्थायी समितीने महाराष्ट्र प्रांत समरसता मंडळ, जिल्हा समरसता मंडळ, जिल्हा समरसता संयोजक मंडळ व तालुका समरसता संयोजक मंडळ या रचना निर्माण केल्या. याशिवाय भटके विमुक्त परिषद, भटके-विमुक्त प्रतिष्ठान, समरसता साहित्य परिषद, भारतीय समाज विकास व संशोधन केंद्र आणि सामाजिक समरसता प्रतिष्ठान या संस्था कृतिशील केल्या. सामाजिक समरसता मंचाची एक अस्थायी समिती आहे. ही समिती कायमस्वरूपाची नाही. या अस्थायी समितीमध्ये प्रांत कार्यवाहक, प्रांत उपाध्यक्ष ही पदरचना आहे. महाराष्ट्र प्रांत समरसता मंडळाने भटके-विमुक्त परिषद, भटके विमुक्त प्रतिष्ठान या दोन संस्था भटके-विमुक्त समाजात संघटनेचा विस्तार करण्यासाठी स्थापन केल्या आहेत. साहित्य क्षेत्रात समरसतेचा प्रचार समरसता प्रतिष्ठान करते (भटके-विमुक्त विकास परिषद पत्रक, मुंबई, १४ फेब्रुवारी १९९९). अस्थायी समिती व संस्थांमधील पदे नियुक्त पद्धतीने भरली जातात. समिती, मंडळ आणि संस्थांवरील पदांची भरती संघाच्या संमतीने केली जाते. या अस्थायी समितीस संघाकडून अधिकार आणि सत्तादिली जाते. निर्णायक अधिकार आणि सत्ता संघाकडे आहे.

समाज एकात्म बनवण्याचा विचार ज्यांना मान्य आहे अशा व्यक्तींना संघटना कार्यकर्ते म्हणून प्रवेश देते. संघटनेचे सदस्यत्व प्राप्त करण्याची ही अट आहे. ही कसोटी पूर्ण करणारी कोणतीही जाती, धर्म व पंथाची व्यक्ती सामाजिक समरसता मंचाची सभासद होऊ शकते. व्यक्तीला एकात्म हिंदू समाज निर्माण करण्याच्या निकषावर आधारित कार्यकर्ते म्हणून प्रवेश दिला जातो (देशपांडे, १९९२: ६४). जिल्हापरिषद कामगार व कर्मचारी संघटना (नांदेड), एस. सी. एस. टी लॉयर्स असोसिएशन (नांदेड), नाभिक संघटना (नांदेड), युवा वडार संघटना (नांदेड), भटक्या-विमुक्त जाती-जमाती संघटना (पुणे) या संघटनांचे अध्यक्ष, उपाध्यक्ष, सचिव सदस्यांना सामाजिक समरसता मंच संघटनेने सभासदत्व दिले आहे. स्वतंत्र व्यक्ती आणि संस्था, संघटना व चळवळींशी संबंधित असणारी व्यक्ती अशा दोन्ही व्यक्तींना सामाजिक समरसता मंच संघटनेने सदस्यत्व दिले (यशवंत चावरे, १९९२: ८८ ते ९२). संघटनेच्या रचनेनुसार प्रत्येक जिल्हा आणि शहरात जिल्हा संयोजक हे पद निश्चित केले आहे. प्रत्येक जिल्हा आणि शहरात एक

कार्यकारी संयोजक मंडळ आणि त्यांचे सदस्य आहेत. प्रत्येक जिल्ह्याची कार्यकारी संयोजक मंडळे वेगवेगळी आहेत. प्रांत संघटक, प्रांत अध्यक्ष, प्रांत कार्यवाहक, प्रांत उपाध्यक्ष यांची मिळून अस्थायी समिती आहे.

मुंबई, कोकण, पश्चिम महाराष्ट्र, उत्तर महाराष्ट्र, मराठवाडा व विदर्भ या प्रादेशिक विभागांतील शहरी भागांत संघटनेची बांधणी झाली आहे. सामाजिक समरसता मंचाने महाराष्ट्र राज्याबाहेर कर्नाटक, उत्तरप्रदेश, गुजरात, मध्यप्रदेश, गोवा, हरियाणा, दिल्ली या राज्यांत समरसता विचारांचा प्रचार केला. संघ परिवारातील संघटनांकडून समरसता विचारांचा प्रचार केला जातो. भाजपचे सुरजभानांनी महाराष्ट्रातील सामाजिक मंच कार्यक्रमात सहभाग घेतला व हरियाणामध्ये विचार मांडला. इंद्रोर येथे 'सर्व पंथ समादर मंच' ही संघटना समरसता विचार मांडत होती (ठेंगडी, १९९८ अ). दत्तोपंत ठेंगडी यांनी भारतीय मजूर संघामार्फत कामगारवर्गात समरसता विचार मांडला. अखिल भारतीय विद्यार्थी परिषदेने (अभाविप) समरसता विचार स्वीकारला आहे. सामाजिक समरसता मंचाच्या कामात महाराष्ट्रात अभाविपचा सहभाग आहे. सर्व पंथ समादर मंच, भारतीय मजूर संघ, अभाविप व वनवासी कल्याण आश्रम या विविध संघटना सामाजिक समरसता मंचाने मांडलेला विचार हिंदी भाषेत अनुवादित करून इतर घटकराज्यात मांडतात.

नेतृत्वाचे स्वरूप

संघटनेचे नेतृत्व संघातून संघटनेत आलेले व सामाजिक समरसता मंच संघटनेतून उदयास आलेले, असे दोन प्रकारचे आहे.

संघातील बुद्धिजीवी नेतृत्व - मार्गदर्शक नेतृत्व

संघाचे नेते समाजिक समरसता मंच संघटनेला मार्गदर्शन करतात. या पातळीवरील नेतृत्व संघटनेला दिशा देते. मोहन गवंडी, भिकू इदाते, रमेश महाजन, रमेश पतंगे, विजय कापरे हे संघटनेच्या प्रथम फळीतील नेतृत्व आहे. नामदेव घाडगे संघटनात्मक काम करत होते. सुखदेव नवले व अरविंद हर्ष यांचाही सामाजिक समरसता मंचाच्या अस्थायी कार्यकारिणीत समावेश आहे. हे नेतृत्व संघाच्या शाखांवर गेलेले व संघाचे पदाधिकारी असणाऱ्यांपैकी आहे. सामाजिक समरसता मंच संघटनेची जबाबदारी या नेत्यांवर आहे (पतंगे, १९९६: ६४-६५). या संस्थात्मक नेतृत्वाच्या व्यतिरिक्त दत्तोपंत ठेंगडी, गिरीश प्रभुणे, अशोक मोडक, बापू केंदूरकर, अनिरुद्ध देशपांडे, वसंत केळकर, मा. गो. वैद्य, चं. प. भिशिकर या संघातील जुन्या कार्यकर्त्यांनी सामाजिक समरसता मंचाला वैचारिक नेतृत्व दिले (पतंगे, १९९६: ६५). समरसता विचार मांडण्यापासून ते संघटनेचे कामकाज

कसे चालवावे इथपर्यंत मार्गदर्शन करणारे हे नेतृत्व आहे. सामाजिक समरसता मंचाच्या संघटनात्मक नेतृत्वाकडून समरसता विचार प्रत्यक्ष कार्यक्रमांमार्फत राबवला जातो. सामाजिक समरसता मंचाचे संघटनात्मक नेतृत्व नव्याने बुद्धिजीवी म्हणून उदयाला आलेले आहे. संघाच्या अंतर्वतुळातील बुद्धिजीवी वर्गाचे सामाजिक समरसता मंचाच्या संघटनात्मक नेतृत्वावर मार्गदर्शनाच्या स्वरूपात नियंत्रण आहे. सामाजिक समरसता मंचाचे अधिकार आणि निर्णयप्रक्रिया संघाच्या अंतर्वर्तुळातील बुद्धीजीवी वर्गाकडे आहे. संघाचे आदेश या अंतर्वर्तुळातील बुद्धीजीवी वर्गाकडून सामाजिक समरसता मंचाच्या संघटनात्मक नेतृत्वाकडे पाठवले जातात. सामाजिक समरसता मंचाचे संघटनात्मक नेतृत्व या आदेशांची अमंलबजावणी करते (पतंगे, १९९६: ६२,१०९).

सामाजिक समरसता मंचाचे संघटनात्मक नेतृत्व

सामाजिक समरसता मंचाच्या संघटनात्मक नेतृत्वाखाली प्रत्यक्ष कार्यक्रम राबवणाऱ्या नेतृत्वाची एक फळी आहे. उत्तम बंडू तुपे, नामदेव कांबळे, मधुसूदन व्हटकर, चंद्रकांत गडेकर, यशवंत ठकार, सुवर्णा रावळ, पंडित भोसले, देवकाबाई शिंदे, धनाका शिंदे, अण्णासाहेब गजबे, सुखदेव ढवळे, गुरुदेव सोरदे, देवदास डाहे, सुधाकर भिसे, इंद्रप्रकाश गनवीर, प्रथमकुमार सोनवणे हे नेतृत्व सामाजिक समरसता चळवळींतून उदयास आले आहे. संघाचे संस्कार या नेतृत्वावर फार झालेले नाहीत. या नेतृत्वाचेही दोन वर्ग आहेत. एक, म्हणजे कवी, लेखक, प्राध्यापक, वकील, नोकरदार यांचा मध्यम बुद्धिजीवी वर्ग आणि दुसरा म्हणजे मध्यम शेतकरी जातींच्या अत्याचारामुळे सामाजिक समरसता मंचाकडे वळलेला भटके-विमुक्त व दलित जातीतील अशिक्षित, असा वर्ग आहे. संघटनेत संघटक, प्रचारक, जिल्हाप्रमुख, या पातळीवरील ७१ नेत्यांचे शिक्षण, जात, वयोगट व उत्पन्न गट यांनुसार पुढीलप्रमाणे विश्लेषण केले आहे. सामाजिक समरसता मंच नेतृत्व पदवीधर व पदव्युत्तर शिक्षण घेतलेल्या व्यक्तीकडे आहे. या शैक्षणिक गटातील नेते ७१ पैकी ६१ आहेत. यानंतर संघटनेत अशिक्षित नेते ७१ पैकी ०९ आहेत. या खालोखाल माध्यमिक शिक्षण घेतलेल्या नेत्यांचे प्रमाण ७१ पैकी ८ टक्के आहे. संघटनेत अशिक्षित, प्राथमिक, माध्यमिक, पदवी व पदव्युत्तर शिक्षण घेतलेले नेते आहेत. परंतु तरीही सामाजिक समरसता मंचाचे नेतृत्व सुशिक्षितांकडून अशिक्षितांकडे वळलेले आहे.

बिगर शेतकरी ओबीसीचा सहभाग

सामाजिक समरसता मंचात उच्च जाती, इतर मागासवर्गीय व दलित जातीगटांतील नेतृत्व सहभागी झाले आहे. ७१ पैकी ११ नेते उच्च जाती गटातील सामाजिक समरसता मंचाचे नेतृत्व करत आहेत. संघटनेत इतर मागासवर्गीय जातीगटातील नेतृत्व सर्वांत जास्त आहे. ७१ पैकी ३७ नेते इतर मागासवर्गीय समाजातील आहेत. इतर मागासवर्गीय

समाजाच्या खालोखाल पातळीवर दलित जातीगटातील नेत्यांचे प्रमाण आहे (७१ पैकी १८). अनिरुद्ध देशपांडे, गिरीश प्रभुणे, श्याम अत्रे, भास्करराव कुलकर्णी, अशोक मोडक व वसंतराव केळकर या उच्च जाती गटांतील नेत्यांचा तसेच नाना जगताप व आनंद यादव या मराठा जातीतील व्यक्तींचा सहभाग सामाजिक समरसता मंचाच्या कार्यक्रमात होता. सामाजिक समरसता मंचाच्या नेतृत्वाची सर्वांत मोठी फळी इतर मागासवर्गीय आहे. या संघटनेचे संस्थापक सदस्य मोहन गवंडी हे जातीने रजपूत कुंभार तर भिकू इदाते कोकणातील भोई जातीचे आहेत. रमेश पतंगे जातीने शिंपी समाजाचे आहेत. ही नेतृत्वाची पहिली फळी आहे. नांदेडचे रघुनाथ जाधव हे नाभिक समाजातील आहेत. हे नाभिक संघटनेचे सचिव व सामाजिक समरसता मंच संघटनेचे कार्यकर्ते आहेत. नांदेडचे बालाजी पिलाजी मानकरी हे वडार जातीचे आहेत. हे युवा संघटनेचे सदस्य व सामाजिक समरसता मंच संघटनेचे कार्यकर्ते आहेत. बाळासाहेब सुबंध हे पुणे शहरातील शिंपी समाजाचे कार्यकर्ते आहेत (प्रभुणे, १९९२: ८८-८९). पुणे येथील श्यामला सोनवणे बुरूड जातीच्या आहेत. त्या बुरूड जातीचे संघटन करतात. तळेगावचे तुकाराम जाधव हे कैकाडी समाजाचे संघटन करतात. पुण्याचे बापू लोखंडे, दुर्गे हे वैदू आहेत, आणि वैदू समाजाचे संघटन करतात (पाटोळे). भीमराव गस्ती, पंडित भोसले, देवकाबाई शिंदे, चंद्रकांत गडेकर, धनाजी शिंदे हे पारधी जातीचे आहेत. हे तुळजापूर तालुक्यातील यमगरवाडी, मगरसांगवी येथे भटक्या-विमुक्तांचे वसतिगृह चालवणारे कार्यकर्ते आहेत (प्रभुणे). मधुसूदन व्हटकर, नामदेव घाडगे, रमेश चाटुफळे, सुवर्णा रावळ, यशवंत ठकार हे भटक्या विकास परिषदेचे काम करतात (पतंगे, भटक्के-विमुक्त विकास विशेषांक :१४ फेब्रुवारी १९९९). वडार, कैकाडी, वैदू, पारधी, ठकार, नंदीवाले, गारूडी, कुडमुडे जोशी, नाथ गोसावी गोपाळ मसणजोगी भटक्या-विमुक्त जातीतील कार्यकर्ते समरसता मंच या संघटनेत आहेत. कारूनारू आणि भटक्या-विमुक्त जातींचे नेते आहेत. ते संघटनांचे पदाधिकारी, सदस्य समरसता मंचाचे काम करतात. भटक्या-विमुक्तांचे संघटन करण्यासाठी रामचंद्र देखणे समरसता मंचाचे काम करतात.

इतर मागासवर्गीय समाजांनंतर दलित जातीगटातील नेतृत्व सामाजिक समरसता मंचात आहे. दलित जातीगटांपैकी नवबौद्ध, चर्मकार, मातंग, बुरूड या जातींतून संघटनेत नेते सहभागी झाले आहेत. नामदेव घाडगे, गुरुदेव सोरदे, सुधाकर भिसे, इंद्रचंद्रप्रकाश गणवीर हे बौद्ध जातीचे, तर शाहीर योगेश व मराठवाड्यातील नामदेव कांबळे हे मातंग आहेत. शांताराम नांदगावकर, प्रल्हाद चेंदणकर, नथुराम देवळेकर व प्रथमेशकुमार सोनवणे हे चर्मकार आहेत. चर्मकार व मातंग जाती गटांचा सहभाग सामाजिक समरसता मंचात आहे. टेक्सास गायकवाड (ख्रिश्चन), गंगाधर पानतावणे, डी. एल. रामटेके, एम. डी. शेवाळे हे नवबौद्ध जातीचे नेते सामाजिक समरसता मंचाच्या विविध कार्यक्रमांना उपस्थित

होते. नाना जगताप (नाशिक), आनंद यादव (पुणे), अण्णा हजारे या मराठा जातीतील व्यक्तींनी सामाजिक मंचाच्या कार्यक्रमांना उपस्थित राहून सामाजिक मंचाच्या विचारांचे समर्थन केले आहे. सामाजिक समरसता मंचाला शेतकरी ओबीसीचा पाठिंबा नाही, तर नाथ गोसावी, गोपाळ, मसणजोगी, भोई, वडार, कैकाडी, पारधी, अशा भटक्या-विमुक्त जातींचा पाठिंबा आहे. या इतर मागासवर्गीय व भटके-विमुक्त जाती शेती व्यवसाय करणाऱ्या नाहीत. हा वर्ग शहरी भागात राहणारा आहे. बँक, पोस्ट, प्राथमिक, माध्यमिक शाळा, महाविद्यालय या ठिकाणी नोकरी करणारा मध्यमवर्गीय समाज आहे. सुशिक्षित आणि कायमस्वरूपी नोकरी असणारा कारूनारू, इतर मागासवर्गीय आणि भटक्या विमुक्त जातींचे लोक स्वत:च्या जातीचे संघटन करून सामाजिक समरसता मंचास जोडत आहेत. थोडक्यात कारूनारू, इतर मागासवर्गीय व भटक्या-विमुक्त जातींतील नेत्यांनी सामाजिक समरसता मंचात सहभाग घेतला आहे. म्हणजेच उच्च जाती गटाच्या बाहेर ब्राह्मणेतर समाजातून या संघटनेला प्रतिसाद मिळाला आहे. त्यास नवहिंदुत्व म्हटले जाते. नवहिंदुत्वाच्या अंतर्गतदेखील जात या घटकाच्या आधारे राजकीय संघटन होते. असे या माहितीच्या आधारे म्हणता येते.

आर्थिक पाठिंबा

सामाजिक समरसता मंच ही संघाची उपशाखा आहे. संघाचे पदाधिकारी सामाजिक समरसता मंचाचे पूर्णवेळ कार्यकर्ते आहेत (पतंगे, १९९६: ६५). संघाची प्रचारयंत्रणा सामाजिक समरसता मंच ही संघटना वापरते. संघाच्या इमारतीमध्ये सामाजिक समरसता मंचाचे कार्य चालते. सामाजिक समरसता या विचारांचा प्रचार साप्ताहिक विवेकमधून केला जातो. कार्यकर्ते, इमारती, संदेशयंत्रणा, कार्यक्रम व पदाधिकारी यांच्यावर संघ खर्च करतो. त्यामुळे संघाने संघटनेला आर्थिक पाठिंबा दिला आहे, असे म्हणता येते. महाराष्ट्रात स्वंयसेवकांनी बँकिंग, मार्केटिंग, हाऊसिंग (गृह निर्माण) संस्था उभ्या केल्या आहेत. महाराष्ट्रात सात जिल्हांमध्ये संघाच्या ३३ सहकारी बँक आहेत. या बँकाही सामाजिक समरसता मंचाला मदत करतात. मार्केटिंग क्षेत्रात भगवंत सहकारी ग्राहक भांडार (बार्शी), डिफेन्स कंझुमर स्टोअर्स, ग्राहक सहकारी चळवळ (पुणे) इत्यादी आर्थिक क्षेत्रांतील संस्था सामाजिक समरसता मंचाला मदत करतात (हो. वी. शेषाद्री: ७७). सामाजिक समरसता मंच संघटनेची जिल्हा पातळीवरती दहा व राज्यपातळीवरती एक परिषद झाली. एक साहित्य संमेलन झाले. यमगरवाडी, मगरसांगवी (तुळजापूर) अनसरवाडा, हिंगोली यवतमाळ येथे वसतिगृह चालवले जाते (पतंगे, मे २०११ : १८). आर्थिकदृष्ट्या खर्चिक प्रकल्प चालवले जातात. यासाठी सामाजिक समरसता मंच जाहिरात आणि देणगीच्या स्वरूपात पैसे उभे करतो (पतंगे, १९९६: १३०). या

संघटनेकडून समरसता मंच पत्रिका हे मासिक प्रकाशित होते. शिबिरे, परिषद, चर्चासत्रे असतील, तेव्हा समरसता मंच पत्रिकेचा विशेषांक प्रकाशित करून मोठ्या प्रमाणावर जाहिराती, देणग्या गोळा करतात. नागरी भागातील बँका, पतसंस्था, बिल्डर्स, व्यापारी, छोटे उद्योगसमूह सामाजिक समरसता मंच पत्रिकेला जाहिराती देतात.

राष्ट्रीय शिक्षणसंस्थांमधील विविध शाळांच्या विद्यार्थ्यांनी १९८८ साली सव्वा लाख रुपये आर्थिक मदत केली होती. हो. वी. शेषाद्री, गोपीनाथ मुंडे, अण्णा डांगे, नवनाथ आव्हाड इत्यादींनी मदत केली आहे. संघटनेला तीन मार्गांनी आर्थिक पाठिंबा मिळतो. एक, संघ आणि संघपरिवाराकडून मदत होते. दोन, व्यापारी, उद्योगपती, बँका, पतसंस्था, ट्रस्ट, महाराष्ट्र शासन यांनी देणगी व जाहिरातींमार्फत आर्थिक मदत केली आहे. तीन, भटके-विमुक्त परिषद, भटके-विमुक्त प्रतिष्ठान, सामाजिक समरसता प्रतिष्ठान या संस्था समरसता मंचाने स्थापन केलेल्या आहेत. या संस्थांना उद्योगपती, शासन (१९९५–१९९९) त्यातून संघटनेचा स्वतःचा पैसा उभा केला जातो. हे तीन मार्ग संघटनेची आर्थिक बाजू सांभाळतात. 'विवेक' च्या वाचकवर्गाने चाळीस हजार रुपये दिले होते. दत्तोपंत पेठे (फणसू दापोली) दहा हजार रुपये आणि अरुण कुंकाणी (राजस्थानी) याने पंचवीस हजार रुपये भटके-विमुक्त विकास प्रतिष्ठानला दिल्याची उदाहरणे रमेश पतंगे सांगतात (पतंगे, १९९६: १२९). रमेश चाटुफळे यांनी १८ एकर जमीन दिली. भटके विमुक्तांना महाराष्ट्र शासनाने पडिक जमिनीचे वाटप केले. त्या जमिनीवर सामूहिक शेती असा प्रकल्प उभा केला आहे. सामाजिक समरसता मंचाचे केवळ ७१ पैकी ११ नेते जातीच्या परंपरागत व्यवसायाशी संबंधित होते. याउलट संघटनेत सेवा व्यवसाय करणारे नेते ७१ पैकी ६० होते. म्हणजेच संघटनेचा आर्थिक पाया संघानंतर सेवा क्षेत्रात आहे, असे म्हणता येते.

कार्यक्रम

सामाजिक समरसता मंचाने १९८३ पासून मराठवाडा विद्यापीठाच्या नामांतरास पाठिंबा, राखीव जागांचे समर्थन, फुले-आंबेडकर संदेश यात्रा, मातंग, चर्मकार, भटके-विमुक्तांचे संघटन, साहित्य समरसता परिषद इत्यादी कार्यक्रम राबविले. या कार्यक्रमातून संघास अधिमान्यता मिळत गेली. तसेच 'सोशल इंजिनियरिंग' प्रकल्प राबवला गेला.

फुले-आंबेडकर विचार व हिंदुत्व विचाराचा समन्वय

१४ एप्रिल १९८३ रोजी मराठी कालगणनेप्रमाणे हेगडेवार आणि इंग्रजी कालगणनेप्रमाणे बाबासाहेब आंबेडकरांची जयंती एकाच दिवशी आली. तेव्हापासून सामाजिक समरसता मंच डॉ. बाबासाहेब आंबेडकरांची जयंती साजरी करू लागला. या दिवशी मंचाची स्थापना झाली (ठेंगडी, १९८५:५–६). बाबासाहेब आंबेडकरांच्या स्मृतिप्रित्यर्थ आणि गौरवार्थ मराठवाडा विद्यापीठाच्या नामांतरास पाठिंबा, राखीव जागांचे

समर्थन, फुले- आंबेडकर संदेश यात्रा, हे कार्यक्रम संघटनेने घेतले. संघाच्या एकात्मता स्तोत्रात १९८५ मध्ये फुले-आंबेडकर नाव संघाने समाविष्ट केले. ठक्करो भीमरावश्च फुले नारायणो गुरू; हे एकात्मता स्तोत्र प्रांत स्मरणात स्वीकारले आहे (दाते, १९९४:७).

संघ परिवारातील सामाजिक समरसता मंच या संघटनेबरोबर अखिल भारतीय विद्यार्थी परिषद, विश्वहिंदू परिषद या संघटनांनी ही या कार्यक्रमांमध्ये सहभाग घेतला होता (ठेंगडी, १९९०आ: १-२). १९८३ व १९९० साली महाराष्ट्रात म. फुले-आंबेडकर संदेश यात्रा काढली. ६ डिसेंबर १९९० रोजी दत्तोपंत ठेंगडी यांनी संदेश यात्रेच्या सांगता कार्यक्रमात बाबासाहेब आंबेडकरांच्या विचारांची मांडणी समरसता विचारांना अनुसरून केली होती (ठेंगडी, १९९०आ: १-२). ही संदेश यात्रा सामाजिक समरसता मंच व अखिल भारतीय विद्यार्थी परिषद यांनी काढली होती. दत्तोपंत ठेंगडी, गिरीश प्रभुणे, अशोक मोडक, बापू केंदूरकर, अनिरुद्ध देशपांडे, वसंत केळकर, मा. गो. वैद्य, चं. प. भिशीकर, अरविंद हर्षे, रमेश पतंगे इत्यादी संघाच्या कार्यकर्त्यांनी बाबासाहेब आंबेडकर, म. फुले व हिंदुत्व विचार या विषयावर लेखन केले व भाषणे दिली. वसंतराव केळकर, दत्तोपंत ठेंगडी, गिरीश प्रभुणे या प्रमुख संघाच्या कार्यकर्त्यांच्या मार्गदर्शनाखाली फुले-आंबेडकर विचार आणि हिंदुत्व विचार मांडण्याचे कार्यक्रम झाले होते.

बाबासाहेब आंबेडकर जन्मशताब्दी वर्षात दि वर्ल्ड बुद्धिस्ट कल्चरल फाऊंडेशन आणि सामाजिक समरसता मंच या संघटनेने औरंगाबाद, नाशिक, नागपूर या ठिकाणी बुद्ध प्रदर्शनाचा कार्यक्रम घेतला. धर्म, जात, प्रादेशिकता यांमध्ये संघर्ष वाढत आहे. मानव एकमेंकापासून दुरावत चाललेला आहे म्हणून बुद्धाच्या संदेशाची आवश्यकता आहे असे समर्थन संघटनेने केले (प्रभुणे, १९९२:९०-९३). फुले- आंबेडकरांचा विचार आणि हिंदुत्व विचारांचा समन्वय करण्याचा प्रयत्न सामाजिक समरसता मंचाने आपल्या कार्यक्रमातून केला.

सामाजिक समरसता परिषदा

१९८८ व १९८९ मध्ये सामाजिक समरसता मंच या संघटनेने पुणे, सोलापूर, मुंबई, रत्नागिरी, सिंधुदुर्ग, गोवा, नाशिक, औरंगाबाद, नांदेड व नागपूर येथे समरसता परिषदा घेतल्या होत्या (प्रभुणे, १९९२:१; पतंगे, १९९६:१०४). या दरम्यान माधव गडकरी आणि बाबा आढाव यांनी निफाड व पुणे येथे सामाजिक परिषद व समता परिषद घेतली होती. माधव गडकरी यांनी म. गो. रानडे यांच्या सामाजिक परिषदेचे पुनरुज्जीवन केले. या परिषदेला संघ कार्यकर्त्यांना निमंत्रण दिले नाही. या घटनेबरोबरच बाबा आढाव यांनी पुण्यातील समता परिषदेत अरविंद लेले यांना भाषण करण्यास नकार दिला होता. या दोन्ही परिषदा डाव्या विचारांच्या होत्या. या डाव्या व्यासपीठावर हिंदुत्ववादी कार्यकर्त्यांना विचार मांडू दिले नाहीत म्हणून म. गो. रानडे यांच्या संघटनेप्रमाणेच सामाजिक समरसता परिषदा भरविण्याचे समरसता मंच या

संघटनेने ठरविले (पतंगे, १९९६: ८०). या पार्श्वभूमीप्रमाणेच दुसरेही एक कारण होते, ते म्हणजे सामाजिक समरसता मंचाचा विस्तार व प्रसार पुणे व मुंबई या दोन शहरांपुरताच मर्यादित होता. संघटनेचा विस्तार व प्रसार करण्यासाठी सामाजिक समरसता मंचाने सामाजिक समरसता परिषदा भरविण्याचा निर्णय घेतला (देशपांडे, १९९२: ६४). संघटनेने ४ डिसेंबर १९८८ मध्ये प्रथम पुणे येथे सरस्वती मंदिरामध्ये सामाजिक समरसता परिषद आयोजित केली. या परिषदेचे उद्‌घाटन आंबेडकर चळवळीतील जेष्ठ साहित्यिक गंगाधर पानतावणे यांनी केले होते (प्रभुणे, १९९२: १२). केशव मेश्राम, शांताराम नांदगावकर हेही सहभागी झाले होते. दत्तोपंत ठेंगडी, रमेश पतंगे, भिकू इदाते, सुरेश नवले, मोहन गवंडी यांनी व अनिरुद्ध देशपांडे यांच्या पुढाकाराने ही परिषद भरवली होती (पतंगे, १९९६: ८२-८३). सामाजिक प्रश्न जातींचे किंवा जातीसमूहाचे नसतात, हे प्रश्न समाजाला व्यापणारे असतात. सगळ्याच समाजाने एकत्र येऊन सामाजिक प्रश्नांचा विचार केला पाहिजे, परस्परांशी संवाद साधून प्रश्न सोडवण्याचा प्रयत्न व्हावा. सामाजिक व्यासपीठ स्वायत्त आणि राजकारणातीत असावे, हे चार हेतू सूत्ररूपाने नऊ सामाजिक समरसता परिषदांमध्ये मांडले गेले (पतंगे, १९९६: ८२). सामाजिक सुधारणा करणाऱ्या परिषद प्रत्येक जातीचे वेगवेगळे प्रश्न असतात व त्याप्रमाणे शोषण जातीच्या पदसोपानाप्रमाणे वरती कमी होत जाते व खाली वाढत जाते हा सिद्धान्त नाकारते. समाजकारण व राजकारण वेगवेगळे असते, असा सिद्धान्त मांडते. सामाजिक सुधारणा करण्यात श्रेष्ठिजनवर्गाने सहभाग घ्यावा. श्रेष्ठिजनवर्गाच्या नेतृत्वाखाली सामाजिक सुधारणा कराव्यात. ही भूमिका वरील चार हेतूंतून स्पष्टपणे सामाजिक समरसता परिषदेने मांडली होती. ब्राह्मणेतर जातीत ती पसरवण्यासाठी परिषदेला ब्राह्मणेतर व्यक्ती प्रमुख म्हणून मंचाने बोलवल्या होत्या (तक्ता. क्र ६.१).

तक्ता. क्र. ६. १ : **सामाजिक समरसता परिषदा**

स्थळ	दिनांक	संख्या प्रतिनिधी	ब्राह्मणेत्तरांपैकी प्रमुख व्यक्तींची उपस्थिती
पुणे	४-११-१९८८	५४००	गंगाधर पानतावणे
सोलापूर	२०-८-१९८९	५५० पैकी ७६	ज्ञानराज गायकवाड
नाशिक	२७-१-१९८९ ते ३-२-१९८९		शांताबाई दाणी
औरंगाबाद	१७-२-१९८९ ते २४-२-१९८९	१०००००	भेट भवरे एन.जी.
नांदेड	१६-४-१९८९	२५०	दत्ता भगत
मुंबई	२६-३-१९८९	१०००	गांगुर्डे यादवराव
रत्नागिरी	९-४-१९८९	१५०	विलास पाटणे
सिंधुदुर्ग	३०-४-१९८९	१५०	श्रीपाद काळे

(आधार, प्रभुणे, १९९२).

स्वातंत्र्यवीर सावरकर स्मारक सभागृह मुंबई येथे २६ मार्च १९८९ रोजी १००० प्रतिनिधींनी सामाजिक समरसता परिषदेत सहभाग घेतला होता. सिद्धार्थ महाविद्यालयाचे प्राचार्य यादवराव गांगुर्डे यांनी परिषदेचे उद्‌घाटन केले होते. पूर्वजांनी केलेले अन्याय विसरून एकोप्याने राहिले पाहिजे, अशा आशयाचे भाषण बी. डी. कांबळे या बॅरिस्टरांनी केले. दलित साहित्य ही संज्ञा योग्य नाही. साहित्य हे साहित्य असते, अशी भूमिका शांताराम नांदगावकर यांनी घेतली. उत्तम बंडू तुपे, विष्णू बोबडे (पत्रकार), गीता गुंडे, शिवथरकर या दलित व्यक्तींनी परिषदेमध्ये भाग घेऊन सामाजिक समरसतेचे समर्थन केले. रवींद्र पवार यांच्या नेतृत्वाखाली ही परिषद झाली होती (प्रभुणे, १९९२: ८१- ८२).

९ एप्रिल १९८९ रोजी रत्नागिरी येथे १५० प्रतिनिधींची परिषद पतितपावन मंदिरात झाली. हा बंधुभाव मेळावा होता. विलास पाटणे यांनी उद्‌घाटन केले. पतितपावन मंदिर संस्थेचे अध्यक्ष एस. बी. खेडेकर हे या परिषदेचे स्वागताध्यक्ष होते. शिक्षणतज्ज्ञ आणि गांधीवादी समाजसेविका कुमुदताई रेगे या प्रमुख पाहुणे म्हणून उपस्थित होत्या. शालिनी मेनन, हरिशचंद्र गीते, मोहन लवंडे, रमाकांत धामापूरकर व नाना नवले या सामाजिक प्रतिष्ठा असणाऱ्या व्यक्तींनी सहभाग घेतला होता. नथुराम देवळेकर, राजन गोठणकर यांच्या नेतृत्वाखाली हा मेळावा झाला (प्रभुणे, १९९२: ८०).

१६ एप्रिल १९९८ रोजी २५० प्रतिनिधींची नांदेड येथे परिषद झाली. तानाजी कानोटे, शिवाजी इंद्राले, संभाजी खिलारे यांनी ही परिषद भरवण्यात पुढाकार घेतला होता. विश्वनाथ उत्तकर, मारुती मानकरी, साईप्रकाश आंबेडकर यांनी सहभाग घेतला होता. दत्ता भगत यांनी समरसता परिषदेत भाषण केले (प्रभुणे, १९९२: ७९).

३० एप्रिल १९८९ रोजी मालवण (सिंधुदुर्ग) येथे खांडोलकर यांच्या अध्यक्षतेखाली परिषद झाली. आबासाहेब शेवरे यांनी या परिषदेचे उद्‌घाटन केले. औटवणेकर, एकनाथ कदम, अरविंद जाधव, तातू चव्हाण, कृष्णा पानाडे, अवसर मोल व प्रताप केनवडेकर या ब्राह्मणेत्तरांनी सहभाग घेऊन परिषद भरवली होती (प्रभुणे, १९९२: ७९, ८०).

२० ऑगस्ट १९८९ रोजी सोलापूर येथे सामाजिक समरसता परिषद झाली. ज्ञानराज गायकवाड या साहित्यकाराने या परिषदेचे उद्‌घाटन केले. तुकाराम जाधव, चंद्राम गुरुजी, एन. एम. कांबळे (खासदार), लिंगराज वल्याळ (खासदार), सुंदरसिंग भंडारी व धर्मण्णा सादुल (महापौर) यांनी परिषदेत सहभाग घेतला होता. या परिषदेत भटके-विमुक्तांचा सर्वांत जास्त सहभाग होता. सोलापूर जिल्ह्याच्या अकरा तालुक्यांतून ५५० प्रतिनिधी आले होते. त्यांपैकी ७६ महिला होत्या. सोलापूरच्या सामाजिक समरसता परिषदेत प्रथमच ठळकपणे महिलांचा सहभाग होता (ज्ञानराज गायकवाड, १९९२: ६५ ते ७१).

१७ फेब्रुवारी ते २४ फेब्रुवारी १९८९ ला औरंगाबाद येथे सामाजिक समरसता परिषद आणि बौद्ध प्रदर्शनी घेण्यात आली. दी वर्ल्ड बुद्धिस्ट कल्चरल फाऊंडेशनचे रामप्रकाश धार यांनी रंगून (ब्रह्मदेश) येथे सुखशांतीसाठी बुद्ध प्रदर्शनी भरवली होती. त्यापासून प्रेरणा घेऊन डी. एल. रामटेके, शेषराव मेश्राम, बच्चुभाई पटेल, किरण पहाडे, सतिश वकील यांनी बौद्ध प्रदर्शनीचे संयोजन केले होते. रामप्रकाश धीर व सुखदेव नवले यांनी पुढाकार घेतला होता. गोविंदभाई श्रॉफ, गंगाधर पानतावणे, प्र. ई. सोनकांबळे, रूस्तुम अल्ल खांब, मनोहर गरूड, राम भोगले (उद्योगपती) यांनी प्रदर्शनीला भेट दिली होती. देवगिरी सहकारी बँक, देवगिरी प्रतिष्ठान, दै. देवगिरी तरुण भारत, जनता सहकारी बँक या संस्थांतील पदाधिकारी यांनी सामाजिक समरसता परिषद आणि बौद्ध प्रदर्शनीत सक्रियपणे भाग घेतला होता (चावरे, १९९२: ९० ते ९२).

२७ जानेवारी ते ३ फेब्रुवारी १९८९ रोजी नाशिक समरसता परिषद आणि बौद्ध प्रदर्शनी घेण्यात आली. भाऊसाहेब जगताप हे आयोजनसमितीचे अध्यक्ष होते. हरिभाऊ पगारे यांनी पौरोहित्य केले. प्रभाकर मुंगी, राजाभाऊ मोगल, बाळासाहेब अहिरे, सुरेश गायकवाड, श्रावणराव अहिरे, शांताबाई दाणी (माजी आमदार), हरिभाऊ पगारे, विनोद तावडे व रवींद्र रामदास यांनी सहभाग घेतला होता. कुसुमाग्रज, हरी नरके व नानासाहेब जगताप यांनी या परिषदेत क्रियाशीलपणे सहभाग घेतला होता (चावरे, १९९२: १०१).

मराठवाडा विद्यापीठाचे नामांतर

मराठवाडा विद्यापीठास डॉ. बाबासाहेब आंबेडकरांचे नाव द्यावे अशी मागणी १६ जून १९७४ केली. शरद पवार शासनाने विधानसभेत नामांतराचा ठराव मंजूर केला होता, पण नामांतर मात्र झाले नाही. या पार्श्वभूमीवर मराठवाडा विभागात सवर्ण विरुद्ध दलित असा संघर्ष निर्माण झाला. यामध्ये सामाजिक समरसता मंचाने प्रारंभी नामांतरास पाठिंबा दिला नाही. १९८८ मध्ये सामाजिक परिषदांमध्ये नामांतरास पाठिंबा देणारा ठराव आला होता. पण तो तेव्हा मंजूर केला नाही. सप्टेंबर १९९३ मध्ये विकास मंडळ बैठक मध्ये निर्णय झाला नाही. १९८८ ते १९९३ पर्यंत सामाजिक समरसता मंचात नामांतरास पाठिंबा द्यावा या मुद्यावर चर्चा होत राहिल, पण पाठिंबा देण्याचा निर्णय झाला नाही (पतंगे, १९९६: १०४–१०८). १९ डिसेंबर १९९३ ला संघाने पाठिंबा दिला. यानंतर सामाजिक समरसता मंचाने नामांतरास पाठिंबा दिला (पतंगे, १९९६: १०८–१११). मंचाला मराठवाडा विद्यापीठाचे नामांतर हा मुद्दा 'दलित अस्मिते'चा तर समाजवादी गटास मराठवाड्याची 'प्रादेशिक अस्मिता' व शिवसेनेला 'मराठ्यांची अस्मिता' महत्त्वाची वाटत होती. या तीन गटांत असा फरक होता (पतंगे, १९९२: २, ३,५). सामाजिक समरसता मंचाने हिंदू समाजाच्या ऐक्यासाठी नामांतराला पाठिंबा

दिला, असे पतंगे यांचे मत आहे. याबरोबरच राजकीय नुकसान होणार नाही म्हणून पतंगे यांनी नामांतराला पाठिंबा दिला (पतंगे, १९९६: १०८).

संघ, भाजप, अभाविप व सामाजिक समरसता मंच या संघटनांनी नामांतराला पाठिंबा दिला. या संघटनांनी ऐक्य करावे व गंगाधर पानतावणे, केशव मेश्राम, भाऊ लोखंडे, बाळ ठाकरे यांनी पुढाकार घेऊन हिंदू समाजाच्या ऐक्यासाठी नामांतर करावे, अशी भूमिका सामाजिक समरसता मंचाने घेतली होती (पतंगे, १९९२: ४-५). सामाजिक समरसता मंचाचे सुखदेव नवले यांनी या निर्णयाचा प्रचार केला. संघ व भाजपातील कार्यकर्त्यांचा विरोध त्यांनी कमी केला. सामाजिक समरसता मंचाने पाठिंबा दिल्यानंतर २७ दिवसांनी शरद पवार सरकारने नामांतराचा निर्णय जाहीर केला (१४ जानेवारी १९९४).

आंबेडकरी साहित्य व चळवळीवर आक्षेप

सामाजिक समरसता मंचाने आंबेडकरी साहित्य, आंबेडकरी चळवळ हे नवबौद्ध केंद्रित आहे असा आक्षेप घेतला. महाराष्ट्रातील दलित चळवळ एकांगी आहे. दलित चळवळ म्हणजे केवळ विद्रोह आहे. या चळवळीत रचनात्मक आशय नाही, असे पतंगे यांचे मत आहे (पतंगे, १९९६: ७६).

पुणे येथील भरतनाट्य मंदिरात आंबेडकरी चळवळीतील सामाजिक समरसता मंचाने १८ कार्यकर्त्यांचा सत्कार केला (१९८७). आंबेडकरी चळवळीतील कार्यकर्त्यांना समरसता कामाची ओळख करून देण्यासाठी हा कार्यक्रम केला होता. दलित चळवळीमधील रचनात्मक काम करणाऱ्या कार्यकर्त्यांना पुढील कार्याची दिशा देण्यासाठी हा सत्कार समारंभ झाला. ना. ग. गोरे व बाबा आढाव यांनी संघाला मनुवादी म्हटले होते. हा ठसा पुसण्यासाठी पुण्यातील सदाशिव पेठेत जाणीवपूर्वक कार्यक्रम घेतला होता (पतंगे, १९९६: ७६-७७). हा सत्कार ब्राह्मणेत्तर जातीतील अण्णा हजारे यांच्या-हस्ते केला होता (प्रभुणे, १९९२: ४१, ४२). या कार्यक्रमात प्रचलित आंबेडकरी चळवळीला सामाजिक समरसता मंचाने नवबौद्धकेंद्रित ठरवले. आंबेडकरी चळवळ ही रचनात्मक कार्य न करता केवळ विद्रोह व्यक्त करणारी चळवळ आहे, अशी भूमिका या कार्यक्रमात मंचाने मांडली. नामदेव कांबळे, बाळ नांदगावकर यांनी आंबेडकरी साहित्य व चळवळीवरती आक्षेप घेतले. चंद्राम गुरुजी, गोताड गुरुजी, साळुंखे, एम. डी. शेवाळे, लक्ष्मणराव केळकर इ. १८ कार्यकर्त्यांचे सत्कार संघटनेने केले (पतंगे, सामाजिक समरसता मंच, पत्रिका, १५ जुलै १९९८). यातून संघटना हिंदू दलित वर्गाचे संघटन करत होती, असे दिसते.

रिडल्स

महाराष्ट्र शासनातर्फे समग्र डॉ. बाबासाहेब आंबेडकर साहित्य प्रकाशित होत आहे.

त्यातील चौथा खंड ऑक्टोबर १९८७ मध्ये प्रसिद्ध झाला. या खंडातील एका प्रकरणात डॉ. आंबेडकरांनी हिंदू धर्म आणि देवदेवतांची समीक्षा केली (राम- कृष्ण). त्यावरून वाद निर्माण झाला होता. शिवसेना, मराठा महासंघ, पतितपावन संघटनांनी या लिखाणाचा निषेध केला. रिडल्स इन हिंदुइझम मध्ये असणारा मजकूर वगळू नये, अशी भूमिका दलित संघटनांनी घेतली. २३ नोव्हेंबर १९८७ रोजी दलितांच्या विविध संघटना व विरोधी पक्ष यांनी मोर्चा काढला होता. राम विरोधी आंबेडकर समाज फुटवणारा वाद हा लेख विवेक साप्ताहिकात रमेश पतंगे यांनी लिहिला (पतंगे, १९८८). त्या लेखात सामाजिक समरसता मंचाची भूमिका त्यांनी मांडली. त्यांच्या मते, काँग्रेसमध्ये शंकरराव चव्हाण गट व शंकरराव चव्हाण विरोधी गट असे दोन गट होते. शंकरराव चव्हाण महाराष्ट्राचे मुख्यमंत्री होते. त्यांना अडचणीत आणण्यासाठी चव्हाण विरोधी गट व माधव गडकरी यांनी हा वाद उपस्थित केला. राजकीय वादात सामाजिक समरसता मंच सवर्ण व दलित यांच्यातील सामाजिक संघर्ष मिटवून ऐक्य निर्माण करण्यासाठी डॉ. बाबासाहेब आंबेडकरांचे हिंदू देवदेवतांवर टीका केलेले रिडल्स इन हिंदुइझम हे प्रकरण चौथ्या खंडातून वगळू नये. डॉ. बाबासाहेब आंबेडकर हिंदू समाजाचे शत्रू नाहीत. हा वाद ताणला, तर त्यातून हिंदू समाजाचे नुकसान असून मुस्लीम समाज या वादाचा फायदा घेईल. ही भूमिका सामाजिक समरसता मंचाने स्पष्ट केली. या भूमिकेतून तीन मुद्दे स्पष्ट होतात. एक, काँग्रेस अंतर्गत दोन गट होते. त्या गटामधील राजकीय स्पर्धेचा हा परिणाम होता. दोन, डॉ. बाबासाहेब आंबेडकर यांनी रिडल्स इन हिंदुइझम या चौथ्या खंडातील लेखन हिंदू समाजात सुधारणा करण्यासाठी केले होते. हा हिंदू धर्मातर्गत प्रश्न आहे. या प्रश्नाचा वाद उपस्थित केल्यास, दलित आणि सवर्ण यांच्यात सामाजिक संघर्ष निर्माण होतो म्हणून हा वाद मिटवावा. तीन, मुस्लीम राजकारणास या मुद्यांचा लाभ मिळू नये म्हणून डॉ. बाबासाहेब आंबेडकरांच्या रिडल्स इन हिंदुइझममधील राम-कृष्णावर शाब्दिक टीका करणाऱ्या प्रकरणास प्रकाशित करण्यास मान्यता दिली गेली. हीच भूमिका पुढे दत्तोपंत ठेंगडी व श्रीपती शास्त्री यांनी घेतली. डॉ. बाबासाहेब आंबेडकर हिंदू समाजाचे मित्र होते, शत्रू नाही अशी भूमिका घेणारे पत्र संघाचे प्रांत कार्यवाहक श्रीपती शास्त्री यांनी नवाकाळ या वृत्तपत्रात १८ जानेवारी १९८८ रोजी प्रकाशित केले (नवाकाळ, १८ जानेवारी १९८८). तसेच सुधीर जोगळेकर यांनी 'थांबवा, हा रिडल्सवाद' असा अग्रलेख मुंबई दै. तरुण भारतमध्ये लिहिला. ही भूमिका सामाजिक समरसता मंच, संघ आणि संघपरिवाराची होती.

भटके-विमुक्तांचे संघटन

सामाजिक समरसता मंच संघटनेने २ ऑक्टोबर १९९१ पासून भटक्या-विमुक्ताचे

संघटन सुरू केले. १९८९ मध्ये सोलापूर येथे भिकू इदाते व गिरीश प्रभुणे यांनी भटके विमुक्त विकास परिषदेची स्थापना केली (पतंगे, १९९६: १२६). ही परिषद भिकू इदाते याच्या अध्यक्षतेखाली स्थापन झाली होती. चंद्रकांत गडेकर (उपाध्यक्ष), यशवंत ठकार (कार्यवाह), सुवर्णा रावळ (सहकार्यवाह), गिरीश प्रभुणे (संघटन मंत्री) यांनी भटके-% विमुक्तांचे संघटन करणारी स्वतंत्र शाखा सुरू केली (पतंगे, १९९८: १२१). भटक्या-विमुक्त जातीं समूहातील साहित्यिक भीमराव गस्ती यांनी या परिषदेचे उद्घाटन केले होते. या परिषदेला भटक्या-विमुक्त समाजातील विचारवंत व बुद्धिजीवी यांच्याकडूनही पाठबळ मिळाले. भटके-विमुक्त विकास प्रतिष्ठानची स्थापना अमरनगर, मुलुंड मुंबई येथे केली होती. मधुसूदन व्हटकर हे भटके-विमुक्त प्रतिष्ठानचे अध्यक्ष आहेत.

भिकू इदाते व गिरीश प्रभुणेंच्या नेतृत्वाखाली भटके-विमुक्तांचे संघटन केले जाते. तुळजापूर (जि. उस्मानाबाद) यमगरवाडी येथे भटके-विमुक्त मुलांसाठी ३६० विद्यार्थी – विद्यार्थिनींचे वसतिगृह चालवले जाते. रमेश चाटूफळे यांनी तुळजापूर (जि. उस्मानाबाद) यमगरवाडी येथे अठरा एकर जागा परिषदेला विनामूल्य दिली. (सामाजिक समरसता मंच पत्रिका, मे २०११ : ५-९) २३ ऑगस्ट १९९३ पासून पारधी समाजातील मुलांसाठी एकलव्य वसतिगृह व शबरी वसतिगृह मुलींसाठी चालवले जाते (पतंगे, १९९६: १२८). पंडित भोसले, देवकाबाई शिंदे, चंद्रकांत भडेकर, धनाजी शिंदे हे पारधी समाजातील कार्यकर्ते येथे वसतिगृह चालवितात. ६ मे १९९५ रोजी मगर सांगवी (ता. तुळजापूर) येथे पारधी समाजाचे पुनर्वसान करण्यासाठी अण्णा डांगे यांच्याहस्ते भूमिपूजन झाले. १२ ऑगस्ट १९९६ रोजी मगर सांगवी येथे स्वामी विवेकानंद औद्योगिक वसाहतीचा समारंभ आणि बेकरी उद्योगाचा समारंभ संघाचे हो. वे. शेषाद्री यांच्या हस्ते झाला. गोपीनाथ मुंडे यांच्याहस्ते पारधी समाजातील व्यक्तींना घरे प्रदान करण्याचा कार्यक्रम झाला. अहमदनगर जिल्ह्यातील श्रीगोंदा तालुक्यातील अजनूज येथे २५ मुला-मुलींचे वसतिगृह सुरू केले आहे. गोपाळ समाज, मरिआईवाले, नंदीबैलवाले अशा भटक्या-विमुक्त जातींसाठी छोटे-छोटे प्रकल्प चालू केले आहेत. दरवर्षी महाशिवरात्रीला यमगरवाडी येथे भटके-विमुक्तांचा स्नेहमेळावा भरवला जातो. १९९७ च्या स्नेहमेळाव्याचे उद्घाटन वसंतराव नाईक भटके-विमुक्त विकास महामंडळाचे अध्यक्ष नवनाथ आव्हाड यांनी केले होते. २०११ मध्ये दहा वर्ग खोल्यांचे नवे संकुल तयार केले गेले.

काँग्रेस पक्ष भटक्या-विमुक्तांचे संघटन करत असताना लक्ष्मण माने, लक्ष्मण गायकवाड, भीमराव गस्ती इ. लेखक उदयाला आले. त्यांनी भटक्या-विमुक्ताचे संघटन भटक्या-विमुक्त समाजाचे विदारक चित्र भटक्या-विमुक्ताचे संघटन स्पष्ट केले. भटक्या-विमुक्तांची स्वतंत्र चळवळ उभी राहिली. महाराष्ट्राच्या राजकारणातील उच्च व मध्यम जातींच्या धाकदडपशाहीमुळे भटके- विमुक्त राजकारणाकडे वळत नाहीत. भटक्या-

विमुक्ताचे संघटने सामाजिक समरसता मंच भटक्या-विमुक्ताचे संघटन समर्थन करतो.

लक्ष्मण माने यांनी 'पालावरचं जग' या साहित्यकृतीत राजकारण ही स्वतंत्र गोष्ट मी मानत नाही. आमचे साहित्य, आमच्या चळवळी, संघर्ष हे आमचे राजकारण आहे; मी डाव्या विचारांचा आहे, असे मत मांडले. भटक्या-विमुक्त समाजातून आर्थिक व राजकीय मागण्या पुढे येऊ लागल्या तसेच भटक्या-विमुक्तांचे नेते डाव्या विचारांचे समर्थन करू लागले. भटक्या-विमुक्तांना समाजवादी विद्रोही अस्तित्वभान प्राप्त करून देण्यावर भर दिला. यास सामाजिक समरसता मंचाचा विरोध राहिला आहे.

मानवत हत्याकांड, ढोकी हत्याकांड, वाढोना प्रकरण, राजापूर प्रकरण, बीडचे टकारी प्रकरण, परतूर प्रकरण, माणोली, वादोळा, पिंपळवाडी, साकारवाडी, फुलवाडी भटक्या-विमुक्तांना मारहाण करणे, त्यांच्यामध्ये दहशत निर्माण करणे आणि हत्याकांडे करणे इ. प्रकरणे १९७० नंतर झाली. या अत्याचाराला कंटाळून नागपूर येथे पारधी समाजाने १९९० मध्ये धर्मांतराची घोषणा केली. ही प्रकरणे काँग्रेसच्या धोरणामुळे झाली, असे सामाजिक समरसता मंचाचे मत आहे. काँग्रेसचा पाया ठिसूळ करण्यासाठी आणि विद्रोही अस्तित्वभानाऐवजी भटक्या-विमुक्त समाजाला हिंदू समन्वयवादी अस्तित्वभान प्राप्त करून देण्यासाठी १९८३ नंतर सामाजिक समरसता मंचाने भटक्या-विमुक्तांचे संघटन सुरू केले.

समरसता साहित्य संमेलन

२०११ पर्यंत तेरा समरता साहित्य संमेलने झाली आहेत. समरता साहित्य संमेलनाची कल्पना १९९८ मध्ये मांडण्यात आली होती. साहित्यातील समरसता या विषयावर १९ एप्रिल १९९८ रोजी कोल्हापूर येथे एक चर्चासत्र झाले. समरसता शब्दप्रयोगातून विविध घटकांशी भावनिक ऐक्य साधणे हा हेतू होता. समरसता हा समतेला पर्यायवाचक शब्द नाही. सर्व माणसे समान आहेत, हे तत्त्व समता ही संकल्पना स्वीकारते. समरसता मानसिक परिवर्तनातून घडत असते. समाजाचे मानस साहित्यामार्फत घडते. साहित्यातून समरसतेचा विचार मांडला जावा, असा विचार या चर्चासत्रामध्ये मांडला गेला. पतंगे यांनी हा विचार मांडण्यामागील तीन कारणे सांगितली आहेत (पतंगे, सामाजिक समरसता मंच, पत्रिका, १५ जुलै १९९८).

१) ब्राह्मणी साहित्य, प्रस्थापितांचे साहित्य, दलित साहित्य, मागासवर्गीयांचे साहित्य, दलित आणि मागासवर्गीय यांतील पोटजातींचे साहित्य इत्यादी प्रकारात साहित्याची वर्गवारी करते. त्यामुळे हे साहित्य व्यापक प्रयोजनाला मर्यादा घालणारे आहे. साहित्य हे चळवळीच्या प्रचाराचे साधन न बनता समाजाचे वास्तव मांडणारे माध्यम बनले पाहिजे. साहित्य हे सर्व समाजाचे आहे. म्हणजेच साहित्यामधून जात-

निहाय चालवल्या जाणाऱ्या चळवळींना त्यांनी विरोध केला.

२) अखिल भारतीय साहित्य संमेलनाच्या व्यासपीठावर हिंदुत्ववादी साहित्यकारांचे सर्वच हितसंबंध जपले जात नाहीत. पु. भा. भावे, मधु मंगेश कर्णिक इ. हिंदुत्ववादी साहित्यकार अध्यक्ष झाले, तेव्हा संमेलन उधळण्याचा प्रयत्न झाला म्हणून हिंदुत्वाचा आशय जपण्यासाठी स्वतंत्र व्यासपीठ सुरू केले.

३) साहित्यातून समाजाची जडणघडण होते. विद्रोही साहित्यामुळे हिंदू समाजाचे ऐक्य धोक्यात येत आहे. म्हणून साहित्यातील विद्रोह बाजूला सारून हिंदू ऐक्य घडवणारे साहित्यलेखन करावे. या तीन कारणांमुळे सामाजिक समरसता मंचाने समरसता साहित्य परिषद स्थापन केली.

७ व ८ नोव्हेंबर १९९८ रोजी जळगाव येथे आनंद यादवांच्या अध्यक्षतेखाली समरसता साहित्य संमेलन झाले. द. मा. मिरासदार, राम शेवाळकर यांनी उपस्थित राहून संमेलनातील समरसता विचारांचे समर्थन केले (पतंगे, सामाजिक समरसता मंच, पत्रिका, १५ जुलै १९९८). समाजात समरसता वाढवण्यासाठी समरसता साहित्य संमेलनाची गरज आहे असे संघाचे सरसंघचालक राजेंद्र सिंह यांनी सांगितले. वि. वा. शिरवाडकर, वसंत कानेटकरांनी समरसता विचारांचे समर्थन केले. सामाजिक समरसतेचा पहिला प्रयत्न महाराष्ट्रातील वारकरी साहित्यात आहे असा सिद्धान्त आनंद यादव यांनी मांडला. समरसता आणि राष्ट्रवाद या एकाच नाण्याच्या दोन बाजू आहेत. जाती, धर्म, वर्ण, ग्रामीण, नागर, प्रादेशिकता यांच्यातील परस्पर आणि अंतर्गत संघर्ष टाळून तिला नव भारतीय युगाचा एकात्मरूप, सलग समाज उभा करावयाचा आहे अशी भूमिका मांडली. याबरोबर समरसता विचारांचे समर्थन केले. हे संमेलन रमेश महाजन, भिकू इदाते, उत्तम बंडू तुपे, रमेश पतंगे, श्याम अत्रे इत्यादींनी पुढाकार घेऊन भरवले होते. (विवेक; २०११ : २३२६).

भारतीय समाज विकास व संशोधन केंद्र

सामाजिक समरसता मंच संघटनेने भारतीय समाज विकास व संशोधन केंद्र, पुणे ही नवी शाखा डिसेंबर १९८६ मध्ये सुरू केली आहे (पतंगे, १९९८: १०१). दादा इदाते (अध्यक्ष), अनिरुद्ध देशपांडे (उपाध्यक्ष), रमेश पतंगे (कार्याध्यक्ष), गिरीश प्रभुणे (कार्यवाहक) हे या शाखेचे काम चालवतात. ही शाखा अभ्यासवर्ग घेते. जिल्हा-पातळीवर मेळावे, चर्चासत्र आयोजित करते (भिकू इदाते).

विचारप्रणाली

सामाजिक समरसता मंच या संघटनेची विचारप्रणाली बाळासाहेब देवरस, दत्तोपंत ठेंगडी, भिकू इदाते, रमेश पतंगे, मा. गो. वैद्य यांनी मांडली आहे. हे संघाचे जबाबदार

व ज्येष्ठ कार्यकर्ते आहेत. ते संघाच्या वैचारिक भूमिकेचे समर्थन करतात. यांनी सामाजिक समरसता विचार मांडला आहे. बाळासाहेब देवरस यांचे हिंदू संघटन आणि सामाजिक समता, दत्तोपंत ठेंगडी यांचे समरसतेशिवाय सामाजिक समता अशक्य, दलित समस्या एक विचार, आपल्या समाजाचे भवितव्य, आपले बाबासाहेब, तिसऱ्या पर्यायाकडे , भि. रा. इदाते यांचे मंडल आयोग एक चिकित्सा, समरस समाज, राखीव जागा कशासाठी? कुणासाठी?, रमेश पतंगे यांचे म. फुले- डॉ. आंबेडकर समाजचिंतन, नामांतराचे समाजकारण हवे, डॉ. बाबासाहेब आंबेडकर आणि आदर्श समाज, डॉ. हेडगेवार आणि समरसतेची विचार सूत्रे, समरसतेच्या वाटेवर, विचार सेतू, मी, मुन आणि संघ, मा. गो. वैद्य यांचे हिंदू, हिंदुत्व आणि हिंदुत्ववाद, हिंदू संघटन शक्यता, आवश्यकता आणि सफलता, राष्ट्र राज्य आणि शासन, धर्म, संप्रदाय, सांप्रदायिकता, हिंदुत्व जुने संदर्भ नवे अनुबंध या पुस्तिकांमध्ये समरसता विचार मांडलेला आहे. याखेरीज १९८६ पासून सामाजिक समरसता मंच पत्रिका संघटनेच्या विचारांचा प्रसार करते (पतंगे, १९९८: ७).

सामाजिक, आर्थिक, राजकीय व धार्मिक असे चार हिंदुत्वाचे प्रकार आहेत. त्यापैकी सामाजिक हिंदुत्व म्हणजे समरसता, असे रमेश पतंगे यांचे मत आहे (पतंगे, १९९४आ: ७; पतंगे, समिधा: ८७). हिंदू समाज विविध जाती, भाषा, उपासना, पंथ यांमध्ये विभागला आहे. विभाजन थांबवण्यासाठी अस्पृश्यता, विषमता, रूढी ग्रस्तता, शब्दप्रामाण्यवाद व अंधश्रद्धा दूर करण्यासाठी समाजप्रबोधन करणारी संस्था म्हणजे सामाजिक समरसता मंच आहे, असे रमेश पतंगे यांचे मत आहे (पतंगे, १९९८अ: १२२). द. बा. ठेंगडीच्या मते, सामाजिक चिंतन करणाऱ्या लोकांना वारंवार एकत्र आणून गती देणे व समन्वय निर्माण करणे हे समरसतेचे काम आहे.

जातिभेद व अस्पृश्यता या दोन मुद्यांवर समरसता विचार मांडला जातो. संघात जातिभेद नाही. तसेच संघात अस्पृश्यता पाळली जात नाही, असा सामाजिक समरसता मंच संघटनेचा दावा आहे. दत्तोपंत ठेंगडी यांच्यामते जातिभेद मोडा, जाती तोडा असा संघाचा कार्यक्रम नव्हता. पण 'आम्ही सर्व हिंदू आहोत' ही संघाची भूमिका होती. यामध्ये अस्पृश्यतेला मान्यता दिली नव्हती. 'सर्व हिंदू आहेत'; कुठे आहे अस्पृश्यता, असे दत्तोपंत ठेंगडी यांचे मत आहे. संघात जात व अस्पृश्यता पाळली जात नाही हा मुद्दा बाळासाहेब देवरस यांनी मांडला होता. सामाजिक समरसता मंच संघटना त्यांचे समर्थन करते (देवरस, १९७४:१५; ठेंगडी, १९८५: २७,३५).

संघात जातिभेद पाळला जात नाही. सामाजिक समरसता मंच या मुद्याचा प्रचार करतो. हा मुद्दा संघात पटवून देण्यासाठी चातुर्वर्ण्य हा गुण आहे, असे मत मांडले जाते. याखेरीज कनिष्ठ जातीतून वरच्या जातीत प्रवेश दिला जातो व आंतरजातीय विवाह हे आर्थिक दर्जाप्रमाणे होतील असेही मुद्दे मांडले जातात. हिंदू समाजाची धारणा करणारा

चातुर्वर्ण्य हा एक घटक आहे. बाळासाहेब देवरसांच्या मते, चातुर्वर्ण्य म्हणजे व्यवस्थेचे वर्गीकरण होय. हे वर्गीकरण सुरुवातीला जन्मावरून केलेले नव्हते. मात्र विशाल लोकसंख्या असलेल्या देशातील लोकांच्या गुणांची परीक्षा घेणे शक्य नव्हते. त्यामुळे जन्माने गुण येतात अशी भूमिका घेतली असावी. या व्यवस्थेत भेद नव्हते. पाय, मांड्या, हात व तोंड हे शरीराचे अवयव श्रेष्ठ व कनिष्ठ नाहीत. ही व्यवस्था नीट ठेवण्यासाठी ज्ञानशक्ती, दंडशक्ती व धनशक्ती यांना एकमेकांची जोड दिली नाही. त्यांच्यात नियंत्रण व समतोलाचे तत्त्व स्वीकारले गेले. ही भव्य कल्पना त्यांच्या वंशजांना नीट चालवता आली नाही. तिच्यात दोष निर्माण झाले. जातिभेद, रोटी-बेटी बंदी व अस्पृश्यता (स्पर्शबंदी) हे दोष हिंदू समाजात वाढले. मात्र ही विषमता हिंदू समाजाचे विघटन करते. हे दोष हिंदू समाजातून काढून टाकण्यातून हिंदू समाज एकरस होईल, असे बाळासाहेब देवरस याचे मत आहे (देवरस, १९७५: १४,२१). द. बा. ठेंगडी, रमेश पतंगे यांनी वर्णभेद, जातिभेद व अस्पृश्यताविरोधी चळवळ म्हणजे समरसता असा अर्थ घेतला आहे. त्यांनी संघात वर्णभेद, जातिभेद व अस्पृश्यता पाळली जात नाही, असा विचार मांडला आहे (ठेंगडी, ८५: ३९; पतंगे, १९९८: २४, ३१). रमेश पतंगेंच्या मते, संघात अस्पृश्यता पाळली जात नव्हती, परंतु संघाच्या बौद्धिकात म.फुले, डॉ. आंबेडकरांचे जीवनकार्य व विचार यांना स्थान नसे. प्रशिक्षित कार्यकर्त्यांचे आंबेडकरविषयक व समाजवास्तवविषयीचे अज्ञान प्रचंड मोठे होते. संघात व संघपरिवारात दलितांची संख्या कमी होती. त्यामुळे संघात संपूर्ण समाजाचे दर्शन घडत नव्हते. म्हणून वर्णभेद, जातिभेद व असपृश्यता नष्ट करण्यासाठी समरसता हा विचार मांडला गेला.

बाळासाहेब देवरसांच्या मते, चातुर्वर्ण्यव्यवस्था ही ताठर नव्हती. चातुर्वर्ण्यव्यवस्था ही लवचीक व्यवस्था आहे. ब्राह्मण शुद्र होऊ शकतो व शुद्र धर्माचरण व तपश्चर्येच्या मार्गाने ब्राह्मण होऊ शकतो. श्रष्यशृंग, वसिष्ठ, विश्वमित्र व अगस्ती हे ब्राह्मणेत्तर ब्राह्मण वर्णात गेले होते. त्यांच्या मते, जन्माबरोबर इतर मार्गांनी गुण येतात. आनुवांशिकतेबरोबर सभोवतालच्या वातावणातून गुण येतात. त्यामुळे आनुवांशिकतेचा, जन्माने वर्णव्यवस्थेचा आग्रह धरणे नवीन काळाशी विसंगत आहे. या कारणांमुळे विषमतेचे शास्त्र तयार करू नये. मात्र त्यांच्यामते, आनुवांशिकतेचे जेवढे सीमित महत्त्व आहे, तेवढे लक्षात घ्यावे. तसेच यंत्रयुग, विज्ञान व ज्ञान या मार्गांनी व्यक्तीत गुण येतात. महात्मा फुले, आंबेडकर व गाडगेबाबा यांच्याकडे वातावरणातून गुण आले आहेत. या व्यक्ती समरसतेची प्रतीके आहेत असा विचार मांडला जातो (देवरस, १९७५: १२, १७).

वर्णव्यवस्थेत दोष निर्माण होऊन जातिप्रथा व अस्पृश्यता निर्माण झाली. अस्पृश्यतेमुळे हिंदू समाज दुबळा होतो. म्हणून अस्पृश्यतेचे उच्चाटन करण्यासाठी समरसतेचा विचार मांडला जातो. हिंदू ऐक्यासमोरील जातिप्रथा व अस्पृश्यता या दोन

अडचणी आहेत. त्या सोडविण्यासाठी १९६९ पासून हिंदू धर्मशास्त्राची मान्यता आहे, असा दावा केला आहे. १९६९ मध्ये उडप्पी येथे हिंदू धर्मगुरूंची परिषद झाली. या परिषदेत 'नहिंदू पतितो भवेत हिदन्व सोदरा सर्वे' कोणीही हिंदू दलित नाही, सर्व हिंदू बंधू आहेत, असा निर्णय घेण्यात आला. त्यामुळे सामाजिक समरसता मंच जातिप्रथा व अस्पृश्यता निमूर्लनाचा विचार मांडतो (ठेंगडी, १९८५: ३६-३७).

वर्गाप्रमाणे आंतरजातीय विवाहाचे समर्थन केले आहे. बाळासाहेब देवरस यांच्या-मते हिंदू समाजात 'यत्र नार्यस्तु पूज्यन्ते रमन्ते तत्र देवता' हे वचन स्त्रीला उच्च स्थान देते. बेटीव्यवहार आंतरजातीय करावा. अनुलोम-प्रतिलोम विवाह शैक्षणिक व आर्थिक राहणीचा स्तर समान झाल्यानंतर होईल. बेटीव्यवहारात व्यक्तिगत आवडी-निवडीचीही अडचण आहे. त्यामुळे बेटीव्यवहाराबद्दल सर्व व्यक्ती लवकर निर्णय घेणार नाहीत. मात्र आंतरजातीय व आंतरप्रांतीय विवाहाची परंपरा सुरू करावी म्हणजे जातिप्रथा नष्ट होईल. शैक्षणिक, आर्थिक व राहणीमानाचा स्तर समान झाल्यावर व्यवसायाप्रमाणे वस्त्या होतील. एल. आय. सी., बँक कर्मचारी, रेल्वे कर्मचारी, शिक्षक अशा कॉलन्या तयार होतील. त्या कॉलनीमधील मुले-मुली व्यक्तिगत आवडी-निवडीप्रमाणे आंतरजातीय विवाह करतील, असे देवरस यांचे मत आहे (देवरस, १९७५, १४).

सामाजिक समरसता मंच संघटनेने भटके-विमुक्त समाजाच्या संदर्भात संस्कृती व आदर्श वर्णव्यवस्था या दोन मुद्यांच्या आधारे समरसता विचार मांडला आहे (सामाजिक समरसता मंच पत्रिका, फेब्रुवारी ९९: ११). ग्रामीण भागामध्ये गावाच्या केंद्रस्थानी सवर्ण, गावाच्याबाहेर अस्पृश्य, तिसरा वर्ग आदिवासी आणि चौथा भटका-विमुक्त समाज होय. शिवारात भटकंती करतो आणि भारतीय संस्कृतीची जो जोपासना करतो व संस्कृती जिवंत ठेवत असतो; पण संस्कृतीमध्ये ज्याच्या अस्तित्वाची दखल व काळजी घेतली जात नाही, असा भटका-विमुक्त समाज असतो, असे भिकू इदाते यांचे मत आहे (भिकू इदाते).

सामाजिक समरसता मंच वर्णव्यवस्थेची चौकट स्वीकारते. वर्णव्यवस्थेतील ब्राह्मण व क्षत्रिय हे दोन वर्ण आदर्श संबोधले जातात. मंचाचे कार्यकर्ते ब्राह्मण व क्षत्रिय या दोन वर्णाचा आग्रह धरतात. पारधी समाज हे रजपूतवंशीय, बेरड हे वाल्मिकी मुनीचे जातबंधू, रामोशी हे रामवंशीय, राजपूत भामटा हे राणा प्रताप वंशीय, तर सीतेला सुवर्ण मृगाची चोळी मिळाली नाही म्हणून स्त्री वर्गात चोळी न घालणारा वडार समाज. या जाती क्षत्रिय वंशाच्या असल्याचा आग्रह धरला जातो (सचिन साठ्ये, १९९७: ५७; सुवर्णा रावळ, १९९५: ३५).

जातिभेद विरोध व अस्पृश्यता निवारण हा सामाजिक समरसता मंच संघटनेचा विचार आहे. त्यामुळे सामाजिक समरसता मंच आंबेडकर विचार स्वीकारते, असा दावा

केला जातो. त्यामुळे आंबेडकर विचार हा हिंदू समाजसुधारणा विचार होता, असे द.बा. ठेंगडी यांचे मत आहे. त्यांच्यामते, हिंदू समाजसुधारणा हिंदू ऐक्याचा विचार आहे. हिंदू संघटनांचा विचार आहे. हिंदू संघटनात हिंदू अस्मिता उभी केली जाते.

समरसता हा शब्दप्रयोग सामाजिक व मानसशास्त्रीय आहे. हिंदू समाजाची अस्मिता जात-भाषा-उपासना-पंथ या मानसिकतेवर आधारलेली आहे. या मानसिकतेतून हिंदू समाजाला बाहेर काढून हिंदुत्व हे आस्तित्वभान देणे म्हणजे समरसता होय. रमेश पतंगे यांच्यामते, समरसता या विचारात समता आहे. त्याचबरोबर समाज मानस बदलण्याची प्रक्रिया आहे. हिंदू समाजातील जात-भाषा व उपासनापद्धतीमुळे हिंदू समाजात फूट पडते. म्हणून या सामाजिक घटकांशी भावनिक ऐक्य साधणे म्हणजे समरसता. ही प्रक्रिया सतत चालू असते. हिंदुत्व या विचारात विलीन होणे, मिसळणे किंवा तादाम्य पावणे हा समरसता शब्दाचा अर्थ भिकू इदाते यांनी आगरकर विचारांचे उदाहरण देऊन स्पष्ट केला आहे. आगरकर यांच्यामते मूळ प्रकृती म्हणजे भारतीय आर्यत्व न सोडता, आपण नवीन शिक्षणाचा व कल्पनांचा अंगीकार केला पाहिजे, असे इदाते यांचे मत आहे. त्यांच्या मते; सामाजिक वास्तवाचा व चळवळींच्या विकासाची आर्यत्वाबरोबर सांगड घालावी (इदाते, १९९८: १०).

द. बा. ठेंगडीनी सामाजिक घटकांच्या भावनिक ऐक्यास बंधुभावना असे म्हटले आहे. त्यांनी हा विचार व डॉ. बाबासाहेब आंबेडकर यांची बंधुभाव ही संकल्पना एकच आहे असे मत मांडले आहे (ठेंगडी, १९८५: ३९). समता व स्वातंत्र्य या दोन राजकीय मूल्यांना बंधुत्व जोडते त्याप्रमाणे त्यांच्यामते समरसता ही संकल्पना समता व स्वातंत्र्य यांना जोडते.

बंधुभाव निर्माण करण्याचा मार्ग हा धर्माचा मार्ग आहे. भगवान गौतमबुद्धाच्या शिकवणीतून बंधुभाव निर्माण होईल हा आंबेडकरांचा दृढ विश्वास होता. भगवान बुद्धाची मैत्री व करुणा यांतून समरसतेचा परिपोष होतो, असे द. बा. ठेंगडी यांचे मत आहे. त्यांच्या मते, गौतम बुद्ध हा सर्वांत पहिला आणि सर्वांत महान हिंदू समाजसुधारक होता. डॉ. बाबासाहेब आंबेडकरांच्या जीवनाचा प्रवास हिंदुत्वालाच करुणेचा, प्रज्ञेचा, सामाजिक जाणीव देण्याचा प्रवास होता. सामाजिक समरसता मंचात समता व समरसता या दोन्ही संकल्पनांची तुलना केली जाते. समता ही संकल्पना समाजवादी व साम्यवादी विचारप्रणालीशी संबंधित आहे. तर समरसता ही संकल्पना हिंदुत्ववादी चळवळीशी संबंधित आहे. ठेंगडी व पतंगे यांच्या मते, समतेच्या तत्त्वात सर्व माणसे समान आहेत. रंग-रूप, आर्थिक स्तर, जन्म, जात यावरून माणसा-माणसांत भेदभाव केला जात नाही. उपासना पद्धतीवरूनही भेदभाव केला जात नाही. कायद्याच्या पुढे सर्व समान असले पाहिजेत. सर्वांना समान संधी व संपत्तीचे समान वाटप याचा समावेश समता

संकल्पनेतहोतो. हा समतेचा विचार संघटना स्वीकारते. परंतु या विचाराच्या पुढे समरसतेचा विचार जातो. ठेंगडींच्या मते, समता म्हणजे समानता नव्हे. जन्मत: सर्व माणसे समान असली तरी एक माणूस दुसऱ्या माणसासारखा नसतो. प्रत्येकाची बौद्धिक, शारीरिक, मानसिक क्षमता भिन्न–भिन्न असते. माणसाला एका साच्यात घालता येत नाही. यासाठी लादता येत नाही. हे तत्व समाजमानसाने स्वत:हून स्वीकारावे लागते. त्यासाठी मानसिक परिवर्तन करावे लागते. समाजमानसात कालोचित परिवर्तन घडवून आणण्याला समरसता असे संबोधिले जाते. कौटुंबिक भावना, संपूर्ण समाज एक कुटुंब आहे, ही भावना म्हणजे समरसता. ही भावना समता संकल्पनेत नसते. हिंदू समाज हे एक कुटुंब आहे. हिंदुत्व हे तत्त्व आहे, त्याच्यात एकरस होणे म्हणजे समरसता होय (ठेंगडी, १९८५: ३९).

समरसता विचार हा बाळासाहेब देवरस यांच्या 'हिंदू संघटन आणि सामाजिक समता' या पुस्तिकेत प्रथम मांडला गेला, असा संघटनेचा दावा आहे (पतंगे, १९९८अ: ९०). बाळासाहेब देवरस यांनी अव्याप्ती व अव्याप्तीचे कारण देऊन हिंदू शब्दाची व्याख्या करण्यास नकार दिला. मात्र हिंदू समाजाचे निश्चित अस्तित्व आहे, असे मत त्यांनी मांडले आहे. त्यांच्या मते, मुसलमान, ख्रिस्ती, यहुदी व पारशी हे चार धार्मिक लोक सोडले, तर उरलेले सर्व हिंदू आहेत. हिंदूमध्ये सनातनी, लिंगायत, जैन, बौद्ध व आर्य समाज इत्यादी लोकांचा समावेश होतो. सनातनी, लिंगायत, जैन, बौद्ध व आर्य समाज हे पंथ आहेत. हे धर्म नाहीत. हे हिंदू धर्माचे उपपंथ आहेत. लिंगायत, जैन, बौद्ध ह्यांचे अस्तित्व हिंदू धर्मांतर्गत उपपंथाच्या स्वरूपातील आहे (बाळासाहेब देवरस, १९८८: ३–४).

हिंदू धर्मात समन्वयाचे तत्त्व महत्त्वाचे आहे. बाळासाहेब देवरसांच्या मते, इंद्र, वरुण, अग्नी यांच्याबरोबर विष्णू व शिव या देवतांची उपासना केली जात नव्हती. हिंदू धर्माने समन्वयाच्या मार्गाने या दोन उपासनापद्धती स्वीकारल्या. तसेच शैव व वैष्णव हे दोन पंथ एकमेकांच्या विरोधात होते. शंकराचार्यांनी त्यांचा समन्वय केला. (देवरस, १९८८: ८). हा समन्वयाचा मार्ग स्वीकारून सामाजिक समरसता मंचाने भक्तिपंथ (वारकरी चळवळ), प्रार्थना समाज, सार्वजनिक सत्यधर्म (महात्मा फुले), नवबौद्ध (धम्म) यांचा समन्वय घालण्याचा विचार संघटनेत मांडला आहे (ठेंगडी, १९८५: ४७).

मा. गो. वैद्य यांनी 'हिंदू संघटन आवश्यकता व सफलता' या ग्रंथात हिंदुराष्ट्राची संकल्पना मांडली आहे. त्यांच्यामते, हिंदू भूमी तिची संस्कृती आणि धर्म या घटकांमध्ये भावनिक एकता आहे. हिंदूराष्ट्र ही संकल्पना हिंदू संस्कृतीला मानणारी आहे. हिंदू हा शब्द अर्वाचीन आहे. पण या संस्कृतीचा वारसा प्राचीन आहे. या संस्कृतीत विविध बदल झाले, पण या संस्कृतीचा गाभा बदलला नाही. त्यांच्यामते, सर्वधर्मसमभाव हे हिंदू संस्कृतीचे वैशिष्ट्य आहे. हिंदू संस्कृती ही गतिशील आहे. यामुळे हिंदू संस्कृतीवर आधारलेले राष्ट्र ते हिंदुराष्ट्र अशी हिंदू राष्ट्राची संकल्पना मांडली आहे. हिंदुराष्ट्र ही एक

सांस्कृतिक विचारसरणी आहे. राजकीय, सामाजिक, आर्थिक अशा वेगवेगळ्या पद्धतीने हिंदुराष्ट्राचे प्रकटीकरण होते (पतंगे, समिधा: ८७). साहित्याच्या क्षेत्रात हिंदुराष्ट्राचे प्रकटीकरण समरसता साहित्याच्या माध्यमातून होते. समरसता साहित्य समाजात हिंदुराष्ट्राचा विचार मांडते.

सामाजिक समरसता मंचाने दलित चळवळ व नवबौद्ध केंद्री ठरवली आहे. तर हिंदू दलित चळवळ उभी केली. सामाजिक समरसता मंचाच्या मते, दलित चळवळ ही राष्ट्रीय चळवळ आहे. ही चळवळ हिंदू समाजविरोधी चळवळ करण्याचा प्रयत्न केला जातो. दलित चळवळ एकदा समाजविरोधी झाली आहे. त्यामुळे तिचे स्वरूप सांप्रदायिक झाले. या चळवळीचा पराभव झाला आहे, असे पतंगे यांचे मत आहे (पतंगे, १९९८अ: २५). ही चळवळ एका स्थित्यंतरातून जात आहे. या चळवळीत सांस्कृतिक प्रवाहाची भूमिका अबाधित राखावी. कन्टीन्युटी व चेंज यांत समन्वयाची भूमिका असावी असे इदाते याचे मत आहे (इदाते, १९९८अ: ८-९). आरक्षण, मंडल आयोगाच्या शिफारसी, रिडल्स, नामांतर या मुद्यांना सामाजिक समरसता मंचाने पाठिंबा दिला. दलित व मुस्लीम युती ही राष्ट्रवाद विरोधी आहे. शिवशक्ती व भीमशक्ती यांची युती राष्ट्रवादास पुरक आहे, असे पतंगे यांचे मत आहे (पतंगे, १९९८अ: २० व ५०). पतंगे यांच्यामते, शिवाजी महाराजांनी मराठा राज्याची नाही, तर हिंदवी स्वराज्याची स्थापना केली. डॉ. आंबेडकरांनी दलितांसाठी नाही, तर संपूर्ण राष्ट्रासाठी घटना लिहिली (पतंगे, १९९८अ: २०). हिंदू समाजाचे ऐक्य निर्माण करणे आणि धर्मांतरामुळे निर्माण होणाऱ्या फुटीर प्रवृत्तींना आळा घालण्याच्या प्रेरणेने हे काम चालले आहे. पारधी हा हिंदू समाजाचा एक बलवान घटक घडवण्यासाठी पारधी समाजात सामाजिक समरसता मंचाचे चार पूर्णवेळ कार्यकर्ते काम करत आहेत, असे समर्थन केले जाते (पतंगे, १९९८अ: ६२).

सामाजिक समरसता मंच संघटनेने हिंदू दलित चळवळीमध्ये समरसता साहित्य चळवळ सुरू केली. हिंदू दलित समाजात समरसता साहित्य चळवळ पसरली. भिकू इदाते यांच्यामते, विद्रोह हे काही स्थायी मूल्य असू शकत नाही. सामाजिक समरसता हे एक मूल्य आहे. त्यामध्ये सांस्कृतिक परिवर्तनाच्या प्रेरणा असतात. या वास्तवाची जाणीव समरसता साहित्य संमेलन करून देते. समरसता साहित्य भारतीय समाजाच्या एकात्म अस्मितेचा आविष्कार आहे, असे भिकू इदाते यांचे मत आहे (इदाते, १९९९: १२). नामदेव कांबळे, शाहीर योगेश, नथुराम देवळेकर व मुरलीधर जाधव यांनी आंबेडकर विचार व समरसता साहित्य यांमध्ये फरक केला. त्यांनी समरसता साहित्याचे समर्थन केले (सामाजिक समरसता मंच पत्रिका, १५ जुलै १९९५).

समरसता मंच संघटनेने समरसता साहित्य चळवळ हिंदू दलित समाजाच्या बाहेर भटके-विमुक्त समाजात पसरवली. हिंदुत्व विचारांबरोबर सांगड भटके-विमुक्तांच्या

लोकसाहित्याची घातली. समरसता हे लोकसाहित्याचे आदितत्त्व आहे, अशी व्याख्या प्रभाकर मांडे यांनी केली. न.म.जोशी यांनी स्वतःचे व्यक्तिमत्त्व कायम राखून जो दुसऱ्याच्या व्यक्तिमत्त्वाशी एकरूप होण्याचा प्रयत्न करतो, त्याला समरसता म्हटले आहे. समरसता हा साहित्याचा आणि लोककलेचा केंद्रबिंदू आहे, असे रामचंद्र ढेकणे यांचे मत आहे. भिकू इदाते यांच्यामते, लोकसाहित्य व भटक्या जाती हिंदुत्व टिकवतात. त्यांच्यामते, गोंधळी देवीचे जागरण करतो व नंदीबैलवाले ज्योतिष वर्तवतात (इदाते, १९९७:१७). असे समर्थन करत संघटनेने लोकसाहित्यामध्ये हिंदुत्वाचा प्रसार केला आहे.

शैला लोहिया यांनी स्त्री-पुरुष समरसतेचा आग्रह धरणारा मुद्दा मांडला आहे. म्हणजेच साहित्य, लोकसाहित्य यांची मांडणी समरसतेच्या चौकटीत करावी असा अर्थ समरसता विचारांचा आहे. आनंद यादव यांनी जाती, धर्म, वर्ण, ग्रामीण, नागर, प्रादेशिक यांच्यातील संघर्ष टाळून एकात्मरूप सलग भारत उभा करण्याचा विचार मांडला होता (यादव, ७ नोव्हेंबर १९९८). सामाजिक समरसता मंच संघटनेने विचार म्हणून स्वीकारला.

समारोप

सामाजिक समरसता मंच या संघटनेने दलित व बिगर शेतकरी ओबीसी यांना कृतिप्रवण केले आहे. १९८३ ते १९८७ पर्यंत सामाजिक समरसता मंच संघटनेने दलित समाजातील नवबौद्धांचे संघटन केले. नवबौद्ध समाजाच्या कृतिप्रवणतेचा प्रयोग यशस्वी झाला नाही. परंतु गंगाधर पानतावणे, बाळासाहेब गायकवाड, केशव मेश्राम असे नवबौद्ध नेते सामाजिक समरसता मंच संघटनेच्या कार्यक्रमांना उपस्थित होते. त्यामुळे सामाजिक समरसता मंच संघटना दलित जातीत स्वीकारली जाण्यास मदत झाली. तसेच दलितांचा हिंदुत्व-विरोध बोथट झाला. पण नवबौद्ध समाजाची मते निवडणुकीत भाजपकडे वळवता आली नाहीत. त्यामुळे सामाजिक समरसता मंच संघटनेने नवबौद्धांच्या ऐवजी हिंदू दलितांचे संघटन सुरू केले (१९८८). १९९५ च्या विधानसभा निवडणुकीत भाजपला हिंदू दलित समाजाच्या कृतिप्रवणतेचा थेट फायदा झाला. १९९० च्या विधानसभा निवडणुकीत अनुसूचित जातीगटांतील तीन आमदार भाजपकडून निवडून आले होते. १९९५ च्या विधानसभा निवडणुकीत अनुसूचित जातीगटातून एकूण ८ आमदार निवडून आले होते. १९९५ नंतर भटके-विमुक्तांचे संघटन सामाजिक समरसता मंच संघटनेने केले. या संघटनांचा फायदा १९९९ व २००४ मध्ये भाजपला झाला. परंतु फार मोठा फायदा झाला नाही, कारण वंजारी व धनगर समाज वगळता इतर समाज भाजपशी जोडला गेला नाही. परंतु भटके-विमुक्तांचे राजकीय संघटन केले गेले. दलित व भटके-विमुक्त समाज हा भाजपची मतपेटी होती. हिंदू मतपेटी तयार करण्याचे काम सामाजिक समरसता मंचाने केले. रमेश पतंगे यांनी वनवासी, दलित, व भटके-विमुक्त यांची

लोकसंख्या बहुमताची आहे, असे मत मांडले होते (पतंगे, १९९५: ५८-५९). जातींचे ऐक्य, दलित व भटके-विमुक्त या जातींना हिंदू ओळख देणे व १९८० नंतर लोकसभा, विधानसभा, स्थानिक स्वराज्य संस्था येथे उमेदवार उपलब्ध करून देणे या पातळ्यांवर या संघटनांचे काम चालू आहे. भाजपचे नेते या संघटनांच्या कामात सक्रियपणे सहभाग घेतात. या संघटनांच्या कामास मदत करतात.

दलित व भटके-विमुक्त जातींनी राजकीय हिंदुत्वाचा मुद्दा स्वीकारावा म्हणून, या संघटना सामाजिक व धार्मिक हिंदुत्व मांडत आहेत. उदा. भटके-विमुक्त क्षत्रिय वर्णाचे आहेत. दलित व भटके-विमुक्त जातींच्या वतीने सामाजिक समरसता मंच ही संघटना वरच्या जातीचा व वर्णाचा दावा करते. वरच्या जातीचा व वर्णाच्या दाव्याचा प्रचार ही संघटना करते. दलित व भटके-विमुक्त जातीं वरच्या जाती व वर्णांचा पुरस्कार करत आहेत. संघटनेकडून वर्णव्यवस्थेचे समर्थन केले जाते. दलित व भटके-विमुक्त जातीं वर्ण व जातिव्यवस्थेच्या समर्थनातून हिंदू ओळख स्वीकारतात. ही हिंदुत्व स्वीकारण्याची एक बाजू आहे. दुसऱ्या बाजूने या संघटनेने हिंदू विरुद्ध अहिंदू असे ध्रुवीकरण केले आहे.

सामाजिक समरसता मंच ही संघटना दलित व भटके-विमुक्त यांची स्वतंत्र दैवते, पूजा विधीचे प्रकार हिंदू पद्धतीत रूपांतरित करते. त्यामुळे दलित व भटके-विमुक्त जातीतील विविधतेचे एकछत्रीकरण केले जाते. सामाजिक समरसता मंच या संघटनेने ग्रामीण भागातील लोकांचे संघटन केले आहे. संघटन करण्यात मध्यमवर्गीय नेत्यांनी पुढाकार घेतला आहे. संघटन करणारे नेते नोकरदार आहेत. त्यांचा संबंध शहरांशी आहे. हा मध्यमवर्ग झोपडपट्टी व ग्रामीण भागातील समाजाचे संघटन करतो. त्यांच्यामध्ये हिंदुत्वाचा प्रसार करतो, असे या प्रकरणातून दिसून येते.

मुक्तीची संकल्पना नाकारतो. हिंदुत्व महिला चळवळ भांडवलशाहीतून विस्तारलेल्या सेवाक्षेत्रावर आधारलेली आहे. बाजारपेठा आणि उपभोक्तावर्ग हा तिचा पाया आहे. त्यामुळे भांडवलशाही विचारप्रणालीस हिंदुत्व-महिला चळवळ पूरकच आहे. हिंदुत्व महिला चळवळ धार्मिक असण्यापेक्षा ती राजकीय आहे. ब्राह्मणेतर महिलांचं संघटन, चारित्र्यनिर्मिती ही चळवळ करते. पुरुषांचे व भांडवलशाहीचे हितसंबंध जपण्यासाठी धार्मिक संकल्पनांचा साधन म्हणून वापर केला जातो. या धार्मिक संकल्पना स्त्रियांवर भावनिक परिणाम करतात. स्त्रीच्या मनातील विद्रोहाची संकल्पना विरघळून जाते. त्यामुळे ही चळवळ 'स्त्री-मुक्ती' संकल्पनेच्या विरोधात जाते, असे स्पष्टपणे दिसते, तर ही चळवळ प्रस्थापित वर्गांचं समर्थन करते.

❑

संदर्भसूची

अँडरसन वाल्टर व श्रीधर दामले, १९९८, *संघ आणि संघपरिवार*, छाया गोडबोले (अनु.), पुणे, गजराज प्रकाशन.

अस्सादी मुझ्झफर, १९९८, सॅफ्रनायझेशन विथ अपर कास्ट्स सपोर्ट, *इकॉनॉमिक अँड पॉलिटिकल वीकली*, २१ मार्च, पृ. ६२६-६२८.

अस्सादी मुझ्झफर, २०००, हिंदुत्व पॉलिटिक्स इन कोस्टल रिजनः टुवर्ड ए सोशल कोॲलिशन, *इकॉनॉमिक अँड पॉलिटिकल वीकली*, ८ जून, पृ. २२११-२२१३.

इदाते भिकू, १९९०, *मंडल आयोग-एक चिकित्सा*, मुंबई, हिंदुस्थान प्रकाशन.

इदाते भिकू, १९९०, *राखीव जागा कशासाठी ? कुणासाठी ?*, पुणे, भारतीय विचार साधना.

इदाते भिकू, १९९४, *समरस समाज*, मुंबई, सामाजिक समरसता प्रतिष्ठान.

इदाते भिकू, १९९७, चळवळ भटके-विमुक्तांचीः एक मागोवा, *सामाजिक समरसता मंच पत्रिका*, १५ डिसेंबर, १५-१८.

इदाते भिकू, १९९९, समरसता हे जीवनमूल्य प्रस्थापित व्हावे, *सामाजिक समरसता मंच पत्रिका*, १५ डिसेंबर .

इदाते भिकू, सामाजिक समरसतेचे आदर्श, पुणे, *विचार यात्रा* (प्रकाशन वर्ष छापले नाही), पृ. १५०-१५५.

इंदूरकर गंगाधर, १९८३, *राष्ट्रीय स्वयंसेवक संघ काल, आज आणि उद्या*, पुणे, श्रीविद्या.

करमरकर अरुण (संपा), १९९८, *अर्धशतक*, मुंबई, अभाविप, महाराष्ट्र प्रदेश.

करंदीकर वि. रा., १९९९, *तीन सरसंघचालक*, पुणे, स्नेहल प्रकाशन.

केंदूरकर म.पु., १९९३, *हिंदू राष्ट्राची संकल्पनाः समाज- विचार* , मुंबई, रामभाऊ म्हाळगी प्रबोधिनी.

घळसासी विवेक (संपा), क्षमा थत्ते, सूर्यभान वहाडणे, माधव भंडारी, *सेवा वसंतः स्व. वसंतराव भागवत स्मृती ग्रंथ*, सोलापूर, स्व. वसंतराव भागवत स्मृती संस्था (प्रकाशन वर्ष छापले नाही), पृ. ४६-५०, ५३-५५, ७०-७६.

ठेंगडी दत्तोपंत, १९८५, *समरसतेशिवाय सामाजिक समता अशक्य*, पुणे, भारतीय विचार साधना.

ठेंगडी दत्तोपंत, १९९०अ, *आपल्या समाजाचे भवितव्य*, पुणे, भारतीय विचार साधना.

ठेंगडी दत्तोपंत, १९९०आ, *आपले बाबासाहेब*, नागपूर, सामाजिक समरसता मंच.

ठेंगडी दत्तोपंत, १९९८अ, *सर्थपंथ समादर मंच एक रास्ता*, नवी दिल्ली, भारतीय श्रमशोध मंडळ.

ठेंगडी दत्तोपंत, १९९८आ, *तिसऱ्या पर्यायाकडे*, डोंबिवली, मोरया प्रकाशन.

ठेंगडी दत्तोपंत, *दलितसमस्या एक विचार*, पुणे, भारतीय विचार साधना (प्रकाशन वर्ष छापले नाही).

ठेंगडी दत्तोपंत, *राष्ट्रीय समाजापुढील आव्हाने*, पुणे, भारतीय विचार साधना (प्रकाशन वर्ष छापले नाही).

ठेंगडी दत्तोपंत, सामाजिक समरसता हवीच, पुणे, *विचार यात्रा* (प्रकाशन वर्ष छापले नाही), पृ. ५४-६०.

दाते दामुअण्णा, २०००, *स्मरणशिल्पे*, मुंबई, हिंदुस्थान प्रकाशन संस्था.

दाते दा. मा, १९९६, *समरसतेचा मूलमंत्र*, डोंबिवली, मोरया.

दाते ब. शं. (प्रकाशक),१९९४, *एकात्मता स्तोत्र-मंत्र आणि प्रार्थना*, पुणे, भारतीय विचार साधना.

देवरस बाळासाहेब, १९८८, *सामाजिक समता व हिंदू संघटन*, पुणे, भारतीय विचार साधना.

देवरस बाळासाहेब, १९९६, *द्रष्टा संघटक*, मुंबई, रामभाऊ म्हाळगी प्रबोधिनी.

पतंगे रमेश, १९९०, *म. फुले-डॉ.आंबेडकर, आजचे संदर्भ*, मुंबई, हिंदुस्थान प्रकाशन.

पतंगे रमेश, १९९२, *नामांतराचे समाजकारण हवे*, मुंबई, सामाजिक समरसता प्रतिष्ठान.

पतंगे रमेश, १९९४अ, *सामाजिक समरसता डॉ. हेडगेवार डॉ. आंबेडकर*, पुणे,
भारतीय विचार साधना.

पतंगे रमेश, १९९४आ, *हिंदुत्वाचा सामाजिक आशय*, मुंबई, सामाजिक समरसता प्रतिष्ठान.

पतंगे रमेश, १९९५, *डॉ. हेडगेवार आणि समरसतेची विचार सूत्रे*, पुणे, मोरया.

पतंगे रमेश, १९९५अ, *समाजचिंतन*, पुणे, भारतीय विचार साधना.

पतंगे रमेश, १९९६ (आ. तृतीय), *मी मनु आणि संघ*, मुंबई, मोरया.

पतंगे रमेश व मा. गो. वैद्य, १९९७, *शौरींचे आंबेडकर व देशाचे बाबासाहेब*, मुंबई,
समरसता प्रतिष्ठान.

पतंगे रमेश, १९९८, *समरसतेच्या वाटेवर*, मुंबई, आस्वाद.

पतंगे रमेश, १९९८, परिचर्चा हेतू व समरसता मंच, मुंबई, *सामाजिक समरसता मंच पत्रिका*,
१५ नोव्हेंबर.

पतंगे रमेश-अत्रे श्याम (संपा), १९९९, *समरसता: एक साहित्य मूल्य*, मुंबई,
समरसता साहित्य परिषद.

पतंगे रमेश, १९९९, *डॉ. बाबासाहेब आणि आदर्श समाज*, मुंबई, सामाजिक समरसता व्यासपीठ.

पतंगे रमेश, सांस्कृतिक राष्ट्रवाद, पिंपरी चिंचवड, *समिधा: स्मरणिका तात्मा बापट स्मृती* समिती
(प्रकाशन वर्ष छापले नाही), ८७-८९.

पळशीकर सुहास, १९९४, *डॉ. आंबेडकरांच्या हिंदूकरणाची चिकित्सा*, सातारा,
डॉ. बाबासाहेब आंबेडकर अकादमी.

पळशीकर सुहास, १९९२, आंबेडकरांचे अपहरण कशासाठी, पुणे, *समाज प्रबोधन पत्रिका*,
जुलै-सप्टेंबर, पृ. १४५-१४९.

प्रभुणे गिरीश (संपा), १९९२, (पतंगे, ठेंगडी, अनिरुध्द देशपांडे, भिकू इदाते, यशवंत चावरे)
समरसता दर्शन, मुंबई, सामाजिक समरसता प्रतिष्ठान.

बापट राम, १९७७, संघकार्य आणि भारतीय राजकारणाची नवी दिशा, पुणे, *माणूस*, १२ मार्च,
पृ. २२२-२५४.

भोळे भा. ल., २००१, *साहित्य प्रत्यय*, औरंगाबाद, स्वरूप प्रकाशन.

मांडे प्रभाकर, १९९९, *समरसता साहित्य संमेलन*, औरंगाबाद.

मोडक अशोक, १९९६, *हिंदुत्व न्यायालयीन निवाडा आणि सेक्युलर आगपाखड*, मुंबई,
रामभाऊ म्हाळगी प्रबोधिनी.

मोडक अशोक, २००१, *राष्ट्रविचारांचा सामाजिक आशय*, पुणे, भारतीय विचार साधना.

मोरे शेषराव, १९९२, *सावरकरांचे समाजकारण सत्य आणि विपर्यास*, पुणे, राजहंस.

मोरे शेषराव, २००१, *शासनपुरस्कृत मनुवादी पांडुरंगशास्त्री आठवले*, पुणे, सुगावा.

वैद्य मा. गो., १९७८, *हिंदुत्व जुने संदर्भ, नवे अनुबंध*, पुणे, भारतीय विचार साधना.

वैद्य मा. गो, १९८०, *हिंदू संघटनः शक्यता आवश्यकता आणि सफलता*, पुणे,
भारतीय विचार साधना.

वैद्य मा. गो., १९८६, *हिंदू हिंदुत्व आणि हिंदुराष्ट्र*, पुणे, भारतीय विचार साधना.

वैद्य मा. गो., *राष्ट्र, राज्य व शासन*, पुणे, भारतीय विचार साधना.

शेषाद्री. हो. वे, *उगवे संघ पहाट* (अनु) सुधीर जोगळेकर, पुणे, भारतीय विचार साधना
(प्रकाशन वर्ष छापले नाही).

शेषाद्री. हो. वे, *समरसतेचे आव्हान*, नागपूर, भारतीय विचार साधना (प्रकाशन वर्ष छापले नाही).

क्षीरसागर. श. दे (अनु), १९९९, *गांधी आणि ख्रिश्चनिटी*, पुणे, भारतीय विचार साधना.

❑

प्रकरण ७

संघ-प्रणीत हिंदू ऐक्याचे प्रयत्न : वनवासी कल्याण आश्रम

प्रस्तावना

महाराष्ट्रात आदिवासी समाजाचे प्रमाण ८.९ टक्के आहे (भारतीय जनगणना २००१). या आदिवासी समाजाला कृतिप्रवण करण्यासाठी संघाने वनवासी कल्याण आश्रम ही शाखा सुरू केली (१९७८). या संघटनेने आदिवासी समाजामध्ये १९७८ नंतर हिंदुत्वाचा प्रसार केला.

१९७७ मध्ये संघाने भारतीय पातळीवर भारतीय वनवासी कल्याण आश्रम या संघटनेची स्थापना केली. मात्र यापूर्वी २६ डिसेंबर १९५२ रोजी बाळासाहेब देशपांडे यांनी मध्यप्रदेशातील जशपूर येथे वनवासी क्षेत्रातील कामास सुरुवात केली होती. येथूनच वनवासी कल्याण आश्रमाचे काम सुरू झाले, असा दावा केला जातो (ओळख वनवासी कल्याण आश्रमाची, २००४: २). १९५२ ते १९६४ पर्यंत आदिवासी क्षेत्रातील काम संघाशी संबंधित होते. पण ते केवळ मध्यप्रदेशातील जशपूरपुरते मर्यादित होते. इतर ठिकाणी संघाशी संबंधित लोक आदिवासी क्षेत्रात काम करत होते. पण त्यांचे काम सुसंघटित नव्हते. वनवासी कल्याण आश्रमाच्या कामात विस्कळीतपणा होता. संघाने १९६४ नंतर विस्कळीतपणा कमी केला. परंतु विस्कळीतपणा पूर्णपणे संपला नाही.

१९६४ नंतर आदिवासी क्षेत्रातील कामावर विश्व हिंदू परिषदेचे नियंत्रण होते. १९६४ ते १९७७ या काळात वनवासी कल्याण आश्रमाचे कामकाज विश्व हिंदू परिषदेच्या नियंत्रणाखाली चालवले होते. १९६६ नंतर विश्वहिंदू परिषदेने वनवासी कल्याण आश्रमाच्या कामाचा प्रसार केला. संघाने विश्वहिंदू परिषदेकडील वनवासी कल्याण आश्रमाचे काम काढून घेतले व वनवासी कल्याण आश्रमाचे काम स्वतंत्रपणे सुरू केले. वनवासी कल्याण आश्रमाच्या कामावर नियंत्रण ठेवण्यासाठी थेट संघाचे कार्यकर्ते नियुक्त केले. त्यानंतर वनवासी कल्याण आश्रमाचे काम सुसंघटितपणे सुरू झाले.

१९७८ मध्ये महाराष्ट्रात गजानन दीक्षित यांनी महाराष्ट्र वनवासी कल्याण

आश्रमाची स्थापना केली (वृषाली पांचाळ, २००४: ५२). विदर्भ वनवासी कल्याण आश्रम या संघटनेची स्थापना १९७८ मध्ये नागपूर येथे झाली (देव चंद्रकांत, विदर्भ वनवासी कल्याण आश्रम, वार्षिक अहवाल, २००२- २००३: ३). वनवासी कल्याण आश्रमाने आदिवासी क्षेत्रात काम करणाऱ्या संघटनांना वनवासी कल्याण आश्रमाच्या नियंत्रणाखाली आणले.

महाराष्ट्रातील ठाणे जिल्ह्यात तळासरी येथे माधव काणे यांनी आदिवासी समाजात काम सुरू केले होते. तसेच दामुअण्णा टोकेकर यांनी हिंदू सेवा संघ या संस्थेच्या माध्यमातून आदिवासी समाजात काम सुरू केले होते. १९७८ नंतर आदिवासी विभागात काम करणाऱ्या या दोन केंद्रांवर वनवासी कल्याण आश्रमाचे नियंत्रण आले. या दोन केंद्रांच्या बरोबरच सेवा आश्रम (तळासरी) हे केंद्र वनवासी कल्याण आश्रमाच्या नियंत्रणाखाली काम करू लागले. सेवा आश्रम (तळासरी) या केंद्राची स्थापना १९६० मध्ये बाबा कुलकर्णी यांनी केली होती. या आश्रमाचे रूपांतर त्यांनी हिंदू प्रसारक मंडळ असे केले होते. या कामात महादेव आंधारे यांचा सहभाग होता. त्यांनी हिंदू प्रसारक मंडळाच्या कामास वनवासी कल्याण आश्रमाच्या कामाबरोबर जोडून घेतले. त्यामुळे महाराष्ट्रात १९८० नंतर वनवासी कल्याण आश्रम संघटनेच्या कामाचा विस्तार झाला.

महाराष्ट्रातील ठाणे, रत्नागिरी, रायगड, अहमदनगर, पुणे, नाशिक, जळगाव, धुळे, नंदूरबार व नांदेड या जिल्ह्यांत वनवासी कल्याण आश्रमाच्या शाखा आहेत (वृषाली पांचाळ: ५३). विदर्भ विभागातील बुलढाणा, अकोला, वाशीम, अमरावती, यवतमाळ, वर्धा, भंडारा, गोंदिया, गडचिरोली, चंद्रपूर व नागपूर या जिल्ह्यांत शाखा आहेत. याखेरीज आदिवासी समाजाची लोकवस्ती नसलेल्या कोल्हापूर, सोलापूर, सांगली व मुंबई येथेही वनवासी कल्याण आश्रमाच्या शाखा आहेत (वृषाली पांचाळ: ५३).

प्रादेशिक विस्तार

१९८० मध्ये मुंबई येथे वनवासी कल्याण आश्रमाच्या कामाला प्रारंभ झाला. मुंबई येथे आदिवासी क्षेत्रातील ज्येष्ठ कार्यकर्त्यांचा सत्कार, आदिवासी विद्यार्थ्यांची शिबिरे, वनवासी कल्याण आश्रमाच्या प्रकल्पांना भेटी, वनवासी खेलियाड, जनसंपर्क अभियान इत्यादी उपक्रमांतून वनवासी कल्याण आश्रमाचा विस्तार झाला. येथे हे उपक्रम राबविण्याची दोन कारणे होती. एक, वनवासी कल्याण आश्रमाच्या कामास कार्यकर्ते तयार करणे; दोन, वनवासी कल्याण आश्रमाच्या कामास आर्थिक पाठिंबा मिळवणे, अशा दोन हेतूंनी मुंबई शहरात वनवासी कल्याण आश्रमाचा उपक्रम राबविला जातो. २२ नोव्हेंबर १९९८ पासून मुंबई शहरातील संघाचे कार्यकर्ते आंबेसरी (ठाणे) येथील वनवासी आश्रमाला भेट देतात. रामनवमी व हनुमान जयंती हा कार्यक्रम आंबेसरी येथे

२००३ पासून सुरू केला आहे. मुंबईशी जोडून असलेल्या ठाणे जिल्ह्यात १४.०७ टक्के आदिवासी समाजाची लोकवस्ती आहे (भारतीय जनगणना २००१). या जिल्ह्यात विक्रम गड, चालतवड, बेरिस्ते, डोंबिवली, टेटवाळी, गुरवत पाडा, सावर पाडा, तलावली, दादडा, हिरवे व करवली या ११ गावात भारतीय वनवासी कल्याण आश्रमाच्या शाखा आहेत (प्रकाश चौधरी; वनवासी कल्याण आश्रमाचे पत्रक). ठाणे जिल्ह्यात गोदाताई परूळेकर यांनी वारली समाजातील वेठबिगारीचा प्रश्न उठवला होता. या जिल्ह्यात श्रमिक संघटना, सर्वहारा जन आंदोलन, आदिवासी हक्क संघर्ष समिती, आदिवासी परिषद, भूमिसेना, विद्रोही सांस्कृतिक मंडळ या संघटना काम करतात. या संघटना डाव्या गटात मोडतात. या संघटनांचा प्रतिवाद करत वनवासी कल्याण आश्रमाच्या शाखा विस्तारल्या (वसंत पाटील, २००४: ९३). येथे वनवासी कल्याण आश्रमाची वसतिगृहे चालवली जातात. या कार्यक्रमातून मुंबई शहरातील वनवासी कल्याण आश्रमाच्या कामाचा विस्तार झाला आहे.

महाराष्ट्रातील कोकण विभागातील रत्नागिरी, रायगड या दोन जिल्ह्यांत वनवासी कल्याण आश्रमाच्या शाखा आहेत. रत्नागिरी जिल्ह्यात आदिवासी समाजाचे प्रमाण १.२ टक्के आहे (भारतीय जनगणना २००१). या जिल्ह्यात चिखलगाव येथे एक शाखा आहे. रायगड जिल्ह्यांत आदिवासी समाजाची लोकसंख्या १२.२ टक्के आहे (भारतीय जनगणना २००१). या जिल्ह्यात जांभिली, कोठिंबे, चिंचवली, रामवाडी, आनंदवाडी, चेरिवली, साळोख वाडी, संजय गांधी नगर, चिखली (कातकर वाडी), श्रीगाव, गौर कामत या गावात वनवासी कल्याण आश्रमाचे काम चालू आहे. १९९७ ते १९९९ यादरम्यान रायगड जिल्ह्यात कातकरवाडीत कातकरी समाजाने ख्रिश्चन धर्म स्वीकारला. म्हणून त्याविरोधी वनवासी कल्याण आश्रमाच्या उपाध्यक्षा ठमा पवार यांनी ११ जानेवारी १९९९ रोजी जिल्हाधिकारी कचेरीवर मोर्चा काढला होता. त्या मोर्चातून हिंदू कातकरी व ख्रिश्चन कातकरी असे विभाजन झाले होते (पाटील, २००४: ८०).

उत्तर महाराष्ट्रातील नाशिक, धुळे, जळगाव या जिल्ह्यांत भारतीय वनवासी कल्याण आश्रमाच्या शाखा आहेत. नाशिक येथे वनवासी कल्याण आश्रमाचे प्रांत पातळीवरील कार्यालय आहे. येथून महाराष्ट्रातील सर्व वनवासी कल्याण आश्रमाच्या शाखांवर नियंत्रण ठेवले जाते. नाशिक जिल्ह्यात आदिवासी समाजाची लोकसंख्या २३.९ टक्के आहे (भारतीय जनगणना २००१). या जिल्ह्यात कनाशी, गुही, बाऱ्हे, सोनगीर, कोठुळा, सालभोये, साबरदरा, आंबाड दहाड, घागबारी, अस्वली या शाखा आहेत. वनवासी कल्याण आश्रमाच्या मते, पेठ, सुरगणा, दिंडोरी, इगतपुरी, त्र्यंबकेश्वर या तालुक्यात ख्रिश्चन मिशनरी लोकांचे काम चालू आहे. वचन, तुलसी ट्रस्ट, जनकल्याण ट्रस्ट, प्रबोधन सेवा मंडळ, जाणीव संघटना, श्रमिक मुक्तिसेना या संघटना

साम्यवादी पक्षाशी संबंधित आहेत. त्या ख्रिश्चन मिशनरींना मदत करतात, असा वनवासी कल्याण आश्रमाचा आरोप आहे (ओळख वनवासी कल्याण आश्रमाची: २६). १६ ऑक्टोबर १९९८ रोजी कासरेसादडपाडा (पेठ) येथे वनवासी कल्याण आश्रम संघटनेच्या कार्यकर्त्यांनी चर्च पाडले. त्यानंतर ५ जानेवारी १९९९ मध्ये विशाल हिंदू संमेलन झाले. या संमेलनास २०,००० आदिवासींचा सहभाग होता, असा संघटनेचा दावा आहे (ओळख वनवासी कल्याण आश्रमाची: २७).

धुळे जिल्ह्यात २६ टक्के व नंदूरबार जिल्ह्यात ६५.५ टक्के आदिवासी समाजाची लोकसंख्या आहे (भारतीय जनगणना २००१). या जिल्ह्यात अक्कलकुवा, धुळे, कानडी, नवापूर, वार्सा, बोपखेल, कोळदा, सागाळी, व शेही या शाखा आहेत (वनवासी कल्याण आश्रमाचे पत्रक; रामदास गावित). या जिल्ह्यात महालक्ष्मी, देवमोगरा माता, हनुमान यांची लॉकेट्स बांधणे, देवीचे फोटो देणे, सत्संग केंद्र, संमेलन हे उपक्रम घेतले जातात. याचाच अर्थ आदिवासीना आध्यात्मिक छत्राखाली आणण्याचा हा प्रयत्न होता. २५ डिसेंबर २००० मध्ये विशाल हिंदू संमेलन झाले होते. या संमेलनात १२००० आदिवासी आले होते, असा संघटनेचा दावा आहे. या संमेलनात दोन धर्मांतरीत ख्रिश्चन पुन्हा हिंदू झाले होते (ओळख वनवासी कल्याण आश्रमाची: २८). जळगाव जिल्ह्यात ११. ८ टक्के लोकसंख्या आदिवासी समाजाची आहे (भारतीय जनगणना २००१). या जिल्ह्यांत झामण झिरा, इच खेडा, डांभुर्णी व वाघजिरा या चार शाखा आहेत (वनवासी कल्याण आश्रम परिपत्रक). मराठवाडा विभागातील हिंगोली, परभणी व नांदेड जिल्ह्यांत वनवासी कल्याण आश्रमाच्या शाखा २००० नंतर सुरू झाल्या. येथे वनवासी कल्याण आश्रमाचे कार्य नियोजितपणे केले जात नाही.

पश्चिम महाराष्ट्रातील पुणे व अहमदनगर जिल्ह्यात वनवासी कल्याण आश्रमाच्या शाखा आहेत. पुणे जिल्ह्यात ३.६ टक्के आदिवासी समाजाची लोकवस्ती आहे (भारतीय जनगणना २००१). या जिल्ह्यातील भोर, कारी, शिरदे येथे वनवासी कल्याण आश्रमाच्या शाखा आहेत. अहमदनगर जिल्ह्यात आदिवासी समाजाचे प्रमाण ७.५ टक्के आहे (भारतीय जनगणना २००१). या जिल्ह्यातील अकोले व शेंडी या गावी या संस्थेचे काम चालू आहे (पत्रक वनवासी कल्याण आश्रम).

विदर्भ

विदर्भात नागपूर, चंद्रपूर, गडचिरोली, गोंदिया, यवतमाळ, अमरावती व अकोला या जिल्ह्यांमध्ये वनवासी कल्याण आश्रमाच्या शाखा आहेत (विदर्भ वनवासी कल्याण आश्रम, वार्षिक प्रतिवृत्त, २००२-२००३: ४, ८, १४). या जिल्ह्यांमध्ये विदर्भ वनवासी कल्याण आश्रम संघटनेच्या ६५० शाखा गांवामध्ये आहेत (राजाभाऊ इंदुरकर).

ग्रामशिक्षा, बालवाडी, वाचनालय, खेळ केंद्र, सत्संग केंद्र, आरोग्य रक्षक, चिकित्सा केंद्र, छात्रावास या स्वरूपाचे ३७३ प्रकल्प विदर्भात राबविले जातात (विदर्भ वनवासी कल्याण आश्रम, नागपूर, वार्षिक प्रतिवृत्त २००२-२००३). विदर्भात ग्रामशिक्षा ६३, बालवाडी १६, वाचनालय १४, खेळ केंद्र १००, सत्संग केंद्र, आरोग्य रक्षक १२०, चिकित्सा केंद्र १४३, छात्रावास ६ व श्रद्धा जागरण ३१ केंद्र आहेत (विदर्भ वनवासी कल्याण आश्रम, नागपूर, वार्षिक प्रतिवृत्त २००३).

नागपूर जिल्ह्यात आदिवासी समाजाचे प्रमाण १०.९ टक्के आहे (भारतीय जनगणना २००१). या जिल्ह्यांतील शिवाजीनगर (नागपूर) येथे प्रांत पातळीवरील कार्यालय आहे. विदर्भ वनवासी कल्याण आश्रमाच्या कामावर नागपूरच्या शाखेचे नियंत्रण आहे. प्रांत कार्यकारी मंडळात १३ पैकी ५ प्रमुख कार्यकर्ते नागपूर शहरातील आहेत. चंद्रपूर जिल्ह्यात आदिवासी समाजाचे प्रमाण १८.१ टक्के आहे (भारतीय जनगणना २००१). या जिल्ह्यात दोन बालसंस्कार केंद्रे व दोन आरोग्य रक्षक आहेत. या जिल्ह्यात रामनवमी, हनुमान जयंती व सत्संग हे कार्यक्रम घेतले जातात. गडचिरोली जिल्ह्यात आदिवासी समाजाचे प्रमाण ३८.३ टक्के आहे (भारतीय जनगणना २००१). या जिह्यात अहेरी, कुरखेडा, भामरागड येथे वनवासी कल्याण आश्रमाची वसतिगृहे आहेत. या वसतिगृहामध्ये ६१ विद्यार्थी राहतात. १६ बाल संस्कार केंद्रे व १२ आरोग्यरक्षक आहेत (विदर्भ वनवासी कल्याण आश्रम, वार्षिक अहवाल: ६,११). गडचिरोली जिल्ह्यात मोठे सत्संगाचे कार्यक्रम घेतले जातात. ८ व ९ नोव्हेंबर २००३ रोजी कोटा (राजस्थान) येथील साध्वी शिवा सरस्वती यांचा सत्संग झाला होता. तेव्हा शोभायात्रा आयोजित केली होती. त्यातून संघटनेने वनवासी कल्याण आश्रमाच्या कामाचा प्रचार केला (विदर्भ वनवासी कल्याण आश्रम, वार्षिक अहवाल: १३).

यवतमाळ जिल्ह्यात संघटनेने आदिवासी समाजाचे प्रमाण संघटनेने आहे (भारतीय जनगणना २००१). या जिल्ह्यात मारेगाव येथे वनवासी कल्याण आश्रमाचे एक वसतिगृह आहे. या वसतिगृहामध्ये २५ विद्यार्थी राहतात. ७ बाल संस्कार केंद्रे व ८५ आरोग्य-रक्षक या जिल्ह्यात काम करतात. या जिल्ह्यात श्रद्धा जागरण कार्यक्रम राबविला जातो. २० नोव्हेंबर २००३ रोजी बिरसा मुंडा जयंती साजरी करून १०० गावांमध्ये वनवासी कल्याण आश्रमाचा प्रचार संघटनेने केला होता. ५ एप्रिल २००४ रोजी हनुमान जयंतीला ११ महिला पुरोहिताचा एक गट मारेगाव येथे आला होता. त्यांनी हनुमान मंदिरात मूर्तीची प्राणप्रतिष्ठा केली होती (विदर्भ वनवासी कल्याण आश्रम, वार्षिक अहवाल: ६, ११, १२ व १५). अकोला जिल्ह्यात आदिवासी समाजाचे प्रमाण ६.१४ टक्के आहे. या जिल्ह्यातील अकोट येथे एक वसतिगृह चालविले जाते. १३ मार्च २००४ रोजी फगवाँ उत्सव साजरा केला गेला. या उत्सवामध्ये ५ हजार आदिवासींनी सहभाग घेतला होता.

तेव्हा वनवासी कल्याण आश्रमाने शबरी मातेचे छायाचित्र वाटले होते (वनवासी कल्याण आश्रम, अहवाल:१४ व १५).

महाराष्ट्रात एकूण ९ व संपूर्ण भारतात ३२१ जिल्ह्यांत वनवासी कल्याण आश्रमाचे काम चालू आहे. महाराष्ट्रातील ५,६०० गावांपैकी २००० गावांशी वनवासी कल्याण आश्रमाचा संपर्क आहे. संपूर्ण भारतातील १,४३,००० गावांपैकी ३८००० गावांशी वनवासी कल्याण आश्रमाचा संपर्क आहे (ओळख वनवासी कल्याण आश्रमाची: ३). महाराष्ट्रात वनवासी कल्याण आश्रम संघटनेचे दोन प्रांत आहेत. त्यानुसार मुंबई, कोकण, उत्तर महाराष्ट्र, पश्चिम महाराष्ट्र व मराठवाडा या विभागांसाठी महाराष्ट्र प्रांत कार्यकारी मंडळ वनवासी ही संघटना काम करते. दुसरा प्रांत अमरावती व नागपूर या दोन विभागांचा आहे. या विभागांत विदर्भ कार्यकारी मंडळ वनवासी कल्याण आश्रम ही संघटना काम करते (इंदुरकर). महाराष्ट्रात अशा दोन भागांत संघटनेचे काम विभागले आहे. प्रांत कार्यकारी मंडळाच्या नियंत्रणाखाली जिल्हा कार्यकारी मंडळ, तालुका समिती, महिला समिती, जनजागृती समिती, श्रद्धाजागरण समिती, आरोग्यरक्षक समिती, रक्षक समिती व ग्राम समिती अशा समित्या आहेत. या सर्व समित्या संघाशी जोडलेल्या आहेत. वनवासी कल्याण आश्रम ही संघटना संघाचे पालकत्व स्वीकारते व त्यामुळे संघाच्या नियंत्रणाखाली काम करते.

ग्राम आरोग्यरक्षक

वनवासी कल्याण आश्रम संघटनेने १९९४ मध्ये 'ग्राम आरोग्यरक्षक' या नावे एक योजना सुरू केली. ही योजना वनवासी कल्याण आश्रम संघटनेच्या विस्ताराचा एक भाग आहे. ग्राम आरोग्यरक्षक हा गणेश मंदिर व हनुमान मंदिर बांधण्याचे काम करतो. आदिवासीमध्ये मंदिर ही कल्पना नव्हती. ही संघटना 'मंदिर' संकल्पनेचा आदिवासी भागात विस्तार करते. त्याखेरीज आरोग्यविषयक प्रतिबंधक उपाय शिकवले जातात. तसेच ग्राम समिती ग्रामविकास करण्यासाठी मनःस्थिती तयार करते (राम गोडबोले: ३७). ३०० ते ५०० लोकसंख्येसाठी एक कार्यकर्ता हा आरोग्यरक्षक असतो. अशा १० ते १५ आरोग्यरक्षकांच्या कामावर नियंत्रण ठेवण्यासाठी एक गटप्रमुख असतो. तालुक्यातील सर्व गटप्रमुखांच्या कामावर नियंत्रण ठेवण्यासाठी तालुकाप्रमुख असतो. तालुकाप्रमुखावर नियंत्रण ठेवण्यासाठी जिल्हाप्रमुख असतो (गोडबोले: ३८).

ग्रामस्थानावर दर महिन्याला एकदा एक बैठक होते. महिन्यातून एकदा गटप्रमुख, तालुकाप्रमुख व जिल्हाप्रमुख यांची बैठक होते. आरोग्यरक्षकाला वर्षातून दोन वेळा प्रशिक्षण दिले जाते. महाराष्ट्रातील पुणे-१०४, नाशिक-१०१, ठाणे-६०, नंदुरबार-६१, अहमदनगर-३५, जळगाव-२९, धुळे-१५, नांदेड-१३ असे एकूण ४१८

आरोग्यरक्षक आहेत. ९९ टक्के आरोग्यरक्षक वनवासी समाजातील आहेत (गोडबोले: ३९). यामध्ये ३० गटप्रमुख आहेत. जिल्हा समिती ठाणे जिल्ह्यात आहे. जिल्हाप्रमुख ठाणे व नंदूरबार अशा दोन जिल्ह्यांत आहेत. २००३ ते २००४ या वर्षांत एकूण ११ प्रशिक्षण शिबिरे घेतली होती (गोडबोले: ३८). ठाणे जिल्ह्यात ३०० गावांत ग्राम आरोग्यरक्षकांकडून गणेशमूर्तीची स्थापना केली आहे (गोडबोले: ३९). विदर्भातील अकोला-१०, अमरावती-३३, यवतमाळ-७० व चंद्रपूर- ७ असे एकूण १२० ग्राम आरोग्यरक्षक आहेत (वनवासी कल्याण आश्रम, नागपूर, वार्षिक, २००३).

महिला समिती

वनवासी कल्याण आश्रम संघटनेने १९८५ मध्ये महिला समिती ही संघटना स्थापन केली. १९८५ मध्ये मध्यप्रदेशात भिलाई येथे पहिले अखिल भारतीय महिला संमेलन वनवासी कल्याण आश्रम संघटनेने घेतले. राष्ट्रीय स्वयंसेविका समितीच्या संचालिका ताई आपटे या संमेलनाला उपस्थित होत्या. अखिल भारतीय महिलाप्रमुख व समिती, प्रांत स्तरावर प्रांत महिलाप्रमुख व समिती व अशीच रचना जिल्हा, तालुका, ग्रामस्तरापर्यंत केली आहे (ठमा पवार: २१). रायगड, ठाणे, पुणे, नाशिक, नगर, धुळे व नंदुरबार या ७ जिल्ह्यांत महिला-समित्या कार्यरत आहेत. शहरी भागात मुंबई, पुणे, नाशिक, नगर, औरंगाबाद, धुळे व नंदुरबार येथे महिला-समित्या आहेत (पवार: २२). भारतात १००० पेक्षा जास्त महिला-समित्या व २४४ महिला-कार्यकर्त्या आहेत (अदवंत: ८). महिला समिती महिला मेळावे आयोजित करते. महिला मेळाव्यात वनवासी कल्याण आश्रमाच्या कार्यात महिलांनी सहभागी होण्याचे आवाहन केले जाते. याखेरीज आदिवासींचे धर्मांतर सक्तीने होते त्या विरोधी महिला समिती जनजागृती करते. संघ व वनवासी कल्याण आश्रम महिला समिती यांचे संयुक्तपणे मेळावे होतात. माधवी जोशी, रंजनाताई करंदीकर यांनी यवतमाळ, अकोला, अमरावती, भंडारा, गडचिरोली, चंद्रपूर व नागपूर येथे २८ डिसेंबर ते ४ जानेवारी २००१ मध्ये या स्वरूपाचे मेळावे घेतले होते (कमला मंघनानी, वन गुंजन: ११). महाराष्ट्रात वनवासी कल्याण आश्रमाच्या मुलींसाठी गुही (जि. नाशिक) व माणगाव (जि. रायगड) अशा दोन आश्रमशाळा आहेत. कनाशी (जि. नाशिक) व धुळे येथे दोन वसतिगृहे आहेत (ओळख वनवासी कल्याण आश्रमाची : २४).

पूर्व सीमा विकास प्रतिष्ठान

वनवासी कल्याण आश्रमाशी संलग्न पूर्व सीमा विकास प्रतिष्ठान ही एक संस्था आहे. या संस्थेची स्थापना भैयाजी काणे यांनी केली होती. भैयाजी काणे हे संघाचे कार्यकर्ते होते. त्यांनी जशपूर येथे वनवासी कल्याण आश्रमात शिक्षक म्हणून काम केले (जुलै १९६४ ते डिसेंबर १९६५). नंतर वसई येथे संघाचे काम केले (जानेवारी १९६६ ते

मे १९७०). यानंतर त्यांनी १९७३ मध्ये पूर्व सीमा विकास प्रतिष्ठानची स्थापना केली. ही संस्था महाराष्ट्रातील सांगली जिल्ह्यात आहे. ही संस्था पूर्वांचलातून महाराष्ट्रात धर्माने ख्रिश्चन झालेली मुले आणते. त्या मुलांना हिंदू संस्कृती व हिंदू राष्ट्रवादाचे शिक्षण देते (अशोक देशमुख, भैयाजी काणे: ७). त्यांनी पुणे, नाशिक व सांगली येथे केंद्रे सुरू केली होती (बापू कुलकर्णी: ११३).

नेतृत्व

भारतीय वनवासी कल्याण आश्रम संघटनेचे नेतृत्व १९७७ नंतर भारतीय पातळीवर रामभाऊ गोडबोले यांनी केले. रामभाऊ गोडबोले हे भारतीय जनसंघ या राजकीय पक्षाचे संघटन सचिव होते. त्यांनी भारतीय वनवासी कल्याण आश्रम संघटनेचा विस्तार केला.

महाराष्ट्र पातळीवर रामभाऊ ताम्हणे, वसंत काणे, द. श. नाईक, माधव नाईक, आवारी गुरुजी लक्ष्मण टोपले हे वनवासी कल्याण आश्रमाचे अध्यक्ष होते. रामभाऊ ताम्हणे १९८६ ते १९९२ या काळात वनवासी कल्याण आश्रमाचे अध्यक्ष होते (वनवार्ता, जानेवारी २००४). १९९२ ते १९९६ या काळात वसंत काणे व द. श. नाईक हे संघटनेचे अध्यक्ष होते. माधव नाईक (नंदूरबार) १९९७ ते २००१ मध्ये महाराष्ट्र प्रांताचे अध्यक्ष होते (वनवार्ता, जानेवारी २००४: १५). गंगाराम जानू आवारी २००१ ते २००३ पर्यंत वनवासी कल्याण आश्रमाचे महाराष्ट्र प्रांताचे अध्यक्ष होते (विदर्भ वनवासी कल्याण आश्रम, वार्षिक अहवाल, २००२-२००३: ५). आवारी हे आदिवासी समाजातील कातकरी जातिगटांतील होते. आवारी हे शिक्षक होते. त्यांनी १९४२ नंतर ठक्करबाप्पांच्या डांग सेवा मंडळाच्या माध्यमातून आदिवासी समाजात काम केले होते. त्यांनी १४ वनवासी सोसायट्या व कृषी सहकारी सोसायट्या स्थापन केल्या होत्या. संघाने त्यांच्याकडे महाराष्ट्रातील वनवासी कल्याण आश्रमाची जबाबदारी दिली होती (सांस्कृतिक वार्तापत्र: ४६-४७). शरद केळकर (जळगाव) हे वनवासी कल्याण आश्रमाचे महाराष्ट्र प्रांताचे अध्यक्ष झाले. गजानन दीक्षित हे वनवासी कल्याण आश्रमाचे संघटनमंत्री १९८७ ते २००५ या दरम्यान होते. अध्यक्षाच्या तुलनेत संघटन मंत्री यांचा प्रभाव संघटनेवर आहे. सध्या लक्ष्मण टोपले हे अध्यक्ष आहेत. सात अध्यक्षांपैकी पाच अध्यक्ष संघाशी संबंधित होते. दोन अध्यक्ष संघाशी संबंधित नव्हते. सात पैकी तीन अध्यक्ष ब्राह्मण, तीन आदिवासी व एक मराठा जातीचे होते.

वनवासी कल्याण आश्रमाचे १००८ पूर्णवेळ कार्यकर्ते आहेत. या पैकी ५४ पूर्णवेळ कार्यकर्ते महाराष्ट्र वनवासी कल्याण आश्रमाचे आहेत. महाराष्ट्र वनवासी कल्याण आश्रमातील एकूण ५४ पूर्णवेळ कार्यकर्त्यांत २६ आदिवासी समाजातील आहेत व

२८ बिगर आदिवासी समाजातील कार्यकर्ते आहेत. महाराष्ट्र व विदर्भ अशा दोन प्रांतांतील अध्यक्ष, उपाध्यक्ष, प्रांत संघटक, संघटनमंत्री, सहसंघटनमंत्री, प्रांत श्रद्धा जागरण प्रमुख या पातळीवरील ८७ नेत्यांचे जात, शिक्षण व वयोगट यानुसार विश्लेषण पुढीलप्रमाणे आहे.

वनवासी कल्याण आश्रमाचे नेतृत्व पदवीधर व पदव्युतर शिक्षण घेतलेल्या व्यक्तीकडे आहे. या शैक्षणिक गटातील नेते ८७ पैकी २५ होते. या खालोखाल उच्च माध्यमिक व महाविद्यालयीन शिक्षण झालेले नेते ८७ पैकी २३ होते. प्राथमिक शिक्षण गटातील नेते १४ व अशिक्षित गटातील नेते संघटनेत केवळ ९ आहेत. संघटनेचे नेतृत्व पदवी व पदव्युतर शिक्षण घेतलेल्या गटाकडून अशिक्षित, प्राथमिक व माध्यमिक शिक्षण घेतलेल्या गटांकडे वळले आहे.

सामाजिक गटानुसार वर्गीकरण

संघटनेत उच्च जातीगटांतील ८७ पैकी ३४ नेते आहेत. ब्राह्मणेतर जाती गटातील ८७ पैकी १० नेते होते. आदिवासी गटातील नेते व कार्यकर्ते ८७ पैकी ४३ होते. याचा अर्थ निम्यापेक्षा जास्त नेते व कार्यकर्ते आदिवासी नाहीत. उच्च जातीगटातील नेते संघाशी संलग्न असलेले आहेत. विदर्भ वनवासी कल्याण आश्रमाचे १९७९ मधील अध्यक्ष सालफळे एस. व्ही. (चंद्रपूर) हे ब्राह्मण जातीचे होते. विनायकराव ईरपाते व रामभाऊ इंदूरकर हे दोन उपाध्यक्ष आहेत. मल्हार गलगलीकर हे यवतमाळ विभागाचे सचिव आहेत. नाना हबरडीकर हे परतवाडा येथील प्रमुख आहेत. गडचिरोली येथे मोहरलेकर नामदेव अहेर व गोंदिया व भंडारा येथे राजेश वडकर हे वनवासी कल्याण आश्रमाचे काम करतात. प्रभाकर कुलकर्णी (अकोला), चंद्रजी देव (नागपूर) हे वनवासी कल्याण आश्रमाचे काम करतात. महाराष्ट्र वनवासी कल्याण आश्रमाचे आप्पा जोशी (तलासरी), वसुधा जोशी (तलासरी), माधव काणे (भिवंडी), रामभाऊ ताम्हणे (डोंबिवली), नरेंद्र दीक्षित व प्रभाकर देशपांडे, राजाभाऊ गोखले (मुंबई), संजय कुलकर्णी (नाशिक) व शरद केळकर (जळगाव) हे उच्च जातीचे नेते संघटनेत आहेत. मराठा कुणबी जातीगटातील ६ टक्के नेते संघटनेत काम करीत होते. इतर मागासवर्गीय जातीगटातील पाच नेते संघटनेत होते. यामध्ये माळी, कोमटी, धनगर या जातींचा समावेश आहे.

संघटनेत ४९ टक्के नेते आदिवासी आहेत. आदिवासी समाजातील कातकरी, भिल्ल, गोंड, कोळी, धिवर, अंकिता, गावित, वारली, पावरा, कोरकू, कोलम, हलबा व कुँवर या आदिवासी समूहातील नेते संघटनेत आहेत. गोंड, कातकरी, पावरा, भिल्ल,

कोरकू या आदिवासी समूहातील नेत्यांचे प्रमाण जास्त आहे. याचाच अर्थ संघटनेत विविध आदिवासी समूहातील नेते आहेत. वामन खटकूळ, साधनाताई धोपेश्वर, ठमा पवार, चिमा जाधव, लता निसाळ, वंदना पावरा, ज्योती पाटील, पुष्पा गावित (धुळे) व उमाताई जाधव (कर्जत, रायगड) या आदिवासी समूहातील कार्यकर्त्या आहेत. त्यांचे शिक्षण सातवीपर्यंत झालेले आहे. त्यांना संघाच्या आश्रमशाळांत शिक्षण घेता आले. मात्र पुष्पा गावित या प्राध्यापिका आहेत. वनवासी कल्याण आश्रम या संघटनेत तरुण नेतृत्व आहे. १८ ते ३० या वयोगटातील नेते संघटनेत काम करतात (८७ पैकी २८). तसेच ३० ते ४९ या मध्यम वयोगटातील ८७ पैकी ३० नेते संघटनेत होते. या वयोगटातील बहुसंख्य नेते आदिवासी समाजातील आहेत. ५० ते ६० व ६० पेक्षा जास्त या दोन वयोगटातील नेते हे बिगर आदिवासी समाजातील बहुसंख्य आहेत (८७ पैकी २९). ६० पेक्षा जास्त वयोगटातील नेते सेवानिवृत्तीनंतर वनवासी कल्याण आश्रमाच्या कामात सहभागी झाले आहेत.

वनवासी कल्याण आश्रम व इतर पक्ष आणि संघटनांचे संबंध

वनवासी कल्याण आश्रम संघटनेचे कार्यकर्ते भाजप, सीपीएम, काँग्रेस, राष्ट्रवादी काँग्रेस या पक्षांबरोबर संबंध ठेवून आहेत. विष्णू सावरा, चिंतामण वनगा, हरिचंद्र भोई, लक्ष्मण राऊत, राम ठाकरे, रमेश दांडेकर, सुहास नटावटकर, मेहरसिंग पावरा, बाळासाहेब मुळे हे वनवासी कल्याण आश्रमाचे कार्यकर्ते भाजपमध्ये गेले. राजाराम ओझरे हे वनवासी कल्याण आश्रमाचे कार्यकर्ते होते. ते सध्या मार्क्सवादी कम्युनिस्ट पक्षाचे काम करतात. पोपट गांगुर्डे हे काँग्रेसचे काम करत आहेत. नारायण भोई, मोहन दांगटे हे राष्ट्रवादी काँग्रेसचे काम करत होते. वनवासी कल्याण आश्रमाचे नेते एकाच वेळी भाजप, काँग्रेस व राष्ट्रवादी काँग्रेस व वनवासी कल्याण आश्रम संघटनेत काम करतात. याचा अर्थ संघटनेतील नेते व कार्यकर्त्यांमध्ये राजकीय महत्त्वाकांक्षा आहेत. राजकीय महत्त्वाकांक्षेपोटी कार्यकर्ते नवहिंदुत्वाच्या बाहेर जातात. कारण भाजप सर्वच कार्यकर्त्यांच्या राजकीय महत्त्वाकांक्षाना संधी देऊ शकत नाही.

सेवा क्षेत्रातून आर्थिक पाठिंबा

वनवासी कल्याण आश्रमाच्या कामाला संघाने कार्यकर्ते व नेतृत्व पुरवले आहे. वनवासी कल्याण आश्रमाच्या कामास डॉ. हेडगेवार सेवा निधी समिती आर्थिक मदत करते (वन गुंजन: ८-९). वनवासी कल्याण आश्रम संघटनेने शहरातील डॉक्टर, इंजिनिअर व दुकानदार यांचा पाठिंबा मिळवला आहे. याबरोबरच संघटनेने स्वयंसेवी संस्थाबरोबर सहकार्याचे संबंध ठेवले आहेत. सुयश चॅरिटेबल ट्रस्ट (पुणे), हिंदू सेवा मंडळ (तळासरी), या संस्था वनवासी समाजाच्या मदतीने प्रक्रिया उद्योग राबवतात.

त्यांचा पाठिंबा संघटनेला आहे (सांस्कृतिक वार्तापत्र, २००४:५५-५६). संघटनेचे नेतृत्व सेवा व्यवसायातील आहे. डॉक्टर, प्राध्यापक, सरकारी नोकरी, शिक्षक, इंजिनिअर, पत्रकार व लेखक यांचा यामध्ये समावेश होतो. सेवा व्यवसायातील नेत्यांची संख्या ८७ पैकी ७९ आहे. शेतीशी संबंधित केवळ ०८ नेते संघटनेत आहेत. संघटनेने वनवासी समाजात पापड तयार करणे, विणकाम, भरतकाम अशा स्वरूपाचे लहान उद्योग सुरू केले आहेत. या स्वरूपाची कामे करणारे नेते संघटनेत आहेत.

कार्यक्रम

वनवासी कल्याण आश्रम ही संघटना शिक्षण, आरोग्य, खेळ, ग्रामीण विकास व धर्मांतर विरोधी चळवळ या क्षेत्रात काम करते. या प्रमुख पाच विषयांच्या अंतर्गत वसतिगृहे, आश्रम शाळा, व्यसनमुक्ती, बचत गट, आरोग्य, धार्मिक व सांस्कृतिक संस्कारवर्ग या कार्यक्रमांतून आदिवासींना कृतिप्रवण करते. आदिवासी समाजाला हिंदू अस्तित्वभान या कार्यक्रमांतून मिळते. संघटनेचे कार्यक्रम स्थानिक, प्रादेशिक व राज्यपातळीवरील निवडणुकीच्या राजकीय प्रक्रियेशीदेखील जोडलेले आहेत. अशा विविध युक्त्या-प्रयुक्त्यांचा वापर कार्यक्रमांत केला गेला.

सामाजिक व शैक्षणिक कार्यक्रम

आदिवासींमधील समूहांचे समर्थन व राखीव जागांना सहमती, असे सामाजिक मुद्दे संघटनेने उठवले. वनवासी कल्याण आश्रम ही संघटना आदिवासी समूहांचे ऐक्य करते. त्यामुळे आदिवासी समूहांना वनवासी कल्याण आश्रम 'जात' व 'हिंदू' अशा दोन ओळखी देतो. वनवासी कल्याण आश्रमाच्या कामातून हिंदू ऐक्याचा प्रचार केला जातो. त्यामुळे आश्रमाच्या कामात 'हम सब हिंदू है' याचे प्रत्यंतर येते, असा दावा संघटना करते (कुंटे: ३५).

महाराष्ट्रात वनवासी कल्याण आश्रम वसतिगृहे चालवते. १९ विद्यार्थी वसतिगृहे वनवासी कल्याण आश्रमाने चालवली आहेत. संघटनेच्या नियंत्रणाखाली तीन शाळा चालवल्या जातात. या वसतिगृहावर प्रात:स्मरण, एकात्मता स्तोत्र, आरती, सायंस्तोत्र, रक्षाबंधन, मकर-संक्रांत, गणेश उत्सव, पूजा व आरती यांचे प्रशिक्षण दिले जाते (ओळख वनवासी कल्याण आश्रमाची : ५). या कार्यक्रमातून श्रद्धा व पुजा ही दोन मूल्य आदिवासी समाज आत्मसाथ करतो. म्हणजेच हिंदूधर्मातील घटक आत्मसात केले जातात. भारतीय पातळीवर वनवासी कल्याण आश्रमाने १७५ विद्यार्थी वसतिगृहे, ३५० प्राथमिक शाळा व १,४२० एकल विद्यालये, ८२० बालवाड्या चालवल्या आहेत.

आर्थिक कार्यक्रम

८ फेब्रुवारी ते १२ फेब्रुवारी २००१ मध्ये दिल्ली येथे स्वदेशी वस्तू आणि वनवासी मेळावा (वनवासी विकास परिषद) झाला. या मेळाव्यास महाराष्ट्रातील वनवासी कल्याण आश्रमाचे कार्यकर्ते उपस्थित होते. लालकृष्ण आडवाणी यांनी या मेळाव्याचे उद्घाटन केले होते. या मेळाव्यात नाशिक येथील वारली व विदर्भातील धामणी आदिवासी यांनी स्वदेशी वस्तूंचे प्रदर्शन केले. पेन्टींग, बांबूच्या वस्तू व मातीच्या वस्तू यांचे प्रदर्शन महाराष्ट्र व विदर्भ वनवासी कल्याण आश्रम यांनी आयोजित केले होते (पुष्पा इंदुरकर, वन गुंजन, २००१: ४).

वनवासी कल्याण आश्रम एकीकडे स्वदेशीचा कार्यक्रम मांडतो. तर दुसरीकडे उद्योग व व्यापारीपद्धतीचा पुरस्कार करतो. उदा. वनवासी कल्याण आश्रमाने पुणे येथील सुयश चॅरिटेबल ट्रस्ट आणि जनसेवा फाऊंडेशन यांच्या मदतीने आदिवासी समाजात भाजीपाला शेती, भात शेती, कंदप्रकल्प व फळझाडे या क्षेत्रांत व्यापारीपद्धतीचा वापर केला आहे. बारीपाडा (जि. धुळे), ढगेवाडी (जि. अहमदनगर), उंबरपाडा (जि. नाशिक), आंबेसरी (ता. डहाणू) येथे उद्योग सुरू केले आहेत. तेल बी प्रक्रिया, टोमॅटोपासून सॉस तयार केला जातो. बिंदू माधव जोशी यांच्या नियंत्रणाखालील ग्राहक बाजार हे उत्पादन विकत घेतो. अशा पद्धतीने आदिवासी समाजाला वनवासी कल्याण आश्रम कृतिप्रवण करतो. त्याबरोबरच आदिवासी समाजात स्वदेशीचा मुद्दा मांडला जातो.

धार्मिक कार्यक्रम

वनवासी कल्याण आश्रमाने राममंदिर, महाआरती, कारसेवा, धर्मजागृती, दैवतपूजा व ख्रिस्ती धर्म प्रचारास विरोध या मुद्यांच्या आधारे आदिवासी जनसमूहाला कृतिप्रवण केले आहे. महादेव, हनुमान व शबरी ही आदिवासींची दैवते आहेत, असे संघटनेचे मत आहे. ही दैवते हिंदू आहेत. राम व महादेव, हनुमान, शबरी यांचे कार्य हिंदू धर्म–परंपरा रक्षणाचे होते. असा विचार मांडला जातो. ६ डिसेंबर १९९२ रोजी अयोध्येत राममंदिर बांधण्यासाठी कारसेवकांनी बाबरी मशीद पाडली. यामध्ये संघटनेच्या कार्यकर्त्यांचा सहभाग होता. बबन खरात व भरत बोऱ्हाडे हे जांभिवलीचे कार्यकर्ते कारसेवेत सहभागी झाले होते (कुंटे, २००३: ४८). ६ डिसेंबर १९९२ हा दिवस ठाणे जिल्ह्यातील जांभिवली गावच्या कातकरी समाजाने साजरा केला (कुंटे, २००३: ७०). कर्जत येथील कपालेश्वर मंदिरात महाआरतीचा कार्यक्रम आयोजित केला होता. या कार्यक्रमास जांभिवली येथील वनवासी कल्याण आश्रमाच्या कार्यकर्त्या उपस्थित होत्या.

ठमा पवार या कातकरी समाजातील महिलेने 'हम मंदिर भव्य बनायेंगे' अशा आशयाचे गीत म्हटले होते. राम हा आदिवासी आहे, म्हणून ठाणे जिल्ह्यातील जांभिवली येथील आदिवासी समाजाच्या वाडी-वस्तीवर रामशीलापूजन केले व राममंदिर बांधण्यासाठी आदिवासींनी एक रुपया दिला होता (१९९२). या कार्यक्रमांत 'एक वीट घेऊन चला, रामशिला घेऊन चला', अशी घोषणा दिली होती. या कार्यक्रमांचे आयोजन वनवासी कल्याण आश्रम जांभिवली यांनी केले होते (कुंटे, २००३: ७१).

वनवासी कल्याण आश्रम हिंदू जागरण हा कार्यक्रम आयोजित करते. या राम-कृष्ण आदिवासींचे देव आहेत, आपण सर्व हिंदू आहोत. या मुद्यांवर हिंदू जागरण कार्यक्रमात भर दिला जातो. रामाची भित्तिपत्रके तयार केली जातात. देवाचा एक तरी फोटो प्रत्येक घरात असावा. रोज त्याची पूजा करावी, असा प्रचार हिंदू जागरण या कार्यक्रमात केला जातो (कुंटे, २००३:७२). हिंदू जागरण या कार्यक्रमाबरोबरच वनवासी कल्याण आश्रम विराट हिंदू मेळावा आयोजित करते. अहमदनगर जिल्ह्यातील राजूरा येथे २५ जानेवारी २००४ रोजी विराट हिंदू मेळावा आयोजित केला होता. या मेळाव्यास शंकराचार्य (करवीर पीठ) व रामकृष्ण लहरवितकर महाराज यांनी कीर्तन केले होते. 'हिंदू धर्मावर होणाऱ्या आक्रमणाला समर्थपणे संघटित शक्तीच्या आधारावर परतवून लावण्यासाठी हजारोंच्या संख्येने सामील व्हा', असा प्रचार या विराट हिंदू मेळाव्यात केला होता. तसेच हा कार्यक्रम आदिवासी समाजाने स्वीकारावा, म्हणून हिंदू मेळाव्याच्या प्रसिद्धी पत्रकात वारकरी परंपरेतील हरी भक्ती परायण महाराजांची नावे सामील केली होती (वनवासी कल्याण आश्रम पत्रक, अकोला, २५ जानेवारी २००४). विदर्भ विभागात श्रद्धाजागरण म्हणून वनवासी कल्याण आश्रम हिंदू जागृतीचे काम करतो. २५ डिसेंबर २००१ रोजी अकोला जिल्ह्यात भजन, रथयात्रा, रामलीला, रामनाम-जप असे कार्यक्रम घेतले होते (विदर्भ, वनवासी कल्याण आश्रम, वार्षिक अहवाल, २००२). गणेश उत्सव, हनुमान जयंती हे कार्यक्रम संघटना राबवते. दत्त मंदिर, गणेश मंदिर व मारुती मंदिर आदिवासी वस्तीवर बांधण्याचा कार्यक्रम वनवासी कल्याण आश्रम राबवते (कुंटे, २००३: ६६; वन गुंजन, २००१: ७ व १४). वनवासी कल्याण आश्रमाच्या मार्फत महिला वर्गांमध्ये सत्संग हा कार्यक्रम राबवला जातो. ध्यान, एकात्मता मंत्र, भजने, अभंग, चिंतिका व आरती असे सत्संगाचे स्वरूप असते. या कार्यक्रमांतून वनवासी कल्याण आश्रम वनवासी महिलांचे संघटन करतो. वनवासी कल्याण आश्रमाने ख्रिश्चन धर्माचा प्रसार करण्यास विरोध केला आहे. ख्रिश्चन धर्मप्रसारक व वनवासी कल्याण आश्रम यांच्यामध्ये धर्म प्रसार या मुद्यावर वाद आहे. आश्रमाच्या मते ख्रिश्चन धर्म-प्रसारक हिंदू धर्माच्या विरोधात प्रचार करतात (उदा. हिंदू देव हे राक्षस आहेत). वनवासी

समाज हिंदू नाही, असा प्रचार ख्रिश्चन धर्म प्रचारक करतात, असे संघटनेचे मत आहे. त्यामुळे धर्मांतर होते. धर्मांतर म्हणजेच राष्ट्रांतर असा संघटनेचा विचार आहे. संघटनेने नवापूर तालुक्यात धर्मांतर झाले, असा दावा केला आहे (वसावी: ३१). वनवासी कल्याण आश्रमाने वनवासी भागात हिंदू नवजागरण हा कार्यक्रम सुरू केला आहे. या कार्यक्रमातून आदिवासींमध्ये हिंदू अस्मिता रचली जाते (वसावी: ३१).

सांस्कृतिक कार्यक्रम

नाशिक-त्र्यंबकेश्वर येथे जुलै २००३ ते ऑगस्ट २००४ या दरम्यान कुंभमेळा होता. या कुंभमेळ्यात २७ ऑगस्ट २००४ रोजी आश्रमाच्या कार्यकर्त्यांनी सहभाग घेतला होता. नाशिक, धुळे, जळगाव, नंदुरबार, ठाणे, रायगड, अहमदनगर व गुजरात-मधील डांग येथील आदिवासी सहभागी झाले होते. नाशिक येथील पुरोहित संघाने आदिवासींना कुंभमेळ्यात सहभागी केले होते. कुंभमेळ्यात सहभागी होण्याअगोदर २६ ऑगस्ट २००४ रोजी म्हसरूळ (दिंडोरी) येथे आदिवासींचे संमेलन झाले. या संमेलनास महाराष्ट्र व गुजरात येथून ५५०० आदिवासी आले होते. या संमेलनानंतर आदिवासींनी पू. वल्लभाचार्य महाराज यांच्या नेतृत्वाखाली गोदावरीत स्नान केले (वनवार्ता, जानेवारी २००४: ८). आदिवासी कुंभमेळ्यात सहभागी होत नव्हते (पार्वती गवांदे, सांस्कृतिक वार्तापत्र, १५ ऑगस्ट २००३:१९). वनवासी कल्याण आश्रमाने त्यांना सामूहिकपणे कुंभमेळ्यात सहभागी केले.

शबरी माता सेवा समितीने गुजरातमधील डांग येथे शबरी धाम मध्ये १७ ऑक्टोबर २००४ रोजी शबरी कुंभाचे आयोजन केले होते. या शबरी कुंभामध्ये धर्मांतर रोखण्याचे आवाहन केले होते (सांस्कृतिक वार्तापत्र, १५ मे २००४: ४; पथ संकेत १६ एप्रिल २००४). आदिवासींमध्ये हिंदू अस्मितेचा प्रचार करण्यासाठी फेब्रुवारी २००३ मध्ये नंदुरबार येथे हिंदू आदिवासी अस्मिता संमेलन झाले. या संमेलनात महाभारताचा रचनाकार ऋषी व्यास व रामायणाचा रचनाकार ऋषी वाल्मीकी हे आदिवासी आहेत, अशी मांडणी केली होती. महादेवाची अर्धांगिनी पार्वती आदिवासी वंशातील होती. त्यामुळे महादेव, राम, हनुमान, व शबरी ही आदिवासींची दैवते आहेत. आदिवासी हे हिंदू आहेत, असे संमेलनात मांडण्यात आले (सांस्कृतिक वार्तापत्र, १ मार्च २००३). हिंदूधर्म व संस्कृतिच्या मार्फत आदिवासीना जोडून घेतले गेले.

निवडणुकांतील सहभाग

संघटनेचे कार्यकर्ते त्यांच्या निवडीप्रमाणे पक्षांना मतदान करतात. त्यांच्या

मतदानावर संघटनेचे नियंत्रण नसते. संघटनेचा राजकरणाशी थेट संबंध नाही, असा दावा केला जातो. संघटनेचे कार्यकर्ते थेट निवडणुका लढवत नाहीत. किंवा कोणत्याही एका राजकीय पक्षाला संघटनेचा पाठिंबा नसतो, असा दावा संघटना करते. पण महत्त्वाची निवडणूक असेल, तर संघटना भाजपचे काम करते. संघटनेच्या कामातून हिंदुत्वाचा प्रचार केला जातो. हिंदुत्वाच्या प्रचारामुळे हिंदू अस्तित्वभान तयार होते. अशा हिंदू अस्तित्वभानाचा भाजपला निवडणुकीत फायदा होतो, हा मुद्दा संघटनेला मान्य आहे. संघटनेच्या मते, असा दूरान्वयाने भाजपाला फायदा होतो म्हणून संघटना राजकीय फायदा ठरत नाही. असा संघटनेचा दावा असला, तरी वनवासी कल्याण आश्रमातून भाजप या पक्षात जाऊन संघटनेतील कार्यकर्ते निवडणूक लढवतात. भाजपच्या प्रचारात सहभाग घेतला जातो. उदा. डहाणू लोकसभा मतदारसंघातून १९९६, १९९८, १९९९ व २००४ च्या लोकसभा निवडणुकीसाठी वनवासी कल्याण आश्रमाच्या कामाशी संबंधित असलेले चिंतामण वनगा हे उमेदवार उभे होते.

ठाणे जिल्ह्यातील डहाणू लोकसभा मतदारसंघातून १९९६ च्या लोकसभा निवडणुकीसाठी भाजपने वनवासी कल्याण आश्रम संघटनेचे चिंतामण वनगा यांना उमेदवारी दिली होती. या मतदारसंघात काँग्रेस पक्षाचे दामोदर शिंगडा व मार्क्सवादी कम्युनिस्ट पक्षाचे राजाराम ओझरे उभे होते. चिंतामण वनगा यांनी काँग्रेस व मार्क्सवादी कम्युनिस्ट पक्षाचा १९९६ च्या लोकसभा निवडणुकीत पराभव केला. तर १९९८ च्या लोकसभा निवडणुकीत काँग्रेस व मार्क्सवादी कम्युनिस्ट पक्षाची युती झाली होती. या निवडणुकीत काँग्रेस पक्षाचे शंकर नम यांनी चिंतामण वनगा यांचा पराभव केला. १९९९ च्या लोकसभा निवडणुकीत काँग्रेस व मार्क्सवादी कम्युनिस्ट पक्षाची युती झाली नाही. या निवडणुकीत चिंतामण वनगा (भाजप) निवडून आले. तर २००४ च्या लोकसभा निवडणुकीत काँग्रेस व राष्ट्रवादी काँग्रेस यांची युती होती. या निवडणुकीत काँग्रेस पक्षाने चिंतामण वनगा यांचा पराभव केला.

विधानसभा निवडणुकीत संघटनेच्या कार्यकर्त्यांचा सहभाग असतो. संघाशी संबंधित संघटनांनी भाजप-शिवसेना युतीला मतदान करण्याचे आव्हान भिकू इदाते यांनी केले होते (व्होरा-पळशीकर, १९९६: ३४). वाडा, जव्हार, कळवण, बागलाण, साक्री, नवापूर, तळोदा, मेळघाट, गडचिरोली, सिरोंचा, केळापूर या ११ विधानसभा मतदारसंघात १९९०, १९९५, १९९९ व २००४ च्या विधानसभा निवडणुकीत संघटनेच्या कामाशी संबंधित उमेदवार भाजपने दिले होते. या मतदारसंघापैकी वाडा, कळवण, साक्री, मेळघाट, गडचिरोली व केळापूर या मतदारसंघात भाजपचे उमेदवार निवडून आले. विष्णू सावरा, गोंविद चौधरी, नरेंद्र पाडवी, राजकुमार पटले, अशोक नेते

हे वनवासी कल्याण आश्रमाशी संबंधित उमेदवार भाजपचे आमदार होते. २००४ च्या विधानसभा निवडणुकीमध्ये सुहास नटावदकर (नंदूरबार), महेरसिंग पावरा (शिरपूर), हरिचंद्र सखाराम भोई (जव्हार) हे उभे होते. हरिचंद्र भोई यांच्या विरोधी उमेदवार वनवासी कल्याण आश्रमाच्या कामाशी संबंधित असलेला राजाराम ओझरे हे होते. राजाराम ओझरे २००४ मध्ये निवडून आले होते (रामदास गावीत).

स्थानिक स्वराज्य संस्थांच्या निवडणुकीत संघटनेच्या कार्यकर्त्यांचा सहभाग असतो. सध्या कले कर्नाळा किल्ला (जि. रायगड) येथे सरपंच हे पद वनवासी कल्याण आश्रमाशी संबंधित कातकरी समाजाकडे होते (वसंत पाटील). लक्ष्मण राऊत हे बिरस्ते (ता. मुखाडा, जि. ठाणे) येथे उपसरपंच होते. राम ठाकरे (चळणी, डाहाणू), रमेश दांडेकर (वाळवंडा, ता. जव्हार), मोहन दांगटे (जामसर, ता. जव्हार) हे सरपंच होते. नारायण हरिजी भोई (गुरवडपाडा, ता. जव्हार) येथे उपसरपंच होते. पावरा हे यावल (जळगांव) येथे सरपंच होते. पोपट गांगुर्डे (कोसवन, जि. धुळे) हे सरपंच होते. विरगाव (अकोले. जि. अहमदनगर) येथे बाळासाहेब मुळे हे वनवासी कल्याण आश्रमाचे सरपंच होते (पवार, चौधरी, गावित).

विचारप्रणाली

वनवासी कल्याण आश्रमाची विचारप्रणाली संघाने मांडलेली आहे (गिरीधारी: ६). राष्ट्रीय पातळीवर बाळासाहेब देशपांडे, शिवराम शंकर आपटे, राम गोडबोले यांनी संघटनेचा विचार विस्ताराने मांडला. बाळासाहेब देशपांडे संघाचे कार्यकर्ते होते. शिवराम शंकर आपटे हे संघाचे प्रचारक व विश्वहिंदू परिषदेचे सरकार्यवाहक होते. राम गोडबोले हे भारतीय जनसंघाचे संघटन सचिव होते. वनवासी कल्याण आश्रमाने आदिवासी समाजात मूलनिवासी हा विचार पसरविण्यास विरोध केला आहे. मूलनिवासी हा विचार आदिवासी समाजात फूट निर्माण करतो (वसावी: ३१). याबरोबर संघटनेने आदिवासी या शब्दास विरोध केला आहे. वनवासी कल्याण आश्रमाने वनवासी व आदिवासी या दोन शब्दांमध्ये फरक केला आहे. आदिवासी या शब्दातून आर्यपूर्व भारतीय लोक हा अर्थ स्पष्ट होतो. आदिवासी शब्दात दुजाभाव आहे. वनवासी या शब्दातून दुजाभावाऐवजी जवळीक हा अर्थ स्पष्ट होतो. हिंदू समाजापासून आदिवासी समाजाला वेगळे करणे म्हणजे आदिवासीकरण होय, असे संघटनेचे मत आहे. आदिवासी समाज म्हणजे हिंदू समाजापासून अलग झालेला समाज असे संघटनेचे मत आहे. हिंदू समाज व आदिवासी समाज यांच्यात संघटनेने असा फरक केला आहे.

महाराष्ट्रातील वनवासीचे आदिवासीकरण मुस्लीम राजवटीत झाले. मुस्लीम राज्यकर्त्यांच्या शेतीच्या अन्यायकारक धोरणामुळे पुढारलेल्या शेतकरी जाती वनात

गेल्या. हिंदू धर्म रक्षणासाठी पुढारलेल्या शेतकरी जाती वनात गेल्या असे, संघटनेचे मत आहे (सांस्कृतिक वार्तापत्र, २००४: ९). वनात राहणाऱ्या लोकांना आदिवासी हा शब्द वापरून त्यांचे आदिवासीकरण केले गेले. आदिवासी हा शब्द अर्थहीन आहे. आपल्या स्थानी मूळचा नाही तो अदिवासी, असा आदिवासी शब्दाचा अर्थ आहे. हा शब्द जमातिवाचक नाही. आदिवासी शब्द हा कालवाचक आहे, असे वनवासी कल्याण आश्रमाचे मत आहे. आदिवासी या शब्दातून आर्यपूर्व व आर्य असा फरक केला जातो. त्यामुळे आदिवासी हा शब्द दुजाभाव व्यक्त करतो. याला मूलनिवासी असे म्हटले जाते. वनवासी हा शब्द मात्र आर्यपूर्व व आर्य असा फरक करत नाही. या शब्दातून आर्यपूर्व व आर्य यांच्यातील एकात्मता स्पष्ट होते. म्हणून वनवासी कल्याण आश्रमाने मूलनिवासी व आदिवासी या दोन शब्दांना विरोध केला आहे. वनवासी हा शब्दप्रयोग हिंदू समाजवाचक आहे. या शब्दातून वनवासी कल्याण आश्रम आदिवासीचा सांस्कृतिक वारसा हिंदू संस्कृतीबरोबर जोडून घेते.

बाळासाहेब देशपांडे यांच्यामते, हिंदू समाज व आदिवासी या दोन समाजांतील दरी नाहीशी करण्यासाठी, आदिवासींबरोबर हिंदूनी समरस व्हावे. प्रेमाच्या मार्गांनी आदिवासींचा विश्वास संपादन करावा. आदिवासींमध्ये हिंदू धर्म व हिंदुसमाजाबद्दल ममत्व निर्माण करावे. हा वनवासी कल्याण आश्रमाचा मुख्य विचार आहे (ओळख वनवासी कल्याण आश्रमाची: ३). वनवासी कल्याण आश्रम आदिवासींमध्ये वनवासी हे नवे अस्तित्वभान तयार करतो. वनवासी ही ओळख आदिवासी समाजाला देऊन हिंदू समाजाबरोबर आदिवासी समाजाला जोडतो.

वनवासी कल्याण आश्रम आदिवासींमध्ये स्वाभिमान व अस्मितेच्या जागृतीबरोबर धर्म, संस्कृती व परंपरा यांच्यावर भर देतो. वनवासी ही नवी ओळख हिंदू धर्म, संस्कृती व हिंदू परंपरा या घटकांमधून तयार करावी, असे वनवासी कल्याण आश्रमाचे मत आहे (राष्ट्र की आराधना: ११). हा विचार संघटनेच्या कार्यक्रमात महादेव अंधेर यांनी मांडला आहे. हिंदूंचे सोळा संस्कार श्रद्धेने व पूर्ण निष्ठेने पाळणारे वारली आहेत. त्यांचा त्यांना अभिमान आहे. ही भावना हिंदुत्वाला बळ पुरवते, असे महादेव अंधेर यांचे मत आहे (सांस्कृतिक वार्तापत्र, २६ जानेवारी २००४: ४८). म्हणजेच संघटना आदिवासी समाजाला हिंदू ओळखीबरोबर जोडून घेते. आदिवासी समाजातील जातीचे ऐक्य करण्यासाठी त्यांच्यात आध्यात्मिक विचार पसरवते. संघटना आदिवासी समाजाच्या आंतरिक शक्तीवर भर देते. आंतरिक शक्ती हा शब्द आध्यात्मिक आहे. आंतरिक शक्तीच्या कल्पनेतून संघटनेला आदिवासींचे ऐक्य अपेक्षित आहे. संघटना आदिवासींचे ऐक्य समाजाच्या आंतरिक शक्तीवर निर्माण करते. त्यामुळे संघटना आध्यात्मिक ऐक्याचा

विचार मांडते (राष्ट्र की आराधना: ११). आदिवासींच्या लोकसंस्कृतीची वैशिष्ट्ये व हिंदुत्वाची वैशिष्ट्ये समान आहेत, असे संघटनेचे मत आहे. आदिवासींच्या लोकसंस्कृतीची भारतीयत्व, एकात्मता, समरसता, आतिथ्यशीलता व माणुसकी ही वैशिष्ट्ये आहेत. हीच वैशिष्ट्ये हिंदुत्वाची आहेत, असे संघटनेचे आहे (गिरीधारी: ५). संघटनेने आदिवासी समाजातील लोकसंस्कृतीची गीते हिंदुत्वाशी जोडली आहेत. उदा. आदिवासींच्या विवाह-संस्कारात विवाहापूर्वी ढवळ गाणे गायले जाते. तेथे ध ऐवजी ढ हा शब्द वापरला जातो. असा शब्द वापरला जातो कारण महादेवाच्या लग्नाची धवलगिरी प्रथा आदिवासी त्यांच्या विवाहात पाळतात. त्यामुळे आदिवासी समाजातील लोकसंस्कृती व हिंदुत्व यांचा संबंध आहे, असे समर्थन गंगाराम आवारी करतात (सांस्कृतिक वार्तापत्र: ६). वनवासी कल्याण आश्रम हिंदुत्व विचारप्रणाली स्वीकारतो. हिंदुत्व या संकल्पनेचा वनवासी कल्याण आश्रम सामाजिक हिंदुत्व व राजकीय हिंदुत्व असे दोन अर्थ मांडते. राजकीय अर्थांने वनवासी कल्याण आश्रम निःस्वार्थ, राष्ट्रवादी नेतृत्वाची निर्मिती करते (राष्ट्र की आराधना: ११).

खिस्ती मिशनरी आदिवासी क्षेत्रात आदिवासींचे धर्मांतर करतात. धर्मांतराबरोबर आदिवासी समाजातील राष्ट्रीय निष्ठा परधर्मावर व्यक्त होतात. त्यामुळे धर्मांतर ही एक राष्ट्रीय समस्या आहे, असे बाळासाहेब देशपांडे यांचे मत आहे. धर्मांतराला विरोध करणे व आदिवासी समाजात राष्ट्रभक्ती विकसित करण्याचे उद्दिष्ट घेऊन आदिवासी समाजात बाळासाहेब देशपांडे यांनी काम सुरू केले (१९५२). आदिवासी समाजात रामायण व भजनी मंडळ याचा प्रयोग १९६१-१९६२ मध्ये चालू करण्यात आला. यातून आदिवासींमध्ये रामायणावर श्रद्धा निर्माण करण्यात आल्या. रामायणावरील श्रद्धांचा आधार घेत आदिवासी समाजाला संघटित करणे हा एक उद्देश आदिवासी क्षेत्रात सेवा काम करण्याचा बाळासाहेब देशपांडे यांचा होता. आदिवासी समाजात महादेव, पार्वती, राम, हनुमान व शबरी माता ही दैवते स्वीकारण्यासाठी प्रचार केला जातो. राम व वानरसेना यांचे संबंध धार्मिक स्वरूपाचे होते. हनुमान व शबरी हे आदिवासी आहेत. त्यामुळे रामायण, राममंदिर व आदिवासी यांचे संबंध धार्मिक स्वरूपाचे आहेत, असे वनवासी कल्याण आश्रम समर्थन करतो (सांस्कृतिक वार्तापत्र: ३१). अशा युक्तिवादातून आदिवासी समाज वनवासी कल्याण आश्रमाच्या कामात कृतिप्रवण होतो.

आदिवासी समाजाचा धर्म 'हिंदू' आहे, असे वनवासी कल्याण आश्रम संघटनेचे मत आहे. संघटनेने आदिवासींचा जीवात्मवादी धर्म व जनजातीय धर्म आहे, या विचाराचा प्रतिवाद केला आहे. हिंदू धर्मापासून आदिवासींना वेगळे करण्यासाठी आदिवासी जातिसंस्थेच्या बाहेर आहेत, अशी नोंद ब्रिटिश राज्यकर्त्यांनी व ख्रिश्चन मिशनरींनी

मिळून केली. त्यामुळे आदिवासी हिंदू नाहीत, हे मत वनवासी कल्याण आश्रम संघटना नाकारते. या संघटनेच्या मते, हिंदू धर्म व जीवात्मवादी धर्मांची सीमारेखा पुसट आहे. जीवात्मवादी कोठे समाप्त होतो व हिंदू कुठे सुरू होतो हे स्पष्ट करता येत नाही (गोडबोले श्रीरंग: १०). १९३१ च्या जनगणनेनंतर जीवात्मवादी हा शब्द वगळण्यात आला. त्या ऐवजी जनजातीय धर्म हा शब्दप्रयोग वापरण्यात आला (गोडबोले: १०). जनजातीय धर्म यास वनवासी कल्याण आश्रम संघटनेने विरोध केला आहे.

आदिवासी समाजातील जाती व वर्णव्यवस्था यांचे समर्थन संघटना करते. आदिवासी समाज रामवंशी आहे, तसेच तो क्षत्रिय आहे. आदिवासी समाजाने जातव्यवस्था मोडू नये. जाती अंतर्गत विवाहाचे समर्थन केले जाते. जातीमध्ये विवाह करणे हा हिंदू संस्कृतीचा भाग आहे. वनवासी कल्याण आश्रम पुरुष व महिला यांचे एकत्रित संघटन करतो. तर संघ पुरुषांसाठी व राष्ट्रीय स्वयंसेविका समिती महिलांसाठी असे वेगवेगळे संघटन करतात. हा फरक संघ व आश्रमाच्या महिला संघटनांबद्दलचा आहे. संघटना महिला वर्गात हिंदू धार्मिक मुद्यांचा प्रसार करण्याचा विचार मांडतो. हळदी-कुंकू, पूजा, धार्मिक विधी, संस्कार वर्ग यांसारख्या हिंदू धार्मिक कार्यक्रमांत आदिवासी महिलांचा सहभाग संघटनेने वाढवला आहे. याखेरीज हिंदू सांस्कृतिक जीवन आदिवासी महिलांनी जगावे, असा विचार वनवासी कल्याण आश्रम मांडतो. यासाठी वनवासी कल्याण आश्रमाने हिंदू विवाहपद्धती व वटपौर्णिमा यांसारख्या परंपरागत पद्धतीचे समर्थन केले आहे. वनवासी कल्याण आश्रम आदिवासी समाजात मणीमंगळसूत्र, मंगलाष्टके या गोष्टी पसरवतो (कुंटे: ३५,३६).

आदिवासी समाजातील स्वातंत्र्यवीरांचा लढा हिंदू धर्म टिकवण्यासाठीचा होता (सांस्कृतिक वार्तापत्र: १०). आदिवासींनी मुस्लीम व ख्रिश्चन धार्मिक परकीय आक्रमणाला विरोध केला. ज्यांनी धर्मांतर घडवले, त्यांना आदिवासी समाजातील स्वातंत्र्यवीरांचा विरोध होता. या राजवटी हिंसक व राष्ट्रविरोधी होत्या. त्याविरोधी आदिवासींनी संघर्ष केला. त्यामुळे हिंदू धर्म, संस्कृती संरक्षणाचा इतिहास आदिवासी समाजाचा आहे, असे वनवासी कल्याण आश्रमाचे मत आहे (ओळख वनवासी कल्याण आश्रमाची: ३२). ग्रामवासी व नगरवासी यांना हिंदुत्व जोडते (तरुण भारत, नागपूर, ११ ऑक्टोबर २००४). असे संघटनेचे मत आहे. वनवासी कल्याण आश्रमाने वनवासी व शहरवासी अशा स्तरीकरणास विरोध केला आहे. राजकारणासाठी वनवासी व शहरवासी असे वर्गीकरण केले जाते (तरुण भारत, नागपूर, ११ ऑक्टोबर २००४). वनवासी व शहरवासी असे स्तर नष्ट करण्यासाठी शहरवासी लोकांनी आदिवासींच्या समस्या सोडवण्यात पुढाकार घ्यावा. आदिवासींची मुख्य समस्या अज्ञानाची आहे. शिक्षण, व्यसनमुक्ती करण्यासाठी भजनी मंडळे, सत्संग केंद्र, कीर्तन, प्रवचन व मंदिर बांधणे या मार्गांचा वापर

करावा, अशा पद्धतीने वनवासी कल्याण आश्रमाला वनवासी व शहरवासी यांच्यात समरसता अपेक्षित आहे (ओळख वनवासी कल्याण आश्रमाची: ३४).

समारोप

वनवासी कल्याण आश्रमाचे काम व ख्रिश्चन मिशनरींचे काम यांच्यात साम्य आहे. परंतु हिंदू धर्माचे स्वरूप मिशनरी कार्याला पोषक नव्हते व नाही असे दिसते. कारण हिंदू धर्मात शुद्धत्वाची कल्पना, धर्मांतरीत व्यक्तीला चातुर्वर्ण्य आणि जातिव्यवस्था यांमध्ये स्थान देण्याच्या बाबतीतील तात्त्विक व व्यावहारिक अडचणी आहेत. यामुळे हिंदू बाटले असे मानून त्यांना दूर लोटले जाते. त्यामुळे हिंदूंनी धर्मप्रसार व धर्मसंघटन केले नाही. परंतु आर्यसमाज, ब्राह्मोसमाज, थिऑसॉफी, रामकृष्ण मिशन यांनी हिंदू धर्माचा प्रचार केला. या संघटना हिंदूंचे धर्मांतर टाळतात. पण इतरांना हिंदू धर्मात आणण्याच्या कृतीवर त्यांचा फारसा भर नाही. त्यामुळे त्यांचे कार्य हे मिशनरी म्हणता येईल अशा स्वरूपाचे नाही (आ. ह. साळुंखे, १९८७: ५९८-६००). हा मुद्दा वनवासी कल्याण आश्रमाच्या कामास लागू होतो. कारण वनवासी कल्याण आश्रमाचा इतरांना हिंदू धर्मात आणण्याच्या कृतीवर भर नाही. पण बौद्ध, जैन, इत्यादी एतद्देशीय धर्मांतील लोकांनी हिंदू धर्म स्वीकारावा, यादृष्टीने हिंदूंनी कार्य केले होते. हे कार्य मिशनरी स्वरूपाचे होते. हिंदू धर्मातील विविध संप्रदायांनी आपापल्या संप्रदायांचा प्रचार करून इतर संप्रदायातील लोकांना आपल्या संप्रदायात आणण्यासाठी प्रयत्न केले होते (साळुंखे, १९८७: ५९८-६००). वनवासी कल्याण आश्रमाचे काम एतद्देशीय धर्मातील लोकांना हिंदू धर्मात आणण्याच्या प्रयत्नावर आधारलेले आहे. या मुद्याच्या खेरीज वनवासी कल्याण आश्रम व ख्रिश्चन मिशनरींच्या कामात एक व्यापक साम्य दिसते.

ख्रिस्ती धर्माचा प्रचार करणे, चर्च बांधणे, बायबलचे भारतीय भाषांत भाषांतर करणे, ख्रिश्चन धर्मातील विविध पंथाचे ऐक्य करणे अशा स्वरूपाची कामे ख्रिश्चन मिशनरी करत होते. भारतात ख्रिश्चन धर्मातील विविध पंथाचे ऐक्य करण्याचे प्रयोग १९२८ पासून सुरू झाले. १९३८ मधील भारतातील तांबरम येथे मिशनरी परिषदेमध्ये ख्रिश्चन धर्मातील पंथांच्या ऐक्याचा मुद्दा मांडला होता. १९४७ मध्ये चर्च ऑफ इंडिया या नावाने पूर्वीची सर्व चर्चेस व मिशनरी संस्था एकत्रित केल्या होत्या. नोव्हेंबर १९७० मध्ये उत्तरेची सहा व पूर्वेची सर्व चर्चेस एकत्र करून चर्च ऑफ नॉर्थ इंडिया स्थापन केले होते. चर्च ऑफ नॉर्थ इंडियाच्या उद्घाटनाचा कार्यक्रम नागपूर येथे झाला होता (जे. डब्ल्यू. आयरन- प्रमिला साळवी, १९८७: ७५२). हे मिशनरी स्वरूपाचे काम व वनवासी कल्याण आश्रमाचे काम यांच्यात साम्य आहे. राम, हनुमान, गणपती इ. देवतांची

मंदिरे बांधणे, धर्मांतराला विरोध करणे, विविध पंथांची कल्पना करून हिंदू म्हणून त्यांचे ऐक्य करणे, हिंदू धर्मांचा प्रचार करणे व हिंदू धार्मिक व सामाजिक संघटनांची एकजूट करणे ही वनवासी कल्याण आश्रमाची कामे मिशनरी पद्धतीची आहेत. मिशनरी कार्यांस ही प्रतिक्रिया म्हणूनही हे काम पुढे आले आहे. वनवासी कल्याण आश्रमाचे नेते हिंदू मिशनरी म्हणून काम करतात. मिशनरी कामाच्या मध्यवर्ती देवाचे राज्य (किंग्डम ऑफ गॉड) ही एक महत्त्वाची कल्पना आहे. विविध पंथांच्या एकोप्यातून देवाचे राज्य येईल असे मिशनरींचे मत आहे. म्हणून मिशनरींनी नॅशनल कौन्सिल ऑफ चर्चेस ऑफ क्राइस्ट स्थापन केले आहे. या अंतर्गत विविध चर्चचे एकीकरण केले आहे (आयरन- साळवी, १९८७: ७५८). नेमके त्याप्रमाणे हिंदू राज्याची कल्पना वनवासी कल्याण आश्रमाच्या कामात मध्यवर्ती आहे. त्यामुळे वनवासी कल्याण आश्रमाचे काम व ख्रिश्चन मिशनरींचे काम यांच्यात साम्य दिसते.

❐

संदर्भसूची

अँडरसन वाल्टर व श्रीधर दामले, १९९८, *संघ आणि संघपरिवार*, छाया गोडबोले (अनु.), पुणे, गजराज प्रकाशन.

अदवंत पदमाकर, २००४, वनवासी कल्याण आश्रमाचे देशव्यापी कार्य, पुणे, सांस्कृतिक वार्तापत्र, पृ. ७-८

आमरन जे. डब्ल्यू व साळवे प्रमिला, १९७६, मिशनरी कार्य व इतिहास, *मराठी विश्वकोश, खंड ४ था* (संपा. लक्ष्मण जोशी), वाई, महाराष्ट्र राज्य साहित्य आणि संस्कृती मंडळ, पृ. ७४९-७५१.

ओक मिलिंद, २००२, *गोध्रा*, पुणे, भारतीय विचार साधना.

ओळख वनवासी कल्याण आश्रमाची, २००४, मुंबई, वनवासी कल्याण आश्रम.

कुंटे शकुंतला, २००३, *नव्या युगातील वानप्रस्थाश्रम*, पुणे, सरोज प्रकाशन.

गोडबोले श्रीरंग, २००४, आदिवासी? नव्हे, वनवासी, सांस्कृतिक वार्तापत्र, पृ. ९-११

ग्रॅहॅम. बी. डी, १९९०, *हिंदू नॅशनॅलिझम अँड इंडियन पॉलिटिक्स द ओरिजिन्स अँड डेव्हलपमेंट ऑफ भारतीय जनसंघ*, केंबरीज न्यूयॉर्क.

घिरीधारी भास्कर, २००४, वनवासी पाऊल खुणा, पुणे , सांस्कृतिक वार्तापत्र, पृ. ५-६.

घोष पार्थ, १९९९, *बीजेपी अँड द इव्हल्यूशन ऑफ हिंदू नॅशनॅलिझम*, दिल्ली, मनोहर.

जेवणे दीपक, १९९७, भटक्या बांधवांची साद, मुंबई, *विवेक*, अस्वाद प्रकाशन, पृ. ३६-३७, ४२.

देव चंद्रकांत, २००२, *विदर्भ वनवासी कल्याण आश्रम*, वार्षिक अहवाल, नागपूर,
वनवासी कल्याण आश्रम.

पाटील वसंत, २००४, *हिंदू धर्मसंग्राम आणि वनवासींचे जीवन*, रायगड, मयुरी.

वळवी ज्योती, २००३, *वनवासी क्षेत्रातील अराष्ट्रीय कारवाया*, पुणे, भारतीय विचार साधना.

वसावे गुलाबसिंग, २००३, *स्वातंत्र्य लढ्यात वनवासींचे योगदान*, पुणे, भारतीय विचार साधना.

वसावे गुलाबसिंग, २००३, *वनवासी विकास*, पुणे, भारतीय विचार साधना.

विदर्भ वनवासी कल्याण आश्रम, *वनवासी कल्याण आश्रम वार्षिक अहवाल*, २००३, नागपूर.

सातभाई दे. कों., २००१, *एका शाळामास्तराची भारत परिक्रमा*, मुंबई, पूर्व सीमा विकास.

विभाग दोन

हिंदू राजकीय अस्मितेचा विस्तार व मर्यादा

हिंदू राजकीय अस्मितेचा विस्तार व मर्यादा यांचे विश्लेषण या दुसऱ्या विभागात केले आहे. इतर मागासवर्ग या जनसमूहाचा अभिजनवर्गाबरोबरचा सत्तासंघर्ष स्पष्ट केलेला आहे. मराठा समाजाचा इतिहास हा विविध चळवळींतून समृद्ध वारसा प्राप्त केलेला आहे. स्वराज्य चळवळ, वारकरी चळवळ, सत्यशोधक चळवळ, ब्राह्मणेतर चळवळ, समाजवादी चळवळ, साम्यवादी चळवळ, सहकार चळवळ यामधून जातिव्यवस्था-विरोधी विचारांचा वारसा मराठा समाजात खोलवर रुजला होता. यां समृद्ध व प्रगल्भ वारश्यावर सत्तासंघांत व सत्तासंपादनात हिंदुत्व चळवळीने कशी मात केली, या मुद्याचे विश्लेषण या विभागात केले आहे.

प्रकरण ८

शिवसेना

प्रस्तावना

बाळ ठाकरे यांनी १९ जून १९६६ रोजी शिवसेना संघटनेची स्थापना केली. शिवसेनेच्या विस्ताराची ठळकपणे तीन कारणे आहेत. एक, शिवसेनेने हिंदुत्व-विचार स्वीकारला. त्यामुळे हिंदुत्ववादी राजकीय चौकटीत या संघटनेला विशेष महत्त्व प्राप्त झाले. दोन, शिवसेनेला मुंबई शहराच्या बाहेर कोकण, मराठवाडा आणि विदर्भ या विभागांत स्थानिक हिंदुत्ववादी मुद्दे उठवता आले. तीन, १९९५ नंतर महाराष्ट्रात व केंद्रात शिवसेना सत्तेत सहभागी झाली. त्यामुळे महाराष्ट्राच्या राजकारणातील तिचे महत्त्व वाढले. तसेच १९९५ नंतर संघटनेने हिंदुत्वाचा मुद्दा कमी केला. जातलक्षी राजकीय संघटन करण्याचा मुद्दा उठवला. एम. एफ, दीपंकर गुप्ता, जयंत लेले, सुहास पळशीकर, वैभव पुरंदरे, ज्युलिया एकर्ट व राजदीप सरदेसाई यांनी या शिवसेनेच्या मुद्यांचे विश्लेषण कॅटझेनस्टीन केले आहे.

दीपंकर गुप्ता यांनी मुंबई शहरातील शिवसेनेच्या विस्ताराचा अभ्यास केला (गुप्ता, १९८२). शिवसेनेची वाढ राजकीय अर्थकारणातून कशी झाली याचा अभ्यास जयंत लेले यांनी केला (लेले, १९९५). शिवसेनेची संघटनात्मक वाढ, निवडणुकांतील राजकीय सहभाग व फॅसिझम बरोबरचे नाते या मुद्यांचा अभ्यास सुहास पळशीकर यांनी केला आहे (पळशीकर, १९९५अ). शिवसेनेची आंदोलने आक्रमक व चमकदार आहेत असे विश्लेषण ज्युलिया एकर्ट यांनी केले (एकर्ट, २००३). या अभ्यासापेक्षा वेगळा मुद्दा म्हणजेच नवहिंदुत्व व जात या दोन घटकांच्या आधारे शिवसेनेने राजकीय कृतिसज्जता केली. हा मुद्दा येथे मांडला आहे. 'जय भवानी; जय शिवाजी', 'यंडु-गुंडूचे मराठी माणसांच्या हक्कावरील आक्रमण परतवून लावण्यासाठी', 'बजाव पुंगी हटाव लुंगी' अशा घोषणा देत; मुंबई शहरात शिवसेना वाढली (लटपटे, १९९०:१). शिवसेनेचा प्रमुख चार टप्प्यांत विस्तार झाला. १) दक्षिण भारतीय व साम्यवाद विरोध (१९६६ ते १९७५), २) आणीबाणीला व काँग्रेसला पाठिंबा (१९७५ ते १९८४),

३) मुस्लीम विरोध, दलित विरोध, हिंदू धर्म, हिंदू राष्ट्र यांची बाजू घेणे (१९८४ ते १९९५) व ४) राज्याच्या व केंद्राच्या सत्तेत सहभाग हे शिवसेना संघटनेचे प्रमुख चार टप्पे आहेत. यांपैकी प्रथम व दुसऱ्या टप्प्यात शिवसेनेने हिंदुत्वाची भूमिका घेतली नव्हती. परंतु या टप्प्यात हिंदुत्व मुद्याची चाचपणी केली होती. तिसऱ्या टप्प्यात शिवसेनेने हिंदुत्वाची भूमिका स्वीकारली. चौथ्या टप्प्यात शिवसेनेने हिंदुत्वाची भूमिका नरम केली आणि जात या घटकावर आधारित संघटन केले. यानंतर काँग्रेसप्रमाणे संघटना एक राजकीय पक्ष म्हणून काम करू लागली. त्यामुळे जात या घटकाच्या आधारे संघटना राजकीय संघटन करू लागली. या चार टप्यातील हिंदुत्व व जात या दोन मुद्यांचे विश्लेषण येथे केले आहे.

हिंदुत्व मुद्याची चाचपणी (१९६६ ते १९८४)

शिवसेना १९६६ ते १९८४ पर्यंत हिंदुत्वाचा मुद्दा व्यापक पातळीवर उठवत नव्हती. परंतु शिवसेना हिंदुत्वाच्या मुद्यांची चाचणी घेत होती. मुस्लीमविरोध, दलितविरोधी व हिंदू देवदेवतांचे संरक्षण या तीन मुद्यांच्या आधारे शिवसेनेने हिंदुत्व मुद्याची चाचपणी केली. १९८४ नंतर शिवसेनेने मुस्लीम व दलितविरोधी भूमिका घेतली. परंतु १९६६ ते १९८४ पर्यंतच्या मोजक्या घटनांमधून शिवसेनेचा मुस्लीमविरोध व दलितविरोध दिसतो. संघटनेने मंदिर-मशीद वादांमध्ये हस्तक्षेप करून हिंदुत्वाचा प्रचार केला. ठाणे जिल्ह्यातील कल्याण येथील दुर्गाडी मंदिराबाबत व रायगड जिल्ह्यातील महिकावती मंदिराबाबतचा वाद. या दोन्ही वादांमध्ये शिवसेनेने मुस्लीम विरोधी भूमिका घेतली होती. शिवजयंतीच्या निमित्ताने भिवंडी (मे ११९७०) येथील हिंदू-मुस्लीम दंगलीत शिवसेनेचा विस्तार झाला. या दंगलीबरोबरच महाड व जळगाव येथे दंगल झाली होती. त्या दंगलीत शिवसेनेचा विस्तार झाला (पुरंदरे, १९९९: १३४). काँग्रेस अल्पसंख्य समूहाचा अनुनय करते, असे संघटनेचे मत होते. समान नागरी कायदा करावा अशी शिवसेनेची भूमिका हिंदुत्वाचा पुरस्कार करणारी होती. दलित-पँथरचे नेते हिंदू देव-देवतांवर टीका करत होते. या मुद्यावर आधारित शिवसेनेने बी. डी. डी. चाळीत धाकदपाटशाहीचा वापर केला. शिवसेना व दलित-पँथर यांच्यात संघर्ष झाला (ढवळे, २००१: १८).

शिवसेना मुस्लीमविरोधी भूमिका घेत होती. या भूमिकेस मुस्लीम जमातवादी संघटनांनी प्रतिसाद दिला होता. भिवंडी (मे १९७०) येथील दंगलीत तमिर-ए-मिल्लत या संघटनेचा ही सहभाग होता. १९७३ च्या मुंबई महानगरपालिका निवडणुकीनंतर शिवसेनेने मुस्लीम-लीगचा पाठिंबा घेऊन सुधीर जोशी यांना महापौर म्हणून निवडून आणले (लटपटे : २). शिवसेना एका बाजूने मुस्लीम समाजावर टीका करत होती. तर

दुसऱ्या बाजूने शिवसेनेने मुस्लीम-लीगचे बनातवाला यांच्याबरोबर मस्तान तलावावर जाहीर सभा घेतली होती (अकोलकर, १९९८:६६). १९७५ ते १९८२ पर्यंत काँग्रेसला शिवसेनेचा पाठिंबा होता. म्हणजेच शिवसेना संघटना आणि मुस्लीम संघटना व नेते परस्परांना पुरक राजकीय प्रक्रिया राबवत होते. १९७० मध्ये परळ मतदारसंघात पोटनिवडणूक झाली. परळची जागा शिवसेनेने साम्यवादविरोधी मुद्यावर जिंकली. या निवडणुकीत हिंदुत्व व परप्रांतीय विरोधी भूमिपुत्र हे दोन्ही मुद्दे नव्हते. परंतु निवडणुकीनंतर हिंदुत्वाच्या मुद्याचा विजय झाला, अशी भूमिका संघटनेने घेतली. म्हणजेच संघटना हिंदुत्व मुद्याची चाचपणी करत होती. (मार्मिक, दीपावली, १९७०: १–२). यादरम्यान पतितपावन, हिंदू सेना, हिंदू एकता आंदोलन या संघटनांनी हिंदुत्वाच्या मुद्यावर मराठा व इतर मागासवर्गीयांचे संघटन केले होते.

हिंदुत्वाचा पुरस्कार (१९८४)

शिवसेनेने १९८४ मध्ये हिंदुत्वाचा मुद्दा स्वीकारला. हिंदुत्वाच्या मुद्यावर शिवसेनेने हिंदुत्वनिष्ठ संघटनांचा 'हिंदू महासंघ' स्थापन करण्याचा विचार मांडला (जानेवारी १९८४). तसेच ५०० हिंदू मिशनरी तयार करण्याची कल्पना मांडली. यासाठी शिवसेनेने 'शिवसेना भवन' येथे कार्यालय सुरू केले. पतितपावन संघटना, आर्य समाज, हिंदू एकता आंदोलन या संघटनांनी हिंदू महासंघात सामील व्हावे, अशी शिवसेनेची कल्पना होती. परंतु विक्रम सावरकर यांच्या नेतृत्वाखालील हिंदुमहासभा व मनोहर पाठक यांच्या नेतृत्वाखालील हिंदुस्थान श्रमिक सेना या दोन संघटना वगळता हिंदू महासंघाच्या प्रयोगास प्रतिसाद मिळाला नाही (पुरंदरे, १९९९: २३४).

औपचारिक पातळीवर हिंदू महासंघाची कल्पना यशस्वी झाली नाही. परंतु हिंदुत्वाचा मुद्दा स्वीकारल्यामुळे शिवसेनेचा विस्तार नव्याने सुरू झाला. पतितपावन, हिंदू सेना, हिंदू एकता आंदोलन, मराठा महासंघ यांनी घडवलेल्या कार्यकर्त्यांना राजकीय सहभागाची एक संधी उपलब्ध झाली (चंद्रशेखर गाडगीळ, विलास तुपे, नारायण कदम). पतितपावन, हिंदू सेना, हिंदू एकता आंदोलन व मराठा महासंघ या संघटनांचे कार्यकर्ते शिवसेनेत जाण्यामुळे या संघटनांची वाढ थांबली व शिवसेनेची वाढ सुरू झाली (व्होरा–पळशीकर, १९९६: १५). १९७५ ते १९८४ च्या दरम्यान शिवसेना निष्प्रभ होती. १९८४ नंतर शिवसेनेने हिंदुत्वाचा नवा कार्यक्रम स्वीकारला. त्यामुळे शिवसेनेचा भौगोलिक विस्तार सुरू झाला (पळशीकर; १९९५आ: ११). खुद्द मुंबई शहरात विस्तार खुंटला होता. येथे शिवसेनेचा विस्तार सुरू झाला. उदा. १९८५ मध्ये १७० पैकी ७४ नगरसेवक मुंबई महापालिकेत निवडून आले (महाराष्ट्र टाइम्स; मुंबई, २८ ऑक्टोबर १९८२). १९७८ च्या निवडणुकीतील २१ नगरसेवकांवरून १९८५ मध्ये ७४ पर्यंत

नगरसेवकांची संख्यात्मक वाढ झाली. १९८५ च्या विधानसभा निवडणुकीत मुंबई विभागातून शिवसेनेचे छगन भुजबळ निवडून आले. हिंदुत्वाच्या मुद्यामुळे शिवसेनेचा संघटनात्मक विस्तार होतो हे लक्षात घेऊन शिवसेनेने हिंदुत्वाचा मुद्दा राज्यपातळीवर मांडला.

मुंबई येथील शिवसेनेच्या पहिल्या राज्यस्तरीय अधिवेशनात संघटनात्मक बांधणी करण्याचा ठराव मंजूर केला (१९८४). महाड येथे झालेल्या दुसऱ्या राज्यस्तरीय अधिवेशनात 'आता घौडदौड महाराष्ट्रात' अशी घोषणा देण्यात आली (१९८५). १९८६ मध्ये 'गाव तेथे शाखा, घर तेथे शिवसैनिक' अशी घोषणा शिवसेनेने दिली (अकोलकर; १९९८:८०). शिवसेनेने मुंबई, ठाणे शहराच्याबाहेर संघटनात्मक बांधणी करण्याचा संकल्प १९८४-१९८६ या कालखंडात केला. नोव्हेंबर १९८६ मध्ये हिंदुत्वाच्या मुद्याचा प्रचार करण्यासाठी शिवसेनेने राज्यभर 'भगवा सप्ताह' साजरा केला. शिवसेनेने भगवा सप्ताहासाठी मुंबई येथील नेते ग्रामीण महाराष्ट्रात पाठविले. रायगड येथे मनोहर जोशी, नाशिक येथे छगन भुजबळ, औरंगाबाद येथे मधुकर सरपोतदार, रत्नागिरी येथे दत्ताजी साळवी, पुणे येथे सुधीर जोशी, जळगाव येथे सुभाष देसाई, सिंधुदुर्ग येथे वामनराव महाडीक व सातारा, सांगली येथे प्रमोद नवलकर असे आठ नेते शिवसेनेने नऊ जिल्ह्यांसाठी दिले (पुरंदरे; १९९९: २८५-२८६). शिवसेनेने मुंबई शहरातील शक्ती ग्रामीण भागात या मार्गाने वापरली. शाहबानो खटला व अयोध्येतील राम मंदिराचे टाळे उघडणे या दोन मुद्यांवर काँग्रेसची भूमिका संधिसाधू होती. या पार्श्वभूमीवर शिवसेनेने भगवा सप्ताह साजरा केला. या सप्ताहात शिवसेनेने मुस्लीम व नवबौद्धविरोधी भूमिका घेतली होती. या भूमिकेस कोकण, उत्तर महाराष्ट्र व मराठवाडा विभागात प्रतिसाद मिळाला. भगव्या सप्ताहात २०,००० पेक्षा जास्त शाखा स्थापन झाल्या, असा दावा शिवसेनेचा आहे (पुरंदरे: २८६). १९८५-१९८६ मध्ये मराठवाडा विभागात औरंगाबाद येथे एकच शाखा होती. १९८६-१९८७ मध्ये मराठवाडा विभागातील ४५ ग्रामपंचायती शिवसेनेकडे होत्या, असा शिवसेनेने दावा केला. १९८६ नंतर मुंबई विभागाबाहेर शिवसेनेचा विस्तार सुरू झाला. १९८७ मध्ये औरंगाबाद महापालिकेमध्ये शिवसेनेच्या ६० पैकी ३५ जागा निवडून आल्या. १९८७ मधील औरंगाबाद येथील निवडणूक धर्मयुद्ध आहे, अशी शिवसेनेची भूमिका होती (अकोलकर : ८९). शिवसेनेच्या नामांतरविरोधी व मुस्लीमविरोधी भूमिकेस औरंगाबाद येथे पाठिंबा मिळाला. शिवसेनेच्या या भूमिकेमुळे हिंदुत्वाचा मुद्दा स्वीकारला जातो, असे दिसून आले. या काळात शिवसेनेने सिंधुदुर्ग, रत्नागिरी, रायगड, ठाणे, नाशिक, धुळे, जळगाव, बुलढाणा, अमरावती, औरंगाबाद, जालना, परभणी, बीड, लातूर, उस्मानाबाद, सोलापूर, सांगली, कोल्हापूर, सातारा व पुणे या जिल्ह्यांमध्ये विस्ताराचे क्षेत्र निश्चित केले होते. येथे शिवसेनेने मुंबई

शहरातून नेतृत्व पुरवले व या जिल्ह्यांमध्ये हिंदुत्वाचा मुद्दा उठवला. १९८७ मध्ये महाराष्ट्रातील ३० पैकी २१ जिल्ह्यांत शिवसेनेने हिंदुत्व कार्यक्रम राबवला. अहमदनगर, नांदेड, अकोला, यवतमाळ, नागपूर, वर्धा, भंडारा, चंद्रपूर व गडचिरोली या नऊ जिल्ह्यांमध्ये शिवसेनेचे कार्यक्षेत्र फार वाढले नव्हते.

हिंदुत्वाच्या मुद्यावर आधारित युती (जून १९८९)

एप्रिल १९८८ मध्ये भाजपने रामजन्मभूमी आंदोलनाला पाठिंबा दिला. या पार्श्वभूमीवर महाराष्ट्रात वसंतराव भागवत व प्रमोद महाजन यांनी शिवसेनेबरोबर युती करण्याचा मुद्दा पुढे रेटला. १९८८ ते १९८९ या वर्षांत भागवत व महाजन यांनी महाराष्ट्रातील प्रत्येक जिल्ह्यातील कार्यकर्त्यांबरोबर चर्चा केली. महाराष्ट्रात भंडारा जिल्हा वगळता शिवसेनेबरोबर युती करण्यास, सर्व जिल्ह्यांमधील कार्यकर्त्यांची संमती होती. जून १९८९ मध्ये शिवसेनेने भाजपबरोबर युती केली. जळगाव, अकोला, जालना, बीड, लातूर व अहमदनगर या सहा जिल्ह्यांमध्ये शिवसेनेने दुय्यम भूमिका स्वीकारली. त्यामुळे शिवसेनेचे कार्यकर्ते येथे भाजपच्या विरोधात गेले. मुंबई व मुंबई उपनगरे, बुलढाणा व पुणे येथे शिवसेना व भाजपची स्पर्धा होती. परंतु या जिल्ह्यांत शिवसेनेने दुय्यम भूमिका घेतली नाही. येथे शिवसेना व भाजप यांनी मतदारसंघाचा समान वाटा मिळवला.

शिवसेनेच्या दलितविरोधी भूमिकेस अटलबिहारी वाजपेयी व भाजप राष्ट्रीय कार्यकारिणीचा विरोध होता (महाराष्ट्र टाइम्स, ९ मार्च ८९). मात्र महाजन यांनी लालकृष्ण आडवाणी यांच्या मदतीने युतीचा निर्णय घेतला होता. भाजपने शिवसेनेखेरीज जनता दलाबरोबर युती करण्याचा प्रयत्न केला, मात्र शिवसेना या पक्षाबरोबर भाजपची युती आहे. म्हणून महाराष्ट्रात जनतादलाने भाजपबरोबर युती केली नाही (महाराष्ट्र टाइम्स, मुंबई, २२ फेब्रुवारी १९८९). या पार्श्वभूमीवर १९८९च्या लोकसभा निवडणुकीत शिवसेनेने ६ जागा लढवून ४ जागा जिंकल्या. शिवसेनेला या निवडणुकीत ४.४ टक्के मते मिळाली व ४ खासदार निवडून आले. यापैकी २ खासदार मुंबई व २ खासदार मराठवाडा विभागातील होते (पळशीकर, १९९५आ: ११). थोडक्यात निवडणुकीमध्ये हिंदुत्व मुद्यावर युतीचा फायदा होतो, असे शिवसेनेला दिसून आले.

१९९० च्या विधानसभा निवडणुकीमध्ये शिवसेनेचा विस्तार जास्त झाला. शिवसेनेने भाजपाबरोबर युती करून १८३ जागांपैकी ५२ जागी विजय मिळवला. शिवसेनेने मुंबई विभाग १५, कोकण ११, उत्तर महाराष्ट्रातून २, विदर्भ ९, मराठवाडा ११ व पश्चिम महाराष्ट्रातून ४ अशा ५२ जागा जिंकल्या होत्या (पळशीकर, २००४इ: १४९८). शिवसेनेचा मुंबईनंतर कोकण, विदर्भ व मराठवाडा या विभागांत संघटनात्मक

विस्तार वाढला. या कालखंडात शिवसेनेचा संघटनात्मक विस्तार झाला कारण १९८४ मध्ये इंदिरा गांधी यांचे नेतृत्व काळाच्या पडद्याआड गेले. १९८६ मध्ये शरद पवार यांनी काँग्रेस पक्षात प्रवेश केला. तसेच १९८५ नंतर शेतकरी संघटनेचा प्रभाव कमी झाला. शेतकरी संघटना शेतकऱ्यांचे संघटन करत होती. मात्र गरीब शेतकरी व शेतमजुरांचे संघटन करत नव्हती (गुप्ता, २००२, १९५-१९६). या पोकळीत शिवसेनेचा महाराष्ट्रात संघटनात्मक विस्तार झाला. तसेच शरद पवार गट व निष्ठावंतांचा गट असे दोन गट काँग्रेस पक्षात होते. या गटांनी परस्परांच्या विरोधात शिवसेनेला पाठिंबा दिला.

डिसेंबर १९९१ मध्ये छगन भुजबळ यांनी शिवसेनेतून काँग्रेसमध्ये पक्षांतर केले. याचा परिणाम शिवसेनेच्या संघटनात्मक वाढीवर झाला. १९९१ च्या लोकसभा निवडणुकीत मुंबई विभागातून शिवसेनेचा एक खासदार निवडून आला. मराठवाडा व विदर्भातून एकही उमेदवार निवडून आला नाही. या निवडणुकीत मतांची टक्केवारी १९८९ च्या लोकसभा निवडणुकीच्या तुलनेत १०.२ वरून ९.५ वरती व १९९० च्या विधानसभा निवडणुकीच्या तुलनेत १५.९ वरून ९.५ वरती आली होती (एकार्ट: ३०३; पळशीकर, २००४इ: १४९८). यामुळे शिवसेना संघटना ही मुंबई, ठाणे, कोकण विभागापुरतीच मर्यादित झाली होती.

१९९५ च्या विधानसभा निवडणुकीत शिवसेनेचा विस्तार संपूर्ण महाराष्ट्रात झाला. मुंबई-१८, कोकण-१५, उत्तर महाराष्ट्र-५, मराठवाडा-१५, विदर्भ-११ व पश्चिम महाराष्ट्र-९, याप्रमाणे महाराष्ट्राच्या सर्व विभागांत शिवसेनेचे उमेदवार निवडून आले (पळशीकर, २००४ इ: १४९८). मात्र धुळे, नागपूर, चंद्रपूर, लातूर व सांगली अशा पाच जिल्ह्यांत शिवसेनेचा एकही उमेदवार निवडून आला नाही.

शिवसेना संघटनेचे स्वरूप

जिल्हा शाखा, शहर शाखा, तालुका शाखा, विभाग शाखा, उप- विभाग शाखा, गाव शाखा, वॉर्ड शाखा, उप वॉर्ड व गट शाखा अशा विविध पातळ्यावर शिवसेनेने संघटनात्मक शाखा स्थापन केल्या. स्थानिक लोकाधिकार समिती, भारतीय कामगार सेना, बेस्ट कामगार सेना, शेतकरी सेना, विभागीय सेना, महिला आघाडी, विद्यार्थी सेना, वाहतूक सेना, झोपडपट्टी सेना, हिंद किसान कामगार समिती, रिक्षा सेना, महाराष्ट्र श्रमिक सेना, शिव उद्योग सेना, ग्राहक संरक्षण कक्ष, शिवशक्ती-भिमशक्ती आघाडी, चित्रपट आघाडी, अशा विविध पातळ्यांवर शिवसेनेने नवहिंदुत्ववाद मांडला.

संघटन करण्यासाठी संघाकडील संघटनात्मक मुद्दे शिवसेनेने स्वीकारले. त्यामुळे

शिवसेनेची संघटनात्मक रचना बरीचशी संघाच्या धर्तीची आहे. सरसंघचालकाप्रमाणे सेनाप्रमुख व संघाच्या शाखेप्रमाणे बॅच किंवा शाखा असे संघटनात्मक मुद्दे संघाकडून स्वीकारले (पळशीकर, १९९५अ: १८). लाठ्याकाठ्यांचे प्रशिक्षण संघशाखा देते. त्यापेक्षा जास्त आक्रमकता असलेले शिक्षण शिवसेना देते. दसऱ्याच्या दिवशी संघ सभा घेतो. तशीच सभा शिवसेना घेते. शिवसेनेची शाखा शहरातील प्रत्येक वॉर्डामध्ये आहे. तालुका, जिल्हानिहाय संघटनात्मक शाखा आहेत. मुंबई महानगरपालिकेच्या प्रत्येक वॉर्डात एक शाखा आहे. मुंबई शहरात २२१ शाखा व १,००० उपशाखा आहेत (एकार्ट: १६). मुंबई शहरात या संघटनेचे ४०,००० कार्यकर्ते व २००,००० त्यांचे पाठिराखे आहेत (हिजी, १९९५:२१४). त्यांची ओळख शिवसैनिक अशी आहे. त्यांच्यामार्फत कार्यक्रम राबवले जातात. मुंबईबरोबर इतर शहरांत व ग्रामीण भागांतील खेडे गावात शाखा स्थापन केल्या आहेत. मुंबई शहरातील प्रत्येक लोकसभा मतदारसंघासाठी एक विभाग व प्रत्येक विधानसभा मतदारसंघासाठी एक उपविभाग शिवसेनेने स्थापन केला आहे. मुंबई शहरात लोकसभेच्या ६ जागा होत्या. परंतु ७ विभाग व ३४ उपविभाग स्थापन केले होते. प्रत्येक मतदारसंघाची संघटनात्मक जबाबदारी विभाग व उपविभाग प्रमुखावर असते. हे प्रारूप १९८४ नंतर मुंबई शहराबाहेर उर्वरित महाराष्ट्रात राबवले.

शाखा विविध सामाजिक कामे करते. शाखा प्रत्येक सामाजिक कामाला हिंदुत्वाची बाजू प्राप्त करून देते. रुग्णवाहिका, वैद्यकीय शिबिर, पाणीपुरवठा, चांगली शाळा, जन्म, मृत्यू, विवाह, घटस्फोट, पोटगी, कोर्टाची कामे, संमती पत्रे, उत्सव भरवणे, व्यवसायासाठी कर्ज देणे, व्यवसायानुसार पूजा-विधीचे कार्यक्रम (उदा. सत्यनारायण पूजा), स्वसंरक्षण, मुस्लीमविरोधात हिंदूंचे संरक्षण, संस्कृती, अशी विविध कामे शाखा करते. शहरातील सामाजिक व सांस्कृतिक परंपरेच्या संदर्भात शाखा काम करते. अशा विविध सामाजिक व सांस्कृतिक कामांमधून शाखा, हिंदू अस्मिता संवेदनशील व पक्की करते. शाखा हिंदू अस्मिता निवडणुकांमध्ये मतदानात रूपांतरित करते. त्यामुळे शाखेचे काम सामाजिक स्वरूपाचे असले तरी ते हिंदुत्वाशी संबंधित आहे. शिवसेनेच्या शाखेच्या कामाची व्याप्ती मोठी आहे. तिचे काम करण्याचे स्वरूप आक्रमक आहे. सरळ व कायद्याच्या मार्गांनी काम होत नाही, तेथे शाखा कायदा मोडते. जशासतसे अशी रोकठोक भूमिका शाखेची असल्यामुळे शाखा धाकदपटशाहीचे समर्थन करते. त्यामुळे संघाच्या शाखेच्या तुलनेत शिवसेनेच्या शाखेचे काम जास्त व्यापक व गतिमान पद्धतीचे आहे. संघाची शाखा शिवसेनेच्या शाखेच्या तुलनेत कमी आक्रमक असते. मात्र १९८४ नंतर दोन्ही शाखा हिंदू अस्मितेला मतदानात रूपांतरित करण्याचे काम करतात.

कामगार संघटना

भारतीय कामगार सेना (९ मे १९६८), स्थानिक लोकाधिकार समिती (१९७२), स्थानिक लोकाधिकार समिती महासंघ (१९७४), बेस्ट कामगार सेना (१९७०), महाराष्ट्र श्रमिक सेना (१९८५), या कामगार संघटनांनी १९८४ नंतर शिवसेनेचा हिंदुत्वाचा मुद्दा कामगारवर्गात मांडला. शिवसेनेच्या कामगार संघटनांचे कामाचे क्षेत्र वेगवेगळे होते. त्यामुळे शिवसेनेच्या कामगार संघटना विस्कळीत होत्या. या संघटनांचा विस्कळीतपणा दूर करण्यासाठी व सर्व संघटनांचे ऐक्य करण्यासाठी शिवसेनेने १९९७ मध्ये हिंद किसान कामगार सेना महासंघ स्थापन केला. हिंद किसान कामगार संघटनेचे राष्ट्रीय पातळीवरील नेतृत्व सूर्यकांत महाडीक व मोहन रावळे करतात (सकाळ, पुणे, १० ऑगस्ट १९९८). मुंबई, ठाणे, रायगड, नाशिक, नागपूर, औरंगाबाद व पुणे येथे शिवसेनेची भारतीय कामगार सेना ही संघटना कामगारवर्गात हिंदुत्वाचा प्रचार करते. शिवसेना कामगार-वर्गाला संस्कारक्षम घडवते. संस्कारक्षम कामगार राष्ट्राचा विकास करतात (श. पा. भोसले, वृत कानोसा, २३ जानेवारी १९९९: १७). शिवसेना भांडवलदार व कामगार यांच्यातील तंटा हा चर्चा व वाटाघाटीच्या मार्गाने सोडवते. या संघटनेचा संपाला विरोध आहे (मनोहर भिसे, वृत कानोसा, २३ जानेवारी १९९९: ७-८). सेवा आणि असंघटित क्षेत्रात चित्रपट आघाडी, रिक्षा चालक संघटना, झोपडपट्टी सेना इत्यादी शाखा शिवसेनेने सुरू केल्या आहेत. असा संघटनात्मक विस्तार कामगार व सेवा या क्षेत्रात शिवसेनेने केला आहे.

महिलाआघाडी

शिवसेनेची राज्य पातळीवर 'महिला आघाडी' ही एक शाखा आहे. महिला आघाडीच्या प्रमुख सुधा चुरी होत्या. कोकण, उत्तर महाराष्ट्र, विदर्भ, मराठवाडा व पश्चिम महाराष्ट्र या विभागीय पातळ्यांवरती विभाग संपर्क-प्रमुख नेमले आहेत. महिला आघाडीसाठी राज्यपातळीवर सहा संपर्क-प्रमुख पदे आहेत. कोकण-विशाखा राऊत, उत्तर महाराष्ट्र-सत्यभामा गाडेकर, पश्चिम महाराष्ट्र- निलम गोऱ्हे, विजया धोटे, हेमलता पाटील व भावना गवळी या संपर्क-प्रमुख होत्या. या महिला शिवसेनेच्या महिला आघाडीचे नेतृत्व करतात. शिवसेनेत तरुण व सुशिक्षित मुली सहभाग घेतात व त्या शिवसेनेचा विचार स्वीकारतात, असे सुधा चुरी यांचे मत आहे (सुधा चुरी, लोकप्रभा, १० सप्टेंबर १९९९). महिला आघाडी हिंदू धर्माच्या चौकटीत आक्रमकपणे काम करते. या चौकटीत स्त्री-शक्तीला संघटित केले आहे. स्त्री-शक्तीचे संघटन करण्यासाठी महिला आघाडीच्या संपर्क-प्रमुख व नेते आणि उपनेते एकत्रितपणे काम करतात (नीलम गोऱ्हे, सा. महाराष्ट्र, ६ ऑक्टोबर २००३: ५२). हिंदू धर्माच्या नियमांचे कौटुंबिक

जीवनात पालन करण्याचा महिला आघाडीचा आग्रह असतो. महिला आघाडी कुटुंबातील जवळचे व कौटुंबिक वाद सोडविते. आरोपीला शिक्षा देते (एकार्ट: २२). महिला आघाडीची ही काम करण्याची पद्धत हिंदू धर्माच्या नियमानुसार न्यायनिवाडा करण्याची पद्धत आहे. वैवाहिक वाद, हुंडा, पत्नीला मारहाण, पोटगी अशा स्वरूपाच्या समस्या महिला आघाडी सोडवते. नवऱ्याने सोडून दिलेल्या महिलांना संभाळण्यास भाग पाडणे, हळदी कुंकवाचे कार्यक्रम घेणे, या परंपरागत कामाच्या आधारे शिवसेनेने महिलांचे संघटन केले (तिस्ता सेटलवाड, १९९५:२३८). २००४ मध्ये शिवसेनेने महिला अत्याचारविरोधी पश्चिम विदर्भात महिला मोर्चा काढला होता. महिला अत्याचार विरोधी मुद्यावर कोठेवाडी ते ब्रह्मवाडीपर्यंत मोर्चा काढला व शिवसेनेने महिलांचे संघटन केले.

नेतृत्व

शिवसेना प्रमुख, शिवसेना प्रमुखांच्या निकटवर्ती वर्तुळातील सदस्य, अष्ठप्रधान मंडळ, कार्याध्यक्ष, कार्यकारी मंडळाचे सदस्य, शिवसेना नेते, शिवसेना उपनेते, संपर्क प्रमुख, जिल्हा प्रमुख, तालुका प्रमुख व शाखा प्रमुख अशी पदसोपानात्मक नेतृत्वाची रचना शिवसेनेत आहे. या रचनेत शिवसेना प्रमुख व शिवसेना कार्यकारी प्रमुख यांच्याकडे अधिकार व सत्ता आहे. इतर सर्व पातळ्यांवरील नेतृत्वाकडे कर्तव्य देण्यात आली आहेत. शिवसेना नेते, शिवसेना उपनेते व संपर्क प्रमुख या पातळीवरील नेतृत्व शिवसेना प्रमुख आणि जिल्हा प्रमुख, तालुका प्रमुख व शाखा प्रमुख यांच्यातील संपर्क म्हणून काम करते. या नेतृत्वाला विभाग, जिल्हा पातळीवर निर्णय घेण्याचे अधिकार नाहीत.

शिवसेना प्रमुख

शिवसेना प्रमुख ही नेतृत्वाची सर्वोच्च पातळी आहे. हे पद संघटनेच्या रचनेतील अत्युच्च पद व आजीव पद आहे. हे पद शिवसेनेतील निर्णय-निश्चितीचे केंद्र आहे. संघटनेच्या कार्यपद्धतीतील निर्णय-निश्चिती, वेगवेगळ्या पदाची नियुक्ती, संघटनेची रचना व कार्याचे स्वरूप शिवसेना प्रमुख ठरवतात (देसाई, १९८७). शिवसेनेतील हे पद दिव्यवलयांकित मानले जाते. शिवसेना प्रमुख या पदाव्यतिरिक्त असणारी पदे सर्वसामान्य मानली जातात. शिवसेना प्रमुख पदाकडे विशेष गुणवत्ता असणारे पद म्हणून पाहिले जाते. प्रखर बुद्धिमत्ता, कार्यक्षमता, आशीर्वाद, शक्ती अशी वैशिष्ट्ये शिवसैनिकांकडून सांगितली जातात. स्वत: शिवसेना प्रमुख सरसेनापती, समर्थ रामदासांचे प्रतिनिधी, अवतारी पुरुष आणि रिमोट कंट्रोल असे स्वत:ला संबोधतात. नेत्याच्या अंगी अलौकिक शक्ती आहे, या अर्थाने शिवसैनिक ही वैशिष्ट्ये वापरल्यामुळे शिवसेना प्रमुख या पदास

अनुयायांची अधिमान्यता मिळते. तसेच ही वैशिष्ट्ये अधिमान्यता मिळवून देणारी, विश्वास-साधने आहेत. दिव्यवलयांकित नेतृत्वाच्या माध्यमातून शिवसेना प्रमुखांनी संघटनेवर प्रभावी नियंत्रण ठेवले. बाळ ठाकरे हे शिवसेना प्रमुख आहेत. ठाकरे शिवसेना स्थापन करण्यापूर्वी संघात काम करत होते. सरसंघचालक या नेतृत्वाला बाळ ठाकरे आदर्श नेतृत्व मानतात. संघात परंपरागत हिंदुत्व व आक्रमक हिंदुत्व असे दोन गट होते. आक्रमक हिंदुत्ववादी गट हा हिंदुत्वाने राजकीय स्वरूप धारण करावे या विचाराचा होता. ठाकरे यांना या गटाचा सुरुवातीपासून पाठिंबा होता. शिवसेनेला बाळ ठाकरे यांचे एकचालकानुवर्तीत्व नेतृत्व मिळाले आहे (लटपटे, १९९०: ४). बाळ ठाकरे यांनी महाराष्ट्राच्या इतिहासातील काही भागांच्या आधारे हिंदुत्व विचार मांडले. शिवाजी व समर्थ रामदास यांचे गुरू-शिष्यांचे नाते, भवानी तलवार, भगवा ध्वज, भगवी शाल, रुद्राक्षाची माळ या सांस्कृतिक प्रतीकांचा वापर बाळ ठाकरे यांनी केला. या प्रतीकांमधून त्यांनी ग्रामीण भागात हिंदुत्व विचार पोचवला (योगेंद्र ठाकूर, १९८७: १५४). शिवाजी महाराजांचे प्रतीक महानायक म्हणून बाळ ठाकरे यांनी मांडले, त्याचे गौरवीकरण केले. बाळ ठाकरे यांच्यामते शिवाजी महाराजांनी स्थापन केलेले राज्य गोब्राह्मणप्रतिपालक राज्य होते. शिवसेना शिवाजी महाराजांच्या राज्याचे प्रारूप स्वीकारते, असे त्यांचे मत आहे.

शिवसेनेला अध्यात्मिक नेतृत्वाचे अधिष्ठान आहे, अशी प्रतिमा बाळ ठाकरे यांनी उभी केली. गरीब कामगार व शेतकरीवर्गांच्या युवकांना शिवसेना नेतृत्वाने अध्यात्माबरोबर भौतिक विकासाच्या कार्यक्रमांची भरमसाठ रंजक आश्वासने दिली होती. मराठी भाषिक वर्गाच्या तातडीच्या समस्या लक्षात घेऊन आकर्षक कार्यक्रम शिवसेना प्रमुखांनी मांडल्याने त्यांच्या नेतृत्वास त्यांनी लोकानुरंजनवादी स्वरूप प्राप्त करून दिले (पळशीकर,१९९५अ, २७).

बाळ ठाकरे यांनी संघटनेतील दुसऱ्या पातळीवरील नेतृत्वावर नियंत्रण ठेवले आहे. कोणताही एक नेता वरचढ होऊ नये म्हणून नियंत्रणाच्या तत्त्वाचा वापर शिवसेना प्रमुखांनी केला. हे बाळ ठाकरे यांच्या नेतृत्वाचे एक वैशिष्ट्य आहे. माधव देशपांडे, श्याम देशमुख यांच्यावर शिवसैनिकांचे नियंत्रण ठेवले. दत्ता प्रधान यांना 'संघटना प्रमुख' हे पद दिले होते. त्यांनी संघटनेची बांधणी शिस्तबद्ध केली. त्यांना जनमताचा पाठिंबा मिळत होता हे लक्षात घेऊन संघटनेने १९६९ मध्ये 'संघटना प्रमुख' पद रद्द केले. असे परस्परांवर नियंत्रणाचे एक तंत्रच शिवसेना प्रमुखांनी शिवसेनेत राबवले (अकोलकर: १३२-३३).

शिवसेना नेते

शिवसेनेने शिवसेना प्रमुख या पदानंतर कार्याध्यक्ष हे नवे पद जानेवारी २००३

मध्ये निर्माण केले. उद्धव ठाकरे शिवसेनेचे कार्याध्यक्ष हे आहेत (महाराष्ट्र टाइम्स, मुंबई, २९-३१ जानेवारी २००३). अष्टप्रधान कार्यकारिणीचे सदस्य शिवसेना नेते होते. अष्टप्रधान कार्यकारिणी व्यतिरिक्तही शिवसैनिकांचा उल्लेख शिवसेना नेते म्हणून केला जातो. लीलाधर डाके, मधुकर सरपोतदार, सतीश प्रधान, दत्ताजी नलावडे इ. नेते अष्टप्रधान कार्यकारिणीत होते. शिवसेना नेतेपद शिवसेना प्रमुख देतात. लीलाधर डाके, मधुकर सरपोतदार, सतीश प्रधान, दत्ताजी नलावडे, वामनराव महाडीक, दत्ताजी साळवी, मनोहर जोशी, प्रमोद नवलकर, सुधीर जोशी, छगन भुजबळ, शरद आचार्य या अकरा व्यक्तींची निवड शिवसेना नेते म्हणून केली होती (२४ मे १९९०). याखेरीज इतरांनी स्वत:चा शिवसेना नेते असा उल्लेख करण्यास शिवसेना प्रमुखांनी सक्त विरोध केला होता. शिवसेना प्रमुखांच्या निष्ठेतील व्यक्तींची नियुक्ती सेनेच्या नेतेपदी होते. शिवसेना नेते एखाद्या भागाचे किंवा विभागाचे आहेत. संपूर्ण महाराष्ट्राचे किंवा शिवसेनेचे नेते 'शिवसेना नेते' नसतात (देसाई, १९८७). संघटनेच्या कार्यांत सुलभता निर्माण व्हावी, निर्णय घेताना विचारांची देवाण-घेवाण व्हावी, संघटनेच्या वाढीबरोबर कामाचा वाढणारा पसारा विभागावा, या हेतूने शिवसेना प्रमुखांनी नेते नेमले होते. शिवसेना नेत्यांवर जबाबदारी विभागून दिली आहे. तसेच शिवसेना नेते विभागात पाठवून त्या विभागातील शाखा प्रमुखांना शिवसेनेने बळपुरवठा केला. ऑक्टोबर १९९७ मध्ये शिवसेनेने १६ उपनेते नेमले. यांपैकी नाशिकचे अभय उगावकर आणि सांगलीचे नितीन शिंदे वगळता, इतर सर्व मुंबईतील व ठाकरे यांच्या विश्वासातील होते. संजय निरूपम हे एक अ-मराठी उपनेते १९९७ मध्ये नेमले होते (केतकर, २०००: ९३).

१९९० च्या निवडणुकीनंतर विधानसभेतील दोन आमदारांवरून विरोधी पक्षनेते पदापर्यंत शिवसेनेची राजकीय प्रगती झाली होती. यानंतर शिवसेनेत हिंदुत्वाच्या मुद्याच्या आधारे एका बाजूने फूट पडली. तर दुसऱ्या बाजूने नेतृत्वातील ताण-तणाव हिंदुत्व मुद्यामुळे कमी झाले. मे १९९१ मध्ये मराठवाड्यातील सुभाष पाटील या शिवसेना नेत्याने काँग्रेस पक्षात प्रवेश केला. मार्च १९९१ पासून मनोहर जोशी, छगन भुजबळ यांच्यामध्ये नेतृत्वावरून शिवसेनेत उघड संघर्ष सुरू होता. हा संघर्ष केवळ नेतृत्वातील नव्हता. या संघर्षाला मंडल आयोगाच्या शिफारशींच्या समर्थनाची व विरोधाची दुसरी बाजू होती. छगन भुजबळ मंडल आयोगाचे समर्थन करत होते. त्यांच्याखेरीज इतर शिवसेना नेते मंडल आयोगाच्या शिफारशींची बाजू घेत नव्हते. यामुळे इतर मागासवर्गीय जातींचा एक गट तयार झाला. या मुद्यावर शिवसेनेला मार्ग काढता न आल्यामुळे डिसेंबर १९९१ मध्ये शिवसेनेचे छगन भुजबळ यांनी सोळा आमदारांना बरोबर घेऊन काँग्रेस पक्षात प्रवेश केला. शिवसेनेत नेतृत्वावरून तणाव वाढले. परंतु हिंदुत्वाच्या मुद्यांमुळे या तणावाला आळा घातला गेला. कारण १९९२ नंतर राज ठाकरे व उद्धव ठाकरे

यांचे नेतृत्व उदयाला आले.

ऑगस्ट १९९३ मध्ये भारतीय कामगार सेनेच्या नेते पदावरून दत्ताजी साळवी यांना बाळ ठाकरे यांनी हटवले. १९९५ नंतर शिवसेनेची सत्ता आल्यानंतर नंदू घाटे, सुरेश नवले, गणेश नाईक, गुलाबराव गावडे यांनी शिवसेना विरोधी जाहीर भूमिका घेतली होती. शिवसेनेतून बाहेर पडून त्यांनी बाळ ठाकरे यांच्या नेतृत्वास विरोध केला (सकाळ, १७ ऑगस्ट १९९८). शिवसेना संघटनेत उच्चजाती विरोधी मराठा व ओ. बी. सी. असा तणाव होता. ब्राह्मण–प्रभू जातीचे नेते मराठा – ओ. बी. सी. नेतृत्वाबरोबर तुच्छतेचे वर्तन करतात असे मत गणेश नाईक, सुरेश नवले यांनी नोंदवले आहे. परंतु हिंदुत्व मुद्यावरती नेतृत्वाला मिळालेली संमती शिवसेनेतून बाहेर पडल्यावर मिळत नाही. त्यामुळे शिवसेना संघटनेतून बाहेर पडून नेतृत्व वाढत नाही. म्हणून सुभाष पाटील (औरंगाबाद), गुलाबराव गावडे (अकोला), सुरेश नवले (बीड), यांनी पुन्हा शिवसेना पक्षात प्रवेश केला.

संपर्क प्रमुख

राज्यपातळीवरील सेना नेतृत्व आणि जिल्हा प्रमुख यांच्यात संपर्क राहावा म्हणून जिल्हा संपर्क नेते आहेत. प्रत्येक विभागाचे एक किंवा दोन संपर्क प्रमुख नेमले जातात. संपर्क प्रमुख हे पद मुंबईशी संबंधित व्यक्तीकडे दिले जाते. संपर्क प्रमुख या पदास जिल्हा प्रमुखापेक्षा जास्त अधिकार दिलेले आहेत. जिल्ह्यातून निवडून आलेले आमदारखासदार व जिल्हा प्रमुख यांच्याशी शिवसेनाप्रमुख यांच्या वतीने संपर्क प्रमुखांचा संपर्क असतो. गाव प्रमुख, तालुका प्रमुख, जिल्हा प्रमुख आणि शिवसेना प्रमुख यांच्यात संपर्क ठेवण्यासाठी जिल्हा संपर्क नेते नेमले जातात. शिवसेनेचा विस्तार करण्यासाठी संपर्क प्रमुख पदाने जिल्हा प्रमुख व शाखा प्रमुख यांना कृतिप्रवण केले. त्यांना पाठबळ दिले. १९९५ मध्ये शिवसेनेचे सरकार आल्यानंतर नेत्यांबरोबर उपनेते नेमण्याची प्रथा शिवसेनेने सुरू केली.

गाव, तालुका, शहर प्रमुख, शाखा प्रमुख, जिल्हा प्रमुख, संपर्क नेते, उपनेते अशी नेतृत्वाची एक उतरंड दिसून येते. या नेतृत्वाच्या उतरंडीतील प्रत्येकाची नेमणूक शिवसेना प्रमुख हे नियुक्ती–पद्धतीने करतात. शिवसेनेत सर्व निर्णय सेना प्रमुख घेतात. इतरांवर निर्णय घेण्याची जबाबदारी नसते. मुंबईचे नेते काही प्रमाणात निर्णय प्रक्रियेत सहभागी असतात. परंतु अंतिम निर्णय सेनाप्रमुखांचा असतो. शिवसेना प्रमुखांच्या निर्णयाची अंमलबजावणी करणे हे शिवसेना नेतृत्वाचे कर्तव्य असते. यापद्धतीने ऐंशी व नव्वदीच्या दशकात शिवसेना संघटना काम करत होती. समकालीन दशकात मात्र शिवसेनेचे कार्याध्यक्ष निर्णय प्रक्रिया राबवतात.

शिवसेनेतील शिवसेना प्रमुख, शिवसेना नेते, उपनेते, जिल्हा प्रमुख, आमदार,

वेगवेगळ्या आघाड्यांचे प्रमुख अशा पातळ्यांवरील २४६ नेत्यांची सामाजिक, आर्थिक व राजकीय माहिती संकलित केली आहे. या माहितीचे जात, धार्मिक व सांस्कृतिक पार्श्वभूमी, पक्ष व संघटनांबरोबरचे संबंध, उत्पादन गट या निकषांच्या आधारे विश्लेषण केले आहे.

जात घटकांच्या आधारे संघटन

शिवसेनेला प्रारंभी कायस्थ प्रभू-पठारे, सारस्वत व ब्राह्मण या जातिगटांनी पाठिंबा दिला. शिवसेनेतील कायस्थ प्रभू-पठारे, प्रभू-सारस्वत व ब्राह्मण हे नेतृत्व मुंबई व कोकण विभागातील आहे. हे नेते उच्चवर्णीय सुशिक्षित व सधन आहेत. महाराष्ट्रातील ग्रामीण भागात मोठ्या प्रमाणावर बेकारी होती. या कारणामुळे महाराष्ट्रातील ग्रामीण भागातून बेकार तरुण मुंबई शहरात स्थलांतरित झाला. विविध जाती गटांच्या आर्थिक विकासाबद्दलच्या अपेक्षा उंचावल्या होत्या. ब्राह्मणेत्तर जातिगटांचा आर्थिक विकासाबद्दल अपेक्षाभंग झाला. या विविध जाती-जमातींपैकी शिवसेनेने प्रथम इतर मागासवर्गीय व नवबौद्धेत्तर अनुसूचित जाती यांचे संघटन सुरू केले. शिवसेनेने तीन 'म' ला विरोध हा कार्यक्रम जाहीर केला. तीन 'म' चा अर्थ मराठा, नवबौद्ध व मुस्लीम हा आहे. मराठ्यांनी महाराष्ट्राची सत्ता लाटली, नवबौद्धांनी सर्व राखीव जागांचे फायदे घेतले व मुस्लीमांचा अनुनय काँग्रेसने केला. या मुद्यांच्या आधारे शिवसेनेने हिंदूमधील इतर मागासवर्गीय व हिंदू दलित जातींना मराठा, नवबौद्ध व मुस्लीमविरोधात संघटित केले (लेले, १९९५: ४६). तीन 'म'ला विरोध या कार्यक्रमांतून शिवसेनेत माळी, आगरी, शिंपी, कोळी, चर्मकार, जातींचे नेतृत्व उदयास आले.

१९८५ नंतर शिवसेनेचा मराठा विरोध कमी झाला. १९९५ मध्ये शिवसेनेने हिंदू दलित अशी एक नवी अस्मिता पुढे आणली. २००४ मध्ये मुस्लीमविरोध कमी केला. मुस्लीम समाजाचे संघटन केले. थोडक्यात शिवसेनेने जातनिहाय संघटन केले. हा मुद्दा नेत्यांच्या जातिगटावरून स्पष्ट होतो (तक्ता क्र. ४.१). म्हणजेच हिंदुत्वाच्या नंतर दुसऱ्या पातळीवर जात हा घटक राजकीय संघटन करण्यासाठी शिवसेनेने वापरला, असे दिसते.

शिवसेना संघटनेत १३ टक्के नेते उच्च जातीचे आहेत. यामध्ये सारस्वत- प्रभू-ब्राह्मण या जातींचा प्रामुख्याने समावेश होतो. शिवसेनेचे संख्यात्मक बळ मराठा, कुणबी व इतर मागासवर्गीय जातींचे आहे. या दोन जातिगटांतील नेत्यांचे प्रमाण ६८ टक्के आहे. यामध्ये मराठा कुणबी जातीचे ४६ टक्के नेते आहेत. इतर मागास वर्गीय जातींचे १३ टक्के शेतकरी व ९ टक्के कारागीर शिवसेनेत आहेत. त्यामुळे इतर मागासवर्गीय जातिगटांतील लहान जातींनाही नेतृत्वाची संधी मिळाली आहे. शिवसेनेत १३ नेते अनुसूचित जाती गटांतील आहेत. १३ पैकी ७ नेते चर्मकार जातीचे आहेत. अनुसूचित जमातींतील १६ नेते शिवसेनेत आहेत. १६ पैकी ७ नेते महादेव कोळी जातीचे आहेत.

तक्ता क्र. ४. १ : **शिवसेना नेत्यांचे जातिगटानुसार वर्गीकरण**

जात	नेत्यांची संख्या	टक्केवारी
उच्च जाती	३२	१३
मराठा कुणबी	११३	४६
शेतकरी इतर मागासवर्गीय	३३	१३
कारागीर इतर मागासवर्गीय	२२	०९
अनुसूचित जाती	१३	०५
अनुसूचित जमाती	१६	०७
अमराठी	१६	०७
मुस्लीम	१	००
एकूण	२४६	१००

अशिक्षितांकडे संघटनेचे नेतृत्व नाही. माध्यमिक शिक्षण झालेल्या नेत्यांचे प्रमाण ४० टक्के आहे. तर पदवीधर नेतृत्वाचे प्रमाण ५० टक्के आहे. पदव्युत्तर शिक्षण घेतलेल्या नेत्यांचे प्रमाण १० टक्के आहे. शिवसेनेचे नेतृत्व १९८० ते १९९० मध्ये तरुण वर्गांकडे होते. २००० नंतर शिवसेना संघटनेमध्ये ४० ते ६० या मध्यम वयोगटातील नेतृत्व आहे. ६० पेक्षा जास्त वयोगटातील नेते शिवसेना संघटनेत आहेत. तरुण, मध्यम वयोगट व ६० पेक्षा जास्त वयोगट असे तीन स्तर शिवसेना संघटनेत स्पष्टपणे दिसतात.

धार्मिक व सांस्कृतिक कार्याची पार्श्वभूमी

नेते व अनुयायी यांच्या धार्मिक व सांस्कृतिक पार्श्वभूमीच्या आधारे हिंदुत्वाचा प्रसार केला जातो. पण पुणे शहरातील नगरसेवक या पातळीवर गणेश उत्सव मंडळाचा भाजप व शिवसेना या पक्षांच्या तुलनेत काँग्रेस व राष्ट्रवादी काँग्रेस पक्षांना जास्त पाठिंबा आहे (दिनेश थिटे, २००२, १५३-१५४). याउलट संपूर्ण महाराष्ट्रात जिल्हाप्रमुख व आमदार या पातळ्यांवर गणेश उत्सव व शिवजयंती उत्सवांमध्ये सहभागी असलेल्या शिवसेनेच्या अनुयायांचे प्रमाण जास्त आहे. थोडक्यात लोकोंत्सव व लोकांचा समूह मोठा असतो, तेथे शिवसेना काम करते. शिवजयंती व गणेश उत्सव शिवसेनेचे सर्व नेते साजरे करतात. या उत्सवामधून हिंदुत्व विचार मांडला जातो. नवरात्र, दत्त जयंती, हनुमान जयंती, साई बाबा, एकवीरा देवीचा उत्सव, गोहत्याबंदी असे कार्यक्रम शिवसेनेचे नेते राबवतात. या कार्यक्रमांतून शिवसेनेने हिंदुत्व विचार मांडला. नामांतर विरोधी आंदोलन व अत्याचार प्रतिबंधक कायद्याविरोधी आंदोलनांतील सहभाग शिवसेनेचे नेते महत्त्वाचा

मानतात. मराठवाडा विभागातील ७ टक्के नेते नामांतरविरोधी आंदोलन व अत्याचार प्रतिबंधक कायद्याविरोधी आंदोलनांची पार्श्वभूमी असलेले आहेत (तक्ता ४.२).

तक्ता क्र. ४.२: शिवसेना नेत्यांचे पार्श्वभूमीनुसार वर्गीकरण

पार्श्वभूमी	नेत्यांची संख्या	टक्केवारी
शिवजयंती उत्सव	२४६	१००
गणेश उत्सव	२४६	१००
नवरात्र उत्सव	२६	११
दत्त जयंती, हनुमान उत्सव व साई बाबा, एकवीरा देवी	१५	०६
गोहत्याबंदी व कत्तलखानाविरोधी आंदोलन	१३	०५
नामांतरविरोधी व अत्याचार प्रतिबंधक कायद्या-विरोधी आंदोलन	१६	०७

शिवसेना संघटनेतील नेतृत्वाचे इतर पक्षांबरोबरचे व संघटनांबरोबरचे संबंध

शिवसेनेतील ४० टक्के नेत्यांना इतर पक्ष व संघटनांची पार्श्वभूमी आहे. शिवसेनेचे ६० टक्के नेते शिवसेनेतूनच पुढे आलेले आहेत. पतितपावन संघटना, हिंदू सेना, हिंदू एकता आंदोलन व मराठा महासंघ या संघटनांमध्ये काम केलेले ४६ नेते शिवसेनेत आहेत. या चार संघटनांमधून शिवसेनेत आलेले २४ टक्के नेते आहेत (तक्ता ४.३). शिवसेनेच्या १० नेत्यांची पार्श्वभूमी संघात काम केलेली आहे. पाच नेत्यांनी भाजपमधून शिवसेनेत पक्षांतर केले आहे.

तक्ता क्र. ४.३ : शिवसेनेतील नेत्यांचे पक्ष व संघटनांबरोबरच्या संबंधांचे वर्गीकरण

पक्ष व संघटना	नेत्यांची संख्या	टक्केवारी
पतितपावन संघटना	११	०४
हिंदू सेना	१०	०४
हिंदू एकता आंदोलन	१६	०७
मराठा महासंघ	२३	०९
राष्ट्रीय स्वयंसेवक संघ	१०	०४
काँग्रेस	१६	०७

पक्ष व संघटना	नेत्यांची संख्या	टक्केवारी
राष्ट्रवादी काँग्रेस	१०	०४
समाजवादी पक्ष	०४	०२
स्वतंत्र भारत पक्ष	०२	०१
जनता पक्ष व जनता दल	०४	०२
भाजप	०५	०२
शिवसेना	१३५	५४
एकूण	२४६	१००

शिवसेनेने नोकरी, शिक्षण, लोकसभेत व विधानसभेत राखीव जागांना विरोध, रिडल्सला विरोध, मराठवाडा विद्यापीठाच्या नामांतरास विरोध, रामजन्मभूमी आंदोलनास पाठिंबा, समान नागरी कायद्याचा पाठपुरावा, गोवंशहत्याबंदी कायद्यांचे समर्थन, निवडणुकांतील सहभाग इ. सामाजिक व सांस्कृतिक मुद्दे उठवले. या स्थानिक मुद्यांच्या माध्यमातून शिवसेनेचे हिंदुत्व घडत गेले.

निवडणुकीच्या क्षेत्रात हिंदुत्वाला मर्यादा

शिवसेनेने मुंबई येथील विधानसभेच्या विलेपार्ले मतदारसंघातील पोटनिवडणुकीत हिंदुत्व मुद्याचा प्रचार केला (१९८७). या मतदारसंघात गुजराथी लोकवस्ती जास्त आहे. त्यामुळे शिवसेनेने गुजरातमधील कट्टर हिंदुत्ववादी स्वामी यांना प्रचारासाठी बोलवले होते. त्यांनी शिवसेनेचा प्रचार केला. या निवडणुकीत ठाकरे यांनी 'गर्वसे कहो हम हिंदू है' ही घोषणा प्रचारात वापरली. या प्रचारास प्रतिसाद मिळाला व विलेपार्ले मतदारसंघ शिवसेनेने जिंकून घेतला (रमेश प्रभू, लोकप्रभा, १३ ऑगस्ट १९९९). शिवसेनेने हिंदुत्वाचा मुद्दा राष्ट्रीय व राज्यपातळीवर मांडला. परंतु हिंदुत्वाचा मुद्दा मांडताना निवडणूक आयोग, न्यायालय व भाजप यांनी मर्यादा घातल्या. त्यामुळे शिवसेनेचा हिंदुत्वाचा प्रचार राष्ट्रीय व राज्यपातळीवर फार धारदार झाला नाही. परंतु शिवसेनेच्या हिंदुत्वाच्या मुद्याला स्थानिक संदर्भ आहे. त्या संदर्भात शिवसेनेने आक्रमकपणे हिंदुत्वाचा प्रचार केला. कोकण, मुंबई, उतर महाराष्ट्र, विदर्भ, मराठवाडा व पश्चिम महाराष्ट्रातील स्थानिक संदर्भांच्या उदाहरणांमधून शिवसेनेने हिंदुत्व मुद्याचा प्रचार केला. हा मुद्दा शिवसेनेने लढवलेल्या विधानसभा निवडणुकांमधून स्पष्ट होतो. परंतु केवळ हिंदुत्वाच्या आधारे शिवसेना संघटनेचा प्रवास झाला नाही. शिवसेना संघटनेला ऐंशीच्या दशकातील राजकीय

अर्थकारणाचाही आधार मिळाला. नव्वदीच्या दशकात शिवसेना संघटना सेवा क्षेत्राच्या आधारे वाढली. शिवसेना नेते व अनुयायांचे प्रमाण सेवा क्षेत्र व शेतीक्षेत्राशी संबंधित जास्त आहे. शेती व सेवा या दोन्ही क्षेत्रात एकत्रित संबंध असलेले नेते शिवसेनेकडे आहेत. ३८ टक्के नेते शेती क्षेत्रातील आहेत. दळणवळण,बिल्डर, व्यापार व हॉटेल हे तीन व्यवसाय करणाऱ्या नेत्यांचे प्रमाण ३९ टक्के आहे. प्राचार्य, प्राध्यापक, मॅनेजर, सरकारी नोकर असलेल्या नेत्यांचे प्रमाण ११ टक्के आहे. या क्षेत्रांतून शिवसेनेला आर्थिक मदत मिळते. घरकाम व कामगार या २ क्षेत्रातील नेते शिवसेना संघटनेत केवळ प्रत्येकी दोन टक्के आहेत (तक्ता क्र. ४. ४). उद्धव ठाकरे यांनी शेतकऱ्यांचे प्रश्न उठवत समकालीन दशकात शिवसेनेचे संघटन केले. रायगड येथे विशेष आर्थिक क्षेत्राला व रत्नागिरी येथे आणुऊर्जा प्रकल्पाला तीव्र विरोध करत संघटनेने आगरी व कुणबी समाजात स्थान पक्के केले. म्हणजेच संघटनेने जात या घटकाच्या आधारे संघटन केले. शिवसेनेने शिवशक्ती–भीमशक्ती ही कल्पना मांडली. २००० मध्ये शिवसेनेने नवबौद्ध समाजाचे संघटन सुरू केले. २०११ मध्ये रामदास आठवले व शिवसेना यांची युती झाली. नवबौद्ध समाजातील एक मोठा गट शिवसेनेशी जोडण्यास एक दशकाचा काळ गेला. याचाच अर्थ हिंदुत्वाला मर्यादा होत्या.

तक्ता क्र. ४. ४ : शिवसेना संघटनेच्या नेत्यांचे व्यवसायगटानुसार वर्गीकरण

उत्पन्न गट	नेत्यांची संख्या	टक्केवारी
शेती	९२	३८
मोठे उद्योग	५	२
लघुउद्योग	१४	०६
दळणवळण व्यवसाय	३०	१२
व्यापारी	२७	११
बिल्डर	३०	१२
हॉटेल व्यवसाय	११	०४
कामगार	०६	०२
नोकरी	२७	११
घरकाम	४	०२
एकूण	२४६	१००

१९७२ ते १९८५ पर्यंत शिवसेनेला केवळ दोन टक्क्यांपर्यंत मते मिळत होती. १९८९ नंतर शिवसेनेच्या मतांमध्ये वाढ झाली. १९९० च्या विधानसभा निवडणुकीत शिवसेनेला १८३ जागांपैकी ५२ जागा जिंकता आल्या व १५.९ टक्के मते मिळाली. हा बदल हिंदुत्व विचार स्वीकारल्यानंतरचा आहे. १९९० च्या विधानसभा निवडणुकीपासून ते २००४ च्या विधानसभा निवडणुकीपर्यंत शिवसेनेच्या मतांमध्ये वाढ होत गेली आहे (तक्ता क्र.४.११). या मतवाढीचा संबंध स्थानिक पातळीवरील हिंदुत्वाच्या मुद्यांशी जोडलेला आहे. परंतु शिवसेनेने हिंदुत्वाचा मुद्दा राष्ट्रीय व राज्यपातळीवर मांडला. या हिंदुत्वाच्या प्रचाराला निवडणूक आयोग, न्यायालय व भाजप यांच्याकडून मर्यादा घातल्या गेल्या. त्यामुळे शिवसेनेचा हिंदुत्वाचा प्रचार राष्ट्रीय व राज्यपातळीवर निवडणूक काळात फार धारधार झाला नाही.

तक्ता क्र. ४.११: **विधानसभा निवडणूक जिंकलेल्या जागा व मतांची टक्केवारी.**

निवडणूक वर्ष	लढवलेल्या जागा	जिंकलेल्या जागा	मतांची टक्केवारी
१९७२	२६	१	१.८
१९७८	३५	-	१.८
१९८५	३३	०१	२.०
१९९०	१८३	५२	१५.९
१९९५	१६९	७३	१६.४
१९९९	१६१	६९	१७.३
२००४	१६३	६२	२०.००
२००९	१६०	४४	१६.२६

(**आधार:** पळशीकर सुहास, एप्रिल ३– १०– २००४: १४९८; पळशीकर–बिरमल, २००४ : ५४६८).

शिवसेनेने निवडणूक काळात स्थानिक मुद्यांच्या संदर्भात हिंदुत्वाचा प्रचार केला. हिंदुत्वाच्या मुद्याला सलगपणे प्रतिसाद मिळाला नाही. शिवसेनेचा हिंदुत्व मुद्दा नागपूर विभाग व पश्चिम महाराष्ट्रात प्रभावी ठरला नाही. १९८९ ची लोकसभा निवडणूक, १९९० ची विधानसभा निवडणूक व १९९१ च्या लोकसभा निवडणुकीत शिवसेनेने हिंदुत्व हा प्रचाराचा मुख्य मुद्दा ठेवला होता. अयोध्येतील रामजन्मभूमी आंदोलन, हिंदुत्व म्हणजेच राष्ट्रीयत्व या मुद्याला धरून शिवसेनेने १९९१ च्या लोकसभा निवडणुकीत प्रचार केला. व्ही.पी. सिंगांच्या मंडल आयोगवादी भूमिकेस शिवसेनेचा विरोध होता.

लोकांचे प्रेम जातीवर आहे की, धर्मावर याची चाचणी या निवडणुकीत होणार आहे, असे सेनेला वाटत होते. परंतु हिंदुत्ववादी प्रचार केला म्हणून शिवसेनेच्या वामनराव महाडीक यांची निवडणूक न्यायालयाने रद्द केली. त्यामुळे शिवसेनेने हिंदुत्वाच्या मुद्यावर प्रचार नरम केला. ही शिवसेनेच्या हिंदुत्व प्रचारावर पहिली मर्यादा आली. जाहीर भूमिका म्हणून बाळ ठाकरे यांनी हिंदुत्वाचा प्रचार न थांबवता उलट लोकसभा निवडणुकीत हिंदुत्वाचा प्रचार करीत राहणार, असे स्पष्ट केले. त्यांनी न्यायालयावर जोरदार टीका केली. आक्रमक हिंदुत्वाच्या मुद्यामुळे दुसरी मर्यादा शिवसेनेवर आली. याउलट आक्रमक हिंदुत्वाचा अभिमान मान्य नसेल तर भाजपला मार्ग मोकळा आहे ठाकरे यांनी असे जाहीर केले होते. मात्र आक्रमक हिंदुत्वाच्या राजकीय उपयुक्ततेबद्दल प्रश्न निर्माण झाला.

शिवसेना (१८३) व भाजप (१०४) यांच्यात विषम जागावाटप झाले. त्यामुळे भाजपच्या नेत्यांना खटकत होते. १९९० मध्ये बाळ ठाकरे यांनी विश्वहिंदू परिषद व संघावर जाहीर टीका केली. भाजपच्या कार्यकर्त्यांत असंतोष होता. विदर्भ, पुणे, रत्नागिरी, कोल्हापूर या ठिकाणच्या भाजपच्या कार्यकर्त्यांनी राजीनामा देण्याची तयारी केली होती. युतीच्या दोन भागिदारांमध्ये एवढे मतभेद असतानाही संघाचे भिकू इदाते यांनी युतीला सर्व हिंदूंनी व हिंदुत्ववाद्यांनी पाठिंबा द्यावा असा आदेश काढला (व्होरा-पळशीकर, १९९६: ३४).

नामांतराला, रिडल्स इन हिंदुइझमला व मंडल आयोगाच्या शिफारशींना शिवसेनेचा विरोध होता. तर भाजपने या तीन मुद्यांना पाठिंबा दिला होता. १९९५ च्या विधानसभा निवडणुकीत बाळ ठाकरे यांनी हिंदुत्वाचा प्रचार जपून केला. शिवसेनेचा प्रचार बाळ ठाकरे यांनी केशरी रंगाचा पेहराव घालून केला. युतीचा प्रचार टॉपटेन या गाण्याच्या कॅसेटने व भरारी या व्हिडिओ मार्गाने केला. या कॅसेटमध्ये बॉबस्फोट, भष्टाचार, जळगाव वासनाकांड इत्यादी मुद्यांचा वापर शिवसेनेने काँग्रेस विरोधात केला. (व्होरा-पळशीकर, १९९६) शिवसेनेने जाहीरनामा हा शब्दप्रयोग करण्याऐवजी वचननामा हा नवा शब्दप्रयोग केला होता. १९९६ च्या लोकसभा निवडणुकीत शिवसेनेने हिंदुत्वाचा मुद्दा महत्त्वाचा म्हणून घेतला नव्हता. परंतु हिंदुत्व विचार या नावानेच निवडणूक लढवली होती.

काँग्रेसच्या गटांनी सुप्तपणे शिवसेनेला पाठिंबा दिला होता. तेथे थेट हिंदुत्व मुद्यांचा विजय असे गृहीत धरता येत नाही. परंतु हिंदुत्व विचाराला काँग्रेस पक्षाचा पूर्णपणे विरोध नव्हता. त्यामुळे शिवसेनेला हिंदुत्व विचार मांडता आला. याउलट हिंदुत्वाचा प्रतिकार करणाऱ्या पक्षांच्या उमेदवाराचा पराभव झाला. यामध्ये भारतीय रिपब्लिकन पक्ष, शेतकरी कामगार पक्ष, मार्क्सवादी पक्ष व बहुजन समाजवादी पक्ष यांचा समावेश आहे. तसेच शिवसेनेच्या हिंदू उमेदवारांनी मुस्लीम उमेदवारांचा पराभव केला. हे १९९० च्या

विधानसभा निवडणूक निकालातून स्पष्ट होते. ते मुद्दे पुढील प्रमाणे आहेत.

१) भारतीय रिपब्लिकन पक्ष व बहुजन समाजवादी पक्ष यांच्याबरोबर काँग्रेस पक्षाची युती होती. भारतीय रिपब्लिकन पक्ष व बहुजन समाजवादी पक्ष यांना काँग्रेस पक्षाने १२ मतदारसंघ दिले होते. या १२ मतदारसंघापैकी देवळाली, बडनेरा, ब्रह्मपुरी व औरंगाबाद या चार मतदारसंघात शिवसेनेने भारतीय रिपब्लिकन पक्ष व बहुजन समाज पक्ष यांचा पराभव केला. कारण काँग्रेस पक्षाचा शिवसेनेला अंतर्गत पाठिंबा होता.

२) पैठण, बदनापूर, पाथ्री, नांदेड व औरंगाबाद या चार मतदारसंघात शिवसेनेचे उमेदवार निवडून आले कारण १९८५ मध्ये या मतदारसंघातून काँग्रेस एस चे उमेदवार निवडून आले होते. काँग्रेस एस पक्षाने काँग्रेस पक्षात पक्षांतर केल्यानंतर त्यांच्या अनेक कार्यकर्त्यांनी शिवसेनेत प्रवेश केला. यामुळे १९९० च्या सार्वत्रिक निवडणुकीत पैठण, बदनापूर, पाथ्री, नांदेड व औरंगाबाद हे चार काँग्रेस एसकडील मतदारसंघ शिवसेनेने जिंकून घेतले.

३) काँग्रेस एसच्या पक्षांतरानंतर शरद पवार गट व निष्ठावंतांचा गट असे दोन गट काँग्रेस अंतर्गत निर्माण झाले. या दोन्ही गटांच्या वादाचा फायदा शिवसेनेला माहीम, खेरवाडी, नायगाव, माझगाव, ऑपेरा हाऊस, परळ, नेहरूनगर, विलेपार्ले (मुंबई), चिपळूण, दापोली, संगमेश्वर, खेड (कोकण), वसमत, जालना (मराठवाडा), बुलढाणा, जळंब, बोरगाव मुंजू, दर्यापूर (विदर्भ) या मतदारसंघात झाला. या मतदारसंघात १९८५ च्या निवडणुकीत काँग्रेस पक्षाचे उमेदवार विजयी झाले होते. हे मतदारसंघ शिवसेनेने जिंकले.

४) मराठवाड्यातील बीड, परभणी, औरंगाबाद या तीन मतदारसंघात शिवसेनेच्या हिंदू उमेदवारांनी मुस्लीम उमेदवारांचा पराभव केला होता.

५) कोल्हापूर, परभणी, महाड हे मतदारसंघ १९८५ च्या निवडणुकीत शेतकरी कामगार पक्षांकडे गेले होते. हे मतदारसंघ १९९०च्या निवडणुकीत शिवसेनेने जिंकून घेतले.

६) कळमनुरी मतदारसंघ १९८५ च्या निवडणुकीत मार्क्सवादी पक्षाकडे गेला होता. हा मतदारसंघ १९९० च्या निवडणुकीत शिवसेनेने जिंकून घेतला.

निवडणूक आयोगाने बाळ ठाकरे यांना मतदान व निवडणुका लढवण्यासाठी सहा वर्षांसाठी अपात्र ठरवले (महाराष्ट्र टाइम्स, मुंबई, ९ जुलै १९९९). या कारणामुळे हिंदुत्वाचा प्रचार करणार व करणार नाही अशी दुहेरी भूमिका नारायण राणे यांनी घेतली (महाराष्ट्र टाइम्स, मुंबई, ३० जुलै १९९९). कारगील युद्ध, सीमेवरील जवान, बांगलादेशी घुसखोर, सैनिक शाळा, सोनिया गांधी यांना पंतप्रधान होण्यास विरोध या हिंदुत्वाशी संबंधित मुद्यांचा प्रचार शिवसेनेने १९९९ च्या लोकसभा व विधानसभा निवडणुकीत

केला (महाराष्ट्र टाइम्स, मुंबई, २ मे १९९९). परंतु हिंदुत्वाचा मुद्दा प्रथम स्थानावर नव्हता.

शिवसेनेची मतांची टक्केवारी १९९५ च्या (विधानसभा) तुलनेत १९९९ मध्ये १ टक्यांनी वाढली. परंतु १९९९ च्या लोकसभा निवडणुकीत ३ टक्यांनी घटली. २००४ च्या लोकसभा निवडणुकीत मतांची टक्केवारी वाढली. परंतु निवडून येणाऱ्या उमेदवारांची संख्या ३ ने घटली. २००४ च्या विधानसभा निवडणुकीत १९९९ च्या तुलनेत ७ जागा कमी निवडून आल्या. मात्र मतांची टक्केवारी ३ टक्क्यांनी वाढली आहे. परंतु १९९० व १९९५ च्या विधानसभा निवडणुकीप्रमाणे शिवसेनेने हिंदुत्वाचा प्रचार केला नाही. शिवसेनेने २००४ च्या लोकसभा व विधानसभा निवडणुकीत शिवशक्ती-भीमशक्ती, देशप्रेमी मुस्लीम व ख्रिश्चन यांच्याबरोबर समझौते केले. शेतकरी संघटनेबरोबर युती केली. जात विरहीत हिंदुत्वाचे संघटन केले जाते, हा १९८० ते १९९५ पर्यंतचा मुद्दा २००४ च्या विधानसभा व लोकसभा निवडणुकीत मागे पडला. त्याऐवजी शिवसेनेने जाहीरपणे मराठा महासंघ, मल्हार महासंघ यांच्याबरोबर युती केली. थोडक्यात शिवसेनेची हिंदुत्वविषयक भूमिका बदलली. या भूमिकेत मुस्लीम व नवबौद्ध विरोध उघडपणे राहिला नाही. या उलट मुस्लीम व नवबौद्ध समाजाबरोबर समझौता केला गेला. २००४ च्या लोकसभा निवडणुकीत शिवसेनेने बाळ ठाकरे मुस्लीम व नवबौद्ध विरोधात नाहीत, असा प्रचार केला (महाराष्ट्र टाइम्स, मुंबई, १३ एप्रिल २००४). १९८९ ते २००४ पर्यंत भाजप व शिवसेना यांच्या हिंदुत्वाच्या मुद्यांमध्ये फरक होता. तो फरक २००४ मध्ये फारच धुसर झाला होता. हिंदुत्व विचारांवर घडलेले मतदान हा शिवसेनेचा पाया आहे. परंतु हिंदुत्वाच्या बाहेरचे मतदान मिळवण्यासाठी शिवसेनेला वेगळा विचार करावा लागतो. विधानसभा व लोकसभा निवडणुकीत उमेदवार निवडून आणण्यासाठी केवळ हिंदुत्वाची मतपेटी पुरेशी ठरत नाही. हिंदुत्वाच्या मतपेटीबाहेर जाऊन मुस्लीम व नवबौद्ध या दोन समाजांचे मतदान मिळवावे लागते. हिंदुत्वाच्या बाहेर जाऊन विकास या मुद्यावर मतदान मिळवावे लागते. त्यामुळे शिवसेना हिंदुत्वाच्या बाहेरच्या मतदानाचा विचार करू लागली होती. यातून शिवसेनेच्या आक्रमक हिंदुत्वाचे स्वरूप बदलत गेले. याशिवाय हिंदुत्व व जात या दोनपैकी कोणत्या घटकावर लोक जास्त संघटित होतात. हिंदुत्वाचा मुद्दा उठविला, तर व्यापारी व सेवा क्षेत्र विरोधात जाते. या मुद्यांचे मोजमाप नव्वदीच्या दशकात होऊ लागले. यातून शिवसेना संघटनेने हिंदुत्वाच्या मुद्याला पहिली पसंती दिली नाही. शेतकऱ्यांच्या प्रश्नांमधून संघटनेने शेतकरी जातीचे संघटन करण्याचा मुद्दा पुढे आणला. याचाच अर्थ हिंदुत्वाला विविध अर्थ आहेत. हिंदुत्वाचे अर्थ राजकीय संदर्भानुसार बदलतात. हिंदुत्वावर जात, क्षत्रियत्व, आघाडी, मतदरसंघाचे स्वरूप, निवडणूक आयोग, न्यायालय यांच्याकडून मर्यादा घातल्या जातात.

तक्ता. क्र. ४.१२: शिवसेनेचे लोकसभा निवडणूक निहाय खासदार

निवडणूक वर्ष	लढविलेल्या जागा	जिंकलेल्या जागा	मताची टक्केवारी
१९७१	३	–	–
१९८५	२	–	–
१९८९	६	०४	०.२
१९९१	१७	०४	९.५
१९९६	२०	१५	१६.८
१९९८	२२	०६	१९.७
१९९९	२२	१५	१६.९
२००४	२२	१२	२०.१
२००९	२२	११	१७.१

(**आधार:** पळशीकर सुहास, २००४: १४९८, पळशीकर–बिरमल, २००४: ५४६८, दि हिंदू, हैद्राबाद, २० मे २००४ व २४ ऑक्टोबर २००४).

विचारप्रणाली

शिवसेनेची विचारप्रणाली बाळ ठाकरे यांनी गेल्या तीन–चार दशकांत मांडली होती. मात्र समकालीन दशकात उद्धव ठाकरे यांनी राजकीय पक्षाच्या पद्धतीची विचारप्रणाली पुढे आणली आहे. बाळ ठाकरे यांनी मार्मिक (साप्ताहिक) व सामना (दैनिक) या दोन मुखपत्रांतून विचारप्रणाली मांडली. मराठी भाषिकांचे हित व साम्यवाद विरोध (१९६६ ते १९८०) प्रॅक्टिकल सोशालिझम (१९८० ते १९८३) व हिंदुत्व विचार (१९८४) हा शिवसेना संघटनेचा वैचारिक प्रवाह आहे.

१९८४ पूर्वी शिवसेना हिंदुत्व विचार प्रथम क्रमांकावर मांडण्याऐवजी मराठी भाषिकांचे हित हा विचार मांडत होती. तसेच मराठी भाषिक हिताबरोबर हिंदुत्व विचार मांडला जात होता. पण हिंदू देवतांचे संरक्षण, मुस्लीम व ख्रिश्चन विरोध व साम्यवाद विरोध या मुद्यांच्या आधारे शिवसेनेने हिंदुत्व विचार दुय्यम स्थानावर मांडला होता. रेड गार्डला (साम्यवाद) विरोध म्हणून शिवसेनेने मुंबई शहरात भगवा गार्ड स्थापन केला होता. हा विचार हिंदुत्व विचार स्वीकारण्यापूर्वीचा होता.

शिवसेनेने निवडणूक व हिंदुत्व विचारप्रणाली यांचा मेळ घातला होता (योगेंद्र ठाकूर: २१५). मराठीवाद ही विचारप्रणाली मुंबई महानगरपालिका निवडणुका जिंकण्यास पुरेशी ठरत नाही. संपूर्ण महाराष्ट्रातील लोकसभा व विधानसभा पातळीवरील निवडणुका

जिंकण्यासाठी मराठीवादापेक्षा जास्त व्यापक विचारप्रणाली हिंदुत्व ही आहे, असे संघटनेचे मत होते. त्यांनी हिंदुत्व विचारांच्या मार्फत हिंदूंचे ऐक्य करण्याचा विचार मांडला. हिंदू समाज विविध जाती-जमातींत विखुरला आहे. अशा विखुरलेल्या जातींचे संघटन शिवसेना हिंदू अस्मितेमध्ये करते. त्यासाठी शिवसेनेने 'हिंदू तितुका मेळवावा, हिंदू धर्म वाढवावा', असा विचार मांडला आहे (बाळ ठाकरे: १२०). बाळ ठाकरे यांनी हिंदूंचे ऐक्य करण्यासाठी उच्चवर्णीय हिंदूंच्या बाहेरील हिंदूंच्या ऐक्याचा पुरस्कार केला. म्हणजेच शिवसेना संघटना ब्राह्मणेतर हिंदूंचे संघटन करण्याचा विचार मांडत होती. बाळ ठाकरे यांच्यामते, शिवसेनेचे हिंदुत्व जातिभेद पाळत नाही. त्यांच्यामते, हिंदुत्व विचार जातिभेद नष्ट करतो. वेगवेगळ्या जातींना एकत्रित ठेवणारी सांस्कृतिक एकोप्याची परंपरा म्हणजे हिंदुत्व होय (ठाकरे, १९९१: १३४).

शिवसेना जातिभेद पाळत नाही. परंतु शिवसेनेने हिंदूंचे ऐक्य करण्यासाठी जाती व पोट जातीचे समर्थन केले (ठाकरे, १९९१:१०९). बाळ ठाकरे यांच्यामते, चातुर्वर्ण्य हे पारंपरिक हिंदुत्वाचे एक वैशिष्ट्ये आहे. चातुर्वर्ण्यामध्ये ब्राह्मण, क्षत्रिय, धनिक व श्रमिक यांची कर्तव्ये स्पष्ट केली आहेत. चार वर्णांची देशावर निष्ठा असणे, म्हणजे हिंदुत्व होय. चातुर्वर्ण्य आचारविचारांची एक व्यापक संहिता आहे, असे बाळ ठाकरे यांचे मत आहे (ठाकरे, १९९१: १२३).

बाळ ठाकरे यांच्या मते, हिंदू असणे हा गुन्हा नाही. सवर्ण असणे यात पाप नाही (भाऊ तोरसेकर, घरदार, जुलै ८८:२८). त्यांच्यामते, ब्राह्मण व ब्राह्मणी प्रवृत्ती वेगवेगळी असते. शिवसेनेचे हिंदुत्व ब्राह्मणी प्रवृत्ती स्वीकारत नाही. परंतु लोकशाहीच्या पद्धतीने निवडून आलेली ब्राह्मण व्यक्ती मुख्यमंत्री म्हणून स्वीकारणे म्हणजे ब्राह्मणी प्रवृत्ती नव्हे. ब्राह्मण वर्णाचा द्वेष करणे म्हणजे ब्राह्मणी प्रवृत्ती होय.

मराठा व इतर मागासवर्गीय जातींच्या हिंदू धर्मांतील स्थानाचे समर्थन शिवसेना करते. त्यांचे क्षत्रिय स्थान शिवसेना स्वीकारते. उदा. मराठा क्षत्रिय कर्मी नि क्षत्रिय धर्मी आहेत, असे बाळ ठाकरे यांचे मत आहे. गुरव समाज शंकराचा उपासक आहे, असे मनोहर जोशी यांचे मत आहे. त्यांनी राज्यातील प्रत्येक हिंदू देवस्थानच्या विश्वस्त मंडळावर गुरव समाजाला प्रतिनिधित्व देण्याची घोषणा जानेवारी १९९९ मध्ये केली होती (महाराष्ट्र टाइम्स, मुंबई, २५ जानेवारी १९९९). शिवसेना छोट्या आकाराच्या, विखुरलेल्या निष्प्रभ जातींना सत्तेत वाटा मिळवून देते. थोडक्यात, मराठे आपल्याला काही मिळू देत नाहीत म्हणून इतर मागास जाती 'हिंदू ओळख' स्वीकारतात व सत्तेत वाटा मिळवतात. दलित ही गुणवत्ता नाही, असा विचार शिवसेनेने मांडला आहे. दलित जातिगटाचे हिंदू दलित व नवबौद्ध दलित असे विभाजन शिवसेनेने केले आहे. यापैकी हिंदू दलित समाजात शिवसेनेने नवबौद्धांकडे सर्व राजकीय सत्ता गेली, असा विचार मांडला होता. नवबौद्धांच्या

राजकीय सत्तेतील सहभागास विरोध करून हिंदू दलितांनी सत्तेत वाटा मिळवावा, असा विचार प्रस्तुत केला. १९९८ नंतर शिवसेनेने नवबौद्ध समाजाने हिंदू ओळख स्वीकारावी, असा विचार मांडला आहे. यासाठी शिवसेनेने शिवशक्ती व भीमशक्ती, अशी रचना निर्माण केली. या मार्गाचा वापर करून हिंदूंचे संख्याबळ वाढवण्याचा शिवसेनेचा विचार आहे. शिवसेना आदिवासी समाजाला हिंदू ओळख देते. उदा. पालघर येथे शिवसेनेने हिंदू मल्हार कोळी अशी अस्मिता निर्माण केली आहे. तर यवतमाळ येथे स्वाभिमानी आदिवासी मेळावा घेऊन त्यांच्या स्थानिक देवतांना हिंदू चौकटीत मान्यता मिळवून दिली. म्हणजेच शिवसेना संघटना जातींना हिंदू ओळख प्राप्त करून देण्याचा विचार मांडते. जातींनी हिंदू ओळख स्वीकारण्यातून हिंदू अस्तित्वभान तयार होते, हा विचार शिवसेना स्वीकारते. यास हिंदू ऐक्यांचा विचार संबोधिले जाते. थोडक्यात, जनसमूहाला कृतिप्रवण करून, हिंदुत्व विचारांच्या आधारे शिवसेनेने मतदारांची एक हिंदू मतपेटी तयार केली (ठाकरे: १२०). शिवसेना हिंदू ऐक्यात मराठी भाषिक यांचाही समावेश करते. मराठीवादापासून शिवसेनेने हिंदुत्व स्वीकारले होते, असे समर्थन बाळ ठाकरे करतात (ठाकरे : १८८). त्यांच्या मते, प्रादेशिक अस्मितांनी हिंदुत्व अस्मितेत सामील व्हावे.

शिवसेनेने हिंदू धर्माचे समर्थन केले आहे. हिंदू धर्म हा भारत देशाचा प्रमुख धर्म आहे. हा धर्म मूलत: सनातन धर्म आहे. या धर्माचे स्वरूप शाश्वत आहे असे बाळ ठाकरे यांचे मत आहे. त्यांच्यामते, हिंदू धर्मात संकलन आहे. या धर्मात ईश्वरविषयक चिंतन आहे. तसेच नीतिधर्म, वर्णाश्रम धर्म, अशा विविध उपासनापद्धती आहेत. बाळ ठाकरे यांच्यामते, सनातन हिंदू धर्माची एक व्यक्ती संस्थापक नाही किंवा सर्व ज्ञान एकत्रित असणारा एक धर्मग्रंथ नाही. हिंदू धर्माचा हिंदुस्थानमध्ये स्वतंत्रपणे प्रसार झाला. त्यांच्या-मते, वैष्णव, शैव, जैन, बौद्ध, शीख अशा अनेक फांद्या आल्या (ठाकरे : १२३). याबरोबरच बाळ ठाकरे यांचे असेही मत आहे की, रामायण हा हिंदूंचा धर्मग्रंथ आहे (ठाकरे : २१).

बाळ ठाकरे यांच्यामते, हिंदू धर्म जगातील सर्वश्रेष्ठ धर्म आहे. या धर्माला श्रेष्ठ परंपरा आहे. त्या परंपरेत दिव्यत्वाची प्रचीती आहे असे बाळ ठाकरे यांचे मत आहे. सर्वशक्तिमान अशी एक शक्ती आहे, ती शक्ती म्हणजे जगदंबा, एकवीरा किंवा अंबाबाई. या शक्तींवर शिवसेनेचा विश्वास आहे, असे बाळ ठाकरे यांचे मत आहे. त्यांच्यामते, गणपती हे हिंदू धर्मातील जागृत दैवत आहे (ठाकरे: ९०). बाळ ठाकरे यांच्यामते, दैवतांपेक्षा श्रद्धा महत्त्वाची आहे. हिंदू धर्म श्रद्धेने गुंफलेला आहे. श्रद्धेचे धागे सैल झाल्यास हिंदू धर्म नष्ट होऊ शकतो. त्यांच्यामते, श्रद्धा म्हणजेच हिंदू धर्म आहे (ठाकरे: ८८).

बाळ ठाकरे यांनी हिंदू धर्म व हिंदुत्व या दोन संकल्पनांमध्ये फरक केला आहे.

हिंदुत्व संकल्पना राजकीय आहे. त्यांच्यामते, हिंदूंची व्होट बँक तयार करणे, हिंदुत्व या विचारप्रणालीवर आधारित निवडणुका लढवणे, हिंदूंना हिंदू अस्मिता देणे हा हिंदुत्व संकल्पनेचा राजकीय अर्थ आहे. तसेच त्यांच्यामते, ही संकल्पना राष्ट्रीय आहे. राष्ट्रीय हिंदुत्व म्हणजे सर्व हिंदूंचे ऐक्य करणे. त्यांच्यामते, हिंदुत्व म्हणजे शौर्य. हिंदू व्यक्तींमध्ये लढवय्ये हा गुण असणे म्हणजे हिंदुत्व आणि मंत्र, तंत्र, शेंडी, जानवे, जपमाळ म्हणजे हिंदू धर्म. हिंदू धर्म ही संकल्पना धार्मिक आहे. त्यांच्यामते, हिंदू धर्म टिकवण्यासाठी हिंदुत्वाची गरज आहे. हिंदुत्वात सर्वधर्मसमभावाचे तत्त्व आहे (ठाकरे: १०१). सर्वधर्मसमभाव व धर्मनिरपेक्षता या दोन संकल्पना वेगवेगळ्या आहेत. यापैकी शिवसेना सर्वधर्मसमभावाचे तत्त्व स्वीकारते व धर्मनिरपेक्षतेला नाकारते. धर्मनिरपेक्षतेच्या संकल्पनेत अल्पसंख्याकांचा अनुनय केला जातो. त्यांना विशेष अधिकार दिले जातात. हिंदूंचे अधिकार धर्मनिरपेक्षता नाकारते म्हणून धर्मनिरपेक्षतेला शिवसेनेचा विरोध आहे.

शिवसेनेने आक्रमक हिंदुत्वाचा विचार मांडला आहे. आक्रमक हिंदुत्वाचे शिवसेना क्षत्रियत्व, हिंदू धर्म, हिंदू राष्ट्रवाद या मुद्यांच्या आधारे समर्थन करते. मराठा क्षत्रिय कर्मी नि क्षत्रिय धर्मी आहेत. क्षात्रधर्म साधनशुचिता स्वीकारत नाही. क्षात्रधर्म अहिंसेचा पुरस्कार करत नाही. क्षत्रिय धर्म म्हणजे शूरता. मराठा जात या धर्माचे पालन उघडपणे करते (योगेंद्र ठाकूर, १९८७: १९०). असे मराठा जातीसंबंधीचे बाळ ठाकरे यांचे विचार आहेत. त्यांच्यामते, मराठा जात ही गोब्राह्मणप्रतिपालक आहे.

बाळ ठाकरे यांनी हिंदु धर्माच्या आधारे आक्रमकतेचा पुरस्कार करणारा विचार मांडला. हिंदू धर्मीयांमध्ये आत्मसंरक्षणाची व हिंदू धर्म संरक्षणाची भावना निर्माण झाली पाहिजे, असे बाळ ठाकरे यांचे मत आहे (ठाकरे : २८). शिवसैनिक मेलेल्या आईचे दूध प्यालेला नाही. शिवसैनिकांनी बांगड्या भरल्या नाहीत, येथून पुढे हिंदू मार खाणार नाहीत, या देशातील हिंदूंवर जेव्हा हिंदू म्हणून हल्ले होतात, तेव्हा हिंदू केवळ मनगटे चावत बसणार नाही. वेळ पडल्यास हिंदू धर्मरक्षणार्थ गवताच्या संगिनी व्हायला हव्यात (ठाकरे: २८, ७७). अशी उदाहरणे देऊन बाळ ठाकरे यांनी दकदपाटशाही समर्थन केले. म. गांधी यांच्या अहिंसा विचारावर बाळ ठाकरे यांनी टीका केली आहे. दकदपाटशाही समर्थन करताना बाळ ठाकरे यांनी मुस्लीम समाजातील आक्रमकतेची उदाहरणे दिली आहेत. राष्ट्रीय पातळीवरील राष्ट्रीय एकात्मतेची समस्या व आंतरराष्ट्रीय पातळीवरील मुस्लीम राष्ट्रांकडील अण्वस्त्र साठे, अणुचाचण्या अशा मुद्यांची उदा. देत बाळ ठाकरे यांनी आक्रमकतेचा पुरस्कार केला.

बाळ ठाकरे यांनी राष्ट्रवादाच्या आधारे आक्रमक हिंदुत्वाचा पुरस्कार केला आहे. त्यांच्यामते, आक्रमक राष्ट्रवाद म्हणजे हिंदुत्ववाद. बाळ ठाकरे यांनी समाजाचे नेभळट व कडवट असे वर्गीकरण केले आहे. हिंदुत्व हेच राष्ट्रीयत्व, 'गर्व से कहो हम हिंदू है',

'हिंदुत्व हिंदुस्थानकी शान है, जान है' या घोषवाक्यांमधून त्यांनी आक्रमक विचार मांडला आहे (सामना, पुणे, ८ नोव्हेंबर २०००). याउलट नेभळट हिंदूना राष्ट्रीयत्व देऊ नये असेही त्यांचे मत आहे.

शिवसेनेने हिंदुत्वाचा विचार शिवाजी महाराजांच्या इतिहासाच्या माध्यमातून मांडला आहे. शिवाजी महाराजांचे राज्य गोब्राह्मणप्रतिपालक व मुस्लीम विरोधातले होते, असा शिवसेना संघटनेचा विचार आहे. छत्रपती शिवाजी महाराज यांनी हिंदू राष्ट्राची कल्पना मांडली होती. उपेक्षित हिंदूंना त्यांचे हक्क मिळवून देणे म्हणजे हिंदूराष्ट्र होय (ठाकरे: ९२). हिंदू धर्मियांमध्ये आत्मसंरक्षणाची व हिंदू धर्म सरंक्षणाची भावना निर्माण करणे आणि हिंदूचे ऐक्य करणे म्हणजे हिंदू राष्ट्र अशी बाळ ठाकरे हिंदू राष्ट्राची संज्ञा करतात. बाळ ठाकरे यांच्यामते, शिवसेनेच्या संकल्पित हिंदू राज्यात अल्पसंख्याकांना सवलती मिळणार नाहीत. हिंदू राष्ट्रात हिंदुत्वाची निंदानालस्ती ज्यांनी केली, त्यांची गय केली जाणार नाही.

हिंदू राज्य हिंदुस्थानात आले, तर तो स्वातंत्र्याच्या पुढचा एक नैसर्गिक टप्पा ठरेल. कारण हिंदू राज्यात सर्व नागरिकांना समान न्याय व हक्क मिळतील. विशेष हक्क कोणालाही मिळणार नाहीत. हिंदू राज्यात प्रथम हिंदू धर्माचा, हिंदू व्यक्तीचा मान राखला जाईल (ठाकरे: ८१). हिंदू राज्यात एक कायदा असेल. 'मुस्लीम पर्सनल लॉ' ला हिंदू राज्यात बंदी असेल, असे बाळ ठाकरे यांचे मत आहे (ठाकरे: १३). हिंदू राज्यात हिंदू व मुस्लीमांसाठी एकच कायदा असेल, तो कायदा म्हणजे समान नागरी कायदा होय, असे बाळ ठाकरे यांचे मत आहे. भारत हे एक राष्ट्र नाही. देशांतर्गत मुस्लीम, शीख, ख्रिश्चन, हिंदू अशी विविध राष्ट्रे आहेत. पाकिस्तानी मुस्लीम राष्ट्र व भारतीय मुस्लीम राष्ट्र अशी दोन राष्ट्रे आहेत, असे बाळ ठाकरे यांचे मत आहे. यापैकी पाकिस्तानी मुस्लीम राष्ट्र हे हिंदू राष्ट्राचे विरोधक आहेत. भारतीय मुस्लीम राष्ट्र हे हिंदू राष्ट्राचे विरोधक नाहीत. पाकिस्तानी मुस्लीम राष्ट्र हे पाकिस्तान राष्ट्रावर निष्ठा ठेवणारे राष्ट्र आहे, असे बाळ ठाकरे यांचे मत आहे.

बाळ ठाकरे यांच्यामते, भारतात लोकशाहीचे विडंबन चालले आहे. त्यांच्या-मते, निवडणूक पद्धतीत दोष आहेत. निवडणुकीला अनेकांना उभे राहण्याचा अधिकार आहे. निवडणुका लढविण्यासाठी गुणवत्तेचे निकष असावेत. त्यांच्या मते, डॉक्टर, वकील, प्राचार्य यांना उमेदवारी दिली जात नाही (योगेंद्र ठाकूर: २१८). अशिक्षित व गुन्हेगारांना राजकीय पक्ष उमेदवारी देतात. निवडणुका हा निवळ जुगार आहे या लोकशाहीची कीव येते, असे लोकशाहीविषयी बाळ ठाकरे यांचेमत आहे. त्यांच्या मते, लोकशाहीत बेशिस्त असते. लोकशाहीत धुडगूस चालतो. त्यांच्यामते, लोकशाही हे एक ओझे आहे. लोकशाही पंगू बनवते. निवडणूक हा एक रोग आहे (योगेंद्र ठाकूर:

१९२). बाळ ठाकरे यांच्यामते, लोकशाही शिवसेनेला मान्य नाही. त्यांच्यामते, भारतीय मतदार अडाणी आहेत. या कारणांमुळे भारतात लोकशाही राबवता येणार नाही. लोकशाहीला विरोध करीत असतानाच शिवसेनेने पद्धतीने निवडणुका लोकशाही लढवण्यास सुरुवात केली (१९६७). सत्ता प्राप्त करण्यासाठी लोकशाहीमधील निवडणुकांचा मार्ग स्वीकारला. निवडणूक आयोगास लिखित स्वरूपात शिवसेनेची घटना सादर केली. त्यानुसार सरसेनापती पद निवडणुकीपासून अलिप्त ठेवण्यात आले. निवडणूक आयोगाने पक्षांतर्गत निवडणुका घेण्याचे नियंत्रण शिवसेनेवर घातले. धरसोड करीत शिवसेनेने पक्षांतर्गत निवडणुका घेऊन पक्षरचना लोकशाही पद्धतीची असल्याचे निवडणूक आयोगास कळवले. कायदेमंडळ, कार्यकारीमंडळ, न्यायदानमंडळ, निवडणूक आयोग इ. लोकशाहीतील संस्थांवर शिवसेनेने टीका केली होती. या संस्थांच्या नियमांची व निर्णयांची अंमलबजावणी करण्यास विरोध केला आहे. यातून हिंदुत्वाचा अर्थ फिकट झाला.

शिवसेना म्हणजे शिवाजीचे सैनिक असा शिवसेनेचा शब्दश: अर्थ आहे. या संघटनेची विचारप्रणाली मांडताना शिवाजी महाराजांचे व्यक्तिमत्त्व, साहस, त्यांची कारकीर्द, त्यांचा मराठी बाणा, हिंदवी स्वराज्य, त्यांची राजकीय मूल्य ही सर्व वैचारिक श्रद्धास्थाने मानली आहेत. या संघटनेनी 'जय भवानी – जय शिवाजी', 'जय महाराष्ट्र', 'हरहर महादेव' या घोषणा स्वीकारल्या. शिवसेनेने भगवा झेंडा हे प्रतीक स्वीकारले आहे. बाळ ठाकरे यांच्यामते, भगवा ध्वज हिंदुत्वाचे व हिंदू धर्माच्या संरक्षणाचे प्रतीक आहे. तसेच ते विरक्तीचे प्रतीक आहे. हा संदेश श्रीसमर्थ रामदासांनी शिवाजीला दिला होता. शिवाजी महाराजांचे राज्य गोब्राह्मणप्रतिपालक या तत्त्वाचा पुरस्कार करणारे होते. हाच आशय शिवशाहीचा आहे. तसेच त्यांच्यामते, या ध्वजाला भागवत धर्माचेही अधिष्ठान आहे. शिवशाही संकल्पनेत शिवसैनिक सरसेनापती व सरसेनापतीचे एक अंतर्वर्तुळ यांचा समावेश केला जातो. शिवसैनिक या संकल्पनेत शिवसेनेच्या सर्व सभासदांचा समावेश होतो. बाळ ठाकरे यांच्यामते, गावावरून ओवाळून टाकलेले तरुण शिवसेनेचे शिवसैनिक आहेत. त्यांच्यामते, शिवसेनेची भूमिका अर्जूनाची आहे. क्षत्रियांची कार्ये शिवसैनिकांनी करावीत. सरसेनापती म्हणजे हिंदू हृदयसम्राट हे एक पद आहे. बाळ ठाकरे यांच्यामते, सरसेनापती पदाचे कार्य श्रीकृष्णाप्रमाणे गीता सांगण्याचे आहे. हे अवतारकार्य आहे. ईश्वराने या अवतारकार्यांची जबाबदारी बाळ ठाकरे यांच्यावर सोपवलेली आहे असे बाळ ठाकरे यांचे मत आहे. शिवसेना लोकशाहीला विरोध करते व हुकूमशाहीचे समर्थन करते. हुकूमशाहीचा विचार देशी आहे, हे पटवून देण्यासाठी शिवाजी महाराजाच्या राज्यपद्धतीचे उदा. शिवसेना देते. तसेच हुकूमशाही विचाराची स्वीकाहार्यता वाढविते.

संस्कृती, हिंदुत्व, हिंदू प्रतीके, परधर्मविषयक अन्यभावाचे संबंध, धर्मांच्या आधारे हिंसेचे समर्थन, महाराष्ट्रातील संस्कृतीचे व गैरसमजुतीचे समर्थन केले. अशा विविध मुद्यांमधून हिंदुत्व विचार मांडला. परंतु शिवसेनेने हिंदू धर्म, हिंदू संस्कृती, हिंदुत्व, हिंदू प्रतीके इत्यादी संकल्पनांचे अर्थ स्पष्ट केले नाहीत. जनसमूहाला हिंदुत्वाचा जो अर्थ समजतो, अशा सोप्या व व्यवहारात लोकप्रिय असलेल्या मार्गांचा वापर शिवसेनेने केला. उदा. शिवसेना संघटना हिंदू धर्म या शब्दाचा अर्थ व्याख्या करून स्पष्ट करत नाही. त्याऐवजी ज्यांचे कान टोचलेले तो हिंदू, अशी बोली भाषेतील उदाहरण वापरते. त्यामुळे शिवसेनेच्या हिंदुत्वाचा संबंध निवडणुकानंतर लोकप्रिय लोक म्हणी, गैरसमज, पूर्वग्रह किंवा परधर्मापेक्षा वेगळेपण सांगणे यांच्याशी जोडलेला आहे. बाळ ठाकरे यांच्यामते, स्वदेशीची संकल्पना नकली आहे. कारण जीवनावश्यक सर्व वस्तू परदेशी आहेत. या कारणामुळे शिवसेना विदेशीचा पुरस्कार करते (बाळ ठाकरे, १९०).

समारोप

शिवसेनेचे हिंदुत्व राजकीय स्वरूपाचे आहे. हिंदुत्व निवडणूक प्रक्रियेबरोबर जोडलेले आहे. त्यामुळे निवडणुकांच्या संदर्भातच शिवसेनेच्या हिंदुत्वाचा अर्थ स्पष्ट होतो. निवडणुकांच्या अगोदर हिंदुत्वाचा कार्यक्रम आक्रमकपणे राबवला जातो. शिवसेना हिंदुत्वाचा कार्यक्रम स्थानिक, विभागीय, राज्य, राष्ट्रीय व आंतरराष्ट्रीय पातळ्यांवरील समकालीन मुद्यांच्या संदर्भात राबवते. स्थानिक पातळीवर स्थानिक देवता व उत्सव हे हिंदुत्वाचे माध्यम असते. विभागीय पातळीवर मराठा - इतर मागासवर्गीय, मराठा - दलित हा तणाव हिंदुत्वाचा मार्ग असतो. तर राज्यपातळीवर हिंदू-मुस्लीम अंतराय, हिंदू-ख्रिश्चन अंतराय असे मुद्दे हिंदुत्वाचा प्रचार करतात. राष्ट्रीय पातळीवर अयोध्या, काशी, मथूरा, काश्मिर या मुद्यांच्या आधारे हिंदूंना कृतिप्रवण हिंदुत्व करते. तर आंतरराष्ट्रीय पातळीवरील मुस्लीम देश, ख्रिश्चन देश, भारत-पाकिस्तान संबंध या मुद्यांमधून शिवसेनेने हिंदुत्वाचा प्रचार करते. अशा विविध पातळ्यांवरती शिवसेना हिंदुत्वाचा प्रचार केला.

शिवसेनेने जातिव्यवस्थेच्या चौकटीत हिंदुत्वाचा प्रचार केला. शिवसेनेने हिंदुत्वाचा विस्तार उच्च जाती पासून ते अनुसूचित जाती-जमाती व अहिंदूमध्ये करण्याचा कार्यक्रम पुरवला. उच्च जाती व इतर मागासवर्गीय समाजांत प्रथम हिंदुत्वाचा कार्यक्रम स्वीकारला गेला. शिवसेना तेव्हा मराठा, मुस्लीम व नवबौद्ध विरोधात हिंदुत्वाचा विचार मांडत होती. १९८४ नंतर शिवसेनेने मराठा जातीचा विरोध मागे घेतला. मराठा जातीत हिंदुत्वाचा मुद्दा पसरवला. हिंदू दलित व अहिंदू दलित असे विभाजन करून हिंदू दलित समाजात हिंदुत्वाचा मुद्दा मांडला (१९९५). नवबौद्ध, मुस्लीम व ख्रिश्चन या तीन समाज घटकांचे हिंदुत्व मुद्यांच्या आधारे शिवसेनेने १९९८ नंतर संघटन केले. हिंदुत्व

विचार नवबौद्ध समाजात पसरवण्यासाठी शिवसेनेने शिवशक्ती व भीमशक्ती ही राजकीय आघाडी स्थापन केली (सकाळ, पुणे, १७ डिसेंबर १९९८). वसई येथील ख्रिस्ती समाजाला हिंदुस्थानी व राष्ट्रीयत्वाच्या मुद्यावर शिवसेनेत सहभागी होण्याचे आवाहन केले (महाराष्ट्र टाइम्स, मुंबई, २४ ऑक्टोबर २००४). राष्ट्रप्रेमी मुस्लीम व राष्ट्रद्रोही मुस्लीम असा मुस्लीम समाजात फरक केला आहे. यापैकी राष्ट्रप्रेमी मुस्लीम समाजाने शिवसेनेचे हिंदुत्व स्वीकारावे, असे आवाहन बाळासाहेब ठाकरे करत होते (महाराष्ट्र टाइम्स, मुंबई, १३ एप्रिल २००४). थोडक्यात, शिवसेनेने हिंदुत्वाचा परिघ उच्च जातींपासून ते आदिवासी जातींपर्यंत व्यापक केला. विविध जातीपर्यंत हिंदुत्वाचा कार्यक्रम पुरवला. परंतु हिंदुत्व अनुसूचित जाती-जमाती व अहिंदू यांमध्ये पसरत नाही, असे बाळ ठाकरे यांचे मत आहे. त्यांच्या मते हिंदुत्व अनुसूचित जाती-जमाती व अहिंदूमध्ये वाढण्याची प्रवृत्ती नाही (ठाकरे, मार्मिक, दसरा, दिपवाली विशेषांक, २००४: २). शिवसेनेने हिंदुत्वाचा विचार जातीच्या पातळीवर प्रभावी करण्याचा प्रयत्न २००४ च्या विधानसभा व लोकसभा निवडणुकीत केला. जातीच्यासंघटनांबरोबर शिवसेनेने युती केली होती. उदा. मराठा महासंघ, मल्हार महासंघ इ.

शिवसेना व भाजप यांची युती हिंदुत्वाच्या मुद्यांवरील युती होती. परंतु हिंदुत्वाचा मुद्दा शिवसेनेने भाजपच्या तुलनेत आक्रमकपणे प्रचारात ठेवला. त्यातुलनेत भाजपने हिंदुत्व मुद्याचा प्रचार मवाळ पद्धतीने केला. शिवसेनेने भाजप, संघ व संघपरिवार यांच्या हिंदुत्व मुद्यावर आक्रमकता नाही म्हणून टीका केली आहे. जनसमूहाचा पाठिंबा शिवसेनेला मिळावा म्हणून भाजपच्या तुलनेत शिवसेनेचे हिंदुत्व वेगळे आहे, असे दाखवून दिले. परंतु या मुद्यावर जनसमूहाला कृतिप्रवण करून जास्तीत जास्त विधानसभेच्या ७३ जागा व १९.९७ टक्के मतदान मिळते. या विधानसभेचा जागा व मतदानांची टक्केवारी कोणत्या मार्गाने वाढवावी ही शिवसेनेपुढील एक समस्या आहे. ही समस्या शिवसेना संघटना हिंदुत्वाचा विचार कमी करून सोडवण्याचा विचार करू लागली आहे. हिंदुत्वाचा विचार सोडून इतर पक्षांबरोबर युती करणे, शिवसेनेने असा कार्यक्रम राबवला तर भाजपला, महाराष्ट्रात हिंदुत्वाचा विचार पुढे रेटला येईल का ? हा एक प्रश्न उपस्थित होतो.

❐

संदर्भसूची

अकोलकर प्रकाश, १९९८, *जय महाराष्ट्र! हा शिवसेना नावाचा इतिहास आहे!*, मुंबई, प्रभात.

एकर्ट ज्युलिया, २००३, *द करिष्मा ऑफ डीरेक्ट ॲक्शन, पावर, पॉलिटिक्स ॲंड द शिवसेना,* दिल्ली, ऑक्सफर्ड.

कांबळे रविदत्त, *दलित मुक्ती संग्रामातील ऐतिहासिक पर्व नामांतर भाग-१*, वर्धा, विद्याविहार प्रकाशन (प्रकाशन वर्ष छापले नाही).

केतकर कुमार, २०००, *शिलंगणाचं सोनं*, पुणे, मेहता.

गुप्ता दीपंकर, १९८२, *नेटिव्हीझम इन अ मेट्रोपोलिसः शिवसेना इन बॉम्बे*, दिल्ली, मनोहर.

गुप्ता दीपंकर, २००२, फार्मर्स मुव्हमेंट इन कन्टेंम्पोररी इंडिया, शहा घनश्याम (संपा), *सोशल मुव्हमेंट ॲन्ड द स्टेट*, दिल्ली, सेज, पृ. १९३-२२९.

गुरू गोपाळ, १९९४, अंडरस्टँडिंग व्हायलन्स अगेन्स्ट दलितस् इन मराठवाडा, *इकॉनॉमिक ॲंड पॉलिटिकल वीकली*, २६ फ्रेबुवारी, पृ. ४६९-४७२.

गुरू गोपाळ, १९९६, शिवसेनाः विरोधातील पंचवीस वर्षे आणि सत्तेतील एक वर्षे, पुणे, *अनुभव*, मार्च, पृ. ३५-४०.

गुरू गोपाळ, १९९७, अंडरस्टँडिंग दलित प्रोटेस्ट इन महाराष्ट्र, *इकॉनॉमिक ॲंड पॉलिटिकल वीकली*, २६ जुलै, पृ. १८७९-१८८०.

चौधरी चंद्रगुप्त, *शिवसेनेचे खरे अंतरंग*, औरंगाबाद, भारतीय कम्युनिस्ट पक्ष (प्रकाशन वर्ष छापले नाही).

टाकळकर अनिल, १९८९, शिवसेनेने दंड थोपटले, *लोकप्रभा*, १५ जानेवारी.

टेणी नंदकुमार, २००२, *शिवसेना प्रमुख*, मुंबई, आविष्कार पब्लिकेशन.

ठाकरे बाळ (ति. आ.), १९९९, *हिंदुत्व सार आणि धार*, ठाणे, डिंपल.

ठाकूर मोगेंद्र (संकलन), १९८७, *मार्मिक चिरफाड*, मुंबई, पंचम.

ढवळे अशोक, २००१ (दु. आ.), *शिवसेनाः निम-फॅसिझमचा अविष्कार*, मुंबई, मार्क्सवादी कम्युनिस्ट पक्ष.

थिटे दिनेश, २००२, कल्चर, *मोबिलायझेशन ॲन्ड पॉलिटिक्स इन अर्बन सेटींग*, पुणे, राज्यशास्त्र व लोकप्रशासन विभाग, पुणे विद्यापीठ.

देसाई सुभाष (संपा), १९८७, *शिवसेनेची संघटनात्मक बांधणी*, मुंबई, शिवसेना.

देसाई सुभाष (संपा), १९९९, *वचनपूर्तीची सफल कहाणी*, मुंबई, शिवसेना.

पळशीकर सुहास, १९९५ अ, निम-फॅसिस्ट मोहिनीविद्येचा प्रयोग, *अक्षर*, पृ. १३-२८.

पळशीकर सुहास, १९९५ आ, भावनोद्दीपनाचे राजकारण, पुणे, *अनुभव*, फेब्रुवारी, पृ. १०-१७.

पळशीकर सुहास, १९९६, शिवशाहीः जनविरोधी हितसंबंधाची युती, *मराठवाडा, दिवाळी.*

पळशीकर सुहास, १९९९, शिवसेना ॲन ॲसेसमेंट, पुणे, *ऑकेजनल पेपर*, सेरीज् , नं. ३, राज्यशास्त्र विभाग, पुणे विद्यापीठ .

पळशीकर सुहास, २००४इ, शिवसेना: अ टाइगर विथ मेनी फेसेस? मुंबई, *इकॉनामिक अँड पॉलिटिकल विकली,* ३-१० एप्रिल, पृ. १४९७-१५०७.

पाध्ये यशवंत(संपा, दु. आ.), २००४, ठाकरे बाळ: *कवचकुंडले*, मुंबई, मनोरमा प्रकाशन.

पुरंदरे वैभव, १९९९, *दि सेना स्टोरी*, मुंबई, बिजनेस.

पुरी गिता, २००५, *हिंदुत्व पॉलिटिक्स इन इंडिया*, दिल्ली, यूबीसी प्रकाशन.

महाराव ज्ञानेश, १९९५, *ठाकरे फॅमिली*, मुंबई, प्रभात.

महाराष्ट्र शासन, १९९८, *शिवशाही चार वर्ष*, मुंबई, महिती व जनसंपर्क संचालनालय.

येचुरी सीताराम, १९९३, *नकली हिंदुत्वाचे वस्त्रहरण*, मुंबई, भारतीय कम्युनिस्ट पक्ष.

राऊत संजय (संपा), २००२, *एकवचनी*, पुणे, मेहता पब्लिशर्स हाऊस.

राऊत संजय, २००२, *ठाकरी*, पुणे, चिनार पब्लिशर्स.

राऊत संजय, २००२, *रोकठोक*, पुणे, चिनार पब्लिशर्स.

लटपटे सुंदर, १९९०, *शिवसेनेचा धोका*, पुणे, सुगावा.

शिवसेना व भाजप, १९९५, *शिवसेना-भाजप वचननामा*, मुंबई.

सरदेसाई राजदीप, १९९५, द शिवसेनास् न्यू अवतार: मराठी शाव्हिनिझम अँड हिंदू कम्युनमालिझम, उषा ठक्कर व मंगेश कुलकर्णी (संपा) *पॉलिटिक्स इन महाराष्ट्र*, मुंबई, हिमालय प्रकाशन.

संघटनेने उच्चजातीयाच्या विरोधावर आधारीत ब्राह्मणेतराचे संघटन केले. उदा. १) शिवसेनेचे हिंदुत्त्व 'पळी पंचपात्रातील' हिंदुत्त्व नाही किंवा 'शेंडी व जानव्याचे' नाही (बाळ ठाकरे, १९९१:१८९). २) तीन 'म' विरोध म्हणजे मराठा, मुस्लिम व नवबौद्ध विरोध होय. ३) भारतात नेभळट हिंदू समाज आहे. त्यांच्यात राष्ट्र भावना ही नेभळट आहे. नेभळट हिंदूंचे कडवट हिंदूमध्ये रूपांतर करणे म्हणजे हिंदू राष्ट्र निर्माण करणे. या कडवट हिंदूंनाच राष्ट्रीयत्व द्यावे असे बाळ ठाकरे यांचे मत आहे.

❒

प्रकरण ९

हिंदुत्व : महिलांचे राजकीय संघटन

प्रस्तावना

पन्नास ते ऐंशीच्या दशकांमध्ये संघाची राष्ट्रीय सेविका समिती व जनसंघाची महिला आघाडी महिलांचे संघटन करत होती. या दोन्ही संघटनांमध्ये उच्चवर्णीय आणि मध्यमवर्गीय महिला संघटित झाल्या होत्या. राष्ट्रीय सेविका समिती हिंदू राष्ट्र उभारणीसाठी महिलांचे संघटन करत होती. तर जनसंघाच्या महिला आघाडीमध्ये हिंदू राष्ट्र उभारणीखेरीज सत्तासंपादन करण्याचा एक मुद्दा होता. त्यामुळे राष्ट्रीय पातळीवर जगन्नाथराव जोशी आणि महाराष्ट्रात रामभाऊ गोडबोले व रामभाऊ म्हाळगी हे दोन नेते महिलांचे संघटन करत होते. महिला आघाडीच्या प्रथम अध्यक्षा मालतीबाई परांजपे या होत्या (मोगल निशिगंधा, २००६: २२३-२३७). यावरून असे दिसते की, जनसंघाची महिला आघाडीदेखील पांढरपेशी स्वरूपाची होती. मात्र या महिला आघाडीत ब्राह्मणेतर महिलांचे संघटन करण्याचा मुद्दा सत्तरच्या दशकात आला होता. या दशकात राष्ट्रीय सेविका समिती व जनसंघाच्या महिला आघाडीच्या नेतृत्वाने ब्राह्मणेतर महिलांचे संघटन करण्याचा कार्यक्रम राबवला होता (मोगल निशिगंधा, २००६: २२३-२३७). ऐंशीच्या दशकात भाजपच्या महिला मोर्चाने यासाठी प्रयत्न केले. यास वसंतराव भागवत यांचा पाठिंबा होता. मात्र हे प्रयत्न व्यापक झाले नाहीत. त्यास मोठा प्रतिसाद मिळाला नाही. नव्वदीच्या दशकात मात्र भाजपने महिला मोर्चास जास्त बळ पुरवले. त्यानंतर व्यापक पातळीवर महिलांचे संघटन केले गेले. या दशकात हिंदुत्वाच्या चौकटीत शिवसेनेने महिला आघाडी कृतिशील केली. यास नवहिंदुत्वाचा एक संदर्भ आहे; तर दुसरा संदर्भ हा स्थानिक शासन संस्थामधील राजकीय आरक्षणाचा होता.

नवहिंदुत्वाचा संदर्भ

हिंदू धर्म, हिंदुत्व व नवहिंदुत्व या संकल्पनांचा क्रमाक्रमाने विकास झाला आहे. हिंदू धर्म ही संज्ञा एक धर्म, तत्त्वज्ञान, समाजव्यवस्था व विचारप्रणाली आहे, तर हिंदुत्व

ही संकल्पना हिंदुत्व विचारप्रणालीची आधुनिक काळात मांडणी करणारी संकल्पना आहे. राजकीय क्षेत्रांत आर्थिक, सामाजिक, सांस्कृतिक, धार्मिक हितसंबंधांचे संरक्षण करण्यासाठी मांडलेला एक मूल्यात्मक संच आहे. १९८० नंतर भारतात आर्थिक व सामाजिक बदल झाले. मध्यमवर्गाचा विस्तार मोठ्या प्रमाणावर झाला. यातून सेवाक्षेत्र विकसित झाले. या क्षेत्राने शेतकरी व उद्योगधंद्याबरोबर राजकारणात सहभाग घेतला. या राजकीय अर्थकारणातील बदलामुळे सामाजिक दृष्टिकोनातून राजकीय सत्तेचे केंद्र सरकले. त्यामुळे समाजात खळबळ निर्माण झाली. हिंदुत्ववादी पक्ष संघटनाया बदलत्या परिस्थितीवर आरूढ झाल्या. त्यांनी राजकीय सत्ता हस्तगत करण्यासाठी प्रयत्न सुरू केले. बहुजन समाज व महिला वर्गांकडे सत्तेची केंद्रे सरकत असल्याचे लक्षात घेऊन त्यांनी बहुजनवादी तोंडावळ्याप्रमाणे स्त्रीवादी चेहराही धारण केला. नव्या बहुजन वर्गाला सामावून घेताना हिंदुत्व विचारप्रणालीने समाज, धर्म, परंपरा, रूढी यांचा नवा आशय शोधून काढला. याचा अर्थ पूर्वीचा आशय सोडून दिला असा मात्र नव्हे. महिलांच्या आर्थिक, सामाजिक, सांस्कृतिक हितसंबंधांचे संरक्षण केले जाईल, असा एक आदर्श विचार मांडला की, जो महिला वर्गाचं संघटन करतो. यासच 'नवहिंदुत्ववादी' म्हटले जाते. संघपरिवार, संघाचे नैसर्गिक मित्र, जातिसंस्था, धर्मसंस्था यांनी नवहिंदुत्ववादी विचार राबवला. महाराज व बाबांनी एक हिंदू मानसिकता तयार केली. हिंदू देवदेवतांचे पुरोहितवादी वातावरण निर्माण केलं. अवतार, कर्मकांड, पौरोहित्य, पुनर्जन्म या जुन्या संकल्पनांना उजाळा दिला. त्या संकल्पना इलेक्ट्रॉनिक साधनांच्या मार्फत समाजात पोचल्या. या सर्व वातावरणाचा महिलांवर फार मोठा मानसिक, सामाजिक, सांस्कृतिक, राजकीय परिणाम झाला. त्या संघपरिवाराशी जोडल्या गेल्या. हे धार्मिक वातावरण लक्षात घेऊन संघपरिवारानेही ब्राह्मणेतर स्त्रिया, ग्रामीण आदिवासी स्त्रियांचे संघटन सुरू केले. हे राष्ट्रीय सेविका समिती, महिला मोर्चा, दुर्गावाहिनी व शिवसेनेच्या महिला आघाडी यांच्या कार्यक्रमांतून स्पष्टपणे दिसते.

महिला सबलीकरणाचा संदर्भ

नव्वदीचे दशक हे महिला सबलीकरणाचा आरंभ बिंदू होते. या दशकात सुरुवातीस महिलांसाठी स्थानिक शासन संस्थामध्ये ३० आणि नंतर ३३ टक्के आरक्षण ठेवले गेले. या दशकात दोन स्थानिक शासनसंस्थाच्या निवडणुका झाल्या. त्यामध्ये ३८०६ जागा महिलांसाठी राखीव होत्या. गेल्या दशकातदेखील स्थानिक शासनसंस्थांच्या दोन निवडणुका झाल्या. त्यामध्येही वरीलप्रमाणे जागा महिलांसाठी राखीव होत्या. म्हणजेच १५२२५ महिलांना स्थानिक शासन संस्थामध्ये नेतृत्व करण्याची संधी मिळाली होती. या संदर्भामुळे शिवसेना व भाजपाने त्यांच्या महिला आघाड्या कृतिशील केल्या होत्या.

२०११ मध्ये स्थानिक शासनसंस्थांमध्ये महिला आरक्षणाचे प्रमाण ५० टक्के झाले. यानंतर स्थानिक शासनसंस्थांमध्ये सर्व मिळून ५५६० महिला निवडून येणार आहेत. या संदर्भात शिवसेना व भाजप यांच्या संघटना महिलांचे राजकीयीकरण करत आहेत. भाजपने महिला वर्गाचे राजकीयीकरण केले, त्यास राष्ट्रीय सेविका समिती, जनसंघप्रणीत महिला आघाडी व दुर्गा-वाहिनी यांचाही एक संदर्भ आहे.

राष्ट्रीय सेविका समिती

समितीची स्थापना डॉ. हेडगेवार व लक्ष्मीबाई केळकर यांनी वर्धा येथे १९३६ साली केली. ईश्वरी शक्तीची ओळख करून देणे आणि राष्ट्रीयत्वाच्या उद्देशासाठी तयारी करणे, हे संघ व समितीत साधर्म्य आहे असे लक्ष्मीबाई केळकरांनी स्पष्ट केले. परंतु याबरोबर संघ व समितीत फरकही आहे. स्त्रियांचं क्षेत्र व पुरुषांचं क्षेत्र वेगळं आहे, अशी भूमिका संस्थापक लक्ष्मीबाई केळकरांची होती. संघ व समितीच्या नावांमध्ये जवळजवळ साम्य आहे. परंतु 'स्वयं' या शब्दामध्ये बदल आहे. त्याचं समर्थन असे केले जाते की, पुरुषांचे स्वत्व व्यक्तिगत असते, तर स्त्रीचे स्वत्व हे व्यक्तिगत नसून ते कौटुंबिक, सामाजिक, राष्ट्रीय, धार्मिक आणि सांस्कृतिक आहे. पुरुषांची प्रगती मात्र संपूर्ण समाजाबरोबरची प्रगती असते. स्त्रीचं स्वत्व हे वेगवेगळ्या गोष्टींशी संबंधित असून समाजपुरुषाशी ते एकजीव झाले आहे. याउलट पुरुषांचं स्वत्व एकसंघ, एकटे आणि स्वावलंबी असते. समितीचे सुमारे एक दशलक्ष सभासद आहेत. ज्यांना सेविका असे संबोधले जाते. समितीच्या शाखा भारतातील जवळजवळ सोळा राज्यांत पसरलेल्या आहेत. अगदी अलीकडेच स्वयंसेवकांच्या कुटुंबातील स्त्रियांना सेविका म्हणून सदस्य करून घेतलेले आहे. संघ व समितीच्या अंतर्गत रचनेत बरचं साम्य आहे. अधिकार-परंपरा न बदलणारी आणि भौगोलिक विभागणीवर आधारित आहे. संघाप्रमाणेच शाखेतील सेविका ह्या मुली, युवती, प्रौढा आणि ज्येष्ठ महिला या चार गटांत विभागल्या आहेत. आदर्श शिक्षण, सैनिकी प्रशिक्षण (लाठी चालवणे, धनुर्विद्या, कराटे) आणि खेळ यांचा समावेश होतो. समितीचे स्थान संघापेक्षा दुय्यम आहे. संघ ही पुरुषाची, तर समिती ही स्त्रियांची संघटना असा लिंगभेद केला जातो. प्रमुख संचालिका हे पद विधवा स्त्रियांकडे होते. दोन्ही संचालिका चित्पावन ब्राह्मण होत्या. एकतर लोकमान्य टिळकांची भाची होती. ज्या स्त्रिया एकट्या आणि अविवाहित राहू इच्छितात, हिंदू राष्ट्राच्या उद्देशासाठी तपस्व्याप्रमाणे आपले आयुष्य घडवतील आणि पूर्णपणे समितीसाठी स्वतःला वाहून घेतील, त्यांच्यासाठी परिचारिका ही संज्ञा वापरली जाते. स्त्रियांबद्दलची मूलभूत तत्त्वे आणि भारतीय स्त्रीच्या जीवनाबद्दलचं तत्त्वज्ञान निश्चित करण्याची जबाबदारी डॉ. हेडगेवारांनी केळकरांवर सोपवली होती. त्यांनी आदर्श स्त्रीप्रतिमा उभी करण्यावर

भर दिला. १९४५ पासून दर तीन वर्षांनी भारतामध्ये परिषद आयोजित केली जाते. समितीमार्फत शिकवण्या, नेमून दिलेल्या संस्कृत विषयावर व्याख्याने, औषधोपचार, भूमिगत जाळं, उपोषणे, १९५१–५३ मध्ये जम्मू इथे प्रजा परिषद चळवळीमध्ये जहाल वक्तव्ये करणे हे उपक्रम राबवले होते. चालू काळापेक्षा भूतकाळ किती समर्पक आणि श्रेष्ठ होता, याची आठवण लोकांना करून देण्यासाठी सेविकांचे संघटन करण्यासाठी हिंदू राष्ट्रीयत्वाच्या चौकटीतील पाच 'सण' साजरे केले जातात. १) वर्षप्रतिपदा शक आणि हंस या परकीय हल्लेखोरांवरील विजयाचा सन्मान म्हणून हा सण साजरा केला जातो. २) गुरुपौर्णिमा – या वेळी केशरी (भगव्या) रंगाच्या झेंड्याची पूजा केली जाते आणि गुरुदक्षिणा गोळा केली जाते. ३) रक्षाबंधन – या वेळी बंधुत्वाची भावना वाढवण्यासाठी सेविका झेंड्याला आणि एकमेकींना राख्या बांधतात.४) विजयादशमी – ५) मकरसंक्रांत हे प्रेम आणि मैत्रीचं प्रतीक असून आपल्या कामाची शक्ती वाढवण्यासाठी ते उत्तेजन देतात.

या उत्सवांतून समितीने सांस्कृतिक राष्ट्रवादाच्या विचारांचा प्रचार महिला वर्गात केला. स्त्रियांना 'हिंदू स्त्री' हे आत्मभान प्राप्त करून दिले. वर्षप्रतिपदा, गुरुपौर्णिमेसारखे उत्सव विषमतेचे, गुलामगिरीचे प्रतीक आहेत, ही जाणीव महिलावर्गातून दूर केली जाते. विजयादशमीचा उत्सव म्हणजे रामाचा रावणावरील विजय होय, हा संघाचा अर्थ आहे, तर समितीचा अर्थ म्हणजे दुर्गा देवीचा दुष्टांवरील (राक्षसांवरील) विजय होय. प्रथम दुष्टांचा संहार रामाकडून केला जातो, तर दुसऱ्या घटनेत दुष्टांचा संहार स्त्रियांकडून म्हणूनच देवी दुर्गेकडून केला जातो. दोन्ही घटनांमध्ये दुष्ट 'पुरुष' रूपात आहे. दुर्गा ही देवता वैदिकपूर्व आहे असे महर्षी वि. रा. यांचे मत आहे. दुर्गेची रौद्र व सौम्य अशी दोन रूपे आहेत. शिव ही देवताही वैदिकपूर्व होती. या देवतेला ब्रह्माचा अवतार मानून तिचे हिंदूकरण झाले. उमा, गौरी, पार्वती, चंडी, चामुंडा, काली, भवानी, महालक्ष्मी, महासरस्वती या देवींना दुर्गेच्या ठिकाणी एकरूप केले आहे. आधुनिक राष्ट्रवादाची मांडणी करताना तिचे स्वरूप राष्ट्रशक्तीचे प्रतीक म्हणून पुढे आले. राष्ट्राचं शरीर मनोबल, सर्वांगीण समृद्धी आणि अध्यात्म संपदा या तिन्हींचा संयोग दुर्गेच्या प्रतीकात झालेला आहे. हे प्रतीक आधुनिक राष्ट्रवादात मांडले गेले. अरविंद घोष, स्वामी विवेकानंद यांनी ही प्रतिमा राजकीय स्वरूपात मांडली. ही प्रतिमा समितीने स्वीकारली आहे. टिळकांची हिंदू राष्ट्राची संकल्पना समितीने घेतली आहे. स्वामी विवेकानंदांपासून त्यांनी स्त्रिया या राष्ट्रवादाच्या प्रतिनिधी आहेत, ही कल्पना घेतली. वि. दा. सावरकरांची हिंदुत्व संज्ञा समितीच्या साहित्यात कायम आहे. रामायण, भगवद्गीता आणि देवीमाहात्म्य, हे संस्कृत साहित्य त्यांनी प्रचारासाठी घेतले आहे. आदर्श स्त्रीची कल्पना मांडण्यासाठी भगवद्गीता आणि देवीमाहात्म्याचा वापर केला. समिति ही संघटना सुरुवातीपासूनच बलाला महत्त्व

देणारी होती. समितीने भारतमातेची प्रतिमा उभी केली आहे. समिती भारतमातेचा उल्लेख 'पार्वती' किंवा 'दुर्गादेवी' असा करते. पार्वती, काली, दुर्गादेवी यांची वेगवेगळी रूपे दाखवलेली आहेत. त्या देवता वेगवेगळ्या प्रकारे घडवल्या असल्या तरी त्यांचं उग्ररूप एकच दाखवले जाते. हा समान पैलू असणाऱ्या देवता भारतमातेप्रमाणे आहेत. त्या कधी सौम्य तर कधी रुद्ररूप धारण करतात. समितीने इथे घसरडी भूमिका घेतली आहे. समितीच्या मते तिचं दयाळू रूप असते, तर दुसऱ्या बाजूने समाजाचे रक्षण करणारी व सर्व शक्तींचं उगमस्थान तिला मानले आहे. ही भूमिका घसरडी आहे. भारतमाता हिंदू स्त्रियांची हुबेहूब नक्कल करते, तेव्हा ती मातृत्वाशी आणि धर्मांशी जोडलेली असते, अशी भारतमातेची प्रतिमा समिती उभी करते.

महिला मोर्चा – दुर्गावाहिनी

भाजपने १९८० साली महिला मोर्चाची स्थापना केली. महिला मोर्च्यात स्त्रियांची राजकीय भरती ही राष्ट्रीय सेविका समितीतून झाली आहे. राष्ट्रीय पातळीवर प्रथम महिला मोर्चा प्रमुख विजयाराजे सिंधिया होत्या. उच्च जातीकडून मध्यम जातीकडे महिला आघाडी १९८० मध्ये सरकली होती. महाराष्ट्रामध्ये मात्र सुमतीबाई सुकळीकर यांच्याकडे नेतृत्व होते (१९८०). महिला मोर्चामध्ये सुशीलाताई आठवले, कुमुदताई रांगणेकर, क्षेमाताई थत्ते, जयवंतीबेन मेहता, कुसुमताई अभ्यंकर, मालतीबाई नरवणे अशा उच्चवर्णीय व पांढरपेशा महिला राज्यात महिलांचे संघटन करत होत्या. बाळासाहेब देवरसांनी संघाच्या विचारप्रणालीत लवचीकता आणली. त्यानंतर समितीच्या विचारप्रणालीतही बदल झाला. तेव्हा संघाने समितीला आपले सदस्यत्व तळागाळापर्यंत पोहचवण्याचे प्रोत्साहन दिले. संघाच्या सीमेबाहेरील महिलांचादेखील समावेश महिला मोर्चा–दुर्गावाहिनी संघटनात करण्यात आला. खेडेगावातील महिलांचे संघटन करण्यावरती या संघटनांनी भर दिला. पूजा, पाककलेचे वर्ग, चारित्र्यनिर्मिती इत्यादी कार्यक्रम त्यांनी ग्रामीण भागात सुरू केले. विशेषत: महिला मोर्चा–दुर्गावाहिनी या संघटना कनिष्ठ जातींतील महिलांचे राजकीय संघटन करतात (मोगल निशिगंधा, २००६: २२३–२३७). महिला मोर्चाचे नेतृत्व बिगरमहाराष्ट्रीयन स्त्रीकडे देऊन मुंबई शहरातील बिगरमहाराष्ट्रीयन महिला वर्गात शिरकाव करण्याचे धोरण स्वीकारले. समिती लक्ष न वेधून घेणारी संघटना होती. तिचा कणा राजकीय व सांस्कृतिक होता, तर महिला मोर्चा व दुर्गावाहिनी या संघटना लक्ष वेधून घेणाऱ्या आणि संसदीय राजकारणासाठी संघटन करणाऱ्या संघटना आहेत. महिला मोर्चा या संघटनेच्या तेरा लाख सदस्या आहेत, असा त्यांचा दावा आहे. महाराष्ट्रात ६६ हजार व १७०० सक्रिय महिला सदस्या होत्या (१९९३). एक लाख दहा हजार प्राथमिक सदस्या आणि सात हजार सक्रिय सदस्या होत्या (१९९५). गेल्या दशकात दोन लाख

प्राथमिक सदस्या आणि वीस हजार सक्रिय सदस्या होत्या (२००६) यावरून या संघटनेच्या राजकीय संघटनांची कल्पना करता येते. समितीचे कार्य छोट्या गटाच्या पातळीवर चालू होते. महिला मोर्चाने मोठ्या गटांच्या पातळीवर सार्वत्रिक बैठका, कीर्तन, प्रवचन, तीळगूळ, हळदीकुंकू, योग, ज्युडो कराटे, नेमबाजी, राजकीय वैचारिक चर्चा, सभा-संमेलने, मोर्चे सुरू केले. या संघटनांनी मध्यमवर्गीय महिलांचे शिक्षण, नोकरी, हुंडा, रेशन कार्डवर मिळणारा अपुरा धान्यपुरवठा, महागाईविरोधी आंदोलन हे प्रश्न हाती घेतले. समान नागरी कायदा या प्रश्नाभोवती शहरी भागात हिंदुत्व विचारांची चळवळ राजकीय संघटन करत होती. संघटनेचे हे कार्यक्रम मिश्र स्वरूपाचे आहेत. त्यामध्ये हिंदू धार्मिक अस्मिता दिसते. तसेच राजकीय हेतू दिसतो. हिंदू अस्मितेवर आधारलेला भगिनीभाव व्यक्त होतो.

नव्वदीच्या दशकात महिला मोर्चा कृतिशील झाला, तरीदेखील भाजपला १९९५ पर्यंत महिलांच्या संदर्भात स्थानिक शासनसंस्थांमध्ये फारच कमी यश मिळाले. उदा. भाजपचे महिला सदस्य पंचायत समित्यांमध्ये ४९, जिल्हा परिषदांमध्ये ९०, नगरपालिकांमध्ये ८७ आणि महानगरपालिकांमध्ये ५० सदस्य होते. केवळ नागपूर जिल्हापरिषदेची एक महिला अध्यक्षा झाली होती (मोगल निशिगंधा, २००६: २३५). २००२ च्या शेवटी भाजपाच्या पंचायत समितीमध्ये १५ सभापती, पाच उपसभापती आणि दोन जिल्हापरिषद अध्यक्षा महिला होत्या. २००१-२००२ मध्ये भाजपाच्या १५ महिला नगराध्यक्ष झाल्या होत्या. या आकडेवारीवरून असे दिसते की, नव्वदीच्या दशकात भाजपच्या महिला मोर्चाने महिला वर्गाच्या संघटनांचा प्रयत्न केला. मात्र, त्यास मोठे यश आले नाही. १९९५ च्या निवडणुकीत भाजपने ११७ उमेदवारांत १२ महिलांना उमेदवारी दिली होती. त्यापैकी सहा महिला विजयी झाल्या. काँग्रेस दोन, शिवसेना दोन व शेकाप एक अशा महिला निवडून आल्या होत्या. यात भाजपच्या सर्वात जास्त महिला निवडून आल्या.

महिला मोर्चा व दुर्गावाहिनी या संघटना राष्ट्रीय सेविका समितीकडे कनिष्ठ जातीय महिलांचा सहभाग वाढवतात. महिला मोर्चा व दुर्गावाहिनी या संघटनांत समितीतील सेविका पूर्णवेळ संघटनांचे काम करतात. दुर्गावाहिनी ही स्त्रियांची सैनिकी संघटना आहे. दुर्गावाहिनी संघटना कनिष्ठ जातीतील महिलांचे संघटन करून त्यांना स्वयंसेवक व सेविका म्हणून क्रियाशील बनवते. कनिष्ठ जातीतील स्त्रियांचे संघ व समितीशी संलग्नीकरण करते. श्रीमती बापट यांच्या म्हणण्यानुसार, दुर्गावाहिनी ही धार्मिक नाही, तर ती रोगउपचारविषयक रणनीतीचा भाग म्हणून राष्ट्राला निरोगी व शक्तिशाली ठेवते. दुर्गावाहिनी स्थापनेमागील मुख्य प्रेरणा म्हणजे शारीरिक प्रशिक्षण देणे ही होय. बजरंग दल आणि दुर्गावाहिनी या संघटना जेव्हा विश्व हिंदू परिषदेने रामजन्मभूमी आंदोलन सुरू केले,

तेव्हा स्थापन झाल्या आहेत. या पाठीमागील प्रमुख प्रेरणा धार्मिक जागृती करणे ही नाही, तर हिंदू समाजाला शक्तिशाली बनवणे, या दृष्टीने ही संघटना काम करते. तसेच कनिष्ठ जातीतील गरीब महिलांचं संघटन करून ही संघटना महिलांना संघपरिवाराच्या भोवती फिरती ठेवते. 'दुर्गा' म्हणजे 'शक्ती'. हे प्रतीक संघटनेचे आहे. महिलांनी आक्रमक, झुंजार होण्याचा संदेश ही संघटना देते. स्त्रियांमध्ये आक्रमक होण्याची भाषा वापरली. एवढंच नव्हे तर आक्रमक भाषा वापरून त्यांनी महिलांचे संघटन केलं व ६ डिसेंबर १९९२ रोजी २०,००० कारसेविका एकत्रित केल्या होत्या. यावरून महिलांमधील आक्रमक प्रतिमेचा विस्तार फार मोठ्या प्रमाणावर या संघटनांनी केला, हे स्पष्टपणे दिसतं. विविध उत्सवांमध्ये दुर्गा व शक्ती यांची विविध ऐतिहासिक रूपे व देखावे प्रदर्शित करून हिंदू मानसिकता तयार केली. दूरदर्शनवरील मालिकेतून शक्ती-दुर्गाच्या रूपात (जय माताकी) शक्तिशाली प्रदर्शन केले. ऑडिओ, व्हिडिओ कॅसेट्सनी हिंदू विचारांची गुणगुण सतत पिंगा घालत ठेवली. संघपरिवाराबाहेरील संघटनांवर त्यांनी प्रभाव टाकला. नवहिंदुत्व आणि जातसंघटनांनी 'आदर्श माता' किंवा 'आक्रमक वीरानी' अशा प्रतिमा स्वीकारल्या. तिचे दैवतीकरण केले. 'आदर्श माता पुरस्कार' जाहीर करून मातृत्वाचा गौरव केला.

महिला आघाडी

नव्वदीच्या दशकात महिला सबलीकरण धोरण आल्यानंतर शिवसेनेची महिला आघाडी क्रियाशील झाली. आरंभी संरक्षणाच्या मुद्यावर महिला शिवसेनेकडे संघटित झाल्या होत्या. नोकरी आणि नागरी समस्यांमध्ये महिलांनी मोठ्या संख्येनं सहभाग घेतला. सुरेखा गोडांबे यांनी शिवसेनेच्या महिला आघाडीची शाखा आरंभी उभी केली. त्यानंतर मुंबई शहरात २२० शाखा आणि २२० महिला शाखा प्रमुख झाल्या. प्रत्येक शाखेच्या अंतर्गत दर हजार मतदारांच्या मागे एक गटप्रमुख नेमण्यात आले. मुंबई शहरात गटप्रमुखांची संख्या दहा हजार आहे. त्यामध्ये स्त्रियांचे प्रमाण ४० टक्के आहे, असा दावा केला जातो. मुंबईत सहा विभागप्रमुख महिला आहेत. राज्यात एक महिला प्रमुख होती. त्यानंतर पाच महिला विभागप्रमुख करण्यात आल्या (गोऱ्हे नीलम, २००६: २३९). असा संघटनात्मक व नेतृत्वाचा पसारा आघाडीने वाढवला आहे. शिवसेनेची महिला आघाडी भाजपच्या मोर्चापेक्षा वेगळी रणनीती वापरत होती, परंतु तिची उद्दिष्टं मात्र राजकीय संघटनांचेच होते. शिवसेनेच्या शाखांवर सहसा १९६६ ते १९७२-७३ या कालखंडात महिला येत नव्हत्या. कारण 'शिवसैनिक' ही संकल्पना मर्द असते. याकारणामुळे महिला वर्ग शिवसेना संघटनेपासून अलिप्त राहिला. शिवसेनेची भूमिकाही या कालखंडात केवळ पुरुषांची संघटना अशी होती. नागरी समस्या शिवसेनेच्या शाखेवर सोडविल्या जातात, हे लक्षात

घेऊन महिलावर्ग शाखेवर तक्रारीची नोंद करण्यास येई. पाणी, वीज, पोटभाडेकरू इत्यादी समस्यांविषयक तक्रारी शाखेवर सोडवल्या जात होत्या. स्थानिक लोकाधिकार समित्या स्थापन झाल्यानंतर बँक, विमा कंपन्या, विविध महामंडळ इथे शिवसेनेने महिलांना नोकरीच्या संधी उपलब्ध करून दिल्या. नोकरीच्या संधीमुळे शिवसेना व महिलांचा संबंध येऊ लागला. या पार्श्वभूमीवर आधारित शिवसेनेने महिला आघाडीची स्थापना केली. सुधा चुरी या महिला आघाडीच्या प्रमुख होत्या (१९९२-१९९८). दुर्गा व शक्ती ही शिवसेना महिला आघाडीची प्रतीके आहेत. दुर्गा व शक्ती ही प्रतीके राष्ट्रभक्ती, प्रबळ राष्ट्रासाठी वापरली जातात. ही प्रतीक हिंदू धर्मातून घेतलेली आहेत. शिवसैनिक महिला दुर्गाउत्सव साजरा करतात. ऐतिहासिक व पौराणिक देखावे प्रदर्शित करून हिंदू मानसिकता तयार केली जाते.

पाणी, वीज, नोकरी यासारख्या नागरी समस्या सोडवण्याचा शिवसेना महिला आघाडीचा मार्ग हिंदू धर्म व संस्कृतीवर आधारलेला आहे. ही त्यांची वैचारिक चौकट आहे. याउलट डाव्या स्त्रीवादी चळवळीचा प्रश्न सोडवण्याची रीत वेगळी आहे. प्रश्नांचा छडा लावण्यासाठी जे-जे खाजगी ते-ते सार्वजनिक अशी भूमिका स्त्रीवादी चळवळीची असते. ह्या उलट शिवसेनेची महिला आघाडी सार्वजनिकतेचे तत्त्व नाकारते. इज्जत, प्रतिष्ठा या गोष्टी शिवसेना आघाडी महत्त्वाच्या मानते. त्यामुळे स्त्रियांचे प्रश्न खासगीरीत्या, व्यक्तिगत पातळीवर गोपनीयतेने सोडवले जातात. कुटुंब, जात, कूळ, धर्म यांची प्रतिष्ठा या प्रश्नांमध्ये महत्त्वाची मानली जाते. कुटुंब, जात, कूळ, धर्म यांच्या शोषणावर आधारलेल्या नात्याच्या विरोधातच डाव्या चळवळीचा विद्रोह असतो. त्यामुळे जात, धर्म, कूळ, कुटुंब या संरचना मान्य करणारे पुरुष महिलांना यांच्या विरोधात विद्रोह करू देत नाहीत. शिवसेना संघटनेची प्रश्न सोडवण्याची पद्धत सुधा चुरी यांनी स्पष्ट केली आहे. त्यांच्यामते, स्त्रियांना टाकून देणाऱ्या पुरुषांना शाखेवर बोलावले जाते. संबंधित पुरुषास त्यांची बायको सांभाळण्यास किंवा पोटगी देण्यास सांगितले जाते. या गोष्टीस नकार दिल्यानंतर महिला आघाडी पोलिसांकडे तक्रारार नोंदवते. पोलीस यंत्रणेवर दबाव आणण्यासाठी मोर्चा, घेराव या मार्गांचा वापर केला जातो. पोलीस यंत्रणा अपयशी ठरल्यास शिवसेनेचा कायदा वापरला जातो. या कार्यपद्धतीत प्रथम गोपनीयता व व्यक्तिगत स्वरूप देण्यात येते. नंतर शासनयंत्रणेवर दबाव निर्माण करण्याचे तंत्र वापरतात व शिवसेनेचा कायदा वापरला जातो. नागरी कायद्यापेक्षा शिवसेनेचा कायदा श्रेष्ठ मानला आहे. शिवसेनेची महिला आघाडी स्त्रीची आदर्श प्रतिमा उभारण्याबरोबरच आक्रमक भूमिका उभी करते. महिलांनी अनेक घटनांमध्ये आक्रमक भूमिका घेतल्या आहेत. पोलीस यंत्रणेवर दबाव निर्माण करण्यासाठी महिलांनी घेरावाचा डावपेच म्हणून वापर केला आहे. मोठ्या संख्येने घराबाहेर पडून मोर्चा काढणे. विरोधकांना – व्यक्तीला वा गटाला

गराडा घालणे, प्रक्षुब्ध होऊन बाचाबाची करणे वा सोडवण्यासाठी भाऊगर्दी करणे या गोष्टी स्त्रियांनी केलेल्या आढळतात. आघाडी 'समान नागरी कायद्याची' मागणी करते. शिवसेना पुरुषसत्तेचा सिद्धान्त केंद्रस्थानी ठेवते.

१९८४ नंतर शिवसेनेनं स्त्रीशक्तीचे रूपांतर नवहिंदुत्वामध्ये केले. वैयक्तिक पातळीवर संकटकाळी पुरुषांनी स्त्रियांना सामूहिक संघर्षात उतरवले. यासाठी शिवसेनेने स्त्रियांची प्रतिमा 'कालीदुर्ग' व 'शक्ती' अशा प्रतीकांच्या आधारे स्पष्ट केली. ही आक्रमक भूमिका पुरुषनिर्मित आहे. ती आघाडीच्या महिलांना राजकीय सामाजिकीकरणातून दिली गेली. कालीदुर्ग व शक्ती ही प्रतीके विश्व हिंदू परिषदेचीही आहेत. तसेच ती भाजपच्या महिला मोर्चाची आहेत. संघाने शिवसेनेच्या महिला आघाडीला आक्रमक होण्याची हाक दिली. मोर्चा व दुर्गावाहिनीमधील महिलांपेक्षा शिवसेनेची महिला आघाडी जास्त आक्रमक होती. धार्मिक व सांस्कृतिक प्रतीकांचा शिवसेना महिला आघाडीने वापर केला. 'महाआरत्या' शिवसेनेने मुंबई शहरात सुरू केल्या होत्या. त्या आरत्यांमध्ये महिलांचा सहभाग होता. महाआरतीचे १९९२-९३ मधील कार्यक्रम हिंदुत्वासाठी झाले. यांचे समर्थन महिलांनी केले. यातून महिलावर्गात भगिनीभाव दिसला नाही. सांस्कृतिक व धार्मिक सीमारेषा अस्पष्ट असणारे हळदीकुंकू, दसरा भेट, दीपावली भेट यांसारखे कार्यक्रम शिवसेनेने राजकीय संपर्कासाठी राबवले. यातून शिवसेनेच्या महिला आघाडीची विचारप्रणाली धार्मिक व सांस्कृतिक घटकांना अनुसरून घडत गेली. शिवसेना संघटनेत निम्न मध्यमवर्गीय महिला अत्यंत जुजबी प्रमाणात होत्या; कारण त्यांच्या धार्मिक भावनाही जुजबी प्रमाणात आहेत. उच्चवर्णीय व मध्यम उच्चवर्णीय महिला धार्मिक कर्मकांडात अधिक गुंतलेल्या आहेत. अशा महिलांचा शिवसेना संघटनेस पाठिंबा मिळाला. ग्रामीण भागाच्या तुलनेत शहरी-निमशहरी भागात महिलांच्या पाठिंब्याचे प्रमाण जास्त आहे. पुरुष आणि महिला यांची तुलना करता महिलांपेक्षा पुरुषांचा शिवसेना संघटनेला जास्त पाठिंबा आहे. १९९८ नंतर शिवसेना महिला आघाडी कार्यक्रम, नेतृत्व, संघटना अशा तीन पातळ्यांवर हिंदुत्व चौकटीअंतर्गत बदलली. नव्वदीच्या दशकात महिला आघाडीस केवळ एक प्रमुख पद होते. मात्र, त्यानंतर महिला आघाडीत सामूहिक नेतृत्वाची पद्धत आली. कोकण, मराठवाडा, प. महाराष्ट्र, विदर्भ व दक्षिण महाराष्ट्र अशा पाच महिला संपर्कप्रमुख गेल्या दशकापासून नेमल्या गेल्या. या विभागामध्ये महिलापक्षासाठी काम करतात. कोल्हापूर ते कोठेवाडी महिला संघर्ष यात्रा, शेतकऱ्यांचे प्रश्न, वीजटंचाई, कोठेवाडी अत्याचार (जानेवारी २००१), सातारा वासनाकांड, डोंबिवली येथील अश्लिल कॅसेट व सीडींचा व्यापार, 'व्हॅलेंटाईन डे' निषेध, पाश्चिमात्य संस्कृतीचा निषेध आणि स्थानिक शासनसंस्थांमधील निवडणुकांमध्ये सहभाग हे मुद्दे घेऊन आघाडी १९९८

नंतर ग्रामीण भागात संघटन करू लागली. नव्वदीच्या दशकात आघाडीचे स्वरूप शहरी होते. त्यानंतर आघाडीने शहरी पाठिंबा जपत ग्रामीण पाठिंबा मिळवण्याचा प्रयत्न केला.

शिवसेना पक्षाला पुरुषाच्या तुलनेत महिलांचा पाठिंबा कमी मिळतो. लोकसभा व विधानसभा निवडणुकीत या पाठिंब्यामध्ये फरक पडतो (पाहा – पळशीकर सुहास, २०१०: ८४). १९९५ च्या निवडणुकीत महाराष्ट्र विधानसभेसाठी ६ महिला उमेदवार शिवसेनेनं दिले होते. त्यापैकी २ महिला विजयी झाल्या, तर ७२ पुरुष निवडून आले होते. या निवडणुकीत महिला मतदारांचे प्रमाण वाढले होते. महिलांचे मतदान भाजप–शिवसेना युतीस झाले. काँग्रेसप्रणीत महिला धोरणाचे फायदे शहरी महिलांना लगतच्या भविष्यकाळात मिळणार होते. त्यामुळं शहरी भागातील शिवसेना संघटनेची महिला आघाडी आक्रमक करून हिंदुत्वाचा प्रभाव वाढला होता. या निवडणुकीत शिवसेनेच्या पाठिराख्यांमध्ये ३३% स्त्रिया आहेत, असा एक निष्कर्ष नोंदवला आहे. पालघर व कळंब या अनुसूचित जमाती व अनुसूचित जातीच्या दोन मतदारसंघातून शिवसेनेच्या महिला उमेदवार विजयी झाल्या होत्या. १९९९ मध्ये शिवसेनेच्या चार महिला विधानसभा निवडणुकीत निवडून आल्या होत्या. १९९९ साली पालघर व कळंब या मतदारसंघांबरोबर खुल्या दादर व निफाड मतदारसंघातून शिवसेनेच्या महिला उमेदवार विजयी झाल्या. २००४ मध्ये शिवसेनेच्या महिला निवडून येण्याचे प्रमाण घटले. पालघर व नांदेड या दोन मतदारसंघातून शिवसेनेच्या महिला निवडून आल्या होत्या. १९९८च्या लोकसभा निवडणुकीत निवेदिता माने यांना शिवसेनेने इचलकरंजी इथून उमेदवारी दिली होती. त्यांना ३,३२,६२३ मते मिळाली तर त्यांचा पराभव आवाडे (काँग्रेस) यांनी १२,१९४ मतांनी केला. १९९९ च्या लोकसभा निवडणुकीपूर्वी निवेदिता माने यांनी राष्ट्रवादी काँग्रेस पक्षात प्रवेश केला. तसंच त्याबरोबर शालिनीताई यांनीही शिवसेनेतून राष्ट्रवादी काँग्रेस पक्षात पक्षांतर केले. १९९९ च्या लोकसभा निवडणुकीत वाशिम मतदारसंघातून भावना गवळी यांना शिवसेनेनं उमेदवारी दिली होती. त्यांना २,४४,८२० मते मिळाली, तर त्यांचे प्रतिस्पर्धी अनंतराव विठ्ठलराव देशमुख (काँग्रेस) यांना २,०५,२२५ मते मिळाली होती. या मतदारसंघात शिवसेनेच्या महिला उमेदवार विजयी झाल्या. निवेदिता माने, शालिनीताई पाटील, भावना गवळी या मराठा जातीच्या महिलांचा शिवसेनेला पाठिंबा होता. विशाखा राऊत या इतर मागासवर्गीय, तर मनीषा निमकर या अनुसूचित जमातीच्या महिला उमेदवार होत्या. कल्पना नरहिरे यांना शिवसेनेने १९९५ साली शेकाप पक्षाच्या विरोधात व यांच्या वडिलांच्या विरोधात उमेदवारी दिली होती. त्यांनी शेकाप पक्षाचा व वडिलांचा पराभव शिवसेना पक्षातून केला.

सारांश

नवहिंदुत्ववादी संघटनांमध्ये ब्राह्मणेत्तर स्त्रियांचा सहभाग गेल्या दोन दशकात वाढला आहे. हिंदुत्वाची ही चळवळ राजकीय चळवळ आहे. सत्तेचा दावा आणि हिंदू अस्मिता हे दोन मुद्दे या चळवळीत स्पष्टपणे दिसतात. मराठा, ओ.बी.सी., भटक्या, विमुक्त जातीजमाती, चर्मकार व मातंग जातींतील स्त्रियांचा सहभाग दिसतो. या जातीच्या महिला शहरी-निमशहरी भागांतील असण्याबरोबर त्या ग्रामीण भागातीलही आहेत. त्यांच्या जातीचे स्थान उच्च व प्रतिष्ठेचे आहे असे या जातींच्या महिला समजतात. सांस्कृतिक पातळीवरती कुटुंब, धर्म, कूळ, जात, वर्ण, मातृत्वसंस्था यांचा या स्त्रियांना स्वाभिमान आहे. या संस्थांचे पावित्र्य जपण्याची आपणावर जबाबदारी आहे. याचे त्यांना आत्मभान आहे. नवहिंदुत्ववादी चळवळीत जातीय दृष्टिकोनातून उच्चवर्णीय व उच्चभ्रू स्त्रियांचा सहभाग आहे. त्या विविध पक्ष, महिला आघाड्या अशा संघटनात्मक रचनेत संघटन करताना दिसतात. उदा. जयवंतीबेन मेहता, सुधा चुरी, शालिनीताई पाटील इत्यादी महिला उच्चजातीय आहेत. त्यात जैन, मारवाडी-ब्राह्मण, मराठा यांचा समावेश होतो, तर दुसरा गट हा ओ.बी.सी., भटक्या- विमुक्त जमाती, मातंग, चर्मकार यांचा आहे. या महिला त्यांच्या पतीबरोबर हिंदू राष्ट्र निर्माण करण्याच्या कार्यात सहभागी झाल्या आहेत. या महिला मध्यमवर्गीय आहेत. या महिला झुंजार-आक्रमक आहेत. त्या जात मोडण्यास तयार आहेत. परंतु विचारप्रणाली बदलण्यास तयार नाहीत, तर मराठा महिला राजकीय महत्त्वाकांक्षेसाठी हिंदुत्व शक्तीचा वापर करून घेण्यास पुढाकार घेतात. शक्तीचे प्रतीक स्वीकारण्यातून महिला वर्ग दुर्बल राहिला नाही, तो शक्तिपूजक झाला आहे. हिंदुत्ववादी महिला चळवळीची तत्त्वे महिला-मुक्ती संकल्पनेच्या विरोधी जातात. त्यात आध्यात्मिक मुक्तीची संकल्पना मांडल्याचा भास व्यक्तीपुरता मर्यादित होता. व्यक्तिगत पातळीवरती पुरुषसत्तेविरोधी विद्रोह केला होता. हा आशयदेखील हिंदुत्वाच्या आध्यात्मिक विचारसरणीत नाही. उलट, ज्या महिलांची भौतिक परिस्थिती व जीवनमान असह्य व असुरक्षित आहे, अशा गरीब वर्गास ही चळवळ 'मोक्षाचा मार्ग' दाखवते. व्यक्ती म्हणून मुक्त होणे, हे निवळ आध्यात्मिक दृष्टीने शक्य आहे व निवळ आध्यात्मिक दृष्टीने मुक्त होणे याला फारसा अर्थ नसतो. कारण असे मुक्त होणे हे एका परीने समाजविन्मुख होणे असते किंवा शुद्ध पलायनवाद तरी असतो. मुक्तीचा विचार पुनर्जन्म, आत्म्याचे अमरत्व या संकल्पनांमधून मांडून आर्थिक, सामाजिक, सांस्कृतिक, धार्मिक, शैक्षणिक, मानसिक मुक्तीची संकल्पना नाकारतो. हिंदुत्व महिला चळवळ भांडवलशाहीतून विस्तारलेल्या सेवाक्षेत्रावर आधारलेली आहे. तिचा पाया बाजारपेठा आणि उपभोक्तावर्ग हा आहे. त्यामुळं भांडवलशाही विचारप्रणालीस हिंदुत्व-महिला चळवळ पूरकच आहे. हिंदुत्व महिला चळवळ धार्मिक असण्यापेक्षा, ती राजकीय आहे.

ब्राह्मणेतर महिलांचे संघटन, चारित्र्यनिर्मिती ही चळवळ करते. पुरुषांचे व भांडवलशाहीचे हितसंबंध जपण्यासाठी धार्मिक संकल्पनांचा वापर साधन म्हणून केला जातो. या धार्मिक संकल्पना स्त्रियांवर भावनिक परिणाम करतात. स्त्रीच्या मनातील विद्रोहाची संकल्पना विरघळून जाते. त्यामुळे ही चळवळ 'स्त्री-मुक्ती' संकल्पनेच्या विरोधात जाते, असे स्पष्टपणे दिसते, तर ही चळवळ प्रस्थापित वर्गांचे समर्थन करते.

❐

संदर्भसूची

चक्रवर्ती उमा, १९९८, *द पास्ट ऑफ मिथ् हिस्टोरीज् अँड राइट विंग अजेंडास्, इकॉनॉमिक अँड पॉलिटिकल वीकली*, ३० जानेवारी, २२५-२३२.

जुन्नरकर वनमाला, १९९४, दंगलींमधील हिंसाचारात स्त्रियांचा सहभाग : *स्वाधारचा* अहवाल, नवभारत, एप्रिल- मे- जून, पृ. ९-२८.

नानिवडेकर मेधा (संपा), २००६, (निशिगंधा मोगल व नीलम गोऱ्हे) *महाराष्ट्रातील स्त्री चळवळीचा मागोवा*, पुणे, प्रतिमा प्रकाशन.

बाचेता पाओला, २००४, *जेंडर इन द हिंदू नेशन आरएसएस विमेन्स् आयडियालोजिज्*, दिल्ली, वुमेन अनलिमिटेड.

सरकार तनिका अँड बुटालिमा उर्वशी (संपा.), १९९५, तनीका सरकार, शिकता बॅनर्जी, तिस्ता सेटलवाड, *वुमेन अँड दि हिंदू राइट*, नवी दिल्ली, कली फॉर वुमेन, १८१-२१५, २१६-२३२, २३३-२४४).

सरकार तनीका, १९९९, प्रॅग्मॅटिक्स ऑफ द हिंदू राइटः पॉलिटिक्स ऑफ विमेन्स ऑर्गनायझेशन्स, *इकॉनॉमिक अँड पॉलिटिकल वीकली*, ३१ जुलै, पृ. ५१५९-२१७३.

पळशीकर सुहास, २०१०, शिवसेना, सत्तासंघर्ष (संपा. सुहास पळशीकर व सुहास कुलकर्णी, पुणे, समकालीन प्रकाशन, पृ. ७६-१०४).

❐

मराठा महासंघ : जात व हिंदुत्व

प्रस्तावना

मराठा महासंघ ही मराठा संघटनांची मातृसंघटना आहे. ५ जुलै १९८१ रोजी मुंबई येथे मराठा महासंघाची स्थापना झाली (शशिकांत पवार, १९८१: ५). 'मराठा ज्ञाती समाज' संघटनेने मराठा महासंघाची स्थापना करण्यात पुढाकार घेतला होता. 'मराठा ज्ञाती समाज' ही संघटना मराठा समाजात सामाजिक कार्य करणारी संघटना होती. या संघटनेमध्ये मुंबई शहरात राहणारे लोक संघटित झाले होते.

मराठा ज्ञाती समाज ही संस्था इ. स. १९०० मध्ये स्थापन करण्यात आली होती. ही संस्था मुंबईत औद्योगिकीकरणास सुरुवात झालेल्या विभागामध्ये स्थापन झाली होती. मुंबई शहरातील मराठा समाजाची वस्ती तेव्हा मुख्यत्वे भायखळा, डोंगरी, शेतवाडी (खेतवाडी), ताडदेवी, लालबाग व गिरगाव या भागांत होती. येथील मराठा समाज शिक्षणात मागासलेला, आर्थिकदृष्ट्या शेतीवरती अवलंबून होता. शहरी भागात गिरणी कामगार व इतर नोकरी-धंद्यामध्ये सहभागी झाला होता. मुंबईच्या वेगवेगळ्या भागांत मराठा समाजाने संघटना स्थापन केल्या होत्या (जयवंत भापकर, १९७७: १३). मुंबई देशस्थ मराठा, मराठा क्षत्रिय समाज (१९००), क्षत्रिय मराठा समाज (१९०५), मराठा सभाग्रह फंड (१९०५), कोकणी मराठा समाज या संस्थांचा यामध्ये समावेश होतो. या संस्थांचे एकीकरण होऊन ११ फेब्रवारी १९१२ रोजी क्षत्रिय मराठा ज्ञाती समाज ही संघटना स्थापन झाली (भापकर, १९७७: १३). या संघटनेने गिरगाव येथे सभागृह बांधले. या सभागृहात या संस्थेचे कामकाज सुरू झाले. प्रामुख्याने कोकण व पश्चिम महाराष्ट्रातील मराठा समाजाचा सहभाग या संस्थेमध्ये होता. साठ व सत्तरीच्या दशकात मराठा समाजातील बेकार तरुण हा शिपाई, माथाडी कामगार, हातगाड्या ओढणे, पोलीस खात्यात शिपाई व गिरणीतील कामगार या क्षेत्रांत विभागला गेला. या कालखंडात अमराठी व्यक्ती व्यवसाय नोकरी या क्षेत्रांत मोठ्या संख्येने सहभागी होत होत्या. अमराठी व्यक्तींच्या वर्चस्वाविरोधी भूमिका घेणाऱ्या नेतृत्वाबदल मराठा समाजाला आस्था होती.

नोकरी व्यवसाय शोधात मदत करणारी आणि गावापासून दूर वास्तव्य करणाऱ्या मराठा समाजाच्या विविध गटांना एकत्रित करणारी क्षत्रिय ज्ञाती मराठा समाज ही संघटना होती. या संस्थेच्या व्यासपीठावर मराठा समाज संघटित झाला होता. अण्णासाहेब पाटलांनी मुंबई येथे असंघटित क्षेत्रातील कामगारांसाठी माथाडी कामगार संघटना स्थापन केली होती. माथाडी कामगार वर्गामध्ये मराठा समाजाचा सहभाग होता. माथाडी कामगार डोक्यावरती पाटी घेऊन कष्टाची कामे करत असत. त्यामुळे त्यांची ओळख 'हमाल' या स्वरूपाची होती. त्याऐवजी त्यांची नवी ओळख 'माथाडी कामगार' अशी बाळासाहेब देसाई यांनी निर्माण केली (पवार). माथाडी कामगार ही नवी ओळख मराठा जातीतील हमालांनी स्वीकारली. कारण हमाल यापेक्षा माथाडी कामगार यांचा दर्जा त्यांना वरचा वाटत होता. मराठा जातीतील हमालांचा सांस्कृतिक दर्जा उंचावला गेला. मराठा जातीतील हमाल हे हमाल या खऱ्या ओळखीपासून बाजूला सरकले. त्यांनी काँग्रेस पक्षाशी संलग्न राहून पुढे काम सुरू केले. हमाल ही ओळख समाजवादी पक्षाबरोबर जुळवून घेणारी होती. माथाडी कामगार ही नवी ओळख काँग्रेसने दिली.

बाबासाहेब गावडे यांनी मराठा मंदिर ही संस्था स्थापन केली होती. भाई सावंत यांनी कुलाबा जिल्हा मराठा ज्ञाती परिषद लोणेरे, ता. माणगाव येथे आयोजित केली होती (१९७२). या संघटनांनी मराठा समाजावरती अन्याय होतो, मराठा समाज अज्ञानी आहे. तो एकत्र येऊन सामाजिक विकास करीत नाही. हे समान विचार घेऊन क्षत्रिय मराठा ज्ञाती समाज (१९७७) या संस्थेचा अमृत महोत्सव साजरा केला. या अमृत महोत्सवात मराठा समाजाची एक परिषद घेण्याचे ठरले होते. त्याप्रमाणे मुंबई येथे मराठा समाजाची एक परिषद घेण्यात आली (१ मे १९८०). या परिषदेत मराठ्यांची अखिल भारतीय पातळीवरील संघटना स्थापन करावी, असा विचार पुढे आला. त्यामुळे क्षत्रिय मराठा ज्ञाती समाज या संस्थेचे रूपांतर अखिल भारतीय मराठा महासंघ या संस्थेत करण्यात आले (शिवनेर, १८ जुले १९८१). क्षत्रिय मराठा ज्ञाती समाज, मराठा मंदिर, माथाडी कामगार संघटना, मराठा ज्ञाती परिषद या संस्थांच्या एकजुटीमधून मराठा महासंघाची स्थापना झाली (विश्वनाथ वाबळे, १९७७).

मराठा महासंघाचा प्रादेशिक विस्तार

मुंबई शहरानंतर महाराष्ट्रातील शहरांमध्ये मराठा महासंघाच्या शाखा स्थापन झाल्या. या स्थापन होण्याचा क्रम पश्चिम महाराष्ट्र, उत्तर महाराष्ट्र, मराठवाडा, विदर्भ असा राहिला. शहरांमध्ये संघटनेने कार्यक्षेत्र वाढवले (पवार शशिकांत, मातृभूमी, अकोला, १० नोव्हेंबर १९८९). महाराष्ट्रामध्ये मराठा समाजाच्या विविध संस्थांना एकत्र करण्याची भूमिका मराठा महासंघाने घेतली होती. मराठा महासंघाने मराठा समाजाच्या सर्व संघटनांना एकत्रित

करावे, हे उद्दिष्ट मराठा महासंघाचे होते. १९८१ मध्ये मराठा महासंघाचे प्रथम अधिवेशन झाले. तेव्हा ४३ मराठा संघटना मराठा महासंघाच्या नियंत्रणाखाली काम करत होत्या (मराठा महासंघ स्मरणिका, जुलै १९८१: १). मराठा महासंघाने संघटना- बांधणी करताना त्या त्या शहरांमध्ये कार्यरत असलेल्या मराठा समाजाची मंडळे, लहान संघटना, शैक्षणिक संघटना आणि सरकारी सनदी नोकरीतील मराठा समाजाची मदत घेतली. त्यामुळे जुन्या मोडकळीस आलेल्या संस्थांचे व मंडळांचे पुनरूज्जीवन झाले. त्यांचे मराठा महासंघामध्ये विलीनीकरण करण्याचा प्रयत्न मराठा महासंघाने केला. संघटनांच्या मदतीने मराठा महासंघाने महाराष्ट्रातील शहरी भागात विस्तार केला. परंतु मराठा महासंघाच्या नियंत्रणाखाली या संस्था व संघटना आल्या नाहीत. मार्च १९८२ ते मार्च १९८३ यादरम्यान मराठा महासंघाचा विस्तार खुंटला होता (पवार, मातृभूमी, अकोला, १० नोव्हेंबर १९८९). १९८४ नंतर मराठा महासंघाचा विस्तार सुरू झाला. उत्तर महाराष्ट्र, विदर्भ व मराठवाडा विभागात १९८४ नंतर मराठा महासंघाने मेळावे घेतले. धुळे (नोव्हेंबर १९८४), बुलढाणा (ऑक्टोबर १९८४), अमरावती व नागपूर (नोव्हेंबर १९८४) व परळी (डिसेंबर १९८४) (लोकमत, औरंगाबाद, ४ नोव्हेंबर १९८४; महाराष्ट्र टाइम्स,मुंबई, १६ नोव्हेंबर १९८४). येथे मराठा महासंघाचे मेळावे झाले. या मेळाव्यांमध्ये राखीव जागा, रोस्टरपद्धती यांना विरोध केला. परंतु मराठा महासंघाने या मेळाव्यांतून अमराठी लोकांविरोधी आंदोलनाचा एक नवा मुद्दा मांडला. १९८४ मध्ये शिवसेनेने हिंदुत्वाचा मुद्दा स्वीकारला होता. त्या पार्श्वभूमीवर आधारित मराठा महासंघ शिवसेनेवर टीका करत परप्रांतीयांच्या विरोधात नवी भूमिका मांडत होता (शिवनेर, ५ ऑक्टोबर १९८४; नागपूर पत्रिका, १४ डिसेंबर १९८४).

महाराष्ट्रात मराठा महासंघाच्या ५६० ग्रामशाखा, २९ जिल्हाशाखा, ४६ शहरीशाखा आणि ८६ तालुका शाखा व २८९४१ सभासदाची संख्या आहे (मुंबई येथील मराठा महासंघाच्या सभासद नोंदणी पुस्तकातील नोंद). नोंदणी न झालेल्या शाखा व सभासद यापेक्षा जास्त आहेत (पवार). मराठा महासंघाच्या कार्यकारिणीवर ९ महिला होत्या. यांपैकी सुशिला पाटील (कोल्हापूर) या मराठा महासंघाच्या उपाध्यक्ष होत्या. नव्वदीच्या दशकात महासंघाने महिलांचे संघटन करण्यासाठी महिला आघाडीची स्थापना केली (महाराष्ट्र टाइम्स, मुंबई, २३ जानेवारी १९९०). मराठा महिला महासंघाच्या प्रमुख वत्सला पाटील होत्या. महिलांवर होणारे अत्याचार, अन्याय, जुन्या रुढी, परंपरा व खोट्या समजुती विरोधी मराठा महिला महासंघ आंदोलन उभे करणार होता (महाराष्ट्र टाइम्स, मुंबई, २३ जानेवारी १९९०). महिला मराठा महासंघाच्या केवळ ४ शाखा समकालीन दशकात होत्या. जळगाव, पुणे, सोलापूर व औरंगाबाद येथे मराठा महासंघाच्या शाखा विद्यार्थिवर्गात स्थापन केल्या होत्या. महाराष्ट्रात मराठा महासंघ विद्यार्थी संघटनेच्या

६ शाखा होत्या. कामगार क्षेत्रात कामगार संघटना पुणे व मुंबई येथे स्थापन झाल्या होत्या.

१९८१ ते १९८२ या दोन वर्षांत मराठा महासंघाची संघटनात्मक वाढ झाली. क्षत्रियत्वाची अस्मिता राखीव जागांना विरोध, या मुद्यांना धरून प्रथम मराठा महासंघाचे कार्यक्षेत्र वाढले. प्रारंभी राखीव जागाविरोधी धोरणामुळे प्रसिद्धी मिळाली (पवार, मातृभूमी: ११ नोव्हेंबर १९८९). जानेवारी १९८२ मध्ये बाबासाहेब भोसले मुख्यमंत्री झाले. त्यानंतर मराठा महासंघाची वाढ खुंटली. मात्र बाबासाहेब भोसले यांनी शिवजयंतीवरील बंदी उठवली. त्यामुळे शिवजयंती उत्सवातून मराठा महासंघ टिकून राहिला. दुसरे कारण म्हणजे बाबासाहेब भोसले हे मराठा मुख्यमंत्री असले तरी ते काँग्रेसचे निष्ठावंत मुख्यमंत्री होते. त्यामुळे पश्चिम महाराष्ट्रातील केवळ निष्ठावंत गट त्यांचा समर्थक वर्ग होता. या पार्श्वभूमीवर पश्चिम महाराष्ट्रात मराठा महासंघ वाढला. फेब्रुवारी १९८३ मध्ये वसंतदादा पाटील मुख्यमंत्री झाले. यानंतर राखीव जागांना विरोध, मराठवाडा विद्यापीठाच्या नामांतरास विरोध, डॉ. बाबासाहेब आंबेडकरलिखित रिडल्स इन हिंदुइझम या ग्रंथास विरोध या मुद्यांच्या आधारे मराठा महासंघाचा नव्याने विस्तार केला (पवार, मातृभूमी, १० नोव्हेंबर १९८९). या मुद्यांच्या आधारे मराठवाडा व विदर्भ विभागांत संघटनात्मक वाढ झाली होती. शिवाजीराव निलंगेकर (१९८५-८६) व शंकरराव चव्हाण (१९८६-८८) हे दोन मराठा मुख्यमंत्री मराठवाडा विभागातील होते. हे दोन्ही मुख्यमंत्री निष्ठावंत गटाचे होते. या मुख्यमंत्र्यांना निष्ठावंत विरोधी गटाचा विरोध होता. या विरोधाच्या आधारे मराठा महासंघ पश्चिम महाराष्ट्राबरोबर मराठवाडा, विदर्भ, उत्तर महाराष्ट्रात विस्तारला. कोकण भागात वाढ झाली नाही. परंतु पनवेल, खालापूर, कर्जत, पेण, रोहा, सावंतवाडी या भागांत महासंघाचे काम उभे राहिले. महाराष्ट्राबाहेर गोवा, बेळगाव, बिदर, भालकी, निजामपूर (आंध्रप्रदेश), बऱ्हाणपूर, बिलासपूर, रतनपूर, इंदूर, धार (मध्यप्रदेश) येथे १९८८ मध्ये संघटनेच्या शाखा स्थापन झाल्या होत्या (पवार, मातृभूमी: ११ नोव्हेंबर १९८९). १९८८ ते १९९१ या कालखंडात शरद पवार हे महाराष्ट्राचे मुख्यमंत्री होते. यादरम्यान मराठा महासंघाची वाढ खुंटली होती. कारण मराठा महासंघाने या दरम्यान मंडल आयोगाच्या शिफारशींना पाठिंबा दिला. मराठा समाजाला इतर मागासवर्गीयांचा दर्जा द्यावा, हा मुद्दा मराठा महासंघाने मांडला होता. या मुद्याला मराठा जातीतून प्रतिसाद मिळाला नाही. याआधी मराठा महासंघाने मंडल आयोग विरोधी आंदोलन उभे केले होते. मंडल आयोगात मराठा कुणबी समाजापैकी कुणबी समाजाचा समावेश असल्यामुळे कुणबी समाज मराठा महासंघातून बाहेर पडला. आर्थिक हितसंबंधावरून मराठा कुणबी समाजात ही एक महत्त्वाची फूट पडली. त्याचा परिणाम म्हणजे मराठा महासंघाचा विस्तार खुंटलेला दिसतो. त्यामुळे मराठा महासंघाची

वाढ थांबली होती. १९९१ ते १९९२ या दरम्यान सुधाकरराव नाईक महाराष्ट्राचे मुख्यमंत्री होते. नाईक जातीने बंजारा होते. सुधाकर नाईक हे शरद पवार समर्थक होते. तरी नाईक व शरद पवार गटाचे संबंध ताण-तणावाचे होते. यादरम्यान मराठा महासंघ पुन्हा नव्याने सक्रिय झाला. १९९३ ते १९९५ यादरम्यान शरद पवार महाराष्ट्राचे मुख्यमंत्री होते. या दरम्यान मराठा महासंघ शरद पवार विरोधात सक्रिय झाला. याची दोन कारणे आहेत. ऐंशीच्या दशकात शरद पवार गट व वसंतदादा पाटील गट परस्परविरोधी भूमिका घेत होते. त्यामध्ये मराठा महासंघ वसंतदादा पाटील गटाबरोबर गेला. दुसरे कारण म्हणजे १९९४ मध्ये शरद पवार सरकारने मराठवाडा विद्यापीठांस डॉ. बाबासाहेब आंबेडकर असे नाव देण्याचा निर्णय घेतला. त्यामुळे मराठवाडा विभागातील मराठा महासंघ शरद पवार सरकारच्या विरोधात गेला. १९९५ च्या विधानसभा निवडणुकीत मराठा महासंघाने शिवसेना भाजपाला पाठिंबा दिला. त्यामुळे १९९६मध्ये मराठा महासंघाचा एक शिवसेनेकडून आमदार विधान परिषदेवर निवडून आला. शिवसेनेच्या शशिकांत सुतार यांनी मराठा महासंघाला मदत केली. त्यामुळे मराठा महासंघाची वाढ झाली. १९९९ मध्ये शरद पवार यांनी राष्ट्रवादी काँग्रेस पक्षाची स्थापना केली. त्यानंतर मराठा महासंघाचे शशिकांत पवार, विनायक मेटे हे पदाधिकारी राष्ट्रवादी काँग्रेस पक्षात गेले. त्यांनी मराठा महासंघाच्या शाखा स्थापन करण्यास मदत केली. मात्र १९९९ ते २००३ यादरम्यान मराठा महासंघाची स्वतंत्रपणे वाढ झाली नाही. २००४ मध्ये शशिकांत पवार यांनी पुन्हा मराठा महासंघाचे अध्यक्षपद स्वीकारले. तसेच जेम्स लेन प्रकरण घडून आले. शशिकांत पवार यांच्या नेतृत्वाखालील गटाने २००४ च्या लोकसभा व विधानसभा निवडणुकीत शिवसेना भाजपाला पाठिंबा दिला. त्यामुळे मराठा महासंघाचा प्रचार संपूर्ण महाराष्ट्रात झाला (लोकमत, अमरावती, अकोला, बुलढाणा, १३ ऑक्टोबर २००४).

मराठा समाजाचे संघटन करण्याची स्पर्धा काँग्रेस, शिवसेना, भाजपा व राष्ट्रवादी काँग्रेस या पक्षांमध्ये होती. त्यामुळे या प्रमुख चार पक्षांनी मराठा महासंघाच्या वाढीस मदत केली. परंतु १९८१ ते २००४ यादरम्यान मराठा महासंघाचा विस्तार कोकण व पश्चिम महाराष्ट्राच्या तुलनेत मराठवाडा व मुंबई येथे जास्त झाला. कोकण विभागात तर मराठा महासंघाला फारच कमी प्रतिसाद मिळाला (पवार, मातृभूमी, १० नोव्हेंबर १९८९). कारण कोकण विभागात मराठा समाजाची लोकवस्ती कमी आहे. दुसरे कारण म्हणजे कोकण विभागात कुणबी समाजाची संख्या जास्त आहे. कोकणात कुणबी सेना ही संघटना मराठा महासंघाबरोबर नव्हती. त्यामुळे कोकण विभागात प्रतिसाद मिळाला नाही. मराठा महासंघ ही संघटना मुंबई, उत्तर महाराष्ट्र, मराठवाडा व विदर्भ येथे वाढली. विदर्भातील अकोला, अमरावती, बुलढाणा या शहरी भागांत संघटनेला प्रतिसाद मिळाला.

संस्थापक सदस्यांना मराठा समाजाची लढाऊ संघटना, असे मराठा महासंघाचे स्वरूप अभिप्रेत होते. म्हणून सुरक्षा दल नावाने 'निमलष्करी संघटना' काढणार, अशी घोषणा औरंगाबाद येथे शशिकांत पवार यांनी केली होती. परंतु अशी संघटना मराठा महासंघाने बांधली नाही. संघटना कशी बांधावी यांचे मार्गदर्शन करण्यासाठी 'अखिल भारतीय मराठा महासंघ बांधणी' व 'कार्यकर्त्यांचा वाटाड्या' अशा दोन पुस्तिका अण्णासाहेब पाटील यांनी प्रकाशित केल्या होत्या. 'मराठा तितुका मेळवावा' ही पुस्तिका मराठा महासंघाने जुलै ८६ मध्ये प्रकाशित केली. या संघटनेचा प्रचार व प्रसार करण्यासाठी 'मराठा जागृती' हे नियतकालिक मराठा महासंघाने मुखपत्र म्हणून चालू केले. या मुखपत्रातून मराठा महासंघाचा प्रचार केला गेला.

मराठा महासंघाची रचना

अखिल भारतीय मराठा महासंघ, मध्यवर्ती कार्यकारी मंडळ, विभागीय, प्रांतीय मराठा महासंघाची शाखा, जिल्हा किंवा शहर शाखा, तालुका शाखा, उद्योग, व्यवसाय शाखा, ग्राम शाखा, उपशाखा किंवा वॉर्ड शाखा, महिला मराठा महासंघ शाखा असा रचनात्मक विस्तार संघटनेने केला होता.

मराठा महासंघाची रचना 'मराठा महासंघाची घटना व शाखा बांधणी' या पुस्तकामध्ये स्पष्ट करण्यात आली आहे. या संघटनेच्या शाखांची रचना चार भागांत विभागण्यात आली आहे. १) ग्राम शाखा, २) शहर शाखा, ३) तालुका शाखा, ४) जिल्हा शाखा. या शाखा विभागीय संघटनांच्या नियंत्रणाखाली काम करतात. घटनेमध्ये विभागीय संघटना स्पष्टपणे मांडलेली नाही. परंतु गरजेप्रमाणे विभाग निश्चित करण्यात आले होते. उदा. नागपूर विभाग, अमरावती विभाग, औरंगाबाद विभाग, नाशिक विभाग, कोल्हापूर विभाग, सोलापूर विभाग, बीड विभाग, पुणे विभाग इत्यादी विभाग स्थापन केले होते. या विभागांवर मध्यवर्ती मराठा महासंघाचे नियंत्रण केवळ ऐंशीच्या दशकाच्या सुरुवातीस राहिले. महाराष्ट्राच्याबाहेर मराठा महासंघाने गोवा, मध्यप्रदेश व कर्नाटक हे विभाग स्थापन केले होते (पवार, मातृभूमी, १० नोव्हेंबर १९८९). प्रत्येक विभागासाठी मराठा महासंघाकडून एक उपाध्यक्ष व एक चिटणीस नेमला जातो. मराठा महासंघाची मध्यवर्ती कार्यकारी समिती नावाची शाखा आहे. या समितीकडे महत्त्वाचे अधिकार आहेत. मराठा महासंघाच्या शाखांना मान्यता देणे, मान्यता काढून घेणे, संघटनेच्या पदावर नेमणुका करणे, समाजाचे संघटन करणे, राजकीय व सामाजिक भूमिका ठरवणे इत्यादी कामे ही समिती करते. या समितीस अंतिम अधिकार देण्यात आले आहेत. या समितीच्या अध्यक्षाला मराठा महासंघाचा अध्यक्ष असे संबोधले जाते. अध्यक्ष, विभागीय अध्यक्ष, विभागीय चिटणीस यांची मिळून कार्यकारी समिती तयार होते (घटना व नियम). अशा प्रकारची व्यवस्था

व्यवहारात फार कमी उतरली. संघटनेची व अधिकाराची रचना पिरॅमिडच्या स्वरूपाची आहे. संघटनेच्या शिखर स्थानावर मराठा महासंघाचा अध्यक्ष असतो. त्यामुळे सर्व संघटनेवर अध्यक्षाचे नियंत्रण असते.

संघटनात्मक फूट

मराठा महासंघ ही मराठा संघटनांची आहे. मराठा सेवा संघ, छावा, अखिल भारतीय छावा, शिवराज्य, शिवसंग्राम, महाराष्ट्र विकास पार्टी व मराठा समाज संघटना या संघटनांमध्ये मराठा महासंघातून कार्यकर्ते गेले. ऐंशीच्या दशकात मराठा समाजात स्तर स्पष्ट झाले. मराठा जातीतील प्रत्येक स्तराची वेगळी अपेक्षा व महत्त्वाकांक्षा होती. सर्व अपेक्षा व महत्त्वाकांक्षाचे प्रतिनिधित्व करण्याइतपत लवचीकता मराठा महासंघाकडे नव्हती. दुसरे कारण म्हणजे मराठा महासंघाचे नेतृत्व मराठा समाजाला केवळ एका ओळखीत सामील करत होते. ती ओळख खानदानी मराठा अशा स्वरूपाची होती. त्यामुळे मराठा समाजातील इतर स्तर बाजूला झाले. यातूनच शासकीय व निमशासकीय नोकरदारांसाठी मराठा सेवा संघ स्थापन झाला. या शाखेचे नेतृत्व बी. डी. शिंदे यांच्याकडे होते. मराठा सेवा संघात शिंद्यांच्या बरोबर पुरुषोत्तम खेडेकरांनी काम केले. खेडेकर व मराठा महासंघ यांच्यात तणाव वाढून १९८६ पासून मराठा सेवा संघ स्वतंत्रपणे काम करू लागला (रविकिरण देशमुख, लोकसत्ता, पुणे, ११ जानेवारी २००४). मराठा सेवा संघाने १९८६ ते १९९५ पर्यंत कुणबी समाजाचे संघटन केले. या संघटनेला १९९५ पर्यंत विदर्भाच्या बाहेर मोठा पाठिंबा नव्हता. १९९५ नंतर मराठा सेवा संघाने 'कुणबी मराठा' अशी नवी ओळख रचण्यास सुरवात केली. कुणबी मराठा ही नवी ओळख नोकरी, शिक्षण व स्थानिक स्वराज्य संस्थांच्या निवडणुकांत उपयुक्त ठरू लागली. त्यामुळे १९९५ ते २००४ च्या दरम्यान मराठा सेवा संघाला विदर्भाच्या बाहेर सर्व महाराष्ट्रात पाठिंबा मिळाला. परंतु हा पाठिंबा केवळ व्यावसायिक व नोकरदार वर्गातून मिळाला. श्रीमंत शेतकरी व सर्वसामान्य मराठ्यांचा पाठिंबा मिळाला नाही. नव्वदीच्या दशकात मराठा जातीतील तरुणांसाठी 'छावा' ही शाखा सुरू झाली. सर्वसामान्य शेतकरी वर्गातील तरुण वर्ग छावा या संघटनेतून संघटित झाला. बेरोजगार व अन्यायग्रस्त तरुणांचा या शाखेला पाठिंबा मिळाला (देशमुख). छावा संघटनेतील युवक मराठा महासंघाबरोबर कार्यक्रमात सामील होतात. या संघटनेला काँग्रेस पक्षातील एका गटाचा पाठिंबा होता. परंतु गटबाजीमुळे छावा संघटनेत फूट पडली. अण्णासाहेब जावळे व देविदास वडजे असे दोन गट छावा संघटनेत होते. अण्णासाहेब जावळे यांना मराठा महासंघात घेण्यास विरोध झाला. संभाजी ब्रिगेड ही संघटना स्थापन झाली. संभाजी ब्रिगेड ही संघटना छावा संघटनेला समांतर अशी आहे (देशमुख). मराठा समाज संघटना ही कोल्हापूर येथे

आहे. हा गट मराठा महासंघाशी संबंधित आहे. परंतु या संघटनेचे नेतृत्व सर्वसामान्य मराठा वर्गाकडे आहे. पुणे येथे शिवराज्य पार्टी ही संघटना मराठा महासंघाचे नेते चालवितात. मा. म. देशमुख यांनी शिवराज्य पार्टीची स्थापना केली आहे. त्यांचे नेतृत्व प्रवीण गायकवाड करत आहेत. परंतु प्रत्यक्षात शिवराज्य पार्टी मराठा सेवा संघाची राजकीय आघाडी होती. शिवसंग्राम ही संघटना व शिवसंग्रामशी संलग्न असलेला महाराष्ट्र विकास पार्टी हा पक्ष मराठा महासंघाशी संबंधित आहे. या पक्षाची स्थापना किसन वरखिंडे व विनायक मेटे यांनी केली आहे. हा पक्ष मराठवाड्यातील देशमुख व पाटील यांना वगळून इतरांचे प्रतिनिधित्व करतो. म्हणजेच मराठा समाजाच्या विविध संघटना या मराठा महासंघाची परंपरा मान्य करतात. परंतु त्या मराठा समाजातील वेगवेगळ्या स्तरांचे प्रतिनिधत्व करतात.

नेतृत्व

क्षत्रिय ज्ञाती मराठा समाज संघटना, मराठा महासंघाचे सदस्य (कार्यकर्ता), जिल्हा किंवा शहर प्रमुख आणि मध्यवर्ती कार्यकारी समिती अशा चार पातळ्यांवर मराठा महासंघाचे नेतृत्व कार्य करते. क्षत्रिय ज्ञाती मराठा समाज या संघटनेचे नेतृत्व जयवंतराव भापकर करत होते. जयवंत भापकर व शशिकांत पवार (सरचिटणीस) यांनी पुढाकार घेऊन या संघटनेचा अमृत महोत्सव मुंबईच्या कामगार क्रीडा केंद्रात साजरा केला (क्षत्रिय ज्ञाती मराठा समाज संघटना, स्मरणिका नोव्हेंबर १९७७). मे १९८० मध्ये या नेतृत्वाने क्षत्रिय मराठा ज्ञाती समाजाचे अधिवेशन मुंबईमध्ये घेतले. या अधिवेशनाला मुंबईचे तत्कालीन महापौर बाबुराव शेटे हे स्वागताध्यक्ष होते तर सोंडूचे महाराज यशवंतराव घोरपडे, उद्योगपती विश्वासराव चौगुले, भाई सावंत, माथाडी कामगार नेते अण्णासाहेब पाटील, दादासाहेब काळमेघ (नागपूर विद्यापीठाचे कुलगुरू) हे पाहुणे म्हणून उपस्थित होते. यांच्या नेतृत्वाखाली मराठा महासंघाच्या स्थापनेचा विचार पुढे आला (पवार, मातृभूमी, अकोला, १० नोव्हेंबर १९८९).

अण्णासाहेब पाटील (१ मे १९८० ते २३ मार्च १९८२) माथाडी कामगारांचे नेतृत्व करीत होते. त्यांनी मराठा महासंघाचे नेतृत्व १ मे १९८० ते २३ मार्च १९८२ या कालखंडात २३ महिने केले. पाटील यांचे मराठा महासंघ संघटनेवर नियंत्रण होते. पाटील यांच्या नेतृत्वामुळे मराठा महासंघाच्या विस्तारासाठी संघटित माथाडी कामगार चळवळीची मदत झाली. अण्णासाहेब पाटलांचा क्षत्रिय मराठा ज्ञाती समाजाशी मे १९८०च्या अधिवेशनात प्रथमच संबंध आला. या अधिवेशनामध्ये अखिल भारतीय पातळीवरती मराठ्यांच्या सर्व प्रातिनिधिक संस्थांना एकत्र आणून त्यांचा एक महासंघ स्थापन करावा, असा ठराव मांडला होता (विजयराज शिंदे, १९८४: २०). त्यामुळे मराठा महासंघाच्या

नेतृत्वाची जबाबदारी क्षत्रिय मराठा ज्ञाती समाज या संस्थेकडे आली. या संघटनेतील शशिकांत पवार व माथाडी कामगार नेते अण्णासाहेब पाटील यांनी या मराठा महासंघाचे नेतृत्व स्वीकारले. अण्णासाहेब पाटील काँग्रेसचे (अर्स) आमदार होते. तसेच यशवंतराव चव्हाण, शरद पवार, वसंतदादा पाटील यांच्याबरोबर त्यांचे मैत्रीचे संबंध होते. त्यांनी माथाडी कामगारांचे संघटन केले. स्वत: अण्णासाहेब पाटील पश्चिम महाराष्ट्रातील होते. पश्चिम महाराष्ट्रातील सातारा, कोल्हापूर, सांगली, सोलापूर, पुणे, अहमदनगर या भागांतून मुंबईमध्ये मोलमजुरीसाठी आलेल्या कष्टकरी मराठ्यांची संख्या मोठ्या प्रमाणावर होती. त्यामुळे अण्णासाहेब पाटील यांच्या नेतृत्वाला माथाडी कामगार वर्गाच्या बाहेर पश्चिम महाराष्ट्रातही जनाधार होता. पश्चिम महाराष्ट्रातील काँग्रेस पक्षाची अण्णासाहेब पाटील यांच्या नेतृत्वास बाहेरून मूक संमती होती. अण्णासाहेब पाटील हे यशवंतराव चव्हाण यांना आपले गुरू मानत होते (जठार; मनोहर जाधव). अण्णासाहेब पाटील यांचे मराठा महासंघास कार्यक्रमाधिष्ठीत नेतृत्व लाभले असे वर्णन यशवंतराव चव्हाण यांनी केले होते (रा. ना. चव्हाण, १९८६: ५) मराठा महासंघास महाराष्ट्र काँग्रेस संघटनेचा आशीर्वाद होता. या संघटनेच्या नेतृत्वाने अनुयायांशी संवाद करण्यासाठी सामाजिक, धार्मिक व सांस्कृतिक प्रतीकांचा वापर केला. शिवकालीन भाषेत बोलणे, तुळजाभवानीची आण आहे, विडा उचललेला आहे, ही प्रतिज्ञा आहे, मावळत्या सूर्याची साक्ष आहे, मराठा जातीचा स्वाभिमान आहे, अशी संवादाची शैली मराठा महासंघाकडे असल्यामुळे मराठा महासंघाच्या शाखांना निम-शहरी भागातील मराठ्यांचा पाठिंबा मिळत होता. राखीव जागांना विरोध, आरक्षणाची पद्धत बंद करावी, समान नागरी कायदा करावा, कर्नाटक महाराष्ट्र सीमा प्रश्न इ. मुद्दे अण्णासाहेब पाटील यांच्या नेतृत्वाखाली (१ मे १९८० ते मार्च १९८२) मांडण्यात आले. या संघटनेच्या विस्तारासाठी प्रचार दौरे, मेळावे, अधिवेशने, पत्रकार परिषदा, मराठा जागृती यात्रा यांसारख्या साधनांचा वापर या नेतृत्वाने केला. मार्च १९८२ ला अण्णासाहेब पाटलांच्या मृत्यूनंतर मराठा महासंघाचा विस्तार खुंटला.

अण्णासाहेब पाटील यांच्यानंतर मराठा महासंघाचे नेतृत्व काशिनाथ वळवईकर यांनी केले (मार्च १९८२ ते एप्रिल १९८४). ते गोवा राज्यातील परंतु मुंबई शहरातील माथाडी कामगार नेते होते. महाराष्ट्रातील मराठा समाजात त्यांना अधिमान्यता नव्हती. त्यामुळे हे नेतृत्व प्रभावी ठरू शकले नाही. तसेच या कालखंडात माथाडी कामगार वर्गाचा पाठिंबा कमी झाला. अण्णासाहेब पाटील यांचे नेतृत्व नसल्यामुळे मराठा महासंघाचे कंबरडे मोडले (पवार; मातृभूमी: ११ नोव्हेंबर १९८९). १९८२ ते १९८४ या कालखंडात संघटनेची निवडणूक झाली नाही. अण्णासाहेब यरळीकर पाटील (बुलढाणा), नारायणराव खेळकर (अकोला), नरसिंगराव घारपडकर (वर्धा, माजी

आमदार), प्रेमकुमार देशमुख (वर्धा), नारायण काळे (वर्धा, माजी आमदार), आंबादास देशमुख, बाबुराव मोहोड व रामदास साबदे (अमरावती), सुशिला पाटील (पश्चिम महाराष्ट्र), किसनराव वरखिंडे (मराठवाडा) हे नेतृत्व नव्याने उदयाला आले. शशिकांत पवार (कोकण व मुंबई) यांचे नेतृत्व स्थापनेपासूनच होते. मराठा महासंघाच्या नेत्यांमध्ये नेतृत्वावरून सुंदोपसुंदी सुरू झाली. सुशिला पाटील कोल्हापूर (पश्चिम महाराष्ट्र), अण्णासाहेब यरळीकर (विदर्भ) यांच्याबरोबर शशिकांत पवार (कोकण व मुंबई) यांचे नेतृत्वावरून ताणतणाव निर्माण झाले. शशिकांत पवार यांनी सुशिला पाटील व अण्णासाहेब यरळीकर यांना वगळून किसनराव वरखिंडेंबरोबर समझौता करून मराठा महासंघाची सर्वसाधारण सभा बीड जिल्ह्यातील परळी वैजनाथ (मराठवाडा) येथे घेतली. बहुमताचा दावा करून ते मराठा महासंघाचे अध्यक्ष झाले (यरळीकर अण्णासाहेब व सुशिला पाटील). एप्रिल १९८४ नंतर मराठा महासंघात सुशिला पाटील कोल्हापूर (पश्चिम महाराष्ट्र), अण्णासाहेब यरळीकर (बुलढाणा व विदर्भ), शशिकांत पवार, किसनराव वरखिंडे असे गट उदयाला आले. या चार गटांच्या सुंदोपसुंदीतून पश्चिम महाराष्ट्र व विदर्भात मराठा महासंघाचा विस्तार खुंटला. मुंबई व मराठवाडा विभागात एप्रिल १९८४ मराठा महासंघाचे कार्य दिसून येते. शशिकांत पवारांच्या नेतृत्वाला अण्णासाहेब पाटील यांच्याप्रमाणे जनपाठिंबा मिळाला नाही. त्यांचे मराठा महासंघ संघटनेवर नियंत्रण राहिले नाही. मार्च १९८२ नंतर संघटना विस्कळीत राहिली (यरळीकर).

महाराष्ट्र काँग्रेस संघटनेबरोबर शशिकांत पवारांचे मैत्रीचे संबंध होते. त्यांनी मराठा महासंघाच्या वैचारिक भूमिका सातत्याने मांडल्या आहेत. ते मराठा महासंघाचे मुखपत्र मराठा जागृतीचे संपादक होते. त्यांनी १९८१ ते १९८८ पर्यंत मंडल आयोगास विरोध केला. १९८८ नंतर त्यांनी मराठ्यांचा समावेश मंडल आयोगात करावा, अशी भूमिका घेतली होती. शशिकांत पवार यांनी १९९४ मध्ये मराठा महासंघाच्या अध्यक्षपदाचा राजीनामा दिला. शशिकांत पवार यांनी राजकारणात कृतिशील राहावे व किसनराव वरखिंडे यांनी समाजकारण म्हणून मराठा महासंघाचा विस्तार करावा, असा समझौता या दोन नेत्यांमध्ये झाला होता. १९९४ नंतर किसनराव वरखिंडे मराठा महासंघाचे अध्यक्ष झाले. त्यांनी १९९५ च्या विधानसभा निवडणुकांमध्ये शिवसेनेला पाठिंबा असल्याचे जाहीर केले (नेक मराठा, २१ ते २८ डिसेंबर १९९५). या किसन वरखिंडे यांच्या भूमिकेस मुंबई, उत्तर महाराष्ट्र व पश्चिम महाराष्ट्रातील कार्यकर्त्यांनी विरोध केला. शशिकांत पवार यांनी जळगाव येथे १९९४ साली मराठा महासंघाची सर्वसाधारण सभा घेऊन किसनराव वरखिंडे यांना पदावरून दूर केले व तानाजी भोईटे (जळगाव) यांची नियुक्ती केली. शिवसेना भाजप सरकारने तानाजी भोईटे यांना कोंडीत पकडले. याचा परिणाम

म्हणजे तानाजी भोईटे यांनी शिवसेना भाजपबरोबर मैत्रीचे संबंध प्रस्थापित केले व किसन वरखिंडे हे अध्यक्ष झाले. यांच्या नेतृत्वाखालील मराठा महासंघ हाच खरा यास सहमती दिली गेली. शिवसेनेने विनायक मेटे यांना १९९५ साली विधानपरिषदेवर आमदार म्हणून निवडून आणले (केसरी, पुणे, १२ फेब्रुवारी १९९६). सप्टेंबर १९९८ मध्ये अण्णासाहेब पाटील आर्थिक मागास विकास महामंडळाची स्थापना केली. किसन वरखिंडे यांना या महामंडळाचे अध्यक्षपद दिले (सकाळ, पुणे, ९ सप्टेंबर १९९८). १९९६-१९९८च्या लोकसभा निवडणुकीत मराठा महासंघाने शिवसेना-भाजप युतीस पाठिंबा दिला (सकाळ, पुणे, २२ मार्च १९९६; सकाळ, १२ व १३ फेब्रुवारी १९९८). १९९८ नंतर मराठा महासंघात राजकारण व समाजकारण या विषयांवर चर्चा झाल्या आणि मराठा महासंघाचे अध्यक्ष किसन वरखिंडे यांना पदच्युत करून शशिकांत पवार अध्यक्ष असल्याची घोषणा सोलापूर येथे करण्यात आली. सक्रिय राजकारण करण्यासाठी विनायक मेटे यांच्या अध्यक्षतेखाली महाराष्ट्र विकास पार्टी स्थापन केली (सकाळ, पुणे, ६ जानेवारी १९९८). १९९४ ते १९९८ पर्यंतच्या कालखंडात शरद पवार, पतंगराव कदम, शंभुराजे देसाई, जयसिंगराव गायकवाड, सुरेश नवले इत्यादींनी पश्चिम महाराष्ट्र व मराठवाड्यात मराठा महासंघाबरोबर उघडपणे चर्चा, बैठका, मेळावे घेण्यास सुरुवात केली. शंभुराजे देसाई, सुरेश नवले, शशिकांत सुतार हे शिवसेना संघटनेच्यावतीने मराठा महासंघाच्या पुणे येथील मेळाव्याला उपस्थित होते (सामना, पुणे, १० मार्च १९९७). पतंगराव कदमांनी पुणे येथे (सकाळ, पुणे, १५ डिसेंबर १९९८). आणि शरद पवार यांनी बीड येथील मराठा महासंघाच्या मेळाव्यात मराठा समाजाचे संघटन करण्याची भूमिका घेतली (सकाळ, पुणे, १६ जून १९९८). भाजपचे जयसिंगराव गायकवाड (बीड), भोसले (सातारा) यांनी मराठा महासंघात फूट पाडून एका गटाचा भारतीय जनता पक्षास १९९६, १९९८च्या लोकसभा निवडणुकीत पाठिंबा प्राप्त करून दिला. पण १९९८ च्या लोकसभा निवडणुकीत विनायक मेटे यांच्या नेतृत्त्वाखालील महाराष्ट्र विकास पार्टीने काँग्रेस पक्षाला पाठिंबा दिला होता (सकाळ, पुणे, १२ फेब्रुवारी १९९८). १९९९ च्या लोकसभा व विधानसभा निवडणुकीपूर्व काळात शरद पवारांनी राष्ट्रवादी काँग्रेस पक्षाची स्थापना केली. या पक्षात मराठा महासंघाचे नेते विनायक मेटे, शशिकांत पवार हे सामील झाले (महाराष्ट्र टाइम्स, मुंबई, २ नोव्हेंबर १९९९). राजकारण करण्यासाठी मराठा महासंघाने महाराष्ट्र विकास पार्टी स्थापन केली होती, परभणी येथे तिचे राष्ट्रवादी काँग्रेस पक्षात विलीनीकरण केले गेले. राष्ट्रवादी काँग्रेस पक्षाला या गटाचा पाठिंबा होता (केसरी, पुणे, ८ सप्टेंबर १९९९). पण किसनराव वरखिंडेंच्या नेतृत्वाखालील मराठा महासंघाने १९९९ च्या लोकसभा व विधानसभा निवडणुकीत भाजप-शिवसेनेला पाठिंबा जाहीर केला. मराठा महासंघाचे नेतृत्व चार पक्षांच्या आश्रयाला गेलेले दिसते. मराठा महासंघाच्या नेतृत्वामध्ये

चार गटांच्या व्यतिरिक्त शांताराम कुंजीर, प्रवीण गायकवाडांच्या नेतृत्वाखालील मराठा महासंघ (पुणे) हा बामसेफचे वामन मेश्राम व बहुजन समाज पार्टीचे बी. जी. कोळसे पाटील, मा. म. देशमुख यांच्याबरोबर मैत्रीचे संबंध ठेवून होते. शिवाजी व संभाजीचे ब्राह्मणीकरण, राखीव जागांविषयक चर्चासत्र, शाहू छत्रपती व्याख्यानमाला व परिवर्तन परिषद (पुणे) इत्यादी कार्यक्रमांद्वारे मागील चार गटांपेक्षा वेगळेपणा निर्माण केलेला हा गट आहे (सकाळ, पुणे, १९ डिसेंबर ९८). मराठा महासंघाचे नेतृत्व एकूण पाच गटांत विभागले गेले आहे. २००४ च्या लोकसभा व विधानसभा निवडणुकीत मराठा महासंघात नरेंद्र पाटील यांच्या नेतृत्वाखाली नव्याने फूट पडली. हा गट दोन्ही काँग्रेस बरोबर आहे. गेल्या दशकात राजेंद्र कोंढरे या संघटनेचे नेतृत्व करत आहेत. आर्थिक निकषाच्या ऐवजी मराठ्यांना ओबीसीचे आरक्षण लागू करा. अशी भूमिका त्यांनी घेतली आहे.

मराठा समाजाविषयी जाज्वल्य स्वाभिमान असणाऱ्या व्यक्तीलाच प्रवेश द्यावा असे प्रतिज्ञापत्रामध्ये म्हटले आहे. यातून दोन मुद्दे स्पष्ट होतात. एक, मराठा महासंघाचे सदस्यत्व केवळ मराठा जातीतील व्यक्तीस मिळते. इतर जातींच्या व्यक्ती सभासद होऊ शकत नाहीत. दोन, जाज्वल्य स्वाभिमान नसलेली मराठा जातीची व्यक्ती मराठा महासंघाची सदस्य होऊ शकत नाही. या दोन मुद्यांना अनुलक्षून मराठा महासंघाने सभासदत्व देऊ केले आहे (मराठा महासंघाचे प्रतिज्ञापत्र). तरीही जो स्वत: मराठा समजतो तो कोणत्याही जातीचा असला, तरी त्याचा समावेश मराठा महासंघात होतो, असा दावा मराठा महासंघाचे अध्यक्ष अण्णासाहेब पाटील व शशिकांत पवार यांनी केला आहे. ही संघटनेची भूमिका घसरडी होती.

अण्णासाहेब पाटील यांनी मराठा जातीचा जाज्वल्य स्वभिमान व मराठा जातीत जन्म या दोन निकषांच्या आधारे मराठा महासंघाच्या सदस्यत्वाचे दोन प्रकार केले होते. एक व्यक्ती सदस्य व दुसरे संस्था सदस्य असे दोन पद्धतीने सदस्यत्व दिले जाते. कोणत्याही संघटनेशी संबंधित नसलेल्या मराठा व्यक्तीसाठी व्यक्ती सदस्यत्व हा प्रकार वापरला गेला. मराठा समाजात आर्थिक व सामाजिक स्तरीकरणाप्रमाणे वेगवेगळ्या संस्था व संघटना स्थापन झाल्या होत्या. त्या संघटनांना मराठा महासंघात सामील करण्यासाठी संस्था सभासद असा दुसरा प्रकार मराठा महासंघाच्या नेतृत्वाने वापरला होता.

अण्णासाहेब पाटील यांच्या नेतृत्वाचा तरुण वर्गात मोठा प्रभाव होता. त्याच्या नेतृत्वाखाली १८ ते ३०-३५ या वयोगटातील कार्यकर्ते संघटित झाले. हा तरुण वर्ग माध्यमिक शिक्षण पूर्ण केलेला किंवा महाविद्यालयीन शिक्षण घेतलेला आहे. त्यांची शैक्षणिक पात्रता फारशी चांगली नसल्यामुळे संघटनेची उद्दिष्टे, ध्येय, किंवा विचारसरणी यांचा अभ्यास करून जाणीवपूर्वक सभासदत्व स्वीकारले असे झाले नाही. समवयस्क मित्रांमधील राजकीय चर्चा ऐकून, आपल्या जातीची संघटना, मराठा हे क्षत्रिय आहेत ही अस्मिता, सुशिक्षित बेकारी व राखीव जागा विरोधी संघटना या मुद्यांचा प्रभाव पडून

मराठा तरुण संघटनेत सामील झाला. हे वातावरण अण्णासाहेब पाटलांनी तयार केले. त्यामुळे शहरात दिवसभर काम करणाऱ्या तरुणांचा सहभाग संघटनेत जास्त होता. या तरुण वर्गात अभिजन विरोध व राज्यसंस्था विरोध दिसतो.

या संघटनेमध्ये नेतृत्वाच्या पातळीवर काम करणाऱ्यांमध्ये शिक्षक, मुख्याध्यापक, प्राचार्य, प्राध्यापक, कुलगुरू, शासकीय खात्यांमधील विविध अधिकारी, पत्रकार, छोटे उद्योगधंदेवाले, वकील, डॉक्टर इत्यादी मध्यमवर्गाचा समावेश होता. या मध्यमवर्गावर अण्णासाहेब पाटलांचा प्रभाव होता. दादासाहेब काळमेघ (कुलगुरू), बाबासाहेब देशमुख (पंजाबराव कृषी विद्यापीठ अकोला उपकुलसचिव), मा. म. देशमुख (प्राध्यापक), तानाजीराव भोईटे (शिक्षण संस्था चालक), विश्वनाथ वाबळे (संपादक, शिवनेर), भाई सावंत (उद्योगपती), इत्यादी नेत्यांचा सामाजिक स्तर मध्यमवर्गीय स्वरूपाचा होता.

कार्यकर्त्यांचा सामाजिक स्तर मध्यमवर्गीय तसेच या संघटनेला मध्यमवर्गीयांचे नेतृत्व लाभले आहे. या संघटनेचे पदाधिकारी स्वत:ची नोकरी-व्यवसाय करून संघटनेचे काम पाहतात. संघटनेचे पूर्ण वेळ काम करणारे सभासद नाहीत. ग्रामीण भागातील जुजबी सहभाग होता. ग्रामीण भागातील छोटे शेतकरी व शेतमजूर यांचा सहभाग नव्हता. मंडल आयोग विरोधाच्या मुद्यांवरून 'कुणबी समाज' संघटनेतून फुटून बाहेर गेला. यामुळे नवशिक्षित मराठा तरुणाचा जनाधार या संघटनेला होता.

मराठा महासंघाचे मध्यवर्ती कार्यकारी मंडळ, विभागीय उपाध्यक्ष, सचिव जिल्हाध्यक्ष व शहर प्रमुख या पातळीवरील ७२ नेते व अनुयायांचे शिक्षण, पोटजात, व्यवसाय, पक्ष व संघटनानिहाय संबंध आणि वयोगटानुसार विश्लेषण केले आहे. प्राथमिक शिक्षण घेतलेले नेते व अनुयायी संघटनेत केवळ तीन होते. मराठा महासंघाचे नेते माध्यमिक, उच्च माध्यमिक, पदवी व पदव्युत्तर शिक्षण घेतलेले होते. सर्वांत जास्त प्रमाण पदवी व पदव्युतर शिक्षण घेतलेल्या अनुयायांचे होते (७२ पैकी ४४). माध्यमिक गटातील ११ व उच्च माध्यमिक शैक्षणिक गटातील १४ नेते होते. यावरून स्पष्ट होते की, नवशिक्षित मराठा तरुणाचा संघटनेला पाठिंबा होता. मराठा जाती अंतर्गत देशमुख-पाटील, मध्यम मराठा व कुणबी असे स्तर आहेत. यांपैकी देशमुख-पाटील गटातील २३ व मध्यम मराठा गटातील ४४ नेते व कार्यकर्ते संघटनेत होते. देशमुख-पाटील व मराठा यांच्या तुलनेत कुणबी या उपजातीगटातील नेते व अनुयायी संघटनेत फारच कमी होते (७२ पैकी ५). मराठा महासंघामध्ये १८ ते ३० वयोगटातील ७, ३० ते ५० वयोगटातील ३५, तर ५० पेक्षा जास्त वयोगटातील ३० नेत्यांचा समावेश आहे. शिक्षण, जात, स्तर, उत्पन्न गट व वयोगट यांनुसार मराठा महासंघाचे नेतृत्व शहरी व निमशहरी भागात वास्तव्य करणारे असल्याचे स्पष्ट होते. या संघटनेचा अनुयायी वर्ग मात्र शहरी व निम-शहरी भागातील सुशिक्षित बेकार हा आहे.

इतर पक्ष व संघटनांबरोबरचे संबंध

मराठा महासंघाचे नेते व अनुयायी राजकीय पक्षांबरोबर सलोख्याचे संबंध ठेवून होते. १९९० पर्यंत सर्वच मराठा महासंघाच्या नेत्यांचा काँग्रेसला (आय) पाठिंबा होता. १९९० नंतर मराठा महासंघाचे नेतृत्व पक्षनिहाय विभागले गेले (तक्ता क्र. ५. ४). काँग्रेसला ४० टक्के अनुयायांचा पाठिंबा आहे. अण्णासाहेब पाटील (मुंबई), नरसिंग घारपळकर (वर्धा), नारायण काळे, वसंत पवार (नाशिक), जी. एल अष्टीकर (बेळगाव) हे आमदार मराठा महासंघाचे पदाधिकारी होते (१९८१). राष्ट्रवादी काँग्रेसला १० टक्के नेत्यांचा पाठिंबा आहे. मराठा महासंघातील ४३ टक्के नेते व अनुयायी शिवसेना, भाजप व संघ यांच्याशी संबंधित आहेत (तक्ता क्र. ५.१). मराठा महासंघातून शिवसेनेत प्रवेश केल्यानंतर शिवसेनेकडून उमेदवारी घेऊन गुलाबराव गावंडे, सुरेश नवले, शशिकांत सुतार, दीपक पायगुडे, विनायक मेटे हे नेते आमदार म्हणून निवडून आले (१९९५). विधानपरिषदेवर एक व अण्णासाहेब पाटील आर्थिक विकास मागास महामंडळाचे अध्यक्ष, असे दोन मराठा महासंघाचे नेते शिवसेना व भाजपने सत्तेत सहभागी करून घेतले होते. ऑक्टोबर १९९९ मध्ये मराठा महासंघातील प्रमुख ९ नेत्यांनी राष्ट्रवादी काँग्रेसमध्ये प्रवेश केला. मराठा महासंघप्रणीत महाराष्ट्र विकास पार्टीचे राष्ट्रवादी काँग्रेसमध्ये विलिनीकरण झाले. महाराष्ट्र विकास पार्टीचे ३२, पंचायत समिती सदस्य २४, जिल्हा परिषद सदस्य १२, व १ आमदार यांनी राष्ट्रवादी काँग्रेसमध्ये पक्षांतर केले (मेटे). १९९९ नंतर मराठा महासंघाचा राष्ट्रवादी काँग्रेसबरोबर मैत्रीचे संबंध ठेवण्याकडे झुकता कल होता. पण २००४ नंतर मराठा महासंघाचे नेते शिवसेनेबरोबर मैत्रीचे संबंध ठेऊन आहेत. बहुजन समाज पक्षाच्या नेत्यांबरोबर मराठा महासंघाचे तीन नेते घनिष्ठ संबंध ठेवून आहेत. शिवाजी महाराजांच्या ब्राह्मणीकरणातून बहुजन समाजाचे ब्राह्मणीकरण, गोहत्याबंदी, आंदोलन विरोध या कार्यक्रमांद्वारे मराठा महासंघाचे शांताराम कुंजीर, प्रवीण गायकवाड हे नेते बहुजन समाज पक्षाच्या संतोष कोरपे, बी. जी. कोळसे पाटील, वामन मेश्राम यांच्याबरोबर एकत्रित आले होते. सिंधुताई सपकाळ या अनाथ महिला आश्रमाच्या प्रमुख व सामाजिक कार्यकर्त्या आहेत. त्या मराठा महासंघाच्या महिला आघाडीच्या प्रमुख होत्या. अण्णासाहेब पाटील कामगार संघटना (जेजुरी), माथाडी कामगार संघटना (पुणे, मुंबई, नाशिक, सातारा, सांगली) येथे मराठा महासंघाचे कार्यकर्ते या संघटनांबरोबर कार्य करतात. काँग्रेस (आय), राष्ट्रवादी काँग्रेस, शिवसेना, भाजप, संघ व बहुजन महासंघ इ. बरोबर मराठा महासंघाचा घनिष्ठ संबंध असल्याचे स्पष्ट होते. म्हणजेच राजकीय पक्षातील स्पर्धेचा संघटनेवर परिणाम झाला आणि संघटना त्या स्पर्धेमुळे विविध गटांत फुटली.

तक्ता क्र. ५.१ : मराठा महासंघाच्या नेत्यांचे पक्षनिहाय व संघटनानिहाय संबंधाचे वर्गीकरण

पक्ष व संघटना	नेत्यांची संख्या	टक्केवारी
काँग्रेस आय	२९	४०
राष्ट्रवादी काँग्रेस	७	१०
शिवसेना	२३	३२
भारतीय जनता पक्ष	५	७
राष्ट्रीय स्वंयसेवक संघ	३	४
बामसेफ	३	४
बहुजन महासंघ	२	३
एकूण	७२	१००

उद्योग व सेवा क्षेत्रांतून आर्थिक पाठिंबा

ऐंशीच्या दशकात शेती क्षेत्राच्या तुलनेत औद्योगिक क्षेत्र प्रभावी होते. या औद्योगिक क्षेत्रातील मराठा उद्योगपतींचा मराठा महासंघाला पाठिंबा होता. दक्षिण महाराष्ट्रातील सावंत उद्योगसमूह व बी. जी. शिर्के उद्योगसमूहांनी संघटनेला मदत केली होती. विदर्भातील धनवटे उद्योगसमूहाचा पाठिंबा होता. विश्वासराव चौगुले या उद्योगपतीचाही पाठिंबा होता (गव्हाणे). मराठा महासंघ 'मराठा जागृती' हे साप्ताहिक चालवते. त्या साप्ताहिकास उद्योगपती, व्यापारी व व्यावसायिक मोठ्या प्रमाणावरती जाहिराती देतात. तसेच मराठा महासंघाकडून अधिवेशने भरवली जातात, मेळावे घेतले जातात, शिवजयंती साजरी केली जाते, तेव्हा व्यापारी, शेतकरी, शासकीय व निमशासकीय खात्यांमधील नोकरदारवर्ग देणग्या देतात. संघटनेच्या कार्यकर्त्यांवर शिवशक्ती जास्तीत जास्त निधी गोळा करावा, असे बंधन होते.

नव्वदीच्या दशकात सेवा क्षेत्राचा विस्तार झाला. सेवा क्षेत्राशी संबंधित मराठा समाज शहरी भागात मराठा महासंघाचे काम करत होता. त्यामुळे सेवा क्षेत्र हा मराठा महासंघाला एक आधार नव्वदीच्या दशकात मिळाला. या दशकात राजकीय स्पर्धा बहुध्रुवी झाली. त्यामुळे काँग्रेस, शिवसेना, भाजप व राष्ट्रवादी काँग्रेस हे चार पक्ष मराठा महासंघाशी जुळवून घेऊ लागले. नव्वदीच्या दशकात मराठा महासंघाच्या किसनराव वरखिंडे गटाला भाजपने व विनायक मेटे यांच्या गटाला शिवसेनेने १९९५ ते १९९९ पर्यंत मदत केली. १९९९ नंतर विनायक मेटे गट शिवसंग्राम संघटनेत गेला. या गटाने

राष्ट्रवादी काँग्रेस बरोबर सलोख्याचे संबंध ठेवले. त्यामुळे राष्ट्रवादी काँग्रेसने शिवसंग्राम संघटनेला मदत केली. १९९९ ते २००३ पर्यंत शशिकांत पवार गटाला राष्ट्रवादी काँग्रेस पक्षाने पाठबळ पुरवले. २००४ नंतर शशिकांत पवार गटाला शिवसेनेने पाठबळ पुरवले. सामाजिक प्रतिष्ठा असणाऱ्या साहित्यिकांचा संघटनेला पाठिंबा आहे. बाबासाहेब देशमुख, मा. म. देशमुख, दादासाहेब काळमेघ, शिवाजी सावंत यांचे मराठा महासंघाशी जवळचे संबंध होते. हा पाठबळाचा मुद्दा नेते व अनुयायी यांच्या उत्पन्नगटातून स्पष्ट होतो.

मराठा महासंघांचे १४ नेते व अनुयायी शेती क्षेत्राशी संबंधित आहेत. म्हणजेच उद्योग व सेवा या क्षेत्रांतील ६ नेते किंवा अनुयायी यांच्यानंतर १ शेती क्षेत्रातील नेता किंवा अनुयायी निघतो. म्हणजेच शेती क्षेत्राच्या पेक्षा सहा पट जास्त कार्यकर्ते उद्योग व सेवा क्षेत्रातील होते. चार नेते उदयोगधंद्याशी संबंधित होते. सरकारी नोकरदार, कामगार, डॉक्टर, इंजिनिअर, प्राध्यापक, शिक्षक, कुलगुरू व संपादक अशा सेवा क्षेत्रांतील नेतृत्वाचा स्तर संघटनेत सर्वांत जास्त आहे. उदा. ७२ पैकी ५२ कार्यकर्ते या क्षेत्रातील आहेत. इतर व्यवसायामध्ये ०७ व्यक्तींचा समावेश आहे. पूर्ण वेळ राजकारण करणारे दोन नेते संघटनेत होते. तर कामगार वर्गातील ४ नेत्यांचा समावेश संघटनेत होते.

कार्यक्रम

मराठा महासंघाने राखीव जागांना विरोध, मंडल आयोगास विरोध, रोस्टर पद्धतीस विरोध, राखीव मतदारसंघास विरोध, मराठवाडा विद्यापीठाच्या नामांतरास विरोध, मराठी भाषिक प्रदेश महाराष्ट्रास जोडावा, समान नागरी कायदा, शैक्षणिक प्रश्न, शेतकऱ्यांचे प्रश्न, गोहत्याबंदी, मराठा समाजाचा मंडल आयोगात समावेश करावा, मराठा समाजास व्यवसाय मार्गदर्शन शिबिरे इत्यादी प्रश्न मराठा महासंघाने हाताळलेले होते.

राखीव जागांचा प्रश्न

राखीव जागांना मराठा महासंघाचा विरोध होता (१९८१ ते १९८८). नंतर मराठा महासंघाने राखीव जागांना संमती दिली (१९८८). नोकरीमधील राखीव जागा, राखीव मतदारसंघ, मंडल आयोगाच्या शिफारसी, रोस्टर पद्धतीस मराठा महासंघाने विरोध केला आहे. महासघांनी या चार प्रश्नांना विरोध केला. राखीव जागांमुळे मराठा समाजातील सुशिक्षित बेकार तरुणांना नोकरी मिळत नाही. मराठा समाजातील तरुण बेकार राहिल्यामुळे मराठा समाजाची प्रगती होत नाही. यासाठी राखीव जागा बंद कराव्यात, अशी कोल्हापूर येथील मराठा महासंघाच्या मेळाव्यात मागणी केली होती (जठार). राखीव जागामुळे सवर्ण व दलित असा संघर्ष निर्माण होतो (रणझुंझार, बेळगांव, ५ नोव्हेंबर १९८१). या संघर्षामुळे देशाची एकात्मता धोक्यात येते. म्हणून राखीव जागा बंद कराव्यात, असे पाटील यांचे मत होते (महाराष्ट्र टाइम्स, मुंबई, २१ मे १९८१). जातीवर आधारित

सवलती दिल्यामुळे आर्थिकदृष्ट्या दुर्बल घटकांवर अन्याय होतो. आर्थिक दुर्बळ घटकांना नोकरी मिळत नाही. यामुळे राखीव जागा रद्द कराव्यात (रणरागिनी, कोल्हापूर, १५ मे १९८४). राखीव जागांचा निकष हा आर्थिक असावा, राखीव जागा ठेवण्याचा निकष जात असू नये. कारण प्रत्येक जातीमधील पुढारी राखीव जागांचा फायदा घेतात. मात्र गरिबांना राखीव जागांचा उपयोग होत नाही. यासाठी आर्थिक निकषावर आधारित सवलती द्याव्यात (महाराष्ट्र टाइम्स, मुंबई, २१ मे १९८१). राखीव जागा आर्थिक निकषावर आधारित ठेवल्यास राखीव जागांना व दलितांना मराठा महासंघाचा विरोध नाही. या मुद्यावर मराठा महासंघाने मुंबईमध्ये जिल्हाधिकाऱ्याच्या कचेरीवर २० मे १९८१ ला मोर्चा काढला होता (महाराष्ट्र टाइम्स, मुंबई, २१ मे १९८१). संस्कारक्षम(उच्च जात) समाजाशी मराठा समाजातील सुशिक्षित बेकार स्पर्धा करू शकत नाहीत. कारण संस्कारक्षम समाजाच्या पाठीमागे हजारो वर्षांचे संस्कार आहेत. त्यामुळे मराठा समाजात बेकारी वाढत आहे. या समाजात वैफल्यग्रस्त अवस्था आली आहे. मराठा समाज जाणीवपूर्वक बाजूला सारला जात आहे (नगर्सेकर: ६). या कारणांसाठी मराठा महासंघाचा राखीव जागांना विरोध होता. रोस्टर पद्धतीला मराठा महासंघाने विरोध केला. संघटनेच्या मते, सरकारी नोकरीमध्ये शैक्षणिक पात्रता, कार्यक्षमता, कर्तव्यनिष्ठता इत्यादी गुण लक्षात घेऊन बढती न होता ती जातीच्या आधाराने दिली जाते. अनुशेष भरण्यासाठी रोस्टर पद्धती लागू केल्यामुळे गुणवत्ता संपुष्टात येते. सेवेतील ज्येष्ठता क्रमाने बढती देण्याची पद्धत बाजूला जाते आणि कनिष्ठ व्यातीतील व्यक्तीला बढती मिळते. या कारणामुळे मराठा महासंघ रोस्टर पद्धतीला विरोध करतो (बाळ सावर्डेकर, मराठा जागृती, नोव्हेंबर १९८५: ११).

महाराष्ट्रात लोकसभेचे सात व विधानसभेचे चाळीस मतदारसंघ अनुसूचित जाती व जमातींसाठी राखीव होते. स्थानिक स्वराज्य संस्थामध्ये राखीव जागा ठेवण्यात आल्या आहेत. या सर्व मतदारसंघांतील प्रतिनिधी त्याच जातीच्या बहुमतावर पाठवलेले नसून इतर मतदारांच्या मतांवर हे प्रतिनिधी निवडले गेले आहेत. या मतदारसंघातील मतदारांना या जाती जमातीतील प्रतिनिधींना निवडून पाठवण्याची सक्ती केली जाते. यामुळे लोकशाही व्यवस्था राबवली जात नाही. मराठा महासंघाच्या मते, या मतदारसंघामध्ये राखीवेतर कोणत्याही भारतीय नागरिकास निवडणुकीस उभे राहण्याचा अधिकार नाही. राखीव मतदारसंघ ठेवल्यामुळे त्या मतदारसंघामध्ये लोकशाहीचे वातावरण नसते. कारण त्याच जातीतील उमेदवाराने उभे राहावे व त्यालाच इतरांनी मतदान करावे अशी सक्ती केल्यामुळे लोकशाही, स्वातंत्र्य यांची पायमल्ली केली जाते. म्हणून राखीव मतदारसंघ रद्द करावेत, अशी भूमिका मराठा महासंघाने ऑगस्ट १९८५ मध्ये घेतली होती. मराठा जागृतीमध्ये 'राखीव मतदारसंघ नष्ट करा' असा अग्रलेखही लिहिला आहे (मराठा

जागृती, ऑगस्ट १९८५: १-२). त्यामध्ये महाराष्ट्रातील लोकसभा व विधानसभेच्या राखीव मतदारसंघाला त्यांनी विरोध केला आहे.

मंडल आयोगास विरोध

मराठा महासंघाने मंडल आयोगाच्या शिफारशींचा प्रश्न दोन प्रकारे हाती घेतला. प्रथम टप्प्यात मंडल आयोगास मराठा महासंघाने विरोध केला. तर दुसऱ्या टप्प्यात मंडल आयोगास मान्यता दिली व मंडल आयोगात मराठा समाजाचा समावेश करावा, अशी भूमिका घेतली. १९८३ मध्ये मराठा महासंघाने जळगाव येथील अधिवेशनात मंडल अहवालाचा निषेध केला (जळगाव अधिवेशनातील ठराव). भारिप व समाजवादी पक्ष यांनी मंडल आयोगाविषयी इतर मागासवर्गीयांमध्ये प्रचार करण्यास सुरुवात केली. त्यांनी मंडल अहवालाच्या समर्थनार्थ महाराष्ट्रात दौरे काढले (भाई वैद्य, मंडल आयोग: १५). या दौऱ्यांना विरोध करण्यासाठी जिल्हा स्तरावर मराठा महासंघाने सभा घेतल्या. मंडल आयोग घराघरात भांडणे लावणारा आयोग आहे. म्हणून हा अहवाल ठोकरून लावा, असा प्रचार मराठा महासंघाने केला. महाराष्ट्र शासनाने मंडल अहवाल नागपूर अधिवेशनात चर्चेला ठेवला, तेव्हा 'मंडल अहवाल एक सामाजिक विद्रोह' अशी पुस्तिका प्रकाशित करून आमदारांना ती वाटली होती (पवार). मंडल आयोगाच्या शिफारशी न स्वीकारता केंद्र शासनाने हा निर्णय घ्यावा अशी भूमिका वसंतदादा पाटीलांनी घेतली. म्हणून मराठा महासंघाने त्यांचे हार्दिक अभिनंदन करणारा ठराव जळगाव अधिवेशनात १९८३ साली मांडला (मराठा जागृती, जून १९८५). मराठा महासंघाने मंडल आयोगाला विरोध करण्याची कारणे पुढीलप्रमाणे दिली आहेत. वर्ग आणि जाती यांची आयोगाने गल्लत केली आहे. म्हणून मंडल आयोगास मराठा महासंघाने विरोध केला आहे. सरकारी जागा जातीय पद्धतीवर राखीव ठेवण्याचा गैरसमज आयोगाने करून घेतला आहे. त्यामुळे मंडल आयोग जातींच्या अंगाने तयार करण्यात आला आहे. हे कारण देऊन मराठा महासंघाने मंडल आयोगाच्या शिफारशींना विरोध केला (पवार: २२-२३).

उच्च वर्ग, मागासवर्ग व इतर मागासवर्ग असे सामाजिक समीकरण मांडण्यामुळे मंडल आयोगाची ही भूमिका राष्ट्रीय एकात्मतेस घातक ठरते. इतर मागासवर्गाला दलितांच्या बरोबरीचे स्थान देण्यास संघटनेचा विरोध आहे. कारण इतर मागासवर्गातील संतांनी महाराष्ट्राला सामाजिक शिक्षण दिलेले आहे. त्यांनी वारकरी पंथ निर्माण केला आहे. इतर मागासवर्गीयांवर अन्याय झालेला नाही. मंडल आयोगात परीट, शिंपी, न्हावी, कुणबी, माळी इत्यादींचा समावेश करू नये, अशी संघटनेची भूमिका होती. इतर मागासवर्गीय व मराठा हे स्तर क्षत्रिय आहेत. या दोन घटकात संघर्ष नव्हता (पवार:

१९). या भेदभावामुळे हिंदू समाज व हिंदू धर्माचे विभाजन होईल, असे संघटनेचे मत होते. देश, हिंदू समाज, हिंदू धर्म एकसंघ राहण्यासाठी मंडल आयोग नाकारावा असे मराठा महासंघ सांगत होता. १४ नोव्हेंबर १९८४ रोजी नागपूरच्या हिवाळी अधिवेशनाच्या वेळी मराठा महासंघाने मंडल आयोगास विरोध करण्यासाठी पंधरा हजारांचा मोर्चा काढला. मुख्यमंत्री वसंतदादा पाटील यांनी मोर्चास भेट दिली नाही. त्याऐवजी गृहमंत्री शिवाजीराव देशमुख यांना मराठा महासंघाने निवेदन दिले (महाराष्ट्र टाइम्स, मुंबई, १६ नोव्हेंबर १९८४). आर्थिक निकषावर सवलती द्याव्यात, मंडल आयोग रद्द करावा. या मागण्या मान्य न केल्यास काँग्रेसला येत्या निवडणुकीत पराभूत करण्याचा इशारा मराठा महासंघाने दिला. द. स. दरेकरांनी 'मराठा महासंघाची राष्ट्रीय भूमिका' या पुस्तकात मंडल आयोगाच्या उणिवा दाखवत मंडल आयोगाच्या शिफारशींना विरोध केला आहे (दरेकर द. स. १९८४:४-५). शं. रा. दाते (हिंदुमहासभेचे माजी अध्यक्ष) यांनी या पुस्तकासाठी प्रस्तावना लिहिली आहे. त्यामध्ये दाते यांनी दरेकरांच्या विचारांचे समर्थन केले. समाजजीवनाचे विघटन मंडल आयोगाच्या शिफारशीं करतात असा मुद्दा त्यांनी मांडला आहे (दरेकर, १९८४: ४-५). म्हणजेच संघटना जात या घटकाबरोबरच हिंदुत्व या घटकाचाही आधार घेत होती.

मंडल आयोगात मराठ्यांचा समावेश करावा

१९८८ नंतर महासंघाने ही भूमिका बदलली व राखीव जागांना आणि मंडल आयोगास संघटनेने मान्यता दिली. मंडल आयोगात मराठ्यांचा समावेश करावा असा प्रश्न हाती घेण्यात आला. हा प्रश्न हाती घेण्याची कारणे दोन आहेत. एक, राखीव जागा व मंडल आयोगाच्या शिफारशींना विरोध हा प्रश्न केवळ मराठा महासंघाने घेतल्याने तो एकाकी पडतो. इतर संस्था, संघटना व पक्ष हा प्रश्न हाती घेण्यास तयार नाहीत. मराठा महासंघाच्या विरोधात अन्य पक्ष गेले. त्यामुळे मराठा महासंघाने मान्यता दिली. राखीव जागा व मंडल आयोगाच्या शिफारशींना विरोध करण्याचा प्रश्न हाती घेतल्यामुळे महासंघाला जातीयवादी ठरवले जात होते. म्हणून मराठा महासंघाने राखीव जागांना मान्यता दिली (पवार, १९९०: २). म्हणजेच मराठा महासंघ त्यांची कोंडीतून सुटका करून घेतो. दोन, मराठा महासंघ आणि दलित पॅन्थर यांच्यात गावोगाव संघर्ष उडत होता. सवर्ण-दलित दंगलीमध्ये मराठा महासंघाची चर्चा होत होती. तसेच मराठा-दलित वाद महाराष्ट्रात मूळ धरत होता. मराठा महासंघ व दलित पॅन्थर यांच्यातील वाद थांबवण्यासाठी निर्णय बदलला. मंडल आयोगात मराठ्यांचा समावेश करावा या प्रश्नास रामदास आठवले यांनी पाठिंबा दिला. या कारणामुळे एप्रिल १९९० मध्ये झालेल्या मराठा महासंघाच्या अधिवेशनात राखीव जागा व मंडल आयोगास संमती देण्यात आली

(पवार, १९९०: २). १० ऑक्टोबर १९८९ रोजी आंबेडकर कॉलेज, वडाळा येथे मेळावा घेण्यात आला. तेव्हा मराठा महासंघ, दलित पॅन्थर, भटके-विमुक्त जाती संघ, ओ. बी. सी. संघटना, आदिवासी संघटनांनी भाग घेतला होता. तेव्हा शशिकांत पवार यांनी मराठा महासंघाचा राखीव जागा विरोध मागे घेतला. ओ. बी. सी समाजाला फायदा मिळणार असेल तर मराठा महासंघ विरोध करणार नाही. सामाजिक, शैक्षणिक, आर्थिक निकषांना मंडल आयोगाने २२ गुण निश्चित केले आहेत. त्यापैकी अकरा पेक्षा जास्त गुण मराठा जातीस मिळतात. या कसोटीवर आधारित मराठा समाजाचा समावेश मंडल आयोगात करावा, असा मुद्दा मराठा महासंघाने मांडला. मंडल आयोगात मराठ्यांचा समावेश करण्यासाठी दलित पॅन्थरचे नेते रामदास आठवले आणि मराठा महासंघात करार झाला होता. लोकसंख्येच्या प्रमाणात केंद्र व राज्य सरकारमध्ये राखीव जागा ठेवून विनाविलंब अंमलबजावणी करावी. अशी नवी भूमिका मराठा महासंघाने १९८८ नंतर घेतली (नागपूर पत्रिका, ६ ऑक्टोबर १९८९). गेल्या दशकात मराठा महासंघाने या मुद्द्यावर चळवळ उभी केली. हा मुद्दा मराठा आरक्षण हक्क परिषदेत मांडला गेला (मराठा जागृती, २०११ : ८-९). जून २००४ मध्ये खाजगी क्षेत्रात आरक्षण ठेवण्याचा विचार महाराष्ट्र शासनाने मांडला. हा निर्णय सवर्णविरोधी आहे, अशी टीका मराठा महासंघाने केली. मराठा महासंघाने काँग्रेस व राष्ट्रवादी काँग्रेसचे सरकार हा निर्णय घेत आहे, म्हणून यांचा निषेध केला.

मराठवाडा विद्यापीठाचे नामांतर

२६ जून १९७४ रोजी औरंगाबाद येथील मराठवाडा विद्यापीठास डॉ. बाबासाहेब आंबेडकर यांचे नाव द्यावे अशी मागणी मराठवाडा रिपब्लिकन विद्यार्थी संघामार्फत तत्कालीन मुख्यमंत्री वसंतराव नाईकांच्याकडे करण्यात आली. १९७४ ते मार्च १९७७ पर्यंत नामांतर चळवळ व्यापक झाली नाही. तेव्हा शंकरराव चव्हाण महाराष्ट्राचे मुख्यमंत्री होते (फेब्रुवारी १९७५ ते मे १९७७). मार्च १९७७ मध्ये वसंतदादा पाटील महाराष्ट्राचे मुख्यमंत्री झाले. यानंतर नामांतराची चळवळ व्यापक झाली. १९७७ मध्ये क्षत्रिय मराठा ज्ञाती समाज संस्थेचा अमृत महोत्सव झाला. या अमृत महोत्सवात नामांतराच्या मागणीला विरोध झाला नाही. मात्र डॉ. बाबासाहेब आंबेडकरांचे नाव मराठवाडा विद्यापीठास देण्यास त्यांनी संमती दिली नाही.

१९७७ मध्ये राजा ढाले यांनी दलित पॅन्थरचे विसर्जन करून मास मुव्हमेंट स्थापन केली. दलित पॅन्थरच्या विसर्जनास व मास मुव्हमेंट स्थापन करण्यास अरुण कांबळे गटाचा विरोध होता. या गटाने औरंगाबाद येथे दलित पॅन्थरचे पुनरुज्जीवन केले (एप्रिल

१९७७) व या मेळाव्यात नामांतराची मागणी केली (वागळे निखिल, २ डिसेंबर १९७९: २०). महाड येथील चवदार तळ्याच्या सत्याग्रहाच्या सुवर्णमहोत्सवास (१ मे १९७७) मुख्यमंत्री वसंतदादा पाटील उपस्थित होते. तेव्हा नामांतराचे निवेदन दलित पॅन्थरने दिले. नामांतराची मागणी लोकांमधून येऊ द्या, अवश्य नामांतर करू, अशी मुख्यमंत्री वसंतदादा पाटलांची भूमिका होती. १५ जुलै १९७७ ला महाराष्ट्रात आंदोलन सुरू झाले. मराठवाडा विद्यार्थी कृती समितीने नामांतराला पाठिंबा दिला (१७ जुलै १९७७). यानंतर २२ जुलै १९७७ रोजी मराठवाडा विद्यार्थी कृती समितीने नामांतराला विरोध केला. या समितीत सवर्ण हिंदूंचा सहभाग होता. फेब्रुवारी १९७८ मध्ये महाराष्ट्र विधानसभेची निवडणूक होणार होती. त्यामुळे वसंतदादा पाटील यांनी भूमिका बदलली. त्यांनी स्पष्ट केले की, शासनाने कोणताही निर्णय घेतला नाही. मराठवाड्यातील सर्व स्तरातील जनतेचे मत विचारात घेऊन बहुमताने नामांतराचा निर्णय घेतला जाईल (मनोहर, २ डिसेंबर, १९७९:२५). निवडणुकीनंतर वसंतदादा पाटलांनी सामाजिक वा शैक्षणिक संस्थाच्या नामांतरास मंत्रिमंडळाची परवानगी नाही, असे स्पष्ट केले (रविदत्त कांबळे: २८). सोलापूर येथे वसंतदादा पाटीलांना घेराव घातला व लातूर येथे त्यांचा पुतळा जाळण्यात आला. १९७८ मध्ये पुरोगामी लोकशाही दलाचे सरकार महाराष्ट्रात सत्तेवर आले. या सरकारने नामांतराचा ठराव विधानसभा व विधानपरिषदेत मंजूर केला (महाराष्ट्र विधानसभा कार्यवाही, खंड ५४). मात्र मराठवाड्यात नामांतरास विरोध झाल्याने नामांतर झाले नाही.

मुंबई येथे मराठा परिषद घेण्यात आली (१ मे १९८०) या परिषदेतून मराठा महासंघाची स्थापना झाली. त्यानंतर मराठा महासंघाने नामांतरविरोधी भूमिका घेतली. मराठा महासंघ व शिवसेना या दोन संघटनांनी एकत्रितपणे नामांतराला विरोध केला (पवार). १९८० ते १९९४ पर्यत नामांतर चळवळ एका बाजूला व तिला विरोध करणाऱ्या चळवळीत विरोधी बाजूला शिवसेना व मराठा महासंघ या संघटना होत्या. मराठा महासंघाची भूमिका नामांतराला पाठिंबा देणारी व विरोध करणारी अशी दुटप्पी होती. १४ जानेवारी १९९४ रोजी मराठवाडा विद्यापीठाचा नामविस्तार झाला. तेव्हा मराठा महासंघाचे अध्यक्ष शशिकांत पवारांनी नामविस्तारास पाठिंबा दिला (पवार). मात्र मराठवाडा विभागातील जिल्हा, तालुका व ग्रामशाखांनी स्पष्टपणे विरोध केला. मराठवाडा विभागातील मराठा समाज नामांतराच्या विरोधी होता. त्यामुळे शशिकांत पवार यांनी नामांतराचा पाठिंबा काढून घेतला. त्यांनी नामविस्तार रद्द करावा अशी मागणी तुळजापूर येथे केली (लोकमत, १५ जानेवारी १९९४). नामांतरास विरोध करणाऱ्या उमेदवारास निवडून द्यावे, त्यांना मराठा मतदारांनी मतदान करावे असा प्रचार त्यांनी १९९५ च्या विधानसभा निवडणुकीत केला (सकाळ, पुणे, ९ फेब्रुवारी १९९४).

रिडल्स

ऑक्टोबर १९८७ मध्ये महाराष्ट्र शासनातर्फे समग्र आंबेडकर साहित्यातील चौथा खंड प्रकाशित केला. रिडल्स इन हिंदुइझम हे या खंडाचे नाव आहे. या खंडामधील रिडल्स ऑफ राम अँड कृष्ण या परिशिष्टात डॉ. आंबेडकरांनी हिंदूच्या राम व कृष्ण या देवदेवतांबाबत टीकात्मक लेखन केले आहे. मराठा महासंघाने १ नोव्हेंबर १९८७ रोजी अमरावतीच्या मेळाव्यात या लेखनाचा निषेध केला. चौथ्या खंडाची जाहीर होळी केली (देशोन्नती,२ नोव्हेंबर १९८७). हिंदूंच्या भावना दुखावणारे साहित्य सरकारने प्रसिद्ध करू नये. रिडल्स ऑफ राम व कृष्ण हे प्रकरण चौथ्या खंडातून काढून टाकावे, अशी मागणी सरकारने मंजूर केली नाही तर नागपूरच्या हिवाळी अधिवेशनात विधानसभेवर मोर्चा आणला जाईल असा इशारा मराठा महासंघाने दिला. मुख्यमंत्री शंकरराव चव्हाणांनी हे प्रकरण चौथ्या खंडातून वगळणार आहे, अशी मुलाखत संडे ऑबझर्व्हरला दिली. विधानसभेत हा मुद्दा आधी न सांगता मुलाखतीत सांगितल्यामुळे त्यांच्यावर हक्कभंगाचा ठराव मांडला. या पेचप्रसंगातून मार्ग काढण्यासाठी शंकरराव चव्हाण यांनी १५ जानेवारी १९८७ पर्यंत पुनर्विचार करू अशी निसरडी भूमिका घेतली होती.

मराठा महासंघाने शिक्षणमंत्री राम मेघे यांच्या मतदारसंघात चौथ्या खंडाची होळी केली. इंदिरा काँग्रेस पक्षातील शंकरराव चव्हाण विरोधी गटानी या होळीमध्ये पुढाकार घेतला होता. शासनाने ताबडतोब मजकूर कमी करावा, अशी भूमिका घेतली. तर या-उलट शंकरराव चव्हाण हे निर्णय लांबणीवर टाकत होते. मराठा महासंघाने शंकरराव चव्हाणांच्या निर्णय लांबणीवर टाकण्याच्या भूमिकेविरोधी नागपूर येथील हिवाळी अधिवेशनावर मोर्चा काढला आणि शासनाला उघड आवाहन दिले गेले. मराठा जनमताचा दबाव लक्षात घेऊन राम मेघेनी १६ नोव्हेंबर १९८७ रोजी विधानसभेत व विधानपरिषदेत हे परिशिष्ट गाळल्याची माहिती दिली. दलित नेत्यांनी १९ नोव्हेंबर १९८७ रोजी राजीनामे दिले आणि मुंबईत मोर्चा काढला, तेव्हा शंकरराव चव्हाणांनी फेरविचार करू, असे सांगितले होते. शंकरराव चव्हाण व वसंतदादा पाटील गटाच्या जिल्हा परिषदांमधील निवडणुकीतील स्पर्धेमुळे हे प्रकरण वगळण्याचा निर्णय घेतला आहे, अशी टीका बाळासाहेब आंबेडकरांनी केली होती. मराठा महासंघाने शंकरराव चव्हाणांकडे मुख्यमंत्रिपदाच्या राजीनाम्याची मागणी केली. मराठा महासंघाचे वसंतदादा पाटील यांच्याबरोबर मैत्रीचे संबंध होते. वसंतदादा पाटील यांची बाजू घेऊन मराठा महासंघाने मुख्यमंत्र्याच्या राजीनाम्याची मागणी केली. हिंदू धर्म व हिंदू संस्कृतीच्या रक्षणासाठी मराठा महासंघाने आंदोलन केले, असा एक मुद्दा मराठा महासंघ मांडतो (मराठा महासंघाचे पत्रक, १७ जानेवारी १९८८). संघटनेच्या मते अत्याचार प्रतिबंधक कायद्यातील तरतुदींचा

मराठा महासंघ : जात व हिंदुत्व / २२१

गैरफायदा अनुसूचित जातींकडून घेतला जात आहे. या कायद्याने संरक्षण नसलेल्या जाती-जमाती विरोधी खोटे दावे घातले जातात. त्यामुळे समाजात सामाजिक तणाव व संघर्ष या कायद्यामुळे वाढला आहे. तसेच कायद्याचे स्वरूप एकतर्फी असू शकत नाही. म्हणून तो कायदा रद्द करावा, अशी मागणी मराठा महासंघाने महाराष्ट्र शासनाकडे केली होती (मराठा महासंघ परित्रक; १० जुलै१९९५). शिवसेना-भाजप युतीच्या शासनाने हे खटले रद्द केल्यामुळे मराठा महासंघाने त्या निर्णयांचे स्वागत केले होते.

मराठी भाषिक प्रदेश

कारवाड, धारवाड, निपाणी हा मराठी भाषिक प्रदेश आहे. हा मराठी भाषिक प्रदेश महाराष्ट्रात समाविष्ट करावा. असा ठराव मराठा महासंघाच्या प्रत्येक अधिवेशनात मांडला होता. ही मागणी मान्य न केल्यास महासंघ प्रचंड चळवळ हाती घेईल, असा दबावही टाकला होता. बेळगावमध्ये या प्रश्नांच्या सोडवणुकीसाठी अण्णासाहेब पाटील यांच्या नेतृत्वाखाली मोर्चा काढला होता (१ नोव्हेंबर १९८१). मराठी भाषिकांवर लाठी हल्ला व मारहाण झाली. या घटनेचा निषेध म्हणून मराठा महासंघाने कर्नाटक बंदर ते महात्मा फुले मार्केटपर्यंत मुंबईमध्ये २० हजारांचा मोर्चा काढला होता. २५ डिसेंबर १९८१ पूर्वी महाराष्ट्र कर्नाटक सीमा प्रश्न सुटला नाही, तर महाराष्ट्रातील कन्नड भाषिकांविरोधी तीव्र आंदोलन करण्याची घोषणा केली होती (सकाळ; ५ नोव्हेंबर ८१). मराठी भाषिक प्रदेशात शाळांमध्ये मराठी हा विषय अभ्यासक्रमात समाविष्ट करावा. कानडी भाषेचे ज्ञान असलेल्या लोकांना नोकरी द्यावी, असा निर्णय श्रीपती महिषा कमिटीने घेतला होता. या निर्णयामुळे मराठी भाषिकांना नोकरीची संधी मिळत नाही. हा मराठी भाषिकांवरील अन्याय आहे. म्हणून मराठी भाषिक वादग्रस्त सीमाभाग महाराष्ट्रात समाविष्ट करावा. यासाठी २२ व २३ जून १९८४ रोजी निपाणीस सत्याग्रह केला (समाचार, पुणे, ३ ऑगस्ट १९८४; प्रभाकर दुर्गे). मराठा महासंघाचा हा मुद्दा जात व हिंदुत्वाच्या चौकटीत बसत नाही, असे वरवर दिसते. मात्र हा मुद्दा मराठा महासंघ उपस्थित करतो यांचे कारण मराठा अभिजनांच्या हितसंबंधात होते.

समान नागरी कायदा

मराठा महासंघाने गेली तीन दशके समान नागरी कायदा हा मुद्दा मांडला आहे (मराठा महासंघाचे मंजूर झालेले ठराव, २८ व २९ मे १९८३). समान नागरी कायदा करण्याची मराठा महासंघाने तीन कारणे दिली आहेत. एक, सर्वधर्मसमभाव, सर्व धर्म व जमातींना एकच कायदा असावा. दोन, विवाह, घटस्फोट, वारसा, आणि दत्तक कायदा, हिंदू, मुस्लीम, ख्रिश्चन, पारशी कायदा स्वतंत्र असू नये. कारण मुस्लीमांना एकापेक्षा अधिक विवाह करण्याचा अधिकार प्राप्त होतो. त्यामुळे हिंदू-मुस्लीम समाजात दुरावा

निर्माण होतो (पवार शशिकांत, झंझावत, अ). तीन, भारतात हिंदू अल्पसंख्याक होत आहेत (अण्णासाहेब पाटील). धार्मिक कायद्यामुळे राष्ट्रीय एकात्मतेचा प्रश्न उपस्थित होतो. त्यामुळे एकसंघ भारतासाठी समान नागरी कायदा असावा (नगर्सेकर: २५). शहाबानू खटल्यामधील सर्वोच्च न्यायालयाचा निर्णय राजीव गांधी यांनी बदलला, म्हणून मराठा महासंघाने नाशिक येथील सर्वसाधारण सभेत काळे मुस्लीम विधेयक,अशी टीका केली. ८ मे १९८६ रोजी नाशिक, मुंबई, बुलढाणा व जालना येथे मराठा महासंघाने रस्ता रोको आंदोलन केले (मराठा जागृती, मुंबई, मे १९८६; लोकमत, औरंगाबाद, ९ मे १९८६). संघटनेचा हा मुद्दा जात या घटकापेक्षा हिंदुत्व या घटकावर आधारलेला आहे.

स्थानिक शासनसंस्थामधील राखीव जागा

नव्वदीच्या दशकात सरपंच, पंचायत समितीचे सभापती, जिल्हा परिषद अध्यक्ष, नगराध्यक्ष व महापौर या पदांसाठी आरक्षण ठेवण्यात आले. या आरक्षणामुळे जातीयवाद वाढतो आणि मराठा समाजाला जाणीवपूर्वक राजकारणामधून दूर केले जात आहे. म्हणून १० जुलै १९९५ रोजी विधानसभा (कौन्सिल हॉल) पुणे येथे धरणे आंदोलन मराठा महासंघाने केले (मराठा महासंघ परित्रक, १० जुलै ११९९५). महिलांसाठी ३३ टक्के राखीव जागांविरोधी आंदोलन केले नाही. मात्र मराठा महासंघाचा महिलासाठीच्या राखीव जागांना विरोध सुप्तपणे होता.

शेतकऱ्यांचे प्रश्न

आठव्या दशकात शेतमालाला भाव मिळावा, दुष्काळ पडल्यामुळे पाण्याचा प्रश्न, विजेचा प्रश्न, बारमाही व आठमाही पाण्याचा प्रश्न असे प्रश्न उपस्थित झाले. या प्रश्नांबदल मराठा महासंघाने मेळावे घेतले. मोर्चा काढले. मोर्चे, मेळावे व अधिवेशनातील ठरावांच्या मार्गाने या प्रश्नांना हात घातला होता. शंकरराव चव्हाण मुख्यमंत्री असताना शेतीस बारमाही पाणीपुरवठा करण्याचे बंद केले. या भूमिकेस वसंतदादा पाटलांनी विरोध केला (केसरी; ३ सप्टेंबर १९८७). मराठा महासंघाने वसंतदादा पाटील यांच्या भूमिकेस पाठिंबा दिला. शुगर लॉबी किंवा साखर सम्राट शब्द वापरण्यास मराठा महासंघाने आक्षेप घेतला आहे (नगर्सेकर: १४). धरणग्रस्त शेतकऱ्यांच्या मुलांना प्रकल्पग्रस्त म्हणून शासकीय सेवेत ५% जागा राखीव आहेत. हा बॅकलॉग भरून काढावा. शासनाने विविध प्रकल्पांसाठी आरक्षित केलेल्या जमिनींचा मोबदला बाजारभावाने जमीन मालकांना द्यावा. यासाठी १० जुलै १९९५ रोजी मराठा महासंघाने जिल्हाधिकारी कचेरी पुणे येथे लाक्षणिक उपोषण केले (मराठा महासंघ परित्रक, १० जुलै १९९५). जेम्स लेन लिखित 'शिवाजी: द हिंदू किंग इन इस्लामिक इंडिया' या पुस्तकावरून वाद निर्माण झाला. या पुस्तकातील

वादावरुन संभाजी ब्रिगेडने भांडारकर प्राच्यविद्या संस्थेवर हल्ला केला. या हल्यांचा निषेध मराठा महासंघाने केला व हल्ला करणाऱ्या तरुणांबरोबर मराठा महासंघाचा संबंध नाही, असे स्पष्ट केले. पण १३ जानेवारी २००४ रोजी संभाजी ब्रिगेडच्या ७२ कार्यकर्त्यांना सोडण्यात यावे, अशी मागणी केली (सकाळ, पुणे, १४ जानेवारी २००४). या मुद्यावर शशिकांत पवार व आर. आर. पाटील यांच्यात मतभेद झाले होते. (पुढारी, पुणे, १३ एप्रिल २००४). बाळ ठाकरे यांनी आर. आर. पाटील यांच्या मुद्यावर तोडगा म्हणून 'मराठ्यांची प्रशासनव्यवस्था' हे सेन यांचे अनुवादीत पुस्तक शिवाजी महाराजांची बदनामी करते, असे परभणी येथे जाहीर केले. हे पुस्तक काँग्रेस शासनाच्या काळात प्रकाशित झाले. असे मराठा महासंघाच्या शशिकांत पवार गटाचे मत आहे. याउलट नरेंद्र पाटील यांच्या नेतृत्वाखाली दुसरा गट काम करत आहे. या गटाचा दोन्ही काँग्रेस पक्षांना पाठिंबा होता. त्यांनी आर. आर. पाटील यांच्या मुद्यांचे समर्थन केले. १२ जानेवारी २००५ रोजी मराठा सेवा संघाने शिवधर्माची स्थापना केली (लोकसत्ता, पुणे, १४ जानेवारी २००५). या कार्यक्रमात मराठा महासंघाचे नेते व कार्यकर्ते यांचा सहभाग होता. आ. ह. साळुंखे शिवधर्माची संकल्पना यांनी मांडली (साळुंखे, २००३: ३, १७, ३०). मराठा महासंघाने तिचा पुरस्कार केला. मराठा सेवा संघाबरोबर मराठा महासंघाने १२ जानेवारी २००४ रोजी शिवधर्म स्थापनेचा कार्यक्रम साजरा केला. उच्चजाती मराठा जातीच्या शत्रू आहेत, हा विचार मराठा महासंघ व मराठा सेवा संघात आहे. 'शिवाजी राजांचे खरे शत्रू कोण ?' या पुस्तिकेत श्रीमंत कोकाटे यांनी उच्चजाती या मराठा जातीचे शत्रू आहेत, असे विचार मांडले (श्रीमंत कोकाटे, २००२: ८). पुरुषोत्तम खेडेकरांनी 'बहुजनांचा सांस्कृतिक इतिहास' या पुस्तिकेत आक्रमक आर्य व बहुजन असा फरक केला आहे. त्यांनी आर्य विरोधी बहुजन, असे सांस्कृतिक पातळीवर विभाजन केले आहे. बहुजन समाजावर उच्च जातीचे सांस्कृतिक व राजकीय नियंत्रण आहे, असे मत मांडले आहे (पुरुषोत्तम खेडेकर, २००४: ६-७,३३). शिवधर्माचे 'जिजाबाई' हे धार्मिक प्रतीक आहे. जिजाबाईला शक्तिपीठ म्हणून स्थान दिले आहे. हा मुद्दा मराठा महासंघाने स्वीकारला आहे.

निवडणुकांतील सहभाग

मराठा महासंघाने निवडणुकांच्या राजकारणात स्थापनेपासून सहभाग घेतला आहे. १९८० च्या विधानसभा निवडणुकीत मराठा महासंघाचा काँग्रेस (एस) पक्षाला पाठिंबा होता. इंदिरा काँग्रेसच्या तिकीटवाटपात अंतुलेंची महत्त्वाची भूमिका होती. त्यांनी नव्या उमेदवारांना तिकिटे दिली. मराठा नेत्यांना खच्ची करण्याच्या योजनेप्रमाणे तिकीट वाटप केले होते. त्यामुळे मराठा नेतृत्व हतप्रभ झाले. या पार्श्वभूमीवर मराठा महासंघाने इंदिरा

काँग्रेसच्या विरोधात प्रचार केला (दरेकर). निवडणुकीनंतर ए. आर. अंतुले हे महाराष्ट्राचे मुख्यमंत्री झाले (जून १९८०). ए. आर. अंतुले यांच्या विरोधी भष्ट्राचार आंदोलन उभे केले. या आंदोलनास वसंतदादा पाटलांचा पाठिंबा होता (समाचार, पुणे, ३ ऑगस्ट १९८४). १९८४ मध्ये मराठा महासंघाच्या उपाध्यक्षा सुशिला पाटलांनी पुणे विभागातील पदवीधर मतदारसंघाकडून निवडणूक लढवली. एकूण ८४ हजार मतदार या मतदारसंघात होते. ११ उमेदवार उभे होते. त्यांपैकी एन. डी. पाटील, संभाजी जाधव, पृथ्वीराज पाटील व सुशिला पाटील हे चार मराठा उमेदवार निवडणूक लढवित होते. या चार उमेदवारांमध्ये मराठा मतदान विभागले गेले. वैद्य यांना २०८०९ व एन. डी. पाटलांना १९१८१ मते मिळाली होती. संभाजी जाधव यांना ५३१८, सुशिला पाटलांना १९१३ व पृथ्वीराज पाटलांना १२७६ मते पडली होती (राष्ट्रतेज, पुणे , २६ जुलै १९८४).

१९८४ च्या लोकसभा व १९८५ च्या महाराष्ट्र विधानसभा निवडणुकीत मराठा महासंघाने काँग्रेस (एस) पक्षांबरोबर युती केली. मराठा महासंघाने लोकसभेसाठी चार उमेदवार उभे केले होते. त्यांना चारही जागांवर अपयश आले. १९८६ नंतर मराठा महासंघ व शरद पवार यांच्यात ताणतणाव निर्माण झाले (मराठवाडा, १३ नोव्हेबर १९८९). १९८९ मध्ये आगरी सेना, दलित पँन्थर (आठवले गट), मातंग समाज संघटना, बहुजन पार्टी, भटक्या–विमुक्त जात संघटना व मराठा महासंघ यांनी युती करण्याचे जाहीर केले (पवार, मातृभूमी, १० नोव्हेबर १९८९). शिवसेना सोडून मराठ्यांनी मराठा महासंघात यावे, असे आवाहन रामदास आठवलेंनी केले होते. अकोला लोकसभा मतदारसंघातून अण्णासाहेब पाटील (यरळीकर), बीड मतदारसंघातून रावसाहेब तात्याबा काळे, रत्नागिरी मतदारसंघातून केशवराव भोसले यांना १९८९ च्या लोकसभेसाठी उमेदवारी जाहीर केली होती (मातृभूमी, १८ ऑक्टोबर ८९). मात्र ही युती निवडणुकीपूर्वी फुटली. या निवडणुकीत मराठवाडा विभागातील बाळासाहेब पवार (जालना) व सुरेश पाटील (औरंगाबाद) या दोन उमेदवारांना मराठा महासंघाने पाठिंबा दिला होता (अजिंठा, औरंगाबाद, १३ नोव्हेबर १९८९). जळगाव लोकसभा मतदारसंघात काँग्रेस पक्षाच्या उमेदवारांविरोधात सुरेश जैनांना पाठिंबा मराठा महासंघाने दिला होता (गावकरी; १८ नोव्हेबर १९८९). १९९० च्या विधानसभा निवडणुकीत मराठा महासंघाने काँग्रेस व शिवसेना–भाजपच्या मराठा उमेदवारांचा प्रचार केला. त्यामुळे मराठा महासंघात काँग्रेस समर्थक व शिवसेना समर्थक, असे दोन गट उदयास आले. यावर मराठा महासंघाचे संस्थापक सदस्य विश्वनाथ वाबळे, यांनी टीका केली होती. त्यांच्यामते, मराठा महासंघ ही संघटना संघ, हिंदुमहासभा, शिवसेना, काँग्रेस व दलित पॅन्थर (आठवले गट) यांच्या–बरोबर युती करून भरकटू लागली आहे (शिवनेर, मुंबई, ७ फेब्रुवारी १९९३).

१९९५ च्या महाराष्ट्र विधानसभा निवडणुकीत किसनराव वरखिंडे व विनायकराव

मेटे (बीड) यांच्या नेतृत्वाखालील मराठा महासंघाने शिवसेना- भाजप युतीस पाठिंबा दिला (पवार, १३ मार्च ते १९ मार्च १९९५). शशिकांत पवार (मुंबई), तानाजी भोईटे (जळगाव) व शांताराम कुंजीर (पुणे) यांनी काँग्रेस पक्षाला पाठिंबा दिला. १९९६ मध्ये विनायक मेटेंची नियुक्ती शिवसेना- भाजप यांनी विधानपरिषदेवर केली (महाराष्ट्र विधानमंडळ, १९९६ : २४,२५ व ३८). १९९७च्या स्थानिक स्वराज्य संस्थाच्या निवडणुकीत मराठा महासंघाचा शिवसेना- भाजपला पाठिंबा होता. १९९९ मध्ये राष्ट्रवादी काँग्रेस पक्षात मराठा महासंघाच्या विनायक मेटे व शशिकांत पवार यांच्या गटांचे विलिनीकरण झाले. शशिकांत पवार व विनायक मेटे हे राष्ट्रवादी काँग्रेस पक्षाचे महाराष्ट्र राज्य पातळीवरील उपाध्यक्ष होते. भाई जगताप यांच्या नेतृत्वाखालील गटाने काँग्रेस पक्षाला पाठिंबा दिला. काँग्रेसने भाई जगताप यांना मुंबई काँग्रेसचे उपाध्यक्ष केले. किसनराव वरखिंडे गटाने भाजप- शिवसेनेला पाठिंबा दिला. २००४ च्या लोकसभा निवडणुकीत शशिकांत पवार यांनी राष्ट्रवादी काँग्रेस पक्षाचा पाठिंबा काढून घेतला. मराठा महासंघाने शिवसेना-भाजप युतीच्या सर्व उमेदवारांना पाठिंबा दिला. भाजप-शिवसेनेने निवडणुकीत भाजप, शिवसेना, मराठा महासंघ व शेतकरी संघटनेच्या युतीचे उमेदवार असा प्रचार केला. त्यामुळे मराठा महासंघाची शिवसेना-भाजपबरोबर युती होती (सकाळ, नाशिक, १२, मार्च ०४, सकाळ, पुणे, १ एप्रिल ४). या युतीचे २५ उमेदवार निवडून आले होते. याउलट नरेंद्र पाटील (मुंबई), शांताराम कुंजीर (पुणे) यांचा दोन्ही काँग्रेस पक्षाच्या उमेदवारांना पाठिंबा होता.

२००४ च्या विधानसभा निवडणुकीत नरेंद्र पाटील गटाचा मुंबई व पुणे येथे काँग्रेस व राष्ट्रवादी काँग्रेस पक्षाला पाठिंबा होता. शशिकांत पवारांनी शिवसेना-भाजप युतीस पाठिंबा दिला (लोकमत, अमरावती, १२ आक्टोबर ४; जनमाध्यम, अमरावती, १२ ऑक्टोबर ४). शिवसेना-भाजप युतीने प्रचारात शिवसेना, भाजप, शेतकरी संघटना व मराठा महासंघ युतीचे उमेदवार असा प्रचार केला. या युतीचे ११६ उमेदवार निवडून आले आहेत. अकोला येथे गणेश इंगोले यांनी भारतीय रिपब्लिकन पक्ष व बहुजन महासंघ या पक्षाच्या उमेदवाराला पाठिंबा दिला होता (लोकमत, अकोला, १३ आक्टोबर २००४). अकोला जिल्ह्यातील मूर्तीजापूर मतदारसंघात राष्ट्रवादी काँग्रेस पक्षाचे उमेदवार तुकाराम बिडकर यांना मराठा महासंघाने पाठिंबा दिला होता (लोकमत, अकोला, १३ ऑक्टोबर २००४). मराठा महासंघाचा पाठिंबा जातीच्या उमेदवाराऐवजी पक्षाच्या उमेदवाराला दिला गेला. ही नवी भूमिका मराठा महासंघात २००४ च्या लोकसभा व विधानसभा निवडणुकापासून घेतली. काँग्रेस व राष्ट्रवादी काँग्रेस या पक्षांना पाठिंबा दिलेल्या मराठा महासंघाच्या गटांनी दोन्ही काँग्रेस पक्षाचा मराठा उमेदवार नसेल, तेथे शिवसेना व भाजपला पाठिंबा दिला होता. उदा. भवानी पेठ, शिरूर, कॅन्टोनमेंट पुणे.

२००९ च्या लोकसभा निवडणुका आणि २००९ च्या विधानसभा निवडणुकामध्ये मराठा महासंघाची पाठिंबा देण्याची भूमिका बदलली. २००४ ते २००९ या पाच वर्षात मराठा आरक्षणाचा मुद्दा आक्रमक झाला होता. आरक्षणाला पाठिंबा देण्याच्या अटीवर रामदास आठवले (शिर्डी), गोपीनाथ मुंडे (बीड) व शिवसेनेचे जाधव या उमेदवारांना मराठा महासंघाने पाठिंबा दिला होता. अन्यत्र मराठा महासंघाचा पाठिंबा जाहीर केला गेला नाही (राजेंद्र कोंढरे). मराठा आरक्षणाला विरोध करणाऱ्या उमेदवारांना मराठा महासंघाचा पाठिंबा नव्हता. त्यामुळे मराठा महासंघ मराठा आरक्षणाच्या अटीवर या दोन निवडणुकांत राजकीय भूमिका घेत होता. लोकसभा निवडणुकीच्या अगोदर 'मराठा आरक्षण' चळवळ उभी राहिली होती. तिचे औपचारिक नेतृत्व विनायक मेटे करत होते. मराठा आरक्षण चळवळतून 'मराठा मत पेटीचा' प्रयोग यशस्वी झाला नाही. विधानसभा निवडणुकीत मराठा आरक्षणाचा मुद्दा फार मांडला गेला नाही. 'मराठा आरक्षण चळवळीत आर्थिक निकर्षावर आरक्षण मिळणे दुरची बाब आहे. म्हणून मराठ्यांना ओबीसीचे आरक्षण द्या, अशी नवी भूमिका घेण्यात आली. यासच मराठ्याचे ओबीसीकरण असे संबोधिले जाते. मराठा कुणबी, कुणबी मराठा अशा नोंदीवर आधारित या मुद्याचे समर्थन केले जाते. राजकीय क्षेत्रातील आरक्षण वगळून शैक्षणिक व नोकरीच्या क्षेत्रातील आरक्षणाच्या मुद्यावर मराठा जात संघटना आल्या होत्या. जुलै २०११ मध्ये कोल्हापूर येथील मेळाव्यात मराठ्यांच्या ओबीसीकरणाचा मुद्दा मांडला गेला. (मराठा जागृती, ऑगस्ट २०११/८-९)

विचारप्रणाली

मराठा महासंघाच्या नेतृत्वाचा व कार्यक्रमांचा संबंध जात व हिंदुत्व या दोन गोष्टींबरोबर दिसून आला. तसेच या दोन घटकांचा संबंध विचारप्रणालीमध्येदेखील दिसतो. मराठा महासंघाची वैचारिक भूमिका अण्णासाहेब पाटील व शशिकांत पवार यांनी मांडली आहे. याबरोबरच अण्णासाहेब येरळीकर (पाटील), द. स. दरेकर, किसनराव वरखिंडे व सुशीला पाटील यांनी त्यात नव्या मुद्यांची भर घातली आहे. 'मंडल आयोग एक विषाचा प्याला', 'मंडल अहवाल सामाजिक विद्रोह', 'मराठ्यांवर अन्याय का?', 'मराठा तितुका मेळवावा' या पुस्तकांमध्ये विचारप्रणालीची मांडणी केली आहे. मराठा महासंघाची ध्येय व उद्दिष्टे यांतून विचारप्रणाली स्पष्ट होते. 'मराठा कुणबी' समाजात राजकीय मराठा, भटाळलेला मराठा, दलित मराठा व कुणबी असे चार गट आहेत, असे शशिकांत पवारांचे मत आहे. या चार गटात १९८० नंतर मराठा कुणबी समाजाचे स्तरीकरण झाले. या चार गटांमुळे 'मराठा कुणबी' समाज एकसंघ राहिला नाही (पवार, रविवार दिनांक, १६ जानेवारी १९९४). कारण या चार गटांत आर्थिक व राजकीय

फरक आहे, असे शशिकांत पवारांचे मत आहे. राजकीय मराठा हा गट फक्त राजकारण करतो. हा वर्ग खूप छोटा आहे. मराठा महासंघ मराठा लॉबी नाकारतो. मराठा महासंघाच्या मते राजकीय मराठा गटात सत्ता या मुद्यावर संघर्ष व फूट आहे. राजकीय मराठ्यांनी निर्णय एकजुटीने घेतले नाहीत. त्यांच्यामधील राजकीय एकजूट ठिसूळ आहे (पवार, रविवार दिनांक, १६ जानेवारी १९९४ ; नगर्सेकर: २४- २५). ही मराठा महासंघाची भूमिका मराठा अभिजनांचे स्वरूप स्पष्ट करते. मराठा महासंघाची भूमिका मराठा अभिजन विरोधी नाही असे वरवर दिसते. मराठा अभिजनांचे राजकीय वर्चस्व ही संघटना मोडते. मात्र मराठा समाजाचे मध्यम वर्गात रूपांतर झाले. त्यांना मराठा महासंघ भटाळलेले मराठा स्तर समजतो. हा वर्ग शिकलेला आहे पण जमीन मालकी नसलेला आहे. या गटाचे त्यांच्या मूळ गावाशी संबंध येत नाहीत. त्यामुळे हा गट ग्रामीण भागापासून दूर गेलेला आहे. मराठ्यांनी आपल्या कल्याणासाठी काम करायला हवे, असे या वर्गाचे मत आहे. स्वत: मात्र कोणतीही कामे हा मराठा वर्ग करत नाही. हा वर्ग मराठा अभिजन व मराठा जातसंघटना यांच्यापासून अलिप्त आहे. दलित मराठा हा शब्द मराठा महासंघाने वापरला आहे. संघटनेच्या मते, खेडेगावात जो कष्टाची कामे करतो. अशा प्रकारची कामे करणाऱ्या मराठ्यांना दलित मराठा असे शशिकांत पवार संबोधतात. जमीन व नोकऱ्या दलित मराठा व दलित या दोन समाजांकडे नाहीत, अशी भूमिका घेऊन मराठा महासंघाने दलित व मराठा यांच्या साधर्म्याचे तर्कशास्त्र वापरले आहे. (पवार, रविवार दिनांक, १६ जानेवारी १९९४). मंडल आयोगाच्यामुळे मराठा व कुणबी असेही स्तरीकरण झाले आहेत (१९८९). हे स्तरीकरण नव्वदीच्या दशकात मराठ्यांची एकजूट मोडत होते. म्हणून मराठा महासंघाने मराठा व कुणबी अशा दोन वेगळ्या जाती नाहीत, अशी भूमिका घेतली होती. मराठा महासंघाच्या दृष्टिकोनातून मराठा व कुणबी म्हणजेच मराठा होय. मराठा महासंघाच्या मते, कुणबी समाजाला मंडल आयोगात समाविष्ट करून मराठा समाजात भिंत निर्माण केली आहे (पवार,अ :४). मराठा कुणबी समाजातील चार स्तर मराठा कुणबी समाजाच्या लोकसंख्या बळाचे चार गट करतात. त्यामुळे मराठा कुणबी समाजाचे वर्चस्व संपुष्टात येते. म्हणून मराठा महासंघाने क्षत्रियत्व व हिंदुत्व या दोन विचारांच्या आधारे मराठा कुणबी समाजाची एकजूट करण्याचा प्रयत्न केला आहे.

ज्ञान सत्ता व राजकीय सत्ता

मराठा महासंघाने ज्ञान सत्ता व राजकीय सत्ता या दोन क्षेत्रांवर नव्या संदर्भांत दावा केला. ज्ञान क्षेत्रावरील दावा ऐंशी व नव्वदीच्या दशकात प्रभावी ठरणारा होता. कारण या दोन दशकात मराठा समाजातून मध्यम वर्ग उदयास आला होता. त्यांचे संघटन करण्यास हा मुद्दा उपयुक्त ठरला. मध्यम वर्ग उच्च जातीकडे सरकण्यास सुरुवात झाली होती.

त्यांना अटकाव करण्यासाठी हा दावा उपयुक्त होता. या दोन दाव्यांच्या आधारे मराठा महासंघाने आक्रमकपणे व भावनिक आव्हान मराठा ऐक्याचे केले. मराठा महासंघाने मराठा जातीचे स्थान क्षत्रिय वर्णाचे आहे, असा दावा केला. मराठा महासंघाने 'मराठा जागृती' या मराठा महासंघाच्या मुखपत्रात क्षत्रियत्वाचा इतिहास सलगपणे दिला आहे (मराठा जागृती, मुंबई, जानेवारी १९८४ व फेब्रुवारी १९८५). मराठा महासंघाने मराठ्यांच्या क्षत्रियत्वाविषयीची विचारप्रणाली मांडली आहे. शुद्र कमलाकर हा ग्रंथ (इ.स.१६७०) कमलाकर भट्टानी व धर्मसिद्ध नामक ग्रंथ (१७९०) काशिनाथ उपाध्याय यांनी लिहिलेला आहे. या ग्रंथामध्ये कलियुगात ब्राह्मण व शूद्र असे दोनच वर्ण कायम राहतील. अर्थात क्षत्रिय व वैश्य हे वर्ण नष्ट होतील अशी मीमांसा केली आहे. तसेच पुराण कथेमध्ये परशुरामाने पृथ्वी नष्ट केली असाही मिथ निर्माण करण्यात आला आहे. या विचारांचा प्रतिवाद मराठा महासंघाने वरील लेखमालेमध्ये केला आहे व मराठा जात ही क्षत्रिय आहे असा सिद्धांत मांडला आहे (मराठा जागृती, मुंबई, फेब्रुवारी १९८५: ८).

आरंभी क्षत्रिय ज्ञाननिर्मिती करत होते. परंतु त्यांच्यावरील राष्ट्रसंवर्धन व राष्ट्रसंरक्षणाच्या जबाबदारीमुळे ज्ञाननिर्मितीचे काम गुमास्ते उर्फ उपाध्याय यांच्याकडे सरकले. यानंतर क्षत्रियांचा खोटा इतिहास लिहिला, असे महासंघाचे मत आहे. क्षत्रिय वंशाची शौर्यशाली कथानके इतिहासातून लुप्त झाली. थोडक्यात क्षत्रिय वर्चस्वाचा इतिहास संपुष्टात आला. असे मराठा महासंघाचे मत आहे (पवार, मराठा जागृती, जानेवारी १९८६ : ११, १७, १८ व २०). परशुरामाने एकवीस वेळा पृथ्वी निक्षत्रिय केली ही कथा काल्पनिक आहे असे मराठा महासंघाचे मत आहे. त्या वेळेस प्रभू रामचंद्र होते. त्याअर्थी प्रभू रामचंद्राचे इतर लक्षावधी क्षत्रिय सैन्य पृथ्वीवर अस्तित्वात होते. त्यामुळे परशुरामाने पृथ्वी निक्षत्रिय केली ही पौराणिक कथा थोतांड आहे. आजचे मराठे क्षत्रियांचे वंशज आहेत. असा सिद्धांत भाषाशास्त्राचे पुरावे देऊन मराठा महासंघाने मांडला आहे. मराठा महासंघाने क्षत्रियत्वाची प्रतीके वापरली आहेत. मराठ्यांनी फेटे बांधायचे नाही, तर काय मुंडन करून शेंडी राखायची का ?, मराठा महासंघाच्या अधिवेशनात भगवा झेंडा फडकवणे, तुताऱ्या, शिंग निनादणे, माय भवानीच्या चरणी रक्त अर्पण करून प्रार्थना करणे इत्यादी प्रतिकांमधून मराठा महासंघाची क्षत्रियत्ववादी विचारसरणी व्यक्त होते. या क्षत्रियत्वाच्या विचारप्रणालीचा गाभा हा ज्ञान क्षेत्राचा दावा करणारा आहे. उच्च जातीकडील ज्ञान क्षेत्रास विरोध करणारा आहे. त्यामुळे मराठा व उच्च जाती यांच्या संघर्षाचे एक कारण ज्ञान क्षेत्रावरील दावा हे एक आहे.

हिंदुत्व : हिंदूकरण

मराठा महासंघाने स्थापनेपासून हिंदुत्वाचा पुरस्कार केला होता. हिंदुत्ववादी पक्ष व संघटनांबरोबर मराठा महासंघाचे सलोख्याचे संबंध होते. संघ, भाजप, शिवसेना व हिंदू महासभा यांच्याबरोबर मराठा महासंघाने समझौते केले होते (शिवनेर, २६ डिसेंबर १९८९; शिवनेर ७ फेब्रुवारी, १९९३). अण्णासाहेब पाटील हे समाजवादी पक्षाचे आमदार होते त्यांनी मराठा महासंघाचे अध्यक्षपद स्वीकारल्यावर विधानसभेत त्यांच्यावर टीका झाली. मात्र शिवसेनेने अण्णासाहेब पाटील यांची बाजू घेतली. मराठा महासंघाच्या विचारांचा प्रसार करण्यासाठी साप्ताहिक विवेकने जाहिरात प्रकाशित केली (दिलीप करंबेकर, विवेक, १० मे १९८७: १६). मराठा महासंघाची समान नागरी कायदा, हिंदुत्वाचा प्रश्न या मुद्यांवर राष्ट्रवादी भूमिका आहे. या भूमिकेचे विवेकने स्वागत केले (करंबेकर, विवेक, १० मे १९८७: ५). १९८१ मध्ये 'काळ' या साप्ताहिकाने मराठा महासंघाचा प्रचार केला होता (दरेकर, १९८४: २) ही हिंदुकरणाची प्रक्रिया दिसते. मात्र मराठा महासंघाचे कार्यकर्ते १९८५ नंतर शिवसेना पक्षात जाऊ लागले. त्यामुळे शिवसेना व मराठा महासंघ यांच्यात तणाव वाढला. या तणावाच्या पार्श्वभूमीवर मराठा महासंघाने हिंदुत्वाचे समर्थन केले. १९८९ च्या औरंगाबाद अधिवेशनात शशिकांत पवारांनी मराठ्यांना हिंदुत्व सांगण्याची गरज नाही. ज्यांना आपण हिंदू आहोत याबद्दल संशय आहे. त्यांनी जरूर स्वतःच्या घरावर 'गर्व से कहो, हम हिंदू है' च्या पाट्या लावाव्यात असा प्रतिवाद केला होता (सकाळ, औरंगाबाद, १३ नोव्हेंबर १९८९).

मराठा महासंघाने मराठ्यांना भगव्याची गुढी उभारा, असे आवाहन केले होते. त्यांच्यामते, भगवा हा हिंदूंच्या विजयाचे निशाण आहे (ग्रामसंदेश, मराठा महासंघ विशेषांक, मराठा जागृती). अण्णासाहेब पाटील यांनी 'हिंदुत्व हेच राष्ट्रीयत्व आहे' अशी भूमिका मांडली होती. त्यांच्या मते, संघाची हिंदुत्वाची कल्पना तंतोतत मान्य आहे, संघाला आमचा पाठिंबा आहे (लोकमत, १२ जानेवारी ९०). संघाच्या आधारावर निमलष्करी सेना किंवा सुरक्षा दल उभे करण्याचा विचार शशिकांत पवार यांनी १९८९ मध्ये मांडला होता (सकाळ, औरंगाबाद, १३ नोव्हेंबर १९८९ व तरुण भारत, नागपूर, १४ डिसेंबर १९८४).

मराठा महासंघाने सच्चा हिंदू धर्म व पुरोहित वर्गाचा हिंदू धर्म असा फरक केला आहे. त्यांच्यामते, पुरोहित वर्गाचा हिंदू धर्म त्यांना मान्य नाही. सच्चा हिंदू धर्म म्हणजे वेदोक्त धर्म. मराठा महासंघाचा पुराणोक्त धर्माला विरोध आहे (सकाळ, औरंगाबाद, १३ नोव्हेंबर १९८९). संघ व मराठा महासंघ या दोन संघटना स्वतंत्रपणे काम करतात. पण या दोन्ही संघटनांना हिंदू धर्माचा रास्त अभिमान आहे (दरेकर, १९८४: ८). हिंदू धर्म व हिंदू समाज विस्कळीत करणाऱ्या विचारांचा प्रतिवाद मराठा महासंघाने केला

आहे. मराठा महासंघाने हिंदू समाजाचे ऐक्य, राष्ट्रीय एकात्मता या मुद्यांच्या आधारे एकसंघ हिंदू समाजाचे समर्थन केले आहे (दरेकर, १९८४: ८). मराठा महासंघाचा अल्पसंख्याकांना विरोध आहे. मराठा महासंघाने समान नागरी कायदा, काश्मीर प्रश्न, ३७० वे कलम याबद्दल आक्षेप घेतले आहेत. मराठा महासंघाच्या मते, भारतात एकात्मता व समता निर्माण करण्यासाठी समान नागरी कायद्याची आवश्यकता आहे. जातिनिहाय कायदे व धर्माधिष्ठीत कायदे रद्द करावेत व सर्व धर्मांना एकच समान नागरी कायदा असावा (सुशीला पाटील, १९८६:२१). मराठा महासंघाच्या मते, धर्माच्या कायद्यापेक्षा राज्यघटनेचा कायदा श्रेष्ठ आहे. हिंदू धर्मावरती परधर्माचे आक्रमण होत आहे. कारण परधर्माला राजाश्रय मिळतो व हिंदू धर्माला राजाश्रय मिळत नाही. त्यामुळे सर्व हिंदूंनी एक होणे ही काळाची गरज आहे असे मराठा महासंघाचे मत आहे. सांगलीजवळील बाहुबलीच्या डोंगरावर जैन समाज व मराठा महासंघांत तणाव निमार्ण झाले होते. बौद्ध स्तुपाला मुख्यमंत्र्यानी देणगी दिली, म्हणून मराठा महासंघाने स्वधर्माला प्रथम मदत करावी व नंतर परधर्माला मदत करावी, अशी टीका केली होती.

१९९५ नंतर मराठा महासंघाने शिवसेनेबरोबर युती केली. शिवसेनेचे आक्रमक हिंदुत्व मराठा महासंघाने स्वीकारले. मराठा महासंघाने १९९५ पूर्वी शिवसेनेच्या हिंदुत्वाबद्दल मतभेद नोंदविला होता. संघाचे हिंदुत्व संस्कारक्षम आहे. तर शिवसेनेचे हिंदुत्व आक्रमक आहे. शिवसेनेचे हिंदुत्व राजकीय आहे (अण्णासाहेब पाटील, लोकमत, १२ जानेवारी १९९०). याउलट मराठा महासंघ या संघटनेतील मराठ्यांचे हिंदुत्व हे खरे हिंदुत्व आहे. असे मतभेद नोंदवले होते.

मराठा महासंघाने मराठा जातीच्या एकजुटीचा विचार मांडला आहे. मराठा कुणबी समाजाचे ऐक्य करण्यासाठी कुणबी मराठा ही नवी कल्पना मराठा सेवा संघाने मांडली आहे (खेडेकर, २०००:१-३). मराठा सेवा संघाने 'मराठा जोडो अभियान' राबविले. या कार्यक्रमात मराठा महासंघाचा सहभाग होता. मराठा महासंघाने मराठा जातीबद्दलचा प्रमुख विचार मांडला आहे. त्यांच्यामते, मराठा जातीचा समावेश क्षत्रिय वर्णामध्ये होतो. क्षत्रिय हा वर्ण ब्राह्मण वर्णापेक्षा श्रेष्ठ आहे. मराठा जाती गटात विविध जाती व उपजाती आहेत. या जाती व उपजातीचे स्वतंत्र अस्तित्व मराठा महासंघ नाकारतो. शशिकांत पवार यांच्यामते, मराठा हा गुणवाचक शब्द आहे. मराठा हा जातिवाचक नाही. मराठ्यांचे क्षत्रियत्व हा गुण आहे. मराठे शूर आहेत असे मराठा महासंघाचे मत आहे.

राखीव जागांना मराठा महासंघाचा विरोध होता. राखीव जागा आर्थिक निकषांवर आधारित ठेवाव्यात, अशी मराठा महासंघाची भूमिका आहे. १९८५ ते १९८९ या दरम्यान मराठा व मागासवर्गीय यांची सामाजिक, आर्थिक व शैक्षणिक परिस्थिती समान आहे, असा विचार मांडला. मराठा महासंघाने मराठा जातीत दलिताप्रमाणे सामाजिक

व आर्थिक दर्जा असणारा दलित मराठा वर्ग आहे, असा विचार मांडला होता. १९८८ नंतर मराठा महासंघाने ही भूमिका बदलली. त्यांच्यामते, मराठा जातीला ओबीसीमध्ये सामील करावे. मराठा समाजाला शैक्षणिक व नोकरीच्या क्षेत्रात आरक्षण द्यावे. हा विचार संघटनेने या दशकात आक्रमकपणे मांडला आहे. अर्थातच हा विचार मराठ्याचे ओबीसीकरण या स्वरूपाचा आहे. मराठा महासंघाच्या विचारत ओबीसी विरोधाखेरीज सरकार विरोध, राज्यसंस्थेला विरोध, सहकार चळवळीस विरोध व मराठाअभिजन विरोध झाला आहे.

समारोप

मराठा महासंघाच्या शाखा संपूर्ण महाराष्ट्रात आहेत. परंतु मराठा महासंघाच्या शाखावर नियंत्रण राज्यपातळीवरील संघटनेचे नाही. मराठा महासंघापेक्षा पक्ष व संघटनांचे नियंत्रण मराठा महासंघाच्या शाखांवर आहे. मराठा महासंघाची संघटना, नेतृत्व, विचारप्रणाली व कार्यक्रम यामध्ये जात आणि हिंदुत्वाचा विचार खूप खोलपर्यंत मुरला आहे. मराठा महासंघ मराठा जातीची संघटना असली तरी ती हिंदुत्व विचार मराठा जातीत प्रसृत करणारी संघटना आहे. मराठा जातीत हिंदुत्व विचारांचे आकर्षण होते. ते पूर्ण करण्यासाठी मराठा जातीतील मध्यम वर्गाला मराठा महासंघाच्या रूपाने साधन मिळाले.

१९८० ते २०११ या दरम्यान मराठा महासंघ शहरी भागातील मध्यमवर्गीय समाजाच्या पाठिंब्यावर विस्तारला. मराठा महासंघाला ग्रामीण भागातून पाठिंबा मिळाला नाही. शेतकरी समाजातून मराठा समाजाला पाठिंबा मिळाला नाही. परंतु निवडक शैक्षणिक संस्थाचालकांचा मराठा महासंघाला पाठिंबा होता. शैक्षणिक संस्थातील मराठा जातीच्या शिक्षकांचा पाठिंबा संघटनेला होता. ऐंशीच्या दशकात सरकारी नोकरीतील मराठा नोकरदार वर्ग मराठा महासंघाच्या बाजूने उभे राहिले. नव्वदीच्या दशकात मराठा समाजातील सरकारी नोकरदारांचा पाठिंबा मराठा सेवा संघाकडे सरकला.

मराठा महासंघ संघटना ऐंशीच्या दशकात काँग्रेस अभिजनाबरोबर होती. नव्वदीच्या दशकात प्रमुख चार पक्षांत विभागली गेली. नव्वदीच्या दशकात संघटनेत भाजप व शिवसेना या पक्षांकडे झुकता कल होता. राखीव मतदारसंघ, राखीव जागा, मंडल आयोगाच्या शिफारशी हे मुद्दे मराठा जातीतील अभिजनांचे व मध्यमवर्गीय मराठा समाजाचे मराठा महासंघाने उठवले. त्याआधारे मराठा महासंघाची चळवळ व ओबीसी चळवळ यांच्या राजकीय व भौतिक हितसंबंधाचा संघर्ष दिसतो. १९९१ नंतर जागतिकीकरण व खुले धोरण स्वीकारण्यात आले. त्यानंतर राज्यसंस्थेची कल्याणकारी सरकारची भूमिका मागे पडली. सरकारी नोकऱ्यांचे प्रमाण घटत गेले. या पार्श्वभूमीवर मराठा महासंघ राखीव जागा व मंडल आयोगाच्या शिफारशींची अंमलबजावणी यांना

संमती देतो. मात्र पुढे २००४ मध्ये खाजगी क्षेत्रात राखीव जागाबाबात मुद्दा उपस्थित झाल्यानंतर मराठा महासंघ खाजगी क्षेत्रात आरक्षण ठेवण्यास विरोध करतो. आर्थिक निकषांवर आधारित राखीव जागा ठेवाव्यात व गुणवत्तेचा पुरस्कार करावा हे मराठा महासंघाचे दोन मुद्दे आहेत. जात हा निकष वापरण्यास मराठा महासंघाचा विरोध आहे. परंतु मधला टप्पा म्हणून मराठ्यांना ओबीसीचे आरक्षण द्यावे, अशी संघटनेची भूमिका आहे. मराठा महासंघाने क्षत्रियत्वाच्या विचारांचा पुरस्कार केला. थोडक्यात, मराठा महासंघ वर्ण व जातिसंस्थेने दिलेला दर्जा मिळवण्यासाठी प्रयत्न करत होता. असे विविध मुद्दे उपस्थित करून मराठा महासंघाने जातसंस्थेचे संरक्षण केले.

१९९० नंतर मराठा महासंघाच्या विचारांवर मराठा सेवा संघाचा प्रभाव पडला आहे. मराठा महासंघ ही संघटना मराठा सेवा संघापेक्षा वेगळी व नेत्यांमध्ये मतभेद असलेली असली तरी दोन्ही संघटनांचा विचार एक आहे. दोन्ही संघटना सांस्कृतिक प्रतीकांद्वारे मराठा जातीचे संघटन करत आहेत. कुणबी मराठा समाजांतर्गत रुढी परंपरांच्या संदर्भात समाज सुधारणा विचार मांडतात. कारण १९८० नंतर मराठा वर्चस्वाची पडझड होत आहे. मराठा वर्चस्वाची पडझड रोखणे हा एक महत्त्वाचा उद्देश मराठा महासंघाचा आहे. हा उद्देश संघटनेला साध्य करता आला नाही. उलट मूळ संघटना मराठा अभिजनांच्या विरोधात गेली. संघटनेची फुट पडलेले गट मराठा अभिजनांबरोबर राहिले. हे गट ही राजकीय मतभिन्नता असलेले होते. त्यामुळे मराठा ऐक्याचे दावे पोकळ होते. या उलट वैचारिक पातळीवर मराठा महासंघ बहुमताचा पुरस्कार करतो. मराठा महासंघ दोन पातळ्यांवर बहुमताचा मुद्दा स्वीकारतो. एक म्हणजे बहुसंख्याक हिंदू विरुद्ध अल्पसंख्याक अशी विभागणी मराठा महासंघ करतो. दुसरी पातळी म्हणजे बहुसंख्य जाती व अल्पसंख्य जाती अशी विभागणी मराठा महासंघ करतो. मराठा महासंघ राजकीय व आर्थिक वर्चस्वाच्या संदर्भात बहुमताचा पुरस्कार करतो. मराठा जातीची लोकसंख्या जास्त म्हणून महाराष्ट्रातील सर्व आर्थिक व राजकीय सत्तास्थाने मराठा जातीकडे असावीत, असा महासंघाचा दावा आहे.

❐

संदर्भसूची

अखिल भारतीय मराठा महासंघाचे रजिस्टर (अप्रकाशित) मुंबई.

ऑमव्हेट गेल, १९९४, महाराष्ट्र: पॉलिटिक्स ऑफ कल्चर राजर्षी शाहू युनिव्हर्सिटी (पुणे), *इकॉनॉमिक अँड पॉलिटिकल वीकली*, १३ ऑगस्ट, पृ. २१२८-२१२९.

कडू जैमिनी, १९९७, *कुणबी समाज स्वरूप : संकृती सभ्यता*, नागपूर, साथीदार प्रकाशन.

कांबळे रविदत्त, *दलित मुक्ती संग्रामातील ऐतिहासिक पर्व नामांतर भाग-१*, वर्धा, विद्याविहार प्रकाशन (प्रकाशन वर्ष छापले नाही).

कालेकर गो. म., १९२८, *मुंबई इलाख्यांतील जाती*, बडोदे, श्री सयाजी साहित्यमाला.

कोकण कुणबी विकास समिती, १९८२, *कोकण कुणबी विकास समिती अहवाल-१९८१-८२*, शासकीय मध्यवर्ती मुद्रणालय, मुंबई, महाराष्ट्र सरकार.

कोकाटे अर्जुन, १९९८, *मराठा जात : कर्तृत्व आणि मर्यादा*, येवला, नव व्यासपीठ.

कोकाटे श्रीमंत, २००२, *शिवाजी राजांचे खरे शत्रू कोण ?*, पुणे.

खेडेकर पुरुषोत्तम, २०००, *कुणबी मराठा समाजाच्या यशाची पंचसूत्री*, नागपूर, मराठामार्ग.

खेडेकर पुरुषोत्तम, २००४, *बहुजनांचा सांस्कृतिक इतिहास*, पुणे, जिजाई प्रकाशन.

गावडे वामन (२००९), कोकणातील कुणबी जात संघटनांचा एक चिकित्सक अभ्यास, यशवंतराव चव्हाण महाराष्ट्र मुक्त विद्यापीठ, नाशिक (राज्यशास्त्र : अप्रकाशित एम फिलचा प्रबंध).

चव्हाण रा. ना., १९८६, कर्मवीर अण्णासाहेब पाटील एक प्रभावी नेतृत्व, मुंबई, *मराठा जागृती*, २३ मार्च.

चव्हाण रा. ना., (रमेश चव्हाण- संपा) २०१०, *महाराष्ट्र आणि मराठे*, वाई, रा.ना. चव्हाण प्रतिष्ठान.

चव्हाण रा. ना., (रमेश चव्हाण- संपा) २०१०, *यशवंतराव चव्हाण यांचे समाजकारण*, वाई, रा. ना. चव्हाण प्रतिष्ठान.

दरेकर द. स., १९८४, *मंडल आयोग : अखिल भारतीय मराठा महासंघ, मराठा समाजाची राष्ट्रीय भूमिका*, पुणे, बहुजन जागृती प्रकाशन.

दळवी एकनाथ (संपा), १९८१, अखिल भारतीय मराठा महासंघ विविध संलग्न संस्था, मुंबई, *मराठा महासंघ, स्मरणिका.*

देशपांडे राजेश्वरी, २००४, कुणबी मराठा अँज ओबीसी बॅकवर्ड जर्नी ऑफ ए कास्ट, *इकॉनॉमिक अँड पॉलिटिकल वीकली*, ३-१० एप्रिल, पृ. १४४८-१४४९.

देशपांडे राजेश्वरी, २०१०, जात अस्मिता पोकळ दावे आक्रमक राजकारण, *अनुभव*, पुणे, युनिक फीचर्स, मे. २०१०.

देशपांडे राजेश्वरी, २०१०, *कास्ट असोसिएशन इन द पोस्ट मंडल ऐरा:नोटस् फॉर्म महाराष्ट्र*, राज्यशास्त्र व लोकप्रशासन विभाग, पुणे, पुणे विद्यापीठ.

देशमुख के. बी., १९२९, *क्षत्रियांचा प्राचीन इतिहास, भाग १*, अमरावती, सुबोध ग्रंथमाला.

देशमुख निर्मलकुमार, *मराठा सेवा संघ, जिजाऊ ब्रिगेड व संभाजी ब्रिगेड संस्कारमार्ग*, ठाणे, मराठा सेवा संघ (प्रकाशन वर्ष छापले नाही).

नगर्सेकर सुरेश, १९८६, *दिशा*, मुंबई, अखिल भारतीय मराठा महासंघ, ४ मार्च.
पंदेरे शांताराम, १९९३, *भगवा तुकोबाचा बामणी कावा संघाचा*, पुणे, सुगावा.
पळशीकर सुहास व नितीन बिरमल, २००३, महाराष्ट्र फ्रॅग्मेंटेड मराठास् रिटेन पावर, पॉल वॅलास व रामाश्रम (संपा) *इंडियाज १९९९ इलेक्शन*, नवी दिल्ली, सेज, पृ. २०६-२३२.
पवार शशिकांत, १९८१, मराठ्यांची आगेकूच, *स्मरणिका*, जुलै.
पवार शशिकांत, १९८७, क्षत्रियांचा इतिहास, *मराठा जागृती*, जानेवारी.
पवार शशिकांत, १९९०, *मराठ्यांवर अन्याय का ?* मुंबई, मराठा महासंघ.
पवार शशिकांत, १९९४ राखीव जागा नाहीत तर नामांतर नाही, *रविवार दिनांक* १६ जानेवारी.
पवार शशिकांत, *मंडल आयोग एक सामाजिक विद्रोह*, मुंबई, मराठा महासंघ (प्रकाशन वर्ष छापले नाही).
पवार शशिकांत, *मंडल आयोग एक विषाचा प्याला*, मुंबई, मराठा महासंघ (प्रकाशन वर्ष छापले नाही).
पवार शशिकांत, *झंझावत*, मुंबई, मराठा महासंघ (प्रकाशन वर्ष छापले नाही).
पवार प्रकाश, १९९६, *अखिल भारतीय मराठा महासंघ एक चिकित्सक अभ्यास*, पुणे, राज्यशास्त्र व लोकप्रशासन विभाग, पुणे विद्यापीठ.
पवार प्रकाश रा., २००९, मराठा आरक्षण मराठा समाजगटांना सांधणारे सिंमेंट, समाज प्रबोधन पत्रिका, बेळगाव, जानेवारी-मार्च २००९, पृ १८-२०.
पाटील अण्णासाहेब, *शाखा बांधणी*, मुंबई, मराठा जागृती, प्रकाशन (प्रकाशन वर्ष छापले नाही).
पाटील अण्णासाहेब, *कार्यकर्त्यांचा वाटाड्या*, मुंबई, मराठा जागृती, प्रकाशन (प्रकाशन वर्ष छापले नाही).
पाटील सुशीला, १९८६, *मराठा तितुका मेळवावा*, कोल्हापूर, मराठा महासंघ.
पाटील अनंतराव, १९८७, *मराठा समाज*, पुणे, विशाल सह्याद्रि प्रकाशन.
बिरमल नितीन, १९९९, प्रबळ जातीचा प्रादेशिक पक्ष: राष्ट्रवादी काँग्रेस, *समाज प्रबोधन पत्रिका*, ऑक्टो-डिसेंबर, पृ. २२०-२२५.
बेन्नूर फक्रुद्दीन, *अखिल भारतीय मराठा महासंघ*, (अप्रकाशित लेख).
भापकर जयवंत (संपा), १९७७, क्षत्रिय मराठा ज्ञाती समाज, स्थापना, विकास व कार्य, मुंबई, मराठा महासंघ, *अमृतमहोत्सव स्मरणिका*.
भिसे लता, १९८२, मराठा महासंघ: जातीयवादाचा नवा अविष्कार, *तात्पर्य*, फेब्रुवारी, पृ.४- ५.
मराठा महासंघ, १९८६, *घटना व नियम*, मुंबई, मराठा जागृती प्रकाशन.
महाराष्ट्र विधानसभा कार्यवाही खंड -५४, महाराष्ट्र राज्य.
वाबळे विश्वनाथ, *क्षत्रिय मराठा ज्ञाति समाज व क्षत्रिय मराठा समाजाची पाऊण शतकाची वाटचाल*, मुंबई, मराठा महासंघ (प्रकाशन वर्ष छापले नाही).
शाखा बांधणी, १९८६, मराठा महासंघ, मुंबई, *मराठा जागृती* प्रकाशन.
शिंदे विजय, १९८४, मराठा महासंघाची वाटचाल, धोरण व कार्यक्रम, *मराठा जागृती*.
शिफारशी: सामाजिक न्याय विभाग मुंबई, महाराष्ट्र सरकार.

साळुंखे आ. ह., १९८१, सत्ता गेली हीच मराठा समाजाला सुवर्णसंधी, पुणे, *किर्लोस्कर*, जून, पृ. ५७-६०.

सांळुखे आ. ह., १९८७, मिशन व मिशनरी, *मराठी विश्वकोश, खंड १३ वा* (संपा. लक्ष्मण जोशी), वाई, महाराष्ट्र राज्य साहित्य आणि संस्कृती मंडळ, पृ. ५९८-६०१.

साळुंखे आ. ह., २००३, *शिवधर्म परिषदेतील अध्यक्षीय भाषणे*, पुणे, सुगावा प्रकाशन.

सावंत उत्तम, २०००, *शंकरराव चव्हाण जीवन व कार्य*, नांदेड, निर्मल प्रकाशन.

क्षत्रिय मराठा ज्ञाति समाज, मुंबई, *अमृतमहोत्सव स्मरणिका १९७७*, वाटचाल.

❐

विभाग तीन
जातसंघटनांची चळवळ

जातसंघटना हे नव्वदीनंतरच्या राजकारणाचे एक वैशिष्ट्य दिसते. तिसऱ्या भागात जात संघटनांच्या माध्यमातून इतर मागासवर्ग हा जनसमूह आणि मराठा अभिजनवर्ग यांच्यातील सत्तासंघर्ष मांडला आहे.

प्रकरण ११

कुणबी जातसंघटना : कुणबी अस्मितेची अभिव्यक्ती

कुणबी ही एक उपजात आहे. ऐतिहासिकदृष्ट्या ही जात शेती व्यवसायाशी संबंधित असणारी आहे. ही जात महाराष्ट्र, मध्यप्रदेश व गुजरात या राज्यांमध्ये आहे. महाराष्ट्रात ही जात कोकण व विदर्भ विभागांत आहे. या जातीचे व मराठा जातीचे हितसंबंध गेली पाच दशके वेगवेगळ्या प्रकारे व्यक्त होत गेले. गेल्या पाच दशकांत मराठा आणि कुणबी दोन विभागांत राजकारणाचे ध्रुवीकरण झाले. हा मुद्दा कुणबी जातसंघटनांच्या मधून पुढे येतो.

काँग्रेस विरोधात असंतोष

कुणबी जातीस चाळीस व पन्नासीच्या दशकात ब्रिटिश सरकारने नोकरी व शिक्षण या क्षेत्रात आरक्षण ठेवले होते (१९४० ते १९५९). साठीच्या दशकापासून या दोन क्षेत्रातील आरक्षण महाराष्ट्र शासनाने रद्द केले. त्यामुळे कुणबी समाज व नेते काँग्रेस विरोधात संघटित होत गेले. कुणबी नेते काँग्रेस विरोधात गेले. काँग्रेसवर मराठा जातीचे नियंत्रण म्हणून कुणबी समाज मराठा विरोधातही गेला. हा मुद्दा कुणबी समाजामधून निवडून आलेल्या नेत्यांवरून दिसतो. कोकण विभागात साठ, सत्तर व ऐंशीच्या दशकात काँग्रेसमधून कुणबी समाजाचे नेतृत्व पुढे आले होते. शांताराम घोलप-मुरबाड ठाणे (१९६२,१९६७,१९७२,१९७८ व १९८०), पेजे-रत्नागिरी (१९४६,१९५२,१९६२ व १९६७), रामचंद्र बेंडल- गुहागर (१९७६-८० व १९८०), लक्ष्मण हातणकर-राजापूर (१९६७,१९७८,१९८५ व १९९०), लक्ष्मीबाई भुवड (१९६७ व १९७२) शिवाजी जडयार-संगमेश्वर (१९८५) महादेव केसरकर-गुहागर (१९६७), तुकाराम कदम-खेड (१९८० व १९८५) हे कुणबी समाजाचे काँग्रेस पक्षातील नेते होते. या नेत्यांमध्ये काँग्रेस व काँग्रेस आय असे दोन गट होते. रामचंद्र बेंडल, लक्ष्मण हातणकर व महादेव केसरकर हे नेते काँग्रेस आयचे होते. तर २००४ मध्ये निवडून आलेले किसन कथोरे हे राष्ट्रवादी काँग्रेसचे नेते होते. म्हणजेच कोकण विभागात साठ, सत्तर व ऐंशीच्या दशकात

कुणबी समाजाचा काँग्रेसमध्ये एक गट नव्हता. काँग्रेस पक्षाच्या खेरीज शेकाप व जनता पक्षामध्ये देखील कुणबी समाजाचे नेते होते. पांडुरंग सानप हे पन्नास व साठ या दोन्ही दशकांत शेकापमध्ये होते. ते रोहा मतदारसंघातून निवडून आले होते (१९५७, १९६२ व १९६७). गंगाराम सकपाळ हे दापोलीमधून जनता पक्षांतून निवडून आले होते (१९७८ व १९८०). साठ, सत्तर व ऐंशीच्या दशकात काँग्रेस पक्षाच्या बाहेर कुणबी नेते होते. त्यांचा काँग्रेस पक्षाच्या कुणबी समाजाच्या संदर्भातील आरक्षणधोरणास विरोध होता. ऐंशीच्या दशकापासून भाजप व शिवसेना या दोन पक्षांकडे कुणबी समाज सरकला. भाजपाकडून शिवाजी गोताड- रत्नागिरी (१९८४,१९९० व १९९५) व दिगंबर विशे- मुरबाड (१९९५) विधानसभेवर निवडून आले होते. तुकाराम सुर्वे (२००६) शिवसेनेकडून निवडून आले होते. म्हणजेच कुणबी नेतृत्व ऐंशी व नव्वदीच्या दशकात काँग्रेसकडून भाजपा व शिवसेनेकडे सरकले. प्रमुख चार पक्षामध्ये कुणबी नेते विभागले होते. या राजकीय प्रक्रियेतून त्यांच्या राजकारणाची व अस्मितांची जडण-घडण काँग्रेसविरोधी पद्धतीने झाली. महाराष्ट्राच्या राजकारणात सध्या कुणबी ही अस्मिता दोन पद्धतींनी घडत आहे आणि दोन पद्धतींनी वापरली जात आहे. यामुळे साहजिकच महाराष्ट्रात कुणबी अस्मितेचे राजकारण दोन पद्धतींनी केले जाते. एक, सध्या महाराष्ट्रात ही जात कोकण व विदर्भ विभागांत आहे. या दोन विभागांतील कुणबी राजकारण जातसंघटनांच्या मार्फत घडते. उदा. कुणबी सेना, ठाणे शहर कुणबी समाज सेवा संघ, खैरे कुणबी समाज संघटना, बावणे कुणबी समाज संघटना, कुणबी समाजोन्नती संघ इत्यादी. दोन, कोकण व विदर्भ या दोन विभागाच्या तुलनेत महाराष्ट्राच्या अन्य विभागांत ही जात नाही, म्हटले तरी चुकीचे ठरणार नाही. मात्र १९९० नंतर मराठा जात कुणबी अशी प्रमाणपत्रे घेत आहे. त्यामुळे कोकण व विदर्भ विभागाशिवाय अन्य विभागांत मराठा जातीची कुणबी ही नवी अस्मिता मराठा अभिजनवर्ग व मराठा जातसंघटना यांनी उभी केली आहे. उदा. अ.भा. मराठा महासंघ, मराठा सेवा संघ, संभाजी ब्रिगेड, छावा इत्यादी. यास कुणबी समाजाचा विरोध आहे. कुणबी समाजाने मराठा समाजापासून वेगळे होऊन हा विरोध व्यक्त केला आहे. साठ व सत्तरीच्या दशकातील मराठा-कुणबी अस्मिता वितळवली आहे. त्या जागी स्वतंत्र कुणबी अस्मिता रचली आहे.

मराठा-कुणबी अस्मितेचे विभाजन

संयुक्त महाराष्ट्राच्या स्थापनेनंतर मराठा-कुणबी ही अस्मिता भक्कम झाली (१९६०). त्या आधी मराठा-कुणबी ही अस्मिता संयुक्त महाराष्ट्र आंदोलन व ब्राह्मणेतर चळवळीत घडली. मात्र मराठा-कुणबी अस्मितेला राजकारणाची घडी १९६० नंतर पडली. या अस्मितेमध्ये मराठा ही एक अस्मिता होती. तर कुणबी ही दुसरी अस्मिता होती. कुणबी ही दुसरी अस्मिता दुय्यम होती. मराठा अस्मितेच्या आधारे कुणबी अस्मिता राजकारण

करत होती. मात्र कुणबी अस्मिता पूर्णपणे मराठा अस्मितेत विलीन झाली नव्हती. या अस्मितेला मराठ्यांपासून वेगळे आरंभी कुणबी समाजाचे आरक्षण रद्द करण्यामुळे केले गेले. यानंतर मंडल आयोगाने मराठा व कुणबी असे विभाजन केले. मंडल आयोगाने मराठा जातीचा समावेश ओबीसीमध्ये केला नाही. मात्र कुणबी समाजाचा समावेश ओबीसीमध्ये केला. त्यामुळे मराठा जातीतून ओबीसी विरोधी व कुणबी ओबीसी समर्थक अशी भूमिका ऐंशीच्या दशकाच्या शेवटी घेतली गेली. त्यामुळे या दोन घटनांमधून मराठा-कुणबी अस्मिता फुटली गेली. या अस्मितेचे दोन तुकडे झाले. यांचा मोठा राजकीय परिणाम म्हणजे कोकण व विदर्भ विभागांतील मराठा राजकारणाचा सामाजिक पाया ठिसूळ झाला. यानंतर कुणबी समाजातून जात संघटनांनी मराठा विरोधी राजकारणाची भूमिका घेतली. मात्र मराठा सेवा संघ, मराठा महासंघ, छावा, तिरळे कुणबी संघटना यांनी मराठा व कुणबी ऐक्याचा प्रयत्न केला. गेल्या दोन दशकांत या संघटना मराठा-कुणबी ऐक्याचा कार्यक्रम राबवत आहेत. ऐंशीच्या दशकात मराठा महासंघ या संघटनेने ओबीसी आरक्षणाला विरोध केला. मात्र नव्वदीच्या दशकापासून मराठ्यांचे ओबीसीकरण या मुद्यांवर राजकीय संघटन केले. विदर्भातील तिरोळे कुणबी संघटना ओबीसीचे आरक्षण कमी न करता मराठ्यांना आरक्षण द्यावे अशी भूमिका घेते (लोकसत्ता, नागपूर, ६ मार्च २००९). अर्थात ही भूमिका निश्चित नाही. या भूमिकेमध्ये घसरडेपणा आहे. मात्र कुणबी समाज मराठा राजकारणाच्या विरोधात गेला हे या प्रक्रियेवरून दिसते. मराठा समाजातील स्तरीकरण नव्वदीनंतर स्पष्टपणे दिसू लागले. राजकारणावर मराठा समाजातील स्तरीकरणाचा परिणाम झाला. याप्रमाणेच कुणबी समाजातही स्तरीकरण घडू लागले. या स्तरीकरणाशिवाय कुणब्यामध्ये भौगोलिक विभाजन प्रभावी राहिले. कोकण विभागातील कुणबी व विदर्भ विभागातील कुणबी यांच्या राजकीय भूमिकेत अंतर राहिले. या दोन्ही विभागातील कुणबी समाजातील जात संघटनामध्ये ऐक्य व सामाजिक एकोपा मात्र दिसत नाही. ओबीसीच्या मुद्यावर वरवरचे ऐक्य करण्याचा प्रयत्न झाला. उदा. मुंबई येथे २०१० मध्ये अखिल भारतीय कुणबी साहित्य संमेलन घेण्यात आले. या संमेलनात कुणबी समाज दर्पणचे संपादक जैमिनी कडू अध्यक्ष होते. या संमेलनासाठी न्या. बी. जी. कोळसे पाटील, विजय भटकर, राजू मानकर, शंकर म्हसकर (कुणबी उच्चाधिकार समिती अध्यक्ष महाराष्ट्र) हे एकत्र आले होते (कोकण टुडे, १४आक्टोबर २०१०). यामध्ये कोकण व विदर्भ या दोन विभागांतील मध्यमवर्ग एकत्र आला होता. याशिवायचा दुसरा प्रयत्न म्हणजे मराठा सेवा संघांकडून झाला. या दोन्ही प्रयत्नांना यश आले नाही. याचा अर्थ कुणबी समाज हा मराठा समाजापासून वेगळा होण्याची प्रक्रिया पोकळ नव्हती. ही प्रक्रिया आर्थिक व राजकीय पार्श्वभूमीवर घडत होती. हा मुद्दा कोकण विभागातील जात संघटनांमधून स्पष्टपणे दिसतो.

मुंबईसह कोकण विभागातील कुणबी संघटना

कोकण विभागात स्वातंत्र्यपूर्व काळात कुणबी समाज जात या घटकांच्या आधारे संघटीत होत होता. तिल्लोरी कुणबी समाजोन्नती संघ, ठाणे शहर कुणबी समाज सेवा संघ, कुणबी सेना या मुंबईसह कोकण विभागातील कुणबी संघटना आहेत. मराठा महासंघाला या संघटनांना त्यांच्या नियंत्रणाखाली आणता आले नाही. उलट या संघटनांनी मराठा महासंघापासून अलिप्त राहाणे पसंत केले. या जात संघटनांनी कुणबी समाजाच्या आरक्षणाचा मुद्दा उचलून धरला. नव्वदीच्या दशकात नव्या अर्थकारणामुळे कुणबी समाजाची जमीन ही मालमत्ता संपादन राज्यसंस्थेने केली. त्यास या संघटनांनी तीव्र विरोध केला. कुणबी समाजाच्या नैसर्गिक मालमत्तेवर या संघटनांनी हक्क सांगितला. सरकारच्या सार्वजनिक हिताच्या दाव्यामध्ये भांडवलदारांचे हितसंबंध जपले गेले व कुणबी समाजाच्या हितसंबंधाच्या विरोधात राज्यसंस्थेची भूमिका राहिली. हा मुद्दा या संघटनांनी मांडला आहे.

तिल्लोरी कुणबी समाजोन्नती संघ

तिल्लोरी कुणबी समाज रत्नागिरी जिल्ह्यात अन्य जिल्ह्यांच्या तुलनेत जास्त आहे. १९२० मध्ये तिल्लोरी कुणबी समाजोन्नती संघ ही संघटना स्थापन झाली होती (१ ऑक्टोबर १९२०). तेव्हा या संघटनचे नेतृत्व गुणाजी विठ्ठल माळी यांनी केले होते. या संघटनेने सावकारांच्या शोषणातून मुक्त होण्यासाठी पतपेढीची स्थापना केली होती. 'कुणबी उदय' हे कुणब्याचे मुखपत्र या संघटनेने चालवले (३१ जानेवारी १९३५). खोती पद्धतीमुळे कुणब्याचे आर्थिक शोषण झाले. कोकणातील कुणबी हा कुळ व भूमिहीन या स्वरूपात आर्थिक जीवन जगत होता. या विरोधात माळी यांनी संघटनेच्या मार्फत संघर्ष केला. कुणब्यांच्या या मुद्याच्या संदर्भात डॉ. बाबासाहेब आंबेडकर यांनी खोती नष्ट करणारे बिल विधिमंडळात मांडले होते (१९३७). तेव्हा हे बिल मंजूर झाले नाही. या संघटनेच्या माळी यांनी कुणबी समाजाचा समावेश मागासवर्गात करावा असा मुद्दा १९४० मध्ये मांडला होता. 'कुणबी उदय' मासिकातून त्यांनी या मुद्याचा पाठपुरावा केला. त्यांच्या मागणीच्या रेट्यामुळे कुणबी समाजाला ब्रिटिश सरकारने आरक्षण दिले होते. या मुद्याला आप्पासाहेब पटवर्धन व सामंत गुरुजी यांनीदेखील पाठिंबा दिला होता. काँग्रेसने स्वातंत्र्य प्राप्तीनंतर कुळ कायदा केला व खोतीपद्धत नष्ट केली. या मुद्यावर तिल्लोरी कुणबी समाजोन्नती संघाने आंदोलन केले होते. त्यामुळे पन्नाशीच्या दशकात तिल्लोरी कुणबी समाजोन्नती संघाकडे काँग्रेसला विरोध करण्याचा मुद्दा राहिला नाही. पन्नाशीच्या दशकात ही संघटना फार प्रभावी नव्हती. पन्नाशीच्या दशकाच्या शेवटी सरकारने कुणबी समाजाच्या शैक्षणिक सवलती रद्द केल्या. या सरकारच्या धोरणाला तिल्लोरी कुणबी समाजोन्नती

संघाने विरोध केला. या मुद्यावर साठ व सत्तरीच्या दशकात कुणबी समाज संघटित झाला. शामराव पेजे यांनी या मुद्याच्या विरोधात आंदोलन उभे केले होते. १९७४ मध्ये शैक्षणिक सवलती रद्द करण्याच्या धोरणा विरोधात मोर्चे, मेळावे व अधिवेशने या स्वरूपात आंदोलने झाली. या मुद्यावर १९७६, १९८१, १९८५ अशी तीन अधिवेशने झाली. या अधिवेशनात या संघटनेने मराठा महासंघाला दूर ठेवले. काँग्रेस पक्षाला कुणबी समाजातून विरोध वाढत गेला. काँग्रेस विरोधातील असंतोष कमी करण्यासाठी अंतुले सरकारने शामराव पेजे यांच्या अध्यक्षतेखाली कोकण कुणबी विकास समिती स्थापन केली (१९८१). पेजे समितीने दोन वर्षांच्या आत आपला अहवाल सरकारला सादर केला (१५ सप्टेंबर १९८२). या अहवालाची अंमलबजावणी करावी अशी भूमिका तिल्लोरी कुणबी समाजोन्नती संघाने घेतली होती. या संघटनेमध्ये कुणबी समाजाने आरक्षणाच्या संदर्भात जातिव्यवस्थेच्या विषमतेला विरोध केला. मराठ्यांपासून अलिप्त राहण्याची मानसिकता व्यक्त केली. सावकारशाही विरोधात आंदोलन केले. खोतीच्या मुद्यामुळे कुणबी समाजाला दलित चळवळीबद्दल एक सहानुभूती होती. हा सर्व सामाजिक व आर्थिक आशय ऐंशीच्या दशकाच्या शेवटपर्यंत होता. या संघटनेने कुणबी समाजाला अनुसूचित जमाती किंवा जातींच्या सवलती मिळाव्यात अशी मागणी केली होती (गावडे, २००९:९८).

कुणबी समाजोन्नती संघ

मुंबईसह कोकण विभागातील ठाणे, रायगड, रत्नागिरी व सिंधुदुर्ग या जिल्ह्यात संघटनेच्या शाखा आहेत. या संघटनेने तालुकानिहाय देखील विस्तार केला आहे. चंद्रकात बावकर सध्या या संघटनेचे अध्यक्ष आहेत. बँक व पतसंस्था या सहकार क्षेत्रात या संघटनेने मुंबईसह कोकण विभागात संस्थात्मक जाळे विणले आहे. शेती, शिक्षण व व्यापार या तीन क्षेत्रांत या संघटनेने भक्कम काम केले आहे.

ऐंशीच्या दशकात पेजे समितीप्रमाणे कुळांच्या प्रश्नासाठी पालव समितीची स्थापना काँग्रेस सरकारने केली (२१डिसेंबर १९८३). पालव समितीने त्यांचा अहवाल ३० जून १९८६ रोजी काँग्रेस सरकारला सादर केला. काँग्रेस सरकारने पेजे व पालव समित्या नेमून कुणबी समाजाच्या शैक्षणिक सवलतीचे व बेदखल कुळांच्या प्रश्नांचे राजकारण केले. या दोन समित्यांच्या माध्यमातून काँग्रेस सरकारने कुणबी समाजाचे प्रश्न सोडविण्याच्या ऐवजी त्या प्रश्नाभोवती राजकीय संघटन केले. यामुळे कुणबी समाजात काँग्रेसबद्दलचा असंतोष वाढला. अशा काँग्रेस विरोधातील असंतोषाच्या पार्श्वभूमीवर नवव्दीच्या दशकात मात्र कुणबी समाजात नव्या संघटनांचा उदय झाला. शिवसेना, भाजप, काँग्रेस, राष्ट्रवादी काँग्रेस आणि बहुजन विकास आघाडी अशा पाच गटांमध्ये कुणबी समाज

विखुरला गेला. तसेच जातसंघटनांमध्येही पक्षनिहाय गट तयार झाले. नव्वदीच्या दशकाच्या सुरुवातीस शामराव पेजे यांचे निधन झाले (१९ नोव्हेंबर १९९१). त्यानंतर काँग्रेस पक्षाची कुणबी समाजातील पकड ढिली झाली. पेजे समर्थकांनी कै. पेजे न्यासाची स्थापना केली.

ठाणे शहर कुणबी समाज सेवा संघ

ठाणे शहरात 'ठाणे शहर कुणबी समाज सेवा संघ' ही संघटना कुणबी समाजाचे संघटन करते. वाडा तालुक्यातील येऊर येथे या संघटनेचे संमेलन झाले. त्यानंतर २० फेब्रुवारी २०११ रोजी बदलापूर नदीवरील जोशीबाग येथे स्नेहसंमेलन झाले. आमदार किसन कथोरे (राष्ट्रवादी काँग्रेस)या संघटनेच्या कार्यक्रमास उपस्थित होते. याचा अर्थ सांस्कृतिक कार्यक्रमांच्या माध्यमातून ही संघटना राजकीय संघटन करते. या समाजातील रमेश पाटील यांना ज्ञानदा प्रकाशनचा आदर्श पत्रकारिता पुरस्कार मिळाला होता. ही संघटना ठाणे शहरात वधू-वर परिचय मेळावे घेते. बचतगटांच्या मार्फत कुणबी महिलांचे सक्षमीकरण करते (लोकसत्ता, वाडा, ठाणे वृत्तांत).

कुणबी सेना (२००१)

कुणबी सेनेची स्थापना १२ ऑक्टोबर २००० रोजी झाली होती (गावडे, २००९: ५४). ही संघटना गेली एक दशकभर कोकणाच्या राजकारणात कृतिशील आहे. विशेष रत्नागिरी, रायगड व ठाणे या तीन जिल्ह्यांमध्ये ही संघटना राजकीय संघटन करते (सकाळ, रत्नागिरी, २८ आक्टोबर २०१०). विश्वनाथ पाटील हे सेनाप्रमुख आहेत. जितेंद्र राऊळ (सरचिटणीस), गोपीनाथ झेपले (कोकण संघटक), राजाभाऊ कातकर (मुंबई संपर्क प्रमुख), चंद्रकांत परवडी (रत्नागिरी जिल्हाप्रमुख) हे संघटनेचे नेते आहेत.

ठाणे जिल्ह्यातील शहापूर, मुरबाड, भिंवडी (ग्रामीण), विक्रमगड, पालघर, बोईसर या सहा मतदारसंघात कुणबी समाज आहे. येथे कुणबी सेनेच्या शाखा आहेत. याशिवाय ठाणे व कल्याण या दोन मतदारसंघात कुणबी समाजाच्या शाखा आहेत. या संघटनेचे मुख्य कार्यालय ठाणे जिल्ह्यातील विक्रमगड येथे आहे. या जिल्ह्यात संघटनेने वाडा (२७ नोव्हेंबर २०००), शहापूर (७ जानेवारी २००१), भिवंडी (१४ फेब्रुवारी २००१), पालघर (२५ फेब्रुवारी २००१) येथे मेळावे घेऊन संघटनेने ठाणे जिल्ह्यात कुणबी जातीचे संघटन केले. पहिली दोन वर्षे संघटना ठाणे व मुंबई या भागापुरती मर्यादित होती. भात उत्पादक शेतकऱ्यांची कर्जमुक्ती व शहापूर तालुक्यातील पिण्याच्या पाण्याचा प्रश्न या मुद्यांवर संघटनेने आंदोलन केले. कुणबी जातीच्या बाहेर आदिवासी समाजातून पाठिंबा मिळवण्याची व्यूहरचना केली. त्यासाठी संघटनेने गोऱ्हा या ठाणे जिल्हा परिषदेच्या जागेवर वैजंयता गोऱ्हेकर (आदिवासी) महिलेला निवडून आणले होते.

मराठा सेवा संघ व बहुजनवादी पक्ष यांनी संघटनेची दखल पहिल्या दोन वर्षांत घेतली होती. ठाणे, रायगड व मुंबईनंतर संघटना रत्नागिरी जिल्ह्यात विस्तारली. संघटनेला रत्नागिरी जिल्ह्यात सुरेश भाईजे यांनी वाढवले व त्यासाठी बहुजन विकास आघाडीचा आधार मिळाला. सुरेश भाईजे हे बहुजन विकास आघाडीचे कार्यकर्ते होते. चिपळूण येथे संघटनेने मोर्चा काढून संघटनेचा विस्तार केला होता (६ फेब्रुवारी २००४). कुणबी सेना, बहुजन विकास आघाडी व राष्ट्रवादी काँग्रेस पक्ष २००४ मध्ये एकत्र राजकीय संघटन करू लागले. राष्ट्रवादी काँग्रेस पक्षाने कुणबी सेनेबरोबर संवाद वाढवला. ठाणे येथील रॅलीस अण्णासाहेब डांगे, शब्बीर अन्सारी (मुस्लीम ओबीसी नेते) व प्रभाकर संझगिरी (मार्क्सवादी नेते) आले होते. तानसा-वैतरणा प्रकल्पग्रस्तांच्या प्रश्नावर शहापूर येथे संघटनेने आंदोलन केले होते. भूमिपुत्रांच्या रोजगारासाठी ठाणे जिल्ह्यातील कोका-कोला व ओनिडा कंपन्यांच्या विरोधात संघटनेने आंदोलन केले होते. या आंदोलनामुळे माकपने जमिनीचे प्रश्न, रोजगार, विकास या आर्थिक मुद्यांवर संघटनेला पाठिंबा दिला होता. बुद्धदेव भट्टाचार्य यांनी या मुद्यांची दखल घेतली होती. राष्ट्रवादी काँग्रेस पक्षाने कुणबी सेनेने उठवलेल्या प्रश्नांची दखल घेतली. कुणबी सेनेच्या मेळाव्यास राष्ट्रवादी काँग्रेस पक्षाचे मुख्य नेते शरद पवार उपस्थित होते (१९ एप्रिल २००४). यानंतर शरद पवार, सुशीलकुमार शिंदे, विश्वनाथ पाटील व अजित निंबाळकर यांनी कुणबी सेनेचे प्रश्न सोडवण्याचे आश्वासन दिले. काँग्रेस व राष्ट्रवादी काँग्रेस या पक्षांनी कुणबी सेनेचे प्रश्न सोडवले नाहीत. म्हणून २००४ च्या निवडणुकीत संघटनेने त्यांच्या विरोधात उमेदवार दिले. त्या उमेदवारांना मिळून कोकण विभागात दोन लाख मते मिळाली होती. मात्र एकही उमेदवार निवडून आला नाही. या मतांच्या प्रभावामुळे २००४-०५ च्या अर्थसंकल्पात कुणबी समाजाच्या विकासासाठी कै. शामराव पेजे कुणबी आर्थिक विकास महामंडळ स्थापन केले गेले (जयंत पाटील, २००४-०५). या महामंडळाची मर्यादा केवळ कोकण विभागाशी संबंधित सरकारने स्पष्ट केली होती. २००५ मध्ये कुणबी सेनेचा पाठिंबा वाढला. कुणबी सेनेच्या महाड येथील कार्यक्रमात न्यायमूर्ती पी.बी. सावंत, न्यायमूर्ती बी. जे. कोळसे पाटील, कॉम्रेड नरसय्या आडाम व दत्ता पाटील हे नेते उपस्थित होते (२० मार्च २००५). कुणबी सेना व आगरी सेना या दोन संघटना २००६ मध्ये कष्टकरी शेतकऱ्यांच्या मुद्यावर कळवा येथे एकत्रित आल्या होत्या (१५ ऑक्टोबर २००६). देवरूख येथील कुणबी सेनेच्या कार्यक्रमास राष्ट्रवादी काँग्रेस पक्षाचे आर. आर. पाटील उपस्थित होते. म्हणजेच राष्ट्रवादी काँग्रेस ही कुणबी सेनेच्या संपर्कात होती. मात्र कुणबी सेनेने शिवसेनेबरोबर आर्थिक मुद्दे उठवले. विशेष आर्थिक क्षेत्रास विरोध, शेतकऱ्यांची कर्ज माफी, कारखानदारांनी जमीन संपादन करण्याच्या धोरणास विरोध हे मुद्दे कुणबी सेनेने शिवसेना संघटनेबरोबर उठवले. यामुद्यावर असे दिसते की,

संघटना मालमत्तेचा मुद्दा उठवत होती. सरकारने आणि भांडवलदारांनी शेतकऱ्यांची मालमत्ता कमी दराने हस्तगत गेली. हा मुद्दा संघटनेने या दशकात व्यापक केला. तानसा –वैतरणा प्रकल्पग्रस्तांचा मुद्दा संघटनेने या दशकात सतत मांडला. २००४ नंतर २००७ मध्ये देखील या मुद्यावर संघटनेने आंदोलन केले होते (९ ऑक्टोबर २००७). संघटनेने २००७ मध्ये निवडणुका लढवण्यापेक्षा संघटित शक्तीचा वापर करून नव्या आर्थिक धोरणाविरोधी लढा द्यावा अशी भूमिका चिपळूण येथे घेण्यात आली होती. गेल इंडिया, रिलायन्स, रस्त्यांचे चौपदरीकरण यासाठी भूसंपादन यांमध्ये शासन व कंपन्यांनी शेतकऱ्यांची भरपाई दिली नव्हती. तो मुद्दा उठवण्याची भूमिका संघटनेने घेतली होती. यावरून संघटना शासनाच्या अन्यायी धोरणाला विरोध करत होती. तसेच नव्वदीनंतरच्या खुल्या आर्थिक धोरणास विरोध करत होती. सरकारचे धोरण भांडवलदारांना झुकते माप देते. हा मुद्दा संघटनेने कोकण विभागात मांडला. जमिनीचा हक्क व पाण्याचा हक्क या दोन मुद्यांवर संघटनेने आंदोलन केले होते (मिना मेनन, द हिंदू, १ ऑक्टोबर २००६). गेल इंडिया कंपनीने ४८५ कि.मि. नैसर्गिक गॅससाठी ठाणे जिल्ह्यात पाईप लाईन केली आहे. यामध्ये ८४ खेड्यांना त्यांचा फटका बसला आहे. यासाठी भूसंपादन केले गेले. त्यांचा योग्य मोबदला मिळाला नाही. त्यामुळे जमिनीचा हक्क, पाण्याचा हक्क आणि विस्थापितांच्या पुनर्वसनाचा हक्क हे मुद्दे संघटनेने व्यापक केले (द. हिंदू, ३ सप्टेंबर २००६).

कुणबी सेनेने २००८ मध्ये शिवसेनेबरोबर युती केली. यानंतर रत्नागिरीमध्ये कुणबी सेना व बहुजन विकास आघाडीचे कार्यकर्ते वेगवेगळे झाले. चंद्रकांत परवडी हे रत्नागिरीचे जिल्हा अध्यक्ष नेमले गेले. चंद्रकांत परवडी व दादा बैकर यांनी येथे संघटनेला शिवसेने–बरोबर काम करण्यास तयार केले. कुणबी सेनेने 'कुणबी सेना' हा पक्ष स्थापन केला. कुणबी सेना संघटनेबरोबर बहुजन विकास आघाडीचा समझोता होता. विश्वनाथ पाटील व न्यायमूर्ती बी. जे. कोळसेपाटील यांच्यात फूट पडली. त्यानंतर रत्नागिरीमध्ये बहुजन विकास आघाडी व कुणबी सेना यांची आघाडी फुटली. बहुजन विकास आघाडीने काँग्रेस पक्षाला व कुणबी सेनेने शिवसेनेला पाठिंबा दिला होता (सकाळ, ९ मार्च २०११). मार्च २०११ मध्ये कुणबी सेनेचे दादा बैकर यांनी शिवसेना पक्षाचा पाठिंबा काढून घेतला. तर चंद्रकांत परवडी यांनी पाठिंबा दिला. म्हणजेच संघटनेत २००८ नंतर २०११ मध्ये दुसरी फूट राजकीय भूमिकेवरून पडली (सकाळ, ९ मार्च २०११). या संघटनेने–देखील कुणबी समाजाला अनुसूचित जमाती किंवा जातींच्या सवलती मिळाव्यात अशी मागणी केली आहे. याशिवाय संघटना इतर मागासवर्गीयांच्या तुलनेत कुणबी समाज अति मागास आहे, अशी भूमिका घेते. त्यामुळे संघटना मागासवर्गात मागास व अतिमागास असा फरक करते. याशिवाय संघटना दहा टक्के राखीव जागा कुणबी समाजासाठी राज्यसंस्थेने ठेवाव्यात अशी भूमिका मांडते. या संघटनेने समकालीन दशकात

राज्यसंस्था, शासन आणि काँग्रेस पक्ष यांच्या विरोधात ठाम भूमिका घेतली होती. या-बरोबरच संघटनेने या दशकात भांडवलशाही पद्धतीच्या विकासाला भक्कमपणे विरोध केला. मालमत्तेचा अधिकार हा मुद्दा संघटनेने कोकण विभागात मांडला. नैसर्गिक मालमत्तेवर शेतकऱ्यांचा अधिकार आहे या मुद्यांचे समर्थन संघटना करते. मात्र नैसर्गिक मालमत्तेवर राज्यसंस्था व भांडवलदार हे दोन घटक अधिकार सांगतात. त्यास संघटनेचा स्पष्टपणे विरोध आहे. संघटनेचे हे मुद्दे भक्कमपणे आर्थिक स्वरूपाचे होते. या मुद्यांमध्ये भावनिकता फार कमी होती. मात्र कुणबी सेना व आगरी सेना यांचा वेगळ्या कोकण राज्याच्या मुद्दावरील आर्थिक मुद्याला प्रदेशवादाची किनार प्राप्त करून देतो. हा मुद्दा या दोन संघटनांनी एकत्रितपणे सप्टेंबर २००६ मांडला होता (सकाळ टाईम्स, १६ डिसेंबर २०१०). थोडक्यात, कुणबी सेना ही संघटना स्वतंत्र कुणबी हितसंबंधाचा मुद्दा पुढे रेटते. तसेच स्वतंत्र कुणबी अस्मिता मांडते.

विदर्भातील कुणबी जात संघटना

विदर्भातील कुणबी जातसंघटनांमध्ये विविध अस्मिता अभिव्यक्त केल्या जातात. सर्वसाधारणपणे व्यापक पातळीवर चार अस्मिता अभिव्यक्त होतात. एक, सर्वशाखेय कुणबी संघटना व अखिल कुणबी समाज ही संघटना एक व्यापक कुणबी अस्मिता तयार करते. समाजातील उपजातीची अस्मिता आंधुक ठेवते आणि कुणबी अस्मिता ठळक करते. या अस्मितेमध्ये उपजातीचे ऐक्य अभिप्रेत आहे. दोन, बावणे कुणबी समाज संघटना, खैरे कुणबी समाज संघटना, झाडे कुणबी संघटना, खेडुले कुणबी संघटना व धनोजे कुणबी समाज संघटना या संघटना कुणबी या अस्मितेच्या खेरीज त्यांच्या पोटजातीची अस्मिता ठळकपणे अभिव्यक्त करतात. उपजातीची अस्मिता प्रथम व कुणबी अस्मिता दुय्यम असा फरक या संघटनांमध्ये आहे. त्यामुळे या अस्मितेमध्ये कुणबी ऐक्याचा प्रयोग दिसत नाही. तीन, तिरळे मराठा कुणबी समाज व कुणबी मराठा समाज संस्था या दोन संघटना उपजात व कुणबी या दोन अस्मितांच्या खेरीज मराठा ही अस्मिता स्वीकारते. त्यामुळे कुणबीचे मराठाकरण हा मुद्दा या अस्मितेमध्ये दिसतो. चार, कुणबी समाजोन्नती संघ व कुणबी आरक्षण परिषद ही जातसंघटना आहे. मात्र कुणबी व आरक्षण या दोन प्रकारच्या अस्मिता एकाच वेळी ही संघटना अभिव्यक्त करते. यावरून असे स्पष्ट होते की, कुणबी अशी एक अस्मिता नाही. कुणबी या अस्मितेच्या खेरीज अनेक अस्मिता कुणबी समाजात आहेत. त्यामुळे कुणबी नावाचा एकसंघ राजकीय कृती करणारा समाज नाही. कुणबी अस्मितेमध्ये व समाजरचनेमध्ये विविधता आहे.

विदर्भातील कुणबी समाजाच्या जातसंघटनामध्ये सामूहिक विवाह, तुकाराम बीज आणि ओबीसी आरक्षणाचा मुद्दा या तीन क्षेत्राबद्दल एकमत दिसते. जाती अंतर्गत

सामूहिक विवाहसोहळा करण्यास संघटना समाजकार्य संबोधते. या कार्यक्रमांमुळे मात्र कुणबी जात व कुणबी समाजातील उपजाती घट्ट होतात. म्हणजेच जातिव्यवस्थेला या संघटना विरोध करत नाहीत. जातिव्यवस्थेची समीक्षा करत नाहीत. यामुळे या पातळीवर कुणबी समाजातील जात संघटना या हिंदुत्वाचा एक आविष्कार ठरतात. कुणबी समाजातील जातसंघटनांमध्ये मराठा अस्मितेचा मुद्दा म्हणजेही कुणबी समाजाचे सांस्कृतीकरण प्रक्रिया आहे. मराठा समाजाची प्रतिष्ठा व अधिकार मिळवण्यासाठी कुणबी समाज मराठाकरण ही प्रक्रिया राबवतो. मराठमोळा असा शब्दप्रयोग वापरतो. त्यामुळे 'मराठमोळा' हा जातसंघटनांच्या दृष्टिकोनातून एक आदर्श आहे. त्या आदर्शापर्यंत पोचण्याचा जातसंघटनांचा प्रयत्न राहतो.

बावणे कुणबी समाज सेवा मंडळ ही संघटना बावणे कुणबी समाजात कृतिशील आहे. या संघटनेचे अध्यक्ष ॲड. जी.डी. वैद्य व देवराव सारदे हे आहेत. या संस्थेकडे भंडारा येथे संत तुकाराम सभागृह व नागपूर येथे समाज भवन आहे. या संघटनेवर संत तुकाराम महाराज यांचा प्रभाव आहे. या संघटना नागपूर व भंडारा येथे तुकाराम बीजेचा कार्यक्रम करतात. या संघटना संत तुकाराम महाराजाचे प्रतीक भक्तीमार्गाबरोबर ज्ञानमार्ग म्हणून मांडतात. याखेरीज ही संघटना तुकडोजी महाराजाचे प्रतीक संघटनेत मांडतात. संघटना तुकाराम बीजेला तुकोबाची गाथा व तुकडोजी महाराजाची ग्रामगीता यांच्या ग्रंथदिंडीचा कार्यक्रम घेते. याचा अर्थ संघटनेवर वारकरी परंपरेचा खोलवर प्रभाव आहे (देशोन्नती, नागपूर, २७ मार्च २०११). या संघटनेवर मराठा सेवा संघाचाही प्रभाव आहे. मराठा सेवा संघ शिवजयंतीचा कार्यक्रम घेतो. तेव्हा स्थानिक शिवजयंती महोत्सव अशी समिती किंवा मंडळ स्थापन केले जाते. त्यामध्ये बावणे कुणबी समाज संघटनेचा सहभाग असतो (लोकमत, १५ फेब्रुवारी २०११). मा. म. देशमुख व आ.ह. साळुंके यांचे विचार संघटना स्वीकारते. संघटना बहुद्देशीय मातंग समाज कमिटीबरोबर अण्णा भाऊ साठे यांच्या संदर्भातील कार्यक्रम करते (देशोन्नती, ५ ऑगस्ट २००९). यावरून असे दिसते की, ही संघटना बावणे कुणबीही जात मोडत नाही. या जातीचे संरक्षण करत समाज सुधारणाचा कार्यक्रम राबवते. इतर समाजांबरोबर सलोख्याचे राजकीय संबंध ठेवते. या धोरणाचा एक भाग म्हणून संघटना ओबीसी अस्मिता मंच या संघटनेबरोबर संयुक्तपणे राष्ट्रीय परिवर्तन परिषद घेते (लोकसत्ता, ५ जानेवारी २०११). राष्ट्रीय परिवर्तन परिषद घेतली, तरी संघटना जातीलक्षी संघटन करण्याचे मात्र विसरत नाही. नाना पंचबुद्धे यांच्या सत्कारास संघटना मराठमोळा सत्कार संबोधते. त्यामुळे जातलक्षी संघटन व इतर समाजांबरोबर सलोख्याचे राजकीय संबंध असे सूत्र संघटनेने विकसित केले आहे. विदर्भातील शिवसेना संघटनेतील नेत्यांचा वेगळ्या विदर्भ राज्याला विरोध आहे. मात्र भाजपामधील कुणबी नेत्यांचा वेगळ्या विदर्भ राज्याला पाठिंबा आहे. विदर्भ व

कोकण विभागांतील कुणबी समाजात राजकीय ऐक्य नाही. दोन्ही विभागातील कुणबी समाज बहुसंख्येने मराठा अस्मितेपासून वेगळा झाला आहे. शेतीच्या क्षेत्रातील कुणबी समाजाचे हितसंबंध व मराठा जातीचे हितसंबंध वेगवेगळे आहेत. हे मुद्दे या जातसंघटनांनी व्यापक केले आहेत. कुणबी समाज शेतीकडे उत्पन्नाचे एक साधन म्हणून पाहातो. मराठा समाज शेती हे भांडवली उत्पादनाचे साधन म्हणून पाहातो. राज्यसंस्था जमीन हक्क, पाण्याचा हक्क, नैसर्गिक संसाधनाचा हक्क कमी करत आहे. राज्यसंस्थेचे या हक्कावर नियंत्रण वाढत आहे. कुणबी समाजातील जात संघटनांनी त्यांचा प्रतिकार केला आहे. त्यामुळे ही जातसंघटना राज्यसंस्थाविरोधी भूमिका घेते असे दिसते.

❐

संदर्भसूची

कडू जैमिनी, १९९७, *कुणबी समाज स्वरूप: संस्कृती सभ्यता*, नागपूर, साथीदार प्रकाशन.

कोकण कुणबी विकास समिती, १९८२, *कोकण कुणबी विकास समिती अहवाल–१९८१–८२*, शासकीय मध्यवर्ती मुद्रणालय, मुंबई, महाराष्ट्र सरकार.

गावडे वामन (२००९), कोकणातील कुणबी जात संघटनांचा एक चिकित्सक अभ्यास, यशवंतराव चव्हाण महाराष्ट्र मुक्त विद्यापीठ, नाशिक (राज्यशास्त्र : अप्रकाशित एम फिलचा प्रबंध).

देशपांडे राजेश्वरी, २००४, कुणबी मराठा ॲज ओबीसी बॅकवर्ड जर्नी ऑफ ए कास्ट, *इकॉनॉमिक अँड पॉलिटिकल वीकली*, ३–१० एप्रिल, पृ. १४४८–१४४९.

पवार प्रकाश रा., २०१०, जात संघटनांचे राजकारण, पुरोगामी सत्यशोधक, पुणे, एप्रिल–मे–जून, २०१०, पृष्ट १९ –३४.

पालव समिती, १९८६, बेदखल कुळः पालव समितीचा अहवाल–१९८६, शासकीय मध्यवर्ती मुद्रणालय, मुंबई, महाराष्ट्र सरकार.

भोनकर बाबुराव, २००६, महाराष्ट्र राज्य कुणबी उच्चाधिकार समितीच्या शिफारशी सामाजिक न्याय विभाग, मुंबई, महाराष्ट्र सरकार.

म्हसकर शंकरराव समिती, २००३, *महाराष्ट्र राज्य कुणबी उच्चाधिकार समितीच्या शिफारशी:* सामाजिक न्याय विभाग मुंबई, महाराष्ट्र सरकार.

❐

माळी समाजातील जातसंघटनांचे जात-केंद्रित व ओबीसीवादी राजकीय संघटन

प्रस्तावना

महाराष्ट्र माळी समाज महासंघ व महाराष्ट्र राज्य माळी समाज कल्याण महासंघ या दोन माळी समाजांतील जातसंघटना आहेत. तर महात्मा फुले समता परिषद ही माळी समाजाचे राजकीय संघटन करते म्हणून जात संघटना आहे. परंतु माळी समाजाच्या खेरीज ती ओबीसीचे राजकीय संघटन करते. त्यामुळे ही संघटना ओबीसी राजकारण करणारी आहे. अशी दुहेरी भूमिका महात्मा फुले समता परिषद या संघटनेची आहे. या संघटनांनी ऐंशी, नव्वदी व समकालीन दशकात राजकीय संघटन केले आहे. या संघटनांमध्ये माळी-हिंदुत्व अंतराय ओबीसी-हिंदुत्व अंतराय, प्रभुत्वशाली जातींचे राष्ट्रीय पक्ष-ओबीसी अंतराय या चौकटीत राजकारण घडत गेले. त्यातच जातींचे मेळावे, वधू-वर मेळावे, सामूहिक विवाहसोहळे या पद्धतीने जातनिष्ठ अस्मितेची जडणघडण झाली. याशिवाय आणखी एक घटक शेती हा आहे. हा मुद्दा मात्र माळी समाजातील जातसंघटनांमध्ये महत्त्वाचा नव्हता. याशिवाय राजस्थानमध्ये माळी संस्थान (जयपूर) आणि भुजबळ नॉलेज सिटी अशा संस्था काम करत आहेत.

साठ व सत्तरीच्या दशकापेक्षा वेगळे राजकारण

साठ व सत्तरीच्या दशकांत माळी समाजातील नेते काँग्रेस पक्षात होते. ते काँग्रेस पक्षामध्ये राहून राजकारण करत होते. काँग्रेस पक्षाच्या सार्वजनिक धोरणास माळी समाजातील नेतृत्वाची संमती होती. कृष्णराव गिरमे हे दोन वेळा महाराष्ट्र विधानसभेचे सभापती होते (२० मार्च १९६२ ते १ मार्च १९६७ व २३ मार्च १९७२ ते २६ फेब्रुवारी १९७६). त्यामुळे यादरम्यान माळी समाजाचे राजकीय संघटन काँग्रेस पक्षाच्या चौकटीत झाले. १९७७ नंतर माळी समाजातील नेतृत्वामध्ये राजकीय असंतोष व राजकीय अपेक्षाभंगाची भावना व्यक्त होऊ लागली. यातून माळी समाज मराठा समाजापासून

किंवा काँग्रेसपासून वेगळा होण्याची राजकीय प्रक्रिया सुरू झाली. या प्रक्रियेचा आरंभ १९७८ च्या निवडणुकीत झाला. त्यानंतर माळी समाजातील नेतृत्वास व काँग्रेसेतर पक्षांना माळी समाजाचे राजकीय संघटन करण्याची गरज वाटू लागली. या पार्श्वभूमीवर महाराष्ट्र माळी समाज महासंघ, महात्मा फुले समता परिषद व महाराष्ट्र राज्य माळी समाज कल्याण महासंघ या जातसंघटना स्थापन झाल्या. यांपैकी महाराष्ट्र माळी समाज महासंघ व महाराष्ट्र राज्य माळी समाज कल्याण महासंघ या दोन जातसंघटना आहेत. महात्मा फुले समता परिषद ही माळी समाजाचे राजकीय संघटन करते म्हणून जात संघटना आहे. परंतु माळी समाजाच्या खेरीज ती ओबीसींचे राजकीय संघटन करते. त्यामुळे ही संघटना ओबीसी राजकारण करणारी संघटना आहे. अशी दुहेरी भूमिका महात्मा फुले समता परिषद या संघटनेची आहे. या संघटना माळी समाजाचे राजकीय संघटन करत आहेत. ऐंशीच्या दशकात महाराष्ट्र माळी समाज महासंघाने माळी समाजाचे राजकीय संघटन केले. नव्वदीच्या दशकात महाराष्ट्र माळी समाज महासंघ, महात्मा फुले समता परिषद व महाराष्ट्र राज्य माळी समाज कल्याण महासंघ अशा तीन जात संघटना माळी समाजाचे राजकीय संघटन करत होत्या. एकविसाव्या शतकाच्या पहिल्या दशकात या तीनही संघटना माळी समाजाचे राजकीय संघटन करत आहेत. मात्र यापैकी महात्मा फुले समता परिषद ही संघटना अन्य संघटनांच्या तुलनेत राजकीयदृष्ट्या जास्त कृतिशील आहे. महाराष्ट्राच्या बाहेर इतर घटकराज्यामध्ये महात्मा फुले समता परिषद या संघटनेच्या कामाचा विस्तार झाला आहे. त्यामुळे इतर घटकराज्यांतील माळी समाजाची राजकीय शक्ती व लोकसंख्यात्मक शक्ती ही संघटना राजकीय सौदेबाजीसाठी वापरते. या संघटनांचे राजकारण, शासनाच्या सार्वजनिक धोरणास केलेला विरोध, शासनाच्या सार्वजनिक धोरणात त्यांच्या मुद्यांचा समावेश करण्याचा दबाव आणि अस्मितेचे राजकारण या मुद्यांचे येथे विश्लेषण केले आहे.

माळी समाजाच्या राजकारणाची मध्यभूमी

भारतीय संदर्भात महाराष्ट्र व राजस्थान या दोन राज्यांत माळी समाजाचे राजकारण अन्य राज्यांच्या तुलनेत जास्त घडते. राजस्थानचे मुख्यमंत्री अशोक गहलोत आणि महाराष्ट्राचे माजी उपमुख्यमंत्री छगन भुजबळ हे या भारतीय पातळीवर प्रसिद्ध असलेले राजकीय नेते या समाजातील आहेत. महाराष्ट्रात माळी समाजातील नेत्यांनी बारा जिल्ह्यांमध्ये राजकारण केले आहे. मुंबई (चिंचपोकळी व माझगाव), नाशिक (नाशिक व येवला), जळगाव (एरंडोल), बुलढाणा (मलकापूर, बुलढाणा, शिंदखेड राजा, जळंब), अकोला (अकोट, बाळापूर, मुर्तिजापूर) अमरावती (दर्यापूर, अचलपूर, मोर्शी) वर्धा (तिवसा), चंद्रपूर, औरंगाबाद, (सिल्लोड व पैठण), बीड (आष्टी), अहमदनगर

(अहमदनगर, शेवगाव, श्रीरामपूर), पुणे (खेड–आळंदी, भवानी पेठ व पुणे कॅन्टोन्मेंट) हे ते बारा जिल्हे आहेत. यांना माळी समाजाच्या राजकारणाची भूमी म्हटले पाहिजे. बारा जिल्ह्यांपैकी सहा जिल्ह्यांमध्ये माळी समाजाचे नेते राजकीयदृष्ट्या जास्त कृतिशील आहेत. नाशिक, बुलढाणा, अकोला, अमरावती, अहमदनगर व पुणे या सहा जिल्ह्यांमध्ये माळी समाजातील नेत्यांचे राजकारण जास्त प्रभावी ठरले आहे. त्यामुळे हे जिल्हे माळी समाजातील नेत्यांच्या राजकारणाची मध्यभूमी आहे. हे जिल्हेच महाराष्ट्रातील माळी समाजाच्या राजकारणाचा रंगमंच ठरले आहेत.

राजकीय असंतोषाचा उदय

साठ व सत्तरीच्या दशकात माळी समाजातील नेतृत्व काँग्रेस पक्षामार्फत राजकारण करत होते. काँग्रेस पक्षाच्या सार्वजनिक धोरणास माळी नेतृत्वाची संमती होती. कृष्णराव गिरमे हे महाराष्ट्र विधानसभेचे सभापती होते. २० मार्च १९६२ ते १ मार्च १९६७ व २३ मार्च १९७२ ते २६ फेब्रुवारी १९७६ असे दोन वेळा गिरमे हे सभापती होते. त्यामुळे यादरम्यान माळी समाजाचे राजकीय संघटन काँग्रेस पक्षाच्या चौकटीत झाले. माळी व मराठा या दोन जातींमध्ये एकोपा व राजकीय ऐक्य होते. या कालखंडामध्ये मराठा व माळी यांचे हितसंबंध शेतीच्या सार्वजनिक धोरणाशी संबंधित होते. शेती क्षेत्रातील सार्वजनिक धोरणास माळी समाजाची त्या काळात समंती होती. सहकार, शिक्षण, पाणी व कृषी उत्पादन या चार मुद्यांवर आरंभी मोठे मतभेद नव्हते. कृष्णराव गिरमे हे माळी नेतृत्वाच्या राजकीय आकांक्षाचे प्रतीक होते. मात्र १९७६ मध्ये सभापती पातळीवरील सत्ता व अधिकार गिरमे यांच्याकडून गेले. त्यानंतर १९७७ पासून राजकीय असंतोष व्यक्त होऊ लागला. सत्ता व अधिकार यांपासून माळी समाजातील नेतृत्व वंचित आहे, अशी सापेक्षवंचिततेची भावना जास्त वाढली. सभापती पदाची सत्ता व अधिकार मर्यादित होते. त्यापेक्षा जास्त सत्ता मिळणे गरजेच आहे, असे माळी नेत्यांना वाटू लागले. थोडक्यात, सत्तेत वाटा माळी नेतृत्व मागू लागले. पूर्वीच्या तुलनेत सत्तेत जास्त वाटा मिळवण्यासाठी माळी समाजाचे संघटन हा एक मार्ग पुढे आला. याशिवाय सत्तेत वाटा मराठा जातीच्या तुलनेत खूपच कमी मिळतो. त्यामुळे माळी नेतृत्वाने मराठा नेतृत्वाविरोधात भूमिका घेण्याची राजकीय प्रक्रिया सुरू झाली. या कामामध्ये जनमत पाठिंशी ठेवण्यासाठी माळी समाजात नेत्यांनी जातसंघटनांची बांधणी केली. याकारणामुळे माळी समाजातील जात संघटना या केवळ जातवादी नाहीत. तर राजकीय सत्तेत वाटा मिळवण्यासाठी राजकारणाच्या आखाड्यात उतरून राजकीय संघर्ष करणारी संघर्षप्रवण राजकीय संघटना आहेत. अशा पद्धतीने राजकीय असंतोष व्यक्त होऊ लागला.

काँग्रेसपासून फारकत

१९६० ते १९७६ यादरम्यान माळी नेतृत्वाला सत्ता व अधिकार न मिळाल्यामुळे अपेक्षाभंग झाला. हा असंतोष १९७८च्या निवडणुकीत प्रथमच दिसतो. दर्यापूर, मलकापूर, जळंब व पैठण या विधानसभा मतदारसंघात काँग्रेसेतर पक्षाचे माळी समाजातील उमेदवार निवडून आले होते. खेड-आळंदी, शिंदखेड राजा, मोर्शी या चार विधानसभा मतदारसंघात काँग्रेस परिवारातील उमेदवार निवडून आले. मात्र काँग्रेस पक्षाचा एक व काँग्रेस आयचे तीन उमेदवार निवडून आले. याचा अर्थ माळी नेतृत्वाने त्यांचा असंतोष व्यक्त केला होता. माळी नेतृत्वाला असंतोष व्यक्त करण्याची ही मिळालेली संधी होती, असे दिसते. यातून माळी समाजातील राजकीय नेतृत्वामध्ये पुढील मुद्दे दिसून येतात.

१) माळी समाजातून काँग्रेस पक्षाच्याखेरीज अन्य पक्षांमधून नेतृत्व पुढे आले.

२) काँग्रेस पक्षाचा माळी समाजातील नेतृत्व हा आधार कमी झाला.

३) माळी समाजाचे नेतृत्व फॉरवर्ड ब्लाक, शेतकरी कामगार पक्ष, जेएनपी व काँग्रेस (आय) अशा पाच पक्षांमध्ये विभागले गेले.

४) माळी समाजाच्या नेतृत्वामध्ये काँग्रेस पक्षाबद्दल असंतोष होता. तो १९७८ च्या निवडणुकीत व्यक्त झाला.

५) माळी समाजाच्या नेतृत्वाने त्यांच्या राजकीय महत्त्वाकांक्षाचा आधार काँग्रेस पक्षाच्या बाहेर शोधण्याची प्रक्रिया घडली.

६) माळी समाजातील नेते व राजकीय पक्ष यांनी माळी समाजाचे राजकीय संघटन नव्याने करण्यास सुरुवात केली.

७) १९६० ते १९८० दरम्यान माळी समाजाला सभापती पदाच्या खेरीज कॅबिनेट मंत्री, राज्यमंत्री किंवा मंत्री या पातळीवरील सत्ता मिळाली नाही. त्यामुळे या राजकीय अपेक्षाभंगाला १९७८ नंतर वाचा फुटली. त्यामुळे राजकीय पक्षाशिवाय स्वतंत्रपणे माळी समाजाचे राजकीय संघटन करण्याची राजकीय प्रक्रिया सुरू झाली. या पार्श्वभूमीवर आधारित माळी समाजात जात संघटनांचा उदय झाला.

खाजगी अर्थकारणात पाया

माळी समाजातील जात संघटनांचा पाया हा खाजगी अर्थकारणात आहे. महाराष्ट्र माळी समाज महासंघाचे नेते दि. सासवड माळी शुगर फॅक्टरी सि. माळीनगर (ता. माळशिरस. जि. सोलापूर) या कारखान्याशी संबंधित होते. उदा. कृष्णकांत कुदळे (पुणे) हे दि. सासवड माळी शुगर फॅक्टरी सि. माळीनगर चे संचालक आहेत. महाराष्ट्राचे सार्वजनिक बांधकाम खाते गेल्या दोन दशकांमध्ये सार्वजनिक-खाजगी भागिदारीमध्ये

कामे करून घेण्यासाठी सर्वात जास्त प्रसिद्ध आहे. या खात्यांचे कॉबिनेट मंत्री महात्मा फुले समता परिषदेचे प्रमुख नेते आहेत (भुजबळ). याशिवाय छगन भुजबळ यांनी खाजगी क्षेत्रातील राखीव जागांचा आग्रह धरलेला आहे. भुजबळ यांची भुजबळ नॉलेज सिटी ही संस्था खाजगी क्षेत्रातील शिक्षण संस्था आहे. ही संस्था सेवा क्षेत्र म्हणून त्यांनी विकसित केली आहे. यावरून असे दिसते की, माळी समाजातील संघटनेच्या नेतृत्वाचा मुख्य आधार खाजगी क्षेत्र हा आहे. त्यामुळे माळी समाजातील जात संघटनांना या नेत्यामुळे खाजगी क्षेत्रातून आर्थिक पाठिंबा मिळतो.

महाराष्ट्र माळी समाज महासंघ

महाराष्ट्र माळी समाज महासंघाची स्थापना २६ जानेवारी १९८१ रोजी पुणे येथे करण्यात आली. कृष्णकांत कुदळे (पुणे), चंद्रकांत पंदारे (पुणे), गोविंदराव बडदे (लातूर), विजयराव बाविस्कर (धुळे), अशोक माळी (पुणे), एस.बी.सातव (जळगाव), बी.एम.नवादे (औरंगाबाद), व्ही.सी.काळे (अमरावती) व लक्ष्मणराव राजकुले (मुंबई) हे नऊ सदस्य संस्थापक सदस्य आहेत. यांपैकी सहा संस्थापक प्राध्यापक व एक सदस्य व्यवसायाने वकील आहे. नवादे, काळे व राजकुले हे संस्थापक सदस्य सध्या हयात नाहीत. चंद्रकांत पंदारे (पुणे) हे संघटनेचे अध्यक्ष होते (१९८१-१९८५). यानंतर कृष्णकांत कुदळे (पुणे) हे संघटनेचे अध्यक्ष होते (१९८५-१९८८). यानंतर पुन्हा चंद्रकांत पंदारे (पुणे) हे संघटनेचे अध्यक्ष होते (१९८८-१९९१). थोडक्यात, ऐंशीच्या दशकात महाराष्ट्र माळी समाज संघटनेवर पंदारे व कुदळे यांचे संयुक्त नियंत्रण होते. विशेष म्हणजे उत्तर व पश्चिम महाराष्ट्र येथील माळी समाज संघटनेमध्ये कृतिशील होता. नव्वदीच्या दशकात महाराष्ट्र माळी समाज महासंघाला मराठवाडा विभागातून नेतृत्व मिळाले. नव्वदीच्या दशकाच्या आरंभी बी.एम.नवादे (औरंगाबाद) हे संघटनेचे अध्यक्ष होते (१९९१-१९९४). यानंतर स्वातंत्र्यसैनिक असलेले कदम गुरुजी संघटनेचे नेतृत्व करत होते (१९९४-१९९७). बालमोहन आदित्य (सोलापूर) हे संघटनेचे अध्यक्ष होते (१९९७-२००१). २००१ मध्ये महाराष्ट्र माळी समाज संघटनेचे नेतृत्व विदर्भ विभागाकडे सरकले. बुलढाणा येथील कृष्णराव इंगळे हे संघटनेचे अध्यक्ष झाले (२००१). कृष्णराव इंगळे हे महाराष्ट्र विधानसभेचे आमदार होते. थोडक्यात, पश्चिम महाराष्ट्र, उत्तर महाराष्ट्र, मराठवाडा व विदर्भ येथे संघटनेचा विस्तार करण्यासाठी प्रयत्न झाले. म्हणून त्या-त्या विभागांतील अध्यक्ष संघटनेला देण्यात आले. ऐंशीच्या दशकात महाराष्ट्र माळी समाज महासंघाला स्पर्धक नव्हता. मात्र नव्वदीच्या दशकात महात्मा फुले समता परिषद व महाराष्ट्र राज्य माळी समाज कल्याण महासंघ (अमरावती) या दोन संघटना स्पर्धक म्हणून पुढे आल्या. महात्मा फुले समता परिषद मुंबई विभागातून व

पश्चिम विदर्भातून महाराष्ट्र राज्य माळी समाज कल्याण महासंघ या दोन संघटना माळी समाजाचे राजकीय संघटन करू लागल्या. या दोन्ही विभागांत महाराष्ट्र माळी समाज महासंघाची संघटना व नेतृत्व भक्कम नव्हते. हे दोन्ही विभाग महाराष्ट्र माळी समाज महासंघाच्या नियंत्रण कक्षाच्या थोडेसे बाहेर होते. ही संघटना समकालीन दशकात महात्मा फुले समता परिषद या संघटनेचा कार्यक्रम राबवते. ओबीसींची जातिनिहाय जातगणना करावी ही या संघटनेची मागणी होती. सोलापूर येथे सत्यशोधक समाजाच्या १३८ व्या वर्धापन दिनानिमित्त सत्यशोधक गोलमेज परिषद भरवली होती (२२ सप्टेंबर २०१०). म्हणजेच संघटना माळी समाजाचे संघटन करते शिवाय ओबीसीवादी भूमिकाही घेते. ओबीसीसाठी शैक्षणिक क्षेत्रात राखीव जागा, खाजगी क्षेत्रात राखीव जागा व माळी समाजातील विद्यार्थांना शिष्यवृती असे कार्यक्रम ही संघटना राबवते. लोकसभा व विधानसभेमध्ये ओबीसीसाठी आरक्षण ठेवण्यासाठी संघटना मनमोहन सिंग सरकारवर दबाव आणते. यामुळे ही संघटनादेखील राजकीय स्वरूपाची आहे.

महाराष्ट्र राज्य माळी समाज कल्याण महासंघ

विनायक कोरडे यांनी अमरावती येथे महाराष्ट्र राज्य माळी समाज कल्याण महासंघ ही संघटना स्थापन केली होती. ही संघटना शैक्षणिक क्षेत्रात काम करते. समाजाचा समान विकास करणे आणि शैक्षणिक सेवा पुरवणे हे या संघटनेचे ध्येय आहे. दारिद्र्य - रेषेखालील माळी समाजातील मुला-मुलींना मोफत शिक्षण देण्याचा मुद्दा संघटना मांडते. तसेच जमीन नसलेल्या शेतकऱ्यांच्या मुलांना दहावीच्या परिक्षेत ८० टक्के गुण मिळाल्यास त्यांना ही संघटना आर्थिक मदत करते. शैक्षणिक क्षेत्रात शिष्यवृती देण्याचे एक महत्त्वाचे काम संघटनेकडून केले जाते. याखेरीज या संघटनेने शेतकऱ्यांसाठी शेतीविषयक कार्यक्रम घेतले आहेत. सामूहिक विवाहाचे कार्यक्रम संघटना घेते. या संघटनेच्या स्थानिक शाखेने गाव पातळीवरील माळी समाजाची महिती संकलित केली आहे. शिक्षण व शेती या दोन मुद्यांवर या संघटनेचा विस्तार अमरावती जिल्ह्यात नव्वदीच्या दशकात झाला. शिवाय अकोला व वर्धा जिल्ह्यात या संघटनेच्या शाखा होत्या. या संघटनेचे मुख्य नेते विनायक दादासाहेब कोरडे हे अमरावती जिल्ह्यातील भाजपचे नेते होते. भाजपच्या 'माधव' या प्रारूपामधील माळी समाजाचे ते प्रतिनिधी होते. शिवसेना-भाजप युतीच्या सरकारमध्ये कोरडे हे राज्यमंत्री होते. त्यामुळे ही संघटना भाजपसाठी राजकीय संघटन करत होती. संत तुकडोजी महाराज, गाडगेबाबा, डॉ. बाबासाहेब आंबेडकर आणि महात्मा फुले व सावित्रीबाई फुले ही संघटनेची सांस्कृतिक प्रतीके आहेत. संघटनेचे नेते हिंदुत्ववादी विचारप्रणालीशी संबंधित आहेत. त्यामुळे राष्ट्रीय स्वयंसेवक संघाचा सामाजिक समरसतेचा विचार या संघटनेत दिसतो. यांचे विचार माळी संस्थानाशी जुळतात

(जयपूर). माळी संस्थान जयपूर येथे केवळ माळी जातीचे कॉलेज व वैदिक कन्या शिक्षण समिती आहे. वैदिक कन्या पाठशाळा जोधपूर येथे आहे. मात्र कोरडे यांच्यानंतर या संघटनेतील कार्यकर्ते म. फुले समता परिषदेकडे वळले आहेत.

अखिल भारतीय महात्मा फुले समता परिषद

छगन भुजबळ (१५ ऑक्टोबर १९४७) यांनी १ नोव्हेंबर १९९२ रोजी महात्मा फुले समता परिषद या संघटनेची स्थापना मुंबई येथे केली. या संघटनेने ओबीसी–हिंदुत्व अंतराय, ओबीसी–मराठा अंतराय, ओबीसी–सर्व राष्ट्रीय पक्ष अंतराय असे राजकीय धुव्रीकरण केले. यास भुजबळांनी वैचारिक, आर्थिक, संघटनात्मक व डावपेचात्मक योगदान केले. भुजबळांनी सत्ता, उद्योग, व्यापार व शिक्षण या मुख्य चार घटकांचा पाठिंबा संघटनेला मिळवून दिला. छगन भुजबळांचे आरंभीचे राजकीय कार्य शिवसेना संघटनेतून सुरू झाले. त्यांच्या नेतृत्वाला शिवसेनेचा संघटनात्मक आधार होता. शिवसेनेची मुख्य भूमिका प्रदेशवाद व हिंदुत्ववाद या चौकटीत घडलेली होती. हे दशक ऐशींचे होते. ऐशींच्या शेवटी मंडलवादाची चर्चा पुढे आली. छगन भुजबळ यांनी मंडलवादाची बाजू घेतली. यामुळे छगन भुजबळ व शिवसेना यांच्या वैचारिक भूमिकेत अंतर पडले. यामुळे शिवसेनेने छगन भुजबळ यांच्या तुलनेत मनोहर जोशी यांना राजकारणात आणि सत्तेत झुकते माप देण्यास सुरुवात केली. यामुळे शिवसेना संघटनेत छगन भुजबळ यांची राजकीय कोंडी झाली. तर दुसऱ्या बाजूला काँग्रेस पक्षाला १९९० च्या विधानसभा निवडणुकीत काठावरचे बहुमत होते. त्यामुळे काँग्रेस पक्षाला त्यांचे बहुमत टिकवण्यासाठी आमदारांचे संख्याबळ हवे होते. अशा पार्श्वभूमीवरती छगन भुजबळ यांनी शिवसेनेतून काँग्रेस पक्षात पक्षांतर केले. काँग्रेस पक्षात भुजबळाच्या तुलनेत पक्षनिष्ठ व जुने नेते जास्त होते. याचा अर्थ असा होतो की शिवसेना आणि काँग्रेस या दोन्ही पक्षांत भुजबळ यांच्या मंडलवादी भूमिकेस विरोध करणारा गट होते. या पार्श्वभूमीवर छगन भुजबळ यांच्या नेतृत्वाला माळी आणि ओबीसी समाजातून आधार मिळवण्यासाठी महात्मा फुले समता परिषद या संघटनेची स्थापना केली. संघटनेने हिंदुत्व –जातसंघटना अंतराय, हिंदुत्व–ओबीसी अंतराय आणि मराठा–माळी अंतराय आणि मराठा–ओबीसी अंतराय अशा प्रकारच्या विभाजन तंत्राचा वापर केला. या तंत्रांच्या मार्गाने संघटनेने माळी व ओबीसी समाजांचे संघटन केले. याशिवाय संघटनेने माळी व ओबीसी आणि ओबीसी व दलित यांच्या ऐक्याचा मुद्दा कार्यक्रमात राबवला.

मंडल–हिंदुत्व अंतराय

छगन भुजबळ यांनी शिवसेनेच्या प्रदेशवाद व हिंदुत्ववाद या मुख्य भूमिकेला दुय्यम महत्त्व दिले. त्यांनी मंडलवादाचा मुद्दा प्रदेशवाद व हिंदुत्ववाद या दोन मुद्यांच्या

तुलनेत पहिल्या पातळीवर शिवसेनेत पुढे आणला. म्हणजेच शिवसेना संघटनेत काम करताना छगन भुजबळ यांनी मंडल विरुद्ध हिंदुत्व असे धुसरपणे विभाजन केले. यामुळे छगन भुजबळ व शिवसेना यांच्या वैचारिक भूमिकेत अंतर पडले. भुजबळांच्या पक्षांतरानंतर शिवसेना व भाजपमध्ये ओबीसी नेते होते. भाजपमध्ये फरांदे-डांगे-मुंडे असे 'माधव' प्रारूप होते. यापलीकडे जाऊन छगन भुजबळ यांना त्यांच्या नेतृत्वास आधार मिळवावयाचा होता. त्यामुळे भुजबळांनी जातसंघटना विरुद्ध हिंदुत्व असे माळी समजाचे विभाजन करण्याचा कार्यक्रम संघटनेला पुरवला. या प्रकारच्या विभाजनाचा प्रयत्न करत हिंदुत्ववादी संघटनांमधून माळी समाज म. फुले समता परिषद या संघटनेकडे वळाला. त्यानंतर संघटनेने ओबीसी विरुद्ध सत्ताधारी समाज असे विभाजन राज्यात व राष्ट्रीय पातळीवर करण्याची भूमिका घेतली. उच्च जातीला विरोध हा मुद्दा संघटनेचे तत्त्ववेत्ते हरी नरके मांडतात. सांस्कृतिक सत्ता-स्थानाच्या संदर्भात, वैचारिक लेखनाच्या मान्यतेच्या संदर्भात उच्च जाती विरोध संघटनेत जास्त तीव्र होतो. या मुद्यावर माळी संघटना व मराठा संघटना यांच्यात मतभिन्नता नाही. या पातळीवर माळी जातसंघटना क्षत्रियत्वाच्या वाटेवर जाते.

ओबीसी-मराठा अंतराय :

म. फुले समता परिषदेने राज्यात ओबीसी-मराठा अंतराय असे विभाजन करण्यावर भर दिला. मंडल विरुद्ध हिंदुत्व या नंतरचा दुसरा टप्पा म्हणजे ओबीसी विरुद्ध मराठा हा अंतराय होय. छगन भुजबळ शिवसेनेनंतर काँग्रेस पक्षात शरद पवार यांच्या मदतीने त्यांचे नेतृत्व उभे करत होते. परंतु त्यांच्या नेतृत्वाला काँग्रेस पक्षातील मराठा नेत्यांचा पाठिंबा नव्हता. याशिवाय छगन भुजबळ यांनी माळी व ओबीसी असा दुहेरी पाठिंबा मिळवण्यासाठी महात्मा फुले यांचे प्रतीक निवडले. याशिवाय त्यामध्ये समता या संकल्पनेचा समावेश केला. त्यामुळे एकाच वेळी माळी समाजाला व ओबीसी समाजाला भुजबळ यांनी आव्हान केले. त्यांनी मराठा अभिजनांच्या राजकारणास विरोध करत माळी व ओबीसींचे संघटन केले. या राजकीय आघाडीवर काम करण्यासाठी भुजबळ यांनी महात्मा फुले समता परिषद या संघटनेची स्थापना केली. अशा दोन पातळ्यांवर महात्मा फुले समता परिषद संघटनेची राजकीय लढाई भुजबळ यांनी नव्वदीच्या दशकात व एकविसाव्या शतकाच्या पहिल्या दशकात सुरू केली. महात्मा फुले समता परिषद संघटनेला छगन भुजबळ यांनी राजकारणाच्या मुख्य भूमिकेत पुढे आणले. त्यास अप्रत्यक्षपणे शरद पवार यांचे बळ मिळाले. याची कारणे नव्वदीच्या दशकातील आहेत. एक, १९९० मध्ये काँग्रेस पक्षाला स्पष्ट बहुमत मिळाले नाही. त्यामुळे काँग्रेस पक्षाने छगन भुजबळ यांना बळ दिले. दोन, १९९५ मध्ये सत्तांतर झाले. सत्तातरानंतर मराठा

समाज व काँग्रेस पक्ष विरोधी पक्षाची मुख्य भूमिका पार पाडू शकत नव्हता. ही पोकळी भरून काढण्याची जबाबदारी काँग्रेस पक्षाने मराठेत्तर नेत्यांवर सोपवली. त्यामध्ये छगन भुजबळ व मधुकर पिचड असे दोन प्रमुख नेते होते. यामुळे महात्मा फुले समता परिषद या संघटनेला ताकद मिळाली. तीन, १९९९ मध्ये शरद पवारांनी राष्ट्रवादी काँग्रेस पक्षाची स्थापना केली. मराठा प्रतिमेखेरीज 'ओबीसी' अशी पक्षाची प्रतिमा रचण्यासाठी छगन भुजबळ यांना राष्ट्रवादी काँग्रेस पक्षाचा पाठिंबा राहिला. या राजकीय प्रक्रियेच्या मधून छगन भुजबळ यांनी महात्मा फुले समता परिषद संघटनेचा विस्तार केला. या संघटनेच्या राजकारणाचा मुख्य भाग ओबीसी राजकारणाचा आहे. यामुळे या संघटनेचे राजकारण हिंदुत्व विरोधी, मराठा अभिजनांच्या विरोधी, ओबीसी कोट्यातून आरक्षणाची मागणी करणाऱ्या मराठा जातसंघटनांविरोधी घडत गेले. त्यामुळे सर्वच पक्षातील प्रभुत्वशाली जाती व हिंदुत्ववादी चौकटीत संघटन करणारे पक्ष या संघटनेचे विरोधक होते व आहेत. याबरोबरच ही संघटना काँग्रेस (१९९१-१९९९) व राष्ट्रवादी काँग्रेस (१९९९ नंतर) या पक्षांबरोबर सत्तेच्या संदर्भातील सौदेबाजीच्या राजकारणात उतरली. त्यामुळे या संघटनेला छगन भुजबळ, माळी समाज व ओबीसी समाज यांच्या राजकीय व आर्थिक हितसंबंधाचे संरक्षण करणारा दबाव गट असे स्वरूप आले.

महात्मा फुले समता परिषद ही संघटना महाराष्ट्र माळी महासंघ व महाराष्ट्र राज्य माळी समाज कल्याण महासंघ या दोन संघटनांच्या तुलनेत जास्त व्यापक व ओबीसीवादी आहे. महाराष्ट्र राज्य माळी समाज कल्याण महासंघ या संघटनेवर भाजपप्रणित हिंदुत्वाचा प्रभाव आहे. ही संघटना भाजपच्या ओबीसी राजकारणाशी जोडली गेली आहे. तर महाराष्ट्र माळी महासंघ या संघटनेवर महात्मा फुले समता परिषद या संघटनेचा प्रभाव आहे. या संघटनेने जातिनिहाय जनगणना हा मुद्दा उठवला होता. याशिवाय सत्यशोधक गोलमेज परिषदेत या संघटनेचा सहभाग होता. अखिल भारतीय माळी महासंघाने सत्यशोधक समाजाच्या १३८ व्या वर्धापन दिनानिमित्त सत्यशोधक गोलमेज परिषद सोलापूर येथे आयोजित केली होती. यावरून असे दिसते की या संघटना जातकेंद्रित संघटन करताना जातीच्या वर ओबीसी या रेषेवर जाण्याचा प्रयत्न करत आहेत. त्यासाठी महात्मा फुले यांचे प्रतीक वापरत आहेत. यामुळे या संघटनांचा संबंध महात्मा फुले समता परिषद या संघटनेच्या वैचारिक भूमिकेशी जुळणारा दिसतो.

जातनिष्ठ व ओबीसी अशी दुहेरी राजकारणाची जडणघडण

माळी समाजातील अन्य संघटनांच्या तुलनेत महात्मा फुले समता परिषद या संघटनेची वैचारिक भूमिका जास्त सुस्पष्ट व व्यापक दिसते. ओबीसीचा मुद्दा हा या संघटनेचा केंद्र बिंदू आहे. या मुद्यांचे वाहक नेतृत्व भुजबळ आहेत. ते आक्रमक व

स्पष्टपणे ओबीसीच्या हितसंबंधाचा दावा करतात. शिवसेनेचे हिंदुत्व, काँग्रेस व राष्ट्रवादी काँग्रेस यांच्या शिथिलीकरण, जागतिकीकरण, खाजगीकरण व बाजारपेठेचे अर्थशास्त्र या नव्या आर्थिक धोरणाच्या चतु:सूत्रीशी त्यांचा संबंध आला असला, तरी त्यांचा प्रथम क्रमांक या विचारास नाही. ओबीसींच्या शैक्षणिक क्षेत्रातील राखीव जागा व शिष्टयवृत्ती, प्रशासनातील राखीव जागा, खाजगी क्षेत्रातील राखीव जागा व राजकीय क्षेत्रातील राखीव जागा ही चतु:सूत्रीशी त्यांची पहिली पसंती आहे. या चतु:सूत्रीच्या प्राप्तीसाठी राजकीय सौदेबाजी अशी त्यांची वैचारिक भूमिका आहे. यामध्येच ओबीसीची जनगणना, स्थानिक शासन संस्थांमधील आरक्षण, विधानसभा व लोकसभा पातळीवर ओबीसींसाठी राखीव जागा आणि महामंडळ यांचा समावेश होतो. महाराष्ट्रात मराठ्यांकडून ओबीसींकडे सत्ता सरकवण्याचा या संघटनेचा सतत प्रयत्न राहिला आहे. सत्तेतील वाटा या मुद्यावर मराठ्यांच्या विरोधात भूमिका घेणारी संघटना अशी या संघटनेची ठळक भूमिका आहे. यानंतर दुसऱ्या पातळीवर ही संघटना महात्मा फुले यांचा समतेचा विचार स्वीकारते. शूद्र–अतिशूद्र आणि महिला या तीन घटकांच्या समतेचा विचार या संघटनेमध्ये स्वीकारला जातो. या विचाराच्या चौकटीत महात्मा फुले समता परिषद या संघटनेने कार्यक्रम राबवला आहे. उदा. १९९३ मध्ये संघटनेने महात्मा फुले यांचे विचार व क्रांतिकारी प्रतीक यांचा प्रचार केला. राष्ट्रपत्ती शंकर दयाळ शर्मा यांच्या हस्ते महात्मा फुले मेमोरियलचे उद्‌घाटन पुणे येथे केले. या कार्यक्रमातून फुले विचार भारतीय पातळीवर मांडण्याचा संघटनेचा प्रयत्न होता. यातून संघटनेचा आत्मविश्वास वाढला. त्यांच्या मराठा वर्चस्वाविरोधाच्या जाणिवा स्पष्ट झाल्या. १९९३ व १९९४ या दोन वर्षांत संघटनेने पुणे, अमरावती येथे महात्मा फुले यांच्या संदर्भात कार्यक्रम घेत माळी समाजाचे राजकीय संघटन केले. माळी समाज राजकीयदृष्ट्या कृतिप्रवण झाला. काँग्रेस व शिवसेना–भाजपपासून माळी समाज या कार्यक्रमाच्या मार्फत वेगळा झाला. १९९४–९५ पासून बाबूराव बागुल, नारायण आठवले, कपील पाटील, रावसाहेब कसबे, हरी नरके, उत्तम कांबळे, अ.ह. साळुंके, जनार्दन पाटील, कुंमोद आवलकर, व्ही. के. काळे यांच्या साहित्य व भाषणाच्या मार्फत माळी समाजाचे प्रबोधन केले गेले. यातून जातीच्या खेरीज ओबीसी असे वैचारिक आत्मभान माळी समाजाला देण्याचा प्रयत्न संघटनेने केला. थोडक्यात, संघटना जातीच्या बाहेर पडली. संघटनेने ओबीसी व दलित अशा दोन समाज गटांमध्ये राजकीय ऐक्याचा संवाद सुरू केला. यापद्धतीने संघटना जातींच्या चौकटीत वर्गीय झाली. कारण या कार्यक्रमातून ब्राह्मण्यवादावर टीकात्मक भाष्य केले जात होते. याशिवाय गेल्या तीन दशकांतील राजकीय वर्चस्वाचा समाचार घेतला जात होता. या दोन मुद्यांच्या आधारे ओबीसी ऐक्याचे आव्हान केले जात होते. नव्वदीच्या दशकात स्थानिक शासन संस्थांमध्ये महिलांसाठी आरक्षण ठेवले ही पार्श्वभूमी लक्षांत

घेऊन संघटनेने राज्यपातळीवर महिला नेतृत्वाच्या विकासाचे कार्यक्रम घेतले (३०-३१ जानेवारी १९९६). या संघटनेचे प्रमुख नेते छगन भुजबळ १९९५ ते १९९९ पर्यंत विधानपरिषदेत विरोधी पक्ष नेते होते. त्यांनी या पाच वर्षांत ओबीसींची राजकीय चळवळ उभी केली. या चळवळीचा सांधा त्यांनी म. फुले विचारांशी जोडला. या दरम्यान बहुजन महासंघ ओबीसींचे राजकीय संघटन करत होता. त्यांनीही माळी समाजाचे राजकीय संघटन केले होते. त्यामध्ये निळू फुले यांचा विशेष सहभाग होता. बहुजन महासंघ व म. फुले समता परिषद यांच्यात एक साम्य होते, ते म्हणजे मराठा वर्चस्वास विरोध व सत्ताधारी समाज बनण्याचे. यासाठी बहुजन महासंघाच्या तुलनेत म. फुले समता परिषदेने लढा महाराष्ट्रभर व्यापक केला व सौदेबाजी केली. त्या तुलनेत सौदेबाजीच्या राजकारणात बहुजन महासंघ फुटत गेला. बहुजन महासंघात नवबौद्ध समाजाचे साठ टक्के नेते व कार्यकर्ते होते. तर नवबौद्धेतर चाळीस टक्के नेते व कार्यकर्ते होते. यामुळे बहुजन महासंघात ओबीसींचे स्थान दुय्यम होते. त्यामुळे ओबीसी म. फुले समता परिषदेकडे वळले. याशिवायचा एक मुद्दा म्हणजे क्रांतिकारक कोण या प्रश्नांचे उत्तर बहुजन महासंघाकडे नवबौद्ध हे होते तर म. फुले समता परिषद ही माळी समाजाला क्रांतिकारी मानत होती. यामुळे जातीच्या मुद्यावर बहुजन महासंघ सुट्या जातीचे संघटन करणारा ठरला. बहुजन महासंघ ओबीसी व दलित यांच्या ऐक्याचा प्रयोग राहिला. त्यामुळे या दोन संघटनांचे राजकारण वेगवेगळ्या पद्धतीने घडले. प्रकाश आंबेडकर व निळू फुले यांची प्रतिमा जास्त आक्रमक होती. याशिवाय आर्थिक साधनसामग्री भुजबळ यांच्याकडे होती. यामध्येच भुजबळ महाराष्ट्राचे उपमुख्यमंत्री होते (१८ आक्टोबर १९९९ ते २३ डिसेंबर २००३). यादरम्यान मराठा आरक्षण या मुद्यावर तीव्र मतभेद झाले. राष्ट्रवादी काँग्रेसचे मराठा नेते व भुजबळ यांच्यात राजकीय सत्तेच्या मुद्यावर तीव्र मतभेद झाले. तेव्हा संघटना भुजबळ यांची बाजू घेत होती. परंतु त्यापेक्षा महत्त्वाचा मुद्दा म्हणजे ओबीसींमध्ये मराठाविरोधाची धार तीव्र करत होती. डिसेंबर २००३ मध्ये भुजबळांकडील उपमुख्यमंत्रिपद विजयसिंह मोहिते यांच्याकडे गेले. तेव्हा मराठा विरोधात ओबीसींच्या संघटनाला संघटनेने गती दिली. २००३ व २००४ या दोन वर्षांत भुजबळांच्या संदर्भात ओबीसींची बाजू या संघटनेने ओबीसी समाजात मांडली. त्यामध्ये राजकीय सत्तेच्या वाट्याचा मुद्दा होता. २००४ मध्ये विधानसभेच्या सार्वत्रिक निवडणुका झाल्या. त्यानंतर भुजबळांना कॅबिनेट पातळीवरील सत्ता मिळाली मात्र उपमुख्यमंत्रिपद मिळाले नाही. या मुद्यांच्या आधारे संघटनेने राजकीय संघटन केले. या राजकीय घडामोडी घडत असताना संघटनेने अखिल भारतीय पातळीवर ओबीसींचे संघटन केले. त्यास राष्ट्रवादी काँग्रेस पक्षाच्या मुख्य नेत्यांचा पाठिंबा होता. यातून संघटना राष्ट्रीय झाली. म. फुले समता परिषदेबरोबर शेकापचे जयंत पाटील, भाजपचे मुंडे यांनी ओबीसींच्या मुद्यांवर पाठिंबा देण्यास सुरुवात केली. पक्षाच्या

सीमारेषा ओलांडून ओबीसींचा मुद्दा पुढे रेटला गेला. या पार्श्वभूमीवर मराठा आरक्षणाचा मुद्दा २००९च्या लोकसभा निवडणुकीत आला. तेव्हा नाशिक व बीड या दोन लोकसभा मतदारसंघात ओबीसीं–मराठा अंतरायाचा वापर केला गेला. तेव्हा नाशिकमध्ये मुंडे यांना भुजबळांना व बीडमध्ये म. फुले समता परिषदेचा मुंडे यांचा पाठिंबा होता. यानंतर विधानसभेच्या निवडणुकांत मराठा आरक्षणाचा मुद्दा मागे टाकला गेला. विधानसभेच्या सार्वत्रिक निवडणुकीनंतर भुजबळांना पुन्हा उपमुख्यमंत्रिपद मिळाले. मात्र अजित पवार गटांशी त्यांची कडवी झुंज झाली. ही झुंज नोव्हेंबर २०१० पर्यंत चालू राहिली. नोव्हेंबर २०१० मध्ये उपमुख्यमंत्रिपद भुजबळांकडून अजित पवार यांच्याकडे सरकले. या मुद्द्यास विरोध करत संघटनेचा २५ नोव्हेंबर २०१० रोजी समता मेळावा पुणे येथे झाला. या राजकीय घडामोडीचा अर्थ स्पष्टपणे दिसतो की, महाराष्ट्रात ओबीसी–मराठा अंतराय या घटकाच्या आधारे धुव्रीकरण करण्याचा या संघटनेचा सातत्याने प्रयत्न राहिला आहे.

राजकीय धुव्रीकरण मागास व अतिमागास

महात्मा फुले समता परिषदने महाराष्ट्र व भारतीय अशा दोन पातळ्यांवर ओबीसीची एकजूट करत आहे. प्रत्येक पक्षात ओबीसी विरोधक आहेत अशी भूमिका या संघटनेचे नेते भुजबळ यांनी घेतली आहे. या मुद्याचा दुसरा अर्थ असा होतो की, त्यांनी प्रत्येक पक्षातील ओबीसी नेत्यांना ओबीसी म्हणून राजकारण करण्याचे आवाहन केले आहे. यामुळे वेगवेगळ्या पक्षांतील ओबीसी नेत्यांमध्ये ओबीसी जनगणना, शैक्षणिक राखीव जागा व शिष्यवृती, लोकसभा व विधानसभेत राखीव जागा, खाजगी क्षेत्रात राखीव जागा आणि ओबीसी कोट्यातून मराठा समाजास आरक्षण देण्यास विरोध या मुद्यांवर संघटनेने मतैक्य करण्याची भूमिका घेतलेली दिसते. या ओबीसींच्या मुद्यावर या संघटनेचे समर्थन भाजपचे नेते गोपीनाथ मुंडे करतात. राज्याच्या बाहेर राष्ट्रीय पातळीवर या मुद्यांच्या संदर्भात मतैक्य झाले आहे. संघटनेने राष्ट्रीय पातळीवर यापद्धतीने ओबीसींचे राजकीय संघटन केले आहे. राज्याच्या राजकारणाखेरीज राष्ट्रीय राजकारणाबरोबर जोडून घेण्याचा प्रयत्न या संघटनेने केला आहे. राष्ट्रीय पातळी व राज्यपातळी अशा दोन्ही राजकीय संस्थामध्ये राजकारण करण्याची भूमिका या संघटनेची दिसते. थोडक्यात, या संघटनेची सामाजिक व भौगोलिकदृष्या व्यापक भूमिका आहे. अशी व्यापक भूमिका असूनही या संघटनेच्या राजकारणाला तीन मुख्य मर्यादा पडत आहेत. एक, ओबीसींमध्ये प्रगत ओबीसी व मागास असे राजकीय विभाजन सुरू झाले आहे. या मुद्यावर लक्ष्मण माने यांनी रेणके आयोगास विरोध केला आहे. तर म. फुले समता परिषद रेणके आयोगाचे समर्थन करत आहे. थोडक्यात, बिहारमध्ये मागास (यादव) व अतिमागास (कुरमी) असे राजकारण झाले. तसेच महाराष्ट्रात ओबीसीमध्ये मागास व अतिमागास असे राजकीय

धुव्रीकरण या दशकांच्या शेवटी सुरू झाले असे दिसते. दोन, महाराष्ट्र माळी समाज महासंघ ही जात आस्मिता व्यक्त करते, महाराष्ट्र राज्य माळी समाज कल्याण महासंघ ही संघटना हिंदुत्व व जात अस्मिता व्यक्त करते. तर महात्मा फुले समता परिषद ही संघटना जात व ओबीसी ही अस्मिता व्यक्त करते. यामुळे जात अस्मिता आणि हिंदुत्व व जात अस्मिता आणि ओबीसी अस्मिता यांपैकी कोणाची निवड करावयांची हा संघटनांमध्ये वाद विषय दिसतो. या मुद्यांवर संघटनांमध्ये दोन वैचारिक भूमिका दिसतात. जातनिष्ठतेचे उदाहरण म्हणजे जातीचे मेळावे, वधूवर मेळावे, सामूहिक विवाह सोहळे यांना संघटना नकार देत नाहीत. उलट यास सामाजिक कार्य संबोधले जाते. हिंदुत्व विचार त्यास उपयुक्त भाग म्हणून पाहातो. तर राज्यात मराठा विरोधाची धार जास्त असल्यामुळे हे संघटनांमधील मुद्दे धुसर राहिले आहेत. शिवाय माळी समाजात क्षत्रियत्व हा मुद्दा राष्ट्रीय पातळीवर आहे. रजपूत माळी हा राजस्थानमधील समाज क्षत्रियत्वाशी जोडलेला आहे. राजस्थानमध्ये महात्मा फुले यांचे प्रतीक स्वीकारले गेले, मात्र विचारांशी संबंध जोडला गेला नाही. महाराष्ट्रात देखील क्षत्रियत्वाचा मुद्दा स्वीकारला जातो. उदा. क्षत्रिय माळी समाज (तळेगाव दाभाडे, पुणे) ही संघटना उघडपणे क्षत्रियत्वाचा मुद्दा स्वीकारते. तीन, माळी समाजात परस्परविरोधी अशा अस्मिता आहेत. माळी समाजातील जातसंघटना म. फुले व सावित्रीबाई फुले यांचा वैचारिक वारसा म्हणून त्यांची प्रतीके वापरत आहेत. या प्रतीकांचे अर्थ स्वातंत्र्य, समता, बंधुभाव व सामाजिक न्याय-आर्थिक न्याय या मुल्यांवर आधारलेला आहे. संघटना मात्र त्यांचा संबंध जातनिष्ठा आणि हिंदुत्व या दोन मुद्यांशी जोडण्याचा प्रयत्न करत आहेत. तर म. फुले समता परिषद ही संघटना जातनिष्ठ अस्मिता जपत आहे. यामुळे फुले यांचे विचार व संघटनांची भूमिका यांच्यात मतभिन्नता राहते. शेतीशी संबंधित अस्मिता माळी समाजात आहेत. उदा. फुल माळी, जिरा माळी इत्यादी. यांच्याशी जातसंघटना संबंधित नाहीत. याखेरीज वारकरी परंपरेतील सावता माळी हे एक संत आहेत. ती एक अस्मिता समाजात आहे. त्यामुळे माळी जातसंघटनामध्ये एकाच वेळी विविध अस्मिता जपल्या जातात.

❐

संदर्भसूची

देशपांडे राजेश्वरी, २०१०, *कास्ट असोसिएशन इन द पोस्ट मंडल ऐरा:नोटस् फॉर्म महाराष्ट्र*, राज्यशास्त्र व लोकप्रशासन विभाग, पुणे, पुणे विद्यापीठ.

फडके य. दि., २००४, *खरी ही न्यायाची रीती*, मुंबई, मौज प्रकाशन.

फडके य. दि. २००६, *राखीव जागांची शंभर वर्ष*, सुगावा प्रकाशन, पुणे.

सिरसीकर व. म., २००१, *आधुनिक महाराष्ट्राचे राजकारण*, पुणे, कॉन्टिनेटल प्रकाशन.

❐

धनगर समाजातील जात संघटना :
सामाजिक न्याय-हिंदुत्व-जातलक्षी संघटन

साठीच्या दशकापासून धनगर समाजातून राजकीय चळवळ उदयास आली. विशेष : धनगर समाजातील जातसंघटनांनी समाजांतर्गत राजकीय चळवळ गतिमान केली. यांची उदाहरणे म्हणजे धनगर समाजोन्नती मंडळ, धनगर समाज महासंघ, मल्हार सेना, अहिल्या महिला संघ, धनगर सेना, धनगर समाज कर्मचारी संघटना, शिवमल्हार सेना, यशवंत सेना, धनगर युवक मंडळ इत्यादी. या जातसंघटना धनगर समाजाचे राजकीयीकरण करत आहेत. साठ, सत्तर व ऐंशीच्या दशकात धनगर समाजात सामाजिक न्यायाच्या मुद्यावर राजकीय संघटन सुरू झाले. नव्वदीच्या दशकात महाराष्ट्राची राजकीय स्पर्धा चार-पाच गटांमध्ये रंगली. त्या स्पर्धेचा परिणाम धनगर समाजावरही झाला. त्यामुळे विविध संघटना धनगर समाजाचे संघटन करू लागल्या. थोडक्यात, महाराष्ट्राच्या राजकारणाचा परिणाम संघटनेवर झाला. या काळात सामाजिक न्याय, हिंदुत्व व क्षत्रियत्व या चौकटीत संघटना बंदिस्त झाली. नव्वदीच्या शेवटानंतर धनगर समाजातील जातसंघटना सुट्या-सुट्या संघटन करू लागल्या, या मुद्याचा महाराष्ट्राच्या संदर्भात आढावा पुढीलप्रमाणे घेतला आहे.

राजकीय सत्तेचा दावा

धनगर समाजातील जातसंघटनांचा महाराष्ट्रातील प्रभुत्वशाली जातीस आरंभीपासून विरोध झाला. धनगर समाजाला सत्तेत वाटा मिळाला नाही; असा दावा संघटनांनी केला आहे. मल्हारराव माहुलकर (काँग्रेस), अण्णासाहेब लेंगरे (काँग्रेस), टी. के. शेंडगे (काँग्रेस), शिवाजीराव शेंडगे (काँग्रेस), गणपतराव देशमुख (शेकाप), आनंदराव देवकाते (काँग्रेस), गणपतराव पाटील (काँग्रेस), अण्णासाहेब डांगे (भाजप), हरिभाऊ भदे (भारिप- बहुजन महासंघ), रमेश शेंडगे (राष्ट्रवादी), पोपटराव गावडे (काँग्रेस), अनंतराव पाटील (काँग्रेस), माधवराव धायगुडे, ना. धों. महानोर, पारूताई वाघ यांना राज्यपातळीवर प्रतिनिधित्व मिळाले. हे प्रतिनिधित्व लोकसंख्येच्या प्रमाणात फारच

अल्प आहे, असा जातसंघटनांचा दावा आहे. लोकसभा, विधानसभा आणि स्थानिक शासन संस्थांमध्ये प्रतिनिधित्व आणि राजकीय सत्ता या दोन पातळ्यांवर पुरेसा वाटा मिळण्यापासून वंचित असल्याची जाणीव या समाजात आहे. धनगर समाज पुरेशा राजकीय लाभापासून वंचित आहे अशी जाणीव धनगर समाजातील जातसंघटनांमध्ये दिसते. राजकीय सत्तेत त्यांना फारच कमी वाटा मिळाला. त्यामुळे प्रभुत्वशाली जातीस धनगर समाजातून विरोध झाला. प्रभुत्वशाली जातीकडे एकवटलेल्या सत्तेचे पुनर्वाटप करावे अशी भूमिका धनगर समाजातील जातसंघटनांनी घेतली आहे. अर्थातच जातसंघटना सत्तासंघर्ष आणि सत्तासंपादनाच्या स्पर्धेत आंदोलन, मोर्चा, रास्ता रोको अशा लोकशाहीतील मार्गांचा वापर करते. त्यामुळे लोकशाहीच्या व घटनात्मक चौकटीच्या मार्गांनी जातसंघटना सत्तासंघर्ष करत आहे.

सामाजिक न्याय

संयुक्त महाराष्ट्राची स्थापना झाली. त्याच वर्षी खुद्द यशवंतराव चव्हाण यांच्या जिल्ह्यात धनगर समाज उन्नती मंडळ (१९६१) या जातसंघटनेची स्थापना झाली. बी. के. पडळकर, टी. के. शेंडगे यांनी पुढाकार घेऊन धनगर समाजात संघटना स्थापन केली. सांगली येथे धनगर परिषद घेण्यात आली (१९६१). या परिषदेला ना. यशवंतराव चव्हाण, वसंतदादा पाटील, राजारामबापू पाटील व वि. स. पागे उपस्थित होते. भानुदास कृष्णा पडळकर हे गोवा मुक्ती चळवळ व संयुक्त महाराष्ट्र चळवळीत सहभाग घेतलेले नेतृत्व होते. यावरून पडळकर यांचे नेतृत्व व्यापक भूमिका घेणारे होते, असे दिसते. पडळकरांनी आरंभी स्वामी विवेकानंद शिक्षण संस्थेत नोकरी केली (१९६०). शिक्षक पदाचा राजीनामा देऊन त्यांनी महाराणी देवी अहिल्याबाई होळकर शिक्षण संस्था स्थापन केली (झरे, ता. आटपाडी; पेड, ता. तासगाव). धनगर समाजाला संघटित करण्यासाठी पडळकर यांनी धनगर समाजातील सांस्कृतिक घटकांचा आधार घेतला. त्यांनी 'सुंबरान मांडिलं' या नावाखाली ओव्यांची स्पर्धा सांगली येथे घेतली होती (१९६४). ओवी गायकांना प्रोत्साहन देण्यासाठी ढाली भेट दिल्या. तसेच 'सुंबरान मांडिलं' हे मासिक समाज प्रबोधनासाठी सुरू केले होते. वसंतदादा पाटील, राजारामबापू पाटील, वि. स. पागे आणि तेव्हाचे जिल्हा परिषद अध्यक्ष बाळासाहेब कोरे यांना ओव्यांच्या कार्यक्रमास व मेळाव्यास आणले होते (१९६५). याबरोबरच पडळकर यांनी डॉ. बाबासाहेब आंबेडकर यांची जयंती साजरी केली. थोडक्यात, पडळकर उच्च जातीच्या बाहेर जाऊन धनगर समाजाचे संघटन करत होते. धनगर व नवबौद्ध यांना एकत्र आणण्याचे प्रयत्न त्यांनी केले. ब्राह्मण, मराठा, लिंगायत यांना विरोध न करता या जाती गटातील नेत्यांच्या मदतीनेच समाजाचे संघटन करण्याची रणनीती पडळकरांनी आरंभी राबवली होती. धनगर

समाजाचे राजकीय व आर्थिक हितसंबंध पुढे रेटण्यासाठी मोर्चा व आंदोलने या मार्गांचा वापर केला. १९६१-१९६२ साली महाराष्ट्र शासनाच्या विरोधात धनगर समाजोन्नती मंडळाने आंदोलन केले होते. लोकसंख्येच्या प्रमाणात सत्तेत वाटा मिळावा, मेंढपाळ लोकांवरील अन्याय थांबवणे, मेंढपाळांना चराऊ कुरणे खुली करावी, अनुसूचित जमातीमध्ये धनगरांचा समावेश करावा, स्वतंत्र महामंडळ स्थापन करावे या मागण्या धनगर समाजोन्नती मंडळाने शासनाकडे १९६१-६२ मध्ये केल्या होत्या. याशिवाय अहिल्यादेवी होळकर यांचे नाव विद्यापीठास द्यावे अशीही मागणी करण्यात आली होती. या मागण्या भौतिक व राजकीय स्वरूपाच्या होत्या. याशिवाय सांस्कृतिक स्वरूपाचीही एक मागणी होती. ऐंशीच्या दशकात अनुसूचित जमातीमध्ये धनगर समाजाचा समावेश करावा ही मागणी प्रमुख होती. आय.एच. लतीफ (राज्यपाल-महाराष्ट्र, १९८२), महाराष्ट्र विधानसभा मोर्चा (१९८२), राजीव गांधी यांना निवेदन (२० ऑगस्ट १९८८), गंगाखेड मेळावा (१९८९) व नागपूर विधानसभेवर मोर्चा (१७ ऑक्टोबर १९८९), सांगली मेळावा (जानेवारी १९९०) या क्रमाने धनगर समाजोन्नती मंडळाने आंदोलने केली. कृष्णराव पडळकर यांच्या खेरीज हरिभाऊ शेळके, माधवराव नाईक, अनंतकुमार पाटील यांनीही अनुसूचित जमातींमध्ये धनगर समाजाचा समावेश करावा या मुद्याला पाठिंबा दिला. १९९० मध्ये राजीव गांधी व शरद पवार यांनी एन.टी.ची सवलत जाहीर केली. मात्र, सहा महिन्यांची भटकंतीची कसोटी लावली (पाटील अनंतकुमार, महाराष्ट्र : १६ फेब्रुवारी २००४). ही कसोटी रद्द करण्यासाठी नव्वदीच्या आरंभी आंदोलन झाले. १९९४ मध्ये ल. ह. यडतकर, बी. के. पडळकर व अनंतकुमार पाटील यांनी अनुसूचित जमातींच्या वर्गवारीत धनगर समाजाचा समावेश करण्यासाठी आंदोलन केले होते.

धनगर समाजोन्नती मंडळ व बहुजन महासंघ यांनी धनगर समाजाच्या राजकीय संघटनांसाठी नांदेड विद्यापीठाला 'पुण्यश्लोक अहिल्यादेवी' नाव द्यावे हा मुद्दा उठविला होता. ऐंशीच्या दशकाच्या शेवटी व नव्वदीच्या दशकाच्या आरंभाला या मुद्यावर आधारित मराठवाडा विभागातील धनगर समाजाचे राजकीय संघटन बी. के. पडळकर, अनंतकुमार पाटील, हरिभाऊ शेळके, ल. ह. यडतकर यांनी केले. महाराष्ट्र शासनाने नांदेड विद्यापीठाला स्वामी रामानंद तीर्थ यांचे नाव देण्याचा निर्णय घेतला. विरोध परभणी, नांदेड, तेल्हारा, यवतमाळ, वाशीम, अकोला व हिंगोली येथे या काँग्रेस पक्षाच्या निर्णयास प्रचंड झाला.

धनगर समाजोन्नती मंडळाच्या १९६१ ते १९९० पर्यंतच्या आंदोलनावरून पुढील ठळक निष्कर्ष निघतात.

१) धनगर समाजोन्नती मंडळाचा साठ, सत्तर, ऐंशी अशा तीन दशकांत मराठा वर्चस्वाला विरोध होता.

२) धनगर समाजोन्नती मंडळ धनगर व नवबौद्ध अशा दोन जाती समूहांची ताकद एकत्र करत आंदोलन उभे करत होता.

३) बहुजन महासंघप्रणीत बहुजनवादाकडे धनगर समाजोन्नती मंडळ सरकत होते. त्यामुळे धनगर समाज काँग्रेस पक्षाकडून बाहेर पडत होता.

४) धनगर समाजोन्नती मंडळाला पश्चिम महाराष्ट्राच्या खेरीज मराठवाडा व विदर्भ विभागांतून पाठिंबा मिळत होता. त्यामुळे काँग्रेस पक्ष धनगर समाजोन्नती मंडळाला त्याचा राजकीय शत्रू मानू लागला.

५) धनगर समाजोन्नती मंडळाचा प्रवास सामाजिक न्यायाच्या चौकटीत झाला.

राजकीय स्पर्धा

आरंभी धनगर समाजोन्नती मंडळ बहुजनवादी होते. काँग्रेस पक्षाने धनगर समाजाचे राजकीय संघटन सुरू केल्यानंतर संघटनेत राजकीय स्पर्धा आकाराला आली. अर्थातच याकारणामुळे संघटनेचे विभाजन झाले. बी. के. पडळकर, टी. के. शेंडगे व ल. ह. यडतकर यांच्या नेतृत्वाखाली धनगर समाजोन्नती मंडळाने सामाजिक न्यायाचा मुद्दा उठवला होता. यामुळे काँग्रेस पक्षाने धनगर समाजोन्नती मंडळावरील बी. के. पडळकर, टी. के. शेंडगे व ल. ह. यडतकर यांचे नियंत्रण कमी करण्याची व्यूहरचना आखली. अनंतकुमार पाटील यांच्या नेतृत्वाखाली काँग्रेस पक्षाने मराठवाडा विभागात धनगर समाजाचे राजकीय संघटन केले. अनंतकुमार पाटील यांच्या नेतृत्वाखाली गंगाखेड येथे बाळासाहेब अळनोरे व मारोतराव बाजीगर यांनी राजकीय संघटन केले होते. नागपूर येथे मोर्चा काढला होता. पश्चिम महाराष्ट्रातील सांगली जिल्ह्यातील कवठेमहांकाळ या विधानसभा मतदारसंघातून शिवाजीराव शेंडगे यांना काँग्रेस पक्षाने १९९० च्या विधानसभा निवडणुकीत उमेदवारी दिली. या मतदारसंघातून शिवाजीराव शेंडगे निवडून आले. शरद पवार यांच्या मंत्रिमंडळामध्ये शेंडगे यांना दुग्धविकास, पशुसंवर्धन व परिवहन खात्यांचे राज्यमंत्री करण्यात आले (६ मार्च १९९०). यानंतर ल. ह. यडतकर यांच्याकडील धनगर समाजोन्नती मंडळाचे अध्यक्षपद शिवाजीराव शेंडगे यांच्याकडे सरकले. याआधी ही प्रक्रिया सुरू झाली होती. १९८३ ते १९८५ या कालावधीत काँग्रेस पक्षाने शिवाजीराव शेंडगे यांना विकास महामंडळाचे उपाध्यक्षपद दिले होते. यामुळे शेंडगेचे नेतृत्व काँग्रेसनिष्ठ व बी. के. पडळकर, टी. के. शेंडगे, ल. ह. यडतकर यांचे नेतृत्व बहुजनवादी असे दोन वैचारिक गट धनगर समाजात उदयास आले. राजीव गांधी व शरद पवार यांनी धनगर समाजाचे संघटन नव्याने सुरू केले (२५ जानेवारी १९९०). बी. के. कोकरे यांनी पंढरपूर मेळाव्यात शरद पवार यांच्या उपस्थितीत यशवंत सेना काँग्रेसमध्ये विलीन केली. शरद पवारांच्या खेरीज सुशीलकुमार शिंदे, आनंदराव देवकाते यांनी धनगर समाजोन्नती

मंडळ व यशवंत सेना काँग्रेस पक्षाशी जोडून घेतली. अर्थातच धनगर समाजातील बहुजनवादाचे रूपांतर काँग्रेसच्या बेरजेच्या बहुजनवादात झाले. यामुळे धनगर समाजातून पुढे आलेली सामाजिक न्यायाची मागणी पितृसत्ताक संबंधात विरघळली. नव्वदीच्या दशकात शिवाजीराव शेंडगे यांनी धनगर समाजोन्नती मंडळाचे नेतृत्व केले (१९९०- २३ डिसेंबर २०००). यानंतर संघटना रमेश शेंडगे व प्रकाश शेंडगे गटावरून फुटली. रमेश शेंडगे यांना राष्ट्रवादी काँग्रेस पक्षाचा पाठिंबा होता. राष्ट्रवादी काँग्रेस पक्षाच्या मदतीने रमेश शेंडगे पुण्यश्लोक अहिल्यादेवी होळकर शेळी व मेंढी पालन महामंडळाचे उपाध्यक्ष झाले. तसेच विधान परिषदेवर सदस्य म्हणून राष्ट्रवादीने त्यांना घेतले. जातसंघटनेतील नेत्यांच्या या भूमिकांवरून असे दिसते की, राज्यपातळीवरील राजकीय स्पर्धेचा प्रभाव धनगर समाजातील जातसंघटनेवर पडला. जातसंघटना राजकीय पक्षांच्या स्पर्धेमध्ये विभागली गेली.

अस्मितांचे राजकारण

धनगर समाजातील जातसंघटना आरंभापासूनच ऐतिहासिक आत्मभानाचा आविष्कार करत होत्या. होळकर घराण्याची क्षत्रिय परंपरा जातसंघटनांमध्ये व्यक्त झाली आहे. याबरोबरच जातकेंद्रित राजकीय संघटन केले गेले. म्हणजेच क्षत्रियत्वाबरोबर जात हीदेखील अस्मिता अभिव्यक्त झाली. या दोन अस्मितांमध्ये धनगर जातीतील उपजातींचे संघटन केले गेले. अहीर, अस्सल किंवा मराठा धनगर, बरगे बंदे किंवा मेठकरी, डांगे, गडगे, गवळी, धोगत्तुन्य, हटकर किंवा झेंडेवाले, होळकर, कंगर, खिक्री, खिल्लारी किंवा थिलारी, खुटे किंवा खुटेकर, कुकटेकर, लाड, मेंठे, म्हसकर, सनगर, शेगर, शिळोत्या, उटेगर अशा बावीस पोटजाती आहेत अशी नोंद आहे. यामध्ये दुरुस्त्या करून महाराष्ट्रातील अभ्यासक धनगर समाजातील उपजाती पुढीलप्रमाणे देतात. बंडी, बंडे, आहीर, मेंढे, फुटफाळे, खाटीक, हत्तीकंकण, कुबा, कुरूवार, अहीर, डांगे, गटरी, हंडे, तेलवार, हटकर, हाटकर, शेगर, खुटेकर, तेलंगी, तेल्लारी, कोकणी, कानडे, कऱ्हाडे, झाडे, झेंडे, कुरमार, माहुरे, लांडसे, सनगर, धनवार, धनवर, धनगड, धंगर, कुरुबा, कसबर, यादव, गोवली, गवळी, ग्वाला, गोल्ला, गोलेवार, गोळेकर, गोळकर, गोल्लेर, गोन्धळी, गोन्डला, गडरी, गडरिया, पाल व पाली अशी यादी दिली जाते. या यादीतील पोटजातीचे राजकीय संघटन धनगर समाज करतो. महाराष्ट्र राज्य धनगर समाजोन्नती मंडळ, मल्हारसेना, यशवंतसेना, धनगर समाज युवक संघ, धनगर समाज महासंघ, अहिल्या महिला संघ या संघटना जात या घटकाच्या आधारे सामाजिक न्यायाचा दावा करतात. या संघटनेच्या सामाजिक न्यायाच्या दाव्याचा संदर्भ हा प्रभुत्वशाली जातीकडील राजकीय आणि भौतिक वर्चस्वास विरोध हा आहे. तसेच सामाजिक

न्यायापासून अलिप्त होऊन क्षत्रियत्वाचा दावा करतात. जात व क्षत्रिय या दोन अस्मितांच्या शिवाय प्रशासकीय वर्गावारीच्या आधारे राज्यसंस्थेने धनगर समाजात भटक्या जाती अशी एक अस्मिता दिली आहे. महाराष्ट्रातील एकूण २७२ जाती मंडल आयोगाने इतर मागास जातींच्या यादीत समाविष्ट केल्या आहेत. या २७२ जातींचे महाराष्ट्र सरकारने विमुक्त व तत्सम जाती, भटक्या जमाती (बंजारा), भटक्या जाती (धनगर व तत्सम), भटक्या जाती (बंजारी व तत्सम), विशेष मागास प्रवर्ग (गोवारी, माना, कोष्टी, साळी इ.) व उर्वरित इतर मागासवर्गीय (कुणबी, माळी इ.) असे प्रशासकीय आणि राजकीयदृष्ट्या सोयीचे वर्गीकरण केले आहे. यामध्ये धनगर जातीगट हा तिसऱ्या प्रकारात समाविष्ट केला आहे. त्यामुळे त्यास भटक्या जाती अशी एक अस्मिता प्राप्त झाली आहे. याशिवाय आरक्षणाचा दावा करण्यासाठी जातसंघटनांनी अनुसूचित जमाती या राज्यसंस्थानिर्मित अस्मितेचा आविष्कार केला आहे. अर्थातच जातसंघटनांकडून अनेक अस्मितांचा आविष्कार घडतो. अशा प्रकारच्या अस्मितांची भावनिकता व आक्रमकता ही दोन वैशिष्ट्ये आहेत.

हिंदुत्व अस्मिता

धनगर समाजोन्नती मंडळ संघटनेत २००४ मध्ये फूट पडली. प्रकाश शेंडगे यांनी २००४ मध्ये पंढरपूर येथे मेळावा घेतला होता. या मेळाव्यास अटलबिहारी वाजपेयी, प्रमोद महाजन, गोपीनाथ मुंडे व नितीन गडकरी हे हिंदुत्ववादी नेते उपस्थित होते. या मेळाव्यात धनगर समाजाला अनुसूचित जमातींच्या सवलती मिळाव्यात, शेफर्ड डेव्हलपमेंट कॉर्पोरेशनची स्थापना करावी, कॉर्पोरेशनला एक हजार कोटी निधी द्यावा, धनगर समाजाचा राज्यघटनेतील तिसऱ्या अनुसूचीमध्ये समावेश करावा, 'चौंडी' हे तीर्थक्षेत्र म्हणून विकसित करावे (ता. जामखेड, जि. अहमदनगर), मेंढपाळांचा, चराऊ कुरणांचा प्रश्न त्वरित सोडवावा, शेती व्यवसायासाठी कमी व्याजदराने शासनाने कर्ज उपलब्ध करून द्यावे अशा मागण्या करण्यात आल्या. चौंडी हे तीर्थक्षेत्र म्हणून विकसित करावे ही थेट हिंदू धार्मिक मागणी होती. मात्र, अन्य मागण्या भौतिक स्वरूपाच्या होत्या. प्रकाश शेंडगे यांच्या नेतृत्वाखालील गट भाजपबरोबर व रमेश शेंडगे गट राष्ट्रवादी काँग्रेसबरोबर राजकारण करतो. धनगर समाजाच्या हिंदुत्ववादी चौकटीत राजकीय संघटन प्रकाश शेंडगे यांच्या अगोदर अण्णा डांगे यांनी केले होते. अण्णा डांगे यांनी धनगर समाज महासंघाची स्थापना केली (१७ ऑक्टोबर १९९२). धनगर महासंघाचे अध्यक्ष डांगे होते. त्यांच्या नेतृत्वाखाली मल्हारसेना ही संघटना काम करत होती. विदर्भ, मराठवाडा व उत्तर महाराष्ट्र या विभागांत संघटनेला पाठिंबा मिळाला होता. अण्णा डांगे यांचे नेतृत्व राष्ट्रीय स्वयंसेवक संघामधून घडले आहे. जनसंघ, जनता पक्ष व भाजपचे सांगली

जिल्ह्याचे जिल्हा अध्यक्ष डांगे होते (१९६७-१९८४). राष्ट्रीय स्वयंसेवक संघाच्या जनकल्याण समितीच्या कार्यकारिणीचे डांगे सदस्य होते (१९७२-१९७७). भाजपने डांगे यांना विधान परिषदेत तीन वेळा आमदार केले होते. मनोहर जोशी मंत्रिमंडळामध्ये डांगे ग्रामविकास, पाणीपुरवठा व स्वच्छता मंत्री होते. अर्थातच डांगे राष्ट्रीय स्वयंसेवक संघ व भाजप या संघटनांमधून घडले होते. 'हिंदुत्व, भारतीयत्व, सामाजिक समरसता' हा त्यांच्या विचारांचा गाभा होता. भाजपप्रणीत 'माधव' या संकल्पनेतील डांगे एक प्रमुख नेते होते (माधव = मा=माळी, ध=धनगर व व = वंजारी). भाजपने मराठा वर्चस्वाला शह देण्यासाठी 'माधव' ही संकल्पना राजकारणात पुढे आणली होती. महासंघाने चांदवड येथे पहिले अधिवेशन घेतले. पुण्यश्लोक अहिल्यादेवी होळकर यांच्या २०० व्या पुण्यतिथी वर्षानिमित्त महेश्वर ते चौंडी अशी तेरा दिवसांची संदेश यात्रा त्यांनी काढली. चौंडी येथे समता परिषद घेतली. सुमतीबाई सुकळीकर या संघविचारांच्या होत्या. त्यांना महाराष्ट्र शासनाचा एक लाख रुपयांचा पहिला पुण्यश्लोक अहिल्यादेवी होळकर पुरस्कार शंकर दयाळ शर्मा यांच्या हस्ते देण्यात डांगे यांचा पुढाकार होता. या सांस्कृतिक घडामोडी धनगर समाजाला हिंदुत्व विचारांशी जोडणाऱ्या होत्या. मल्हारसेनेचे प्रमुख लहुजी शेवाळे आहेत. परंतु त्यावर डांगे यांचा प्रभाव होता. महाराष्ट्र राज्य धनगर समाज महासंघ व मल्हारसेना यांनी अहिल्याबाई होळकर यांचे 'दैवतीकरण' केले. महिलांसाठी अहिल्या वाहिनी सुरू केली. अनुसूचित जमाती या वर्गवारीत धनगर समाजाचा समावेश करावा, सत्तेत वाटा मिळावा, मल्हारराव होळकर मुक्त विद्यापीठ स्थापन करावे, मल्हारराव होळकर आर्थिक विकास महामंडळ स्थापन करावे अशा प्रकारे सांस्कृतिक व भौतिक मागण्यांवर आंदोलने या संघटनेने केली. 'येळकोट येळकोट जयमल्हार', 'पुण्यश्लोक अहिल्यादेवी होळकरांचा विजय असो' अशा घोषवाक्यांच्या मार्फत धनगर ही एक राजकीय अस्मिता/ओळख घडविण्याचा प्रयत्न या संघटनेने केला.

बहुजन – महाजन अंतराय :

नव्वदीच्या दशकात बहुजन विरोधी महाजन असा राजकीय ध्रुवीकरणाचा प्रकार प्रसिद्ध होता. यामध्ये उच्च जाती व वर्चस्वशाली मध्यम जातीच्या सांस्कृतिक, राजकीय व भौतिक नियंत्रणास विरोध करणारी व्यूहनीती होती. या मुद्यावर आधारित यशवंत सेना या संघटनेने प्रभुत्वशाली जातीस व हिंदुत्वास विरोध केला होता. यशवंत सेना ही संघटना बी. के. कोकरे यांनी फलटण येथे स्थापन केली होती (१९८९). कोकरे यांच्या नेतृत्वाखाली पश्चिम महाराष्ट्रात धनगर समाजाचे संघटन झाले. त्यानंतर पंढरपूर येथे ही संघटना काँग्रेसमध्ये विलीन झाली (१९९२). ही संघटना रमेश शेंडगे यांनी ताब्यात घेतली होती. मात्र महादेव जानकर यांनी रमेश शेंडगे यांच्याकडील संघटना खेचून

स्वतःकडे आणली. यशवंत सेनेच्या प्रमुखास 'सरसेनापती' संबोधिले जाते. 'सरसेनापती' ही संकल्पना सत्तेशी संबंध दर्शवणारी आहे. शिवाय ऐतिहासिक आत्मभान व्यक्त करणारी आहे. महादेव जानकर यांचे आई-वडील मेंढपाळ व्यवसाय करत होते. त्यामुळे मेंढपाळाच्या समस्यांची जाणीव जानकरांना आहे असा त्यांचा दावा आहे. याशिवाय, जानकरांचे शिक्षण बी. ई. इलेक्ट्रिकल या स्वरूपाचे झाले आहे. शासकीय पातळीवर त्यांना वशिलेबाजीचा अनुभव आला. धनगर समाजाच्या तुलनेत ब्राह्मण समाजाला परदेशी जाण्याची संधी वशिलेबाजीमुळे मिळत होती. याचे मुख्य कारण धनगर समाजाकडे सत्ता नसण्यात जानकरांनी शोधले. त्यांनी सत्ताधारी होऊन सरकारी साधनांच्याद्वारे जन्मगावी परतण्याची प्रतिज्ञा केली होती. याबरोबर सत्ताधारी होण्यासाठी अविवाहित राहण्याचीही प्रतिज्ञा केली होती. त्यांनी कांशीराम यांच्या बहुजन समाज पार्टीमध्ये काम केले. कांशीराम हे जानकरांचे राजकीय प्रेरणास्थान आहे. सत्ताधारी समाज होण्याची मुख्य कल्पना डॉ. बाबासाहेब आंबेडकर यांची होती. ही कल्पना कांशीराम यांच्या-मार्फत जानकर यांच्याकडे आली. जानकर यांनी मायावतींबरोबर सत्ताधारी समाज होण्याचा अलिखित करार केला होता. मात्र, मायावतींनी भगवान पाल यांना मुख्यमंत्री केले नाही (धनगर). त्यामुळे जानकर यांनी मायावतींपासून फारकत घेतली. त्यांनी राष्ट्रीय समाज पक्षाची (अहमदनगर) चौंडी येथे स्थापना केली (२००३). २००४ च्या विधानसभा निवडणुकीत ३८ व लोकसभा निवडणुकीसाठी १२ उमेदवार उभे केले होते. यशवंत सेनेच्या लोकसंख्येच्या प्रमाणात राजकीय संधी, शेळी-मेंढीपालन व्यवसायासाठी कमी व्याजदाराने कर्ज द्या, धनगर समाजाचा अनुसूचित जमाती वर्गवारीत समावेश करावा या प्रमुख तीन मागण्या आहेत. मात्र, यशवंत सेना ब्राह्मणी विरोधी ब्राह्मणी, बहुजन विरोधी महाजन असे राजकीय, आर्थिक, सांस्कृतिक व सामाजिक ध्रुवीकरण करण्याचा प्रयत्न करते. धनगर समाजाला, अल्पसंख्यांक, दलित, ओबीसी यांच्याबरोबर एकत्र करण्याचा प्रयत्न करते (थोरात संदीप व विलास पाटील : १८-२१). या मुद्यावर आधारित जानकरांनी २००९ ची लोकसभा निवडणूक माढा लोकसभा मतदारसंघातून शरद पवार यांच्या विरोधात लढवली. महाजन विरोधी बहुजन असे मतदारांचे ध्रुवीकरण करण्याचा जानकरांचा प्रयत्न होता. जानकरांना शरद पवारांच्या विरोधात जवळजवळ एक लाख मते मिळाली. यावरून जानकरांनी धनगर समाजातून संघटनेला पाठिंबा मिळवून दिला असे दिसते.

अशा प्रकारच्या मागण्या ग्रामीण भागाबरोबर शहरी भागातदेखील केल्या जातात. याचे उदाहरण म्हणजे महाराष्ट्र राज्य धनगर समाज युवक संघ होय. घनश्याम हाके यांच्या नेतृत्वाखाली महाराष्ट्र राज्य धनगर समाज युवक संघ हडपसर, पुणे येथे स्थापन झाला (२००३). शेळ्यामेंढ्यांची भरपाई, प्रशिक्षण, आर्थिक मदत, शेळ्या-मेंढ्यांना

लसीकरण, वनखात्याच्या विरोधात तक्रारी, पुणे-सोलापूर उड्डाणपुलाला अहिल्यादेवींचे नाव द्यावे, उत्पन्नाची अट पाच लाख करा, धनगर समाजाचा अनुसूचित जमातींच्या वर्गवारीत समावेश करावा अशा मागण्या या संघटनेच्या आहेत.

समारोप

धनगर समाजातील सर्व जात संघटनांच्या मागण्या लोकशाही चौकटीत केलेल्या आहेत. शासनाने धनगर समाजाला आर्थिक मदत करावी ही सर्वच जात संघटनांची एक प्रमुख मागणी आहे. राज्यसंस्थेवर दबाव आणून धनगर समाजाला मदत मिळवणे हा या संघटनांचा हेतू आहे. जात संघटना व राज्यसंस्था यांच्यामध्ये आर्थिक मुद्यांवर सातत्याने संवाद चालू असलेला दिसतो. १९६१ पासून ते २०१० पर्यंत चळवळ ही शासन संस्थेच्या विरोधात जात संघटनांनी उभी केलेली दिसते. शासन या घटकाकडून धनगर समाजाची प्रगती होणार आहे, असा यामध्ये एक समान आवाज दिसतो. यशवंतराव चव्हाण, वसंतराव नाईक, शरद पवार, सुधाकरराव नाईक, मनोहर जोशी, विलासराव देशमुख अशा प्रत्येक सरकारांच्या विरोधात धनगर समाजाने आंदोलने केली. प्रत्येक सरकारांनी धनगर समाजाची शासनाकडील मागणी या मुद्याला राजकीय संघटन करण्याच्या दिशेला वळवण्याचा कौशल्याने प्रयत्न केला. सरकारांनी धनगर समाजाला वाटाघाटीमध्ये सातत्याने नमते घेण्यास भाग पाडले. जात संघटनांकडील लोकसंख्यात्मक राजकीय शक्ती पक्षांकडे वळवली. जात संघटनांनी सामाजिक न्याय, बहुजनवाद, सत्ताधारी वर्ग होण्याचा विचार, ब्राह्मणी किंवा वैदिक संस्कृतीला विरोध असे मुद्दे मांडले. यामध्ये धनगर समाजोन्नती मंडळाचा व यशवंत सेनेचा महत्त्वाचा वाटा होता. मात्र, धनगर समाज महासंघ, मल्हारसेना व राष्ट्रीय यशवंत सेना या संघटनांनी या विचारांच्या विरोधात हिंदुत्ववादाचा पुरस्कार केला. धनगर समाजातील जात संघटना अहिल्यादेवींची अस्मिता उभी करतात. अहिल्यादेवींचे दैवतीकरण करतात. 'सरसेनापती' असे ऐतिहासिक आत्मभान निर्माण करतात. तसेच जाती, उपजाती, देवके यांच्या आधारे क्षत्रियत्वाचा दावा करतात. त्यामुळे क्षत्रियत्व हेच हिंदुत्व असल्याकारणामुळे जात संघटनांमध्ये एक मुद्दा सामाजिक न्यायाचा, तर दुसरा मुद्दा हिंदुत्ववादाचा असा दुहेरी प्रवास दिसतो.

❐

संदर्भसूची

देशपांडे राजेश्वरी, २०१०, *कास्ट असोसिएशन इन द पोस्ट मंडल ऐरा:नोटस् फॉर्म महाराष्ट्र*, राज्यशास्त्र व लोकप्रशासन विभाग, पुणे, पुणे विद्यापीठ.

पवार प्रकाश रा., २०१०, धनगर समाजातील जात संघटना, सामाजिक न्याय-हिंदुत्व-स्वतंत्र संघटना, पुरोगामी सत्यशोधक, पुणे, जुलै-ऑगस्ट-सप्टेंबर २०१०, पृष्ट १७ -२५.

❐

तेली जातसंघटनांच्या चळवळीची सत्ता, अधिकार व प्रतिष्ठेचा प्रवास

अखिल भारतीय तैलिक महासभा, महाराष्ट्र प्रांतिक तेली समाज महासभा, संताजी सेवा मंडळ ट्रस्ट (अहमदनगर), विदर्भ तेली समाज महासंघ या तीन संघटनांवरून असे दिसते की, तेली समाज राष्ट्रीय, राज्य व प्रादेशिक अशा तीन पातळ्यांवर वेगवेगळे राजकीय संघटन होते. याशिवाय तालुका व शहर पातळीवर संघटना राजकीय संघटन करतात. मुंबई, ठाणे, पुणे, नाशिक, या शहरी भागात तेली समाजातील जात संघटनांचे जाळे दिसते. उदा. तिळवण तेली समाज (भांडूप), बृहन्मुंबई तिळवण समाज, मुंबई, कल्याण तेली समाज कल्याण वेस्ट, कुर्ला विभाग तेली समाज हितचिंतक मंडळ कुर्ला, साहू समाज समिती मुंबई, तेली समाज उत्कर्ष मंडऴ मालाड, ठाणे जिल्हा साहू तेली समाज ठाणे, तेली समाज प्रगती मंडऴ ठाणे, तेली समाज संस्थान डोंबिवली, पनवेल तेली समाज, रत्नागिरी जिल्हा तेली समाज सेवा मंडळ, तेली महासंघ रायगड, तेली समाज उन्नती मंडळ मालवण, संताजी तेली समाज विकास बहूउद्देशीय मंडळ (मंगरुळपीर), श्रीसंताजी तेली समाज विकास मंडळ (कवठळ). संताजी युवक मंडळ धुळे या संघटना शहरी भागात वधू-वर सूचक मंडळे चालवतात. या संघटना जाती अंतर्गत विवाह करण्यावरती भर देतात. जाती अंतर्गत विवाह म्हणजे प्रतिष्ठा असे या संघटनांना वाटते. त्यामुळे एका अर्थाने या संघटना आंतरजातीय व आंतरधार्मिक विवाहाच्या विरोधात असतात. या मुद्यामुळे तेली समाजातील जातसंघटना जात मोडण्याच्या विरोधातील कार्यक्रमच राबवतात, असे दिसते.

तेली समाजातील जात संघटन साठीच्या दशकाच्या शेवटी स्थापन झाली. ही संघटना विशिष्ट अशा राजकीय संदर्भात स्थापन झाली आहे. कारण भारतास स्वातंत्र्य मिळून पन्नास व साठ अशी दोन दशके उलटून गेली होती. संयुक्त महाराष्ट्राची स्थापना होऊनही एक दशक पूर्ण झाले होते. मात्र राजकीय सत्ता, अधिकार व प्रतिष्ठेपासून तेली समाज दूर होता. या पार्श्वभूमीवर अखिल भारतीय तेली समाज महासभा (२२ डिसेंबर १९६९) या संघटनेने सत्ता, अधिकार व प्रतिष्ठा या मुद्यांचा शोध सुरू केला. जातीच्या

अस्मितेपासून ते वेगळ्या विदर्भ राज्याच्या मुद्यापर्यंत या संघटनेने सत्ताधारी वर्ग बनण्यासाठी भूमिका घेतली आहे. जातीचे राजकीय संघटन, ओबीसी अस्मिता आणि वेगळ्या विदर्भाचा मुद्दा या तीन मुद्यांवर सत्ताधारी समाज होण्याचा या संघटनेचा प्रयत्न आहे. याशिवाय संघटनेने हिंदुत्वाचा आधारही घेतला आहे. मात्र हिंदुत्व, जातीचे राजकीय संघटन, ओबीसी अस्मिता आणि वेगळ्या विदर्भाचा मुद्दा या चार प्रकारच्या प्रवासातून संघटनेला सत्ताधारी बनण्याचे निश्चित उत्तर मात्र मिळालेले दिसत नाही.

महाराष्ट्रामध्ये तेली ही जात इतर मागासवर्गीय या गटामध्ये आहे. माळी, धनगर व वंजारी समाजानंतर तेली हा चौथा ओबीसींमधील मोठा गट आहे. ही जात विदर्भ विभागात संख्यात्मकदृष्ट्या प्रभावी ठरणारी जात आहे. पश्चिम विदर्भाच्या तुलनेत पूर्व विदर्भामध्ये या जातीची लोकसंख्या राजकीयदृष्ट्या जास्त प्रभावी ठरते. २००९ च्या विधानसभा निवडणुकीत जयदत्त क्षीरसागर, चंद्रकांत बावनकुळे, कृष्णा खोपडे, अनिल बावनकर, विजय वडेट्टीवार (आंध्र प्रदेशातील तेली) हे आमदार म्हणून निवडून आले आहेत. तर शेखर शेंडे, राजू तिमांडे व रामदास तडस हे उमेदवार पराभूत झाले आहेत. हे नेते पक्षांबरोबर व जात संघटनांमध्ये काम करतात. या नेत्यांनी जात संघटनांच्यामार्फत सत्ता, अधिकार व प्रतिष्ठेचा शोध गेली पाच दशके महाराष्ट्रात घेतला आहे. कारण साठ, सत्तर व ऐंशीच्या दशकात या जातीस राजकीय सत्तेत सहभाग मिळाला नाही. तीन दशके सत्तेपासून वंचित राहिल्यामुळे या जातींतील नेत्यांमध्ये काँग्रेस विरोधाची भावना तीव्र होती. २५ जून १९८८ च्या शरद पवार मंत्रिमंडळात प्रथम तेली समाजातील प्रतिनिधीस राज्यमंत्रिपद मिळाले होते. त्यानंतर १९९३ मध्ये पुन्हा शरद पवार यांच्या मत्रिमंडळात राज्यमंत्रिपद मिळाले. याचा अर्थ, १९८८ पर्यंत तेली समाजास सत्तेत वाटा मिळाला नाही. शिवसेनेच्या मनोहर जोशी व नारायण राणे या दोन्ही मंत्रिमंडळात तेली समाजाचा समावेश केला गेला नाही. त्यानंतर विलासराव देशमुख मंत्रिमंडळात स्थान मिळाले. शिंदे यांच्या मंत्रिमंडळात एक कॅबिनेट व एक राज्यमंत्रिपद मिळाले. यानंतर राष्ट्रवादी काँग्रेस पक्षाने पृथ्वीराज चव्हाण यांच्या मंत्रिमंडळात जयदत्त क्षीरसागर यांना कॅबिनेट मंत्रिपद दिले. या इतिहासावरून असे दिसते की, राज्याच्या राजकारणात राष्ट्रवादी काँग्रेस या पक्षाकडून राजकीय सत्तेत सहभाग मिळालेला दिसतो. मात्र ही प्रक्रिया यशवंतराव चव्हाण किंवा वसंतराव नाईक यांच्या काळात घडली नाही. त्यामुळे तेली समाजात राजकीय असंतोष धुमसत होता. यातून दोन गोष्टी घडल्या. एक, हा राजकीय असंतोष भाजप, शिवसेना, कम्युनिस्ट पक्षाच्या मदतीस गेला. त्यामुळे तेली समाज काँग्रेसकडून भाजप, शिवसेना, कम्युनिस्ट पक्षाकडे गेली दोन दशके सरकला. दोन, तेली समाजाने काँग्रेस विरोधात जनमत नोंदविण्यास सुरुवात केला. त्यामुळे काँग्रेस व राष्ट्रवादी काँग्रेस यांच्यावरील दबाव वाढला. त्यांनी तेली समाजाला सत्तेत वाटा दिला. यामुळे तेली समाजातील

राजकीय स्पर्धा तीव्र झाली. तेली समाज राजकीयदृष्ट्या चार-पाच गटांमध्ये विभागला गेला. हे मुद्दे तेली समाज संघटनेत दिसतात.

विदर्भ तेली समाज महासंघ

विदर्भ तेली समाज महासंघ या संघटनेची स्थापना २६ नोव्हेंबर १९९४ रोजी झाली. या संघटनेचे नेते मधुकर वाघमारे व विजय बाभुळकर यांनी १९९२ पासून तेली समाजात काम सुरू केले होते. त्या आधी आ. ला. वाघमारे (माजी आमदार) यांनी मंडल आयोगाच्या समर्थनासाठी सभा घेतल्या होत्या. म्हणजेच मधुकर वाघमारे यांनी त्यांच्या वडिलांचे काम पुढे चालू ठेवले. आ. ला. वाघमारे यांच्या कामाचा कालखंड ऐंशीच्या दशकातील उत्तरार्ध होता. १० एप्रिल १९८९ रोजी त्यांचे निधन झाले. त्यानंतर मंडल आयोगाच्या समर्थनाचा मुद्दा तेली समाजातील कामगार व मध्यम वर्गामध्ये गेला. मंडल आयोगाचा निर्णय सुप्रीम कोर्टाने दिल्यानंतर एक महिन्यातच अखिल भारतीय तेली कर्मचारी परिषदेची स्थापना मधुकर वाघमारे यांनी केली (डिसेंबर १९९२). या परिषदेने मंडल संदर्भात जनजागरण केले व समर्थनासाठी मेळावा घेतला (२८ फेब्रुवारी १९९३). तेव्हा या परिषदेच्या लक्षात आले की तेली समाजातील उपजाती मंडल आयोगाच्या यादीत नाहीत. त्यांना मंडल आयोगाचा फायदा मिळणार नाही. म्हणून तेली जातीतील उपजातीचे संघटन या संघटनेने सुरू केले. उपजातीमध्ये एकोपा व ऐक्य नाही. म्हणून परिषदेने पुढाकार घेऊन तेली समाज समन्वय महासंघांची स्थापना केली (जून १९९३). या अंतर्गत तेली ऐक्य व एकोपा निर्माण करण्याचा कार्यक्रम राबवला. यामधून तेली ही जात-अस्मिता बळकट केली गेली. त्यानंतर या महासंघाचे रूपांतर विदर्भ तेली समाज महासंघ या संघटनेत झाले. म्हणजेच आरंभी ओबीसीची अस्मिता हा संघटनेचा मुद्दा होता. त्यानंतर दुसऱ्या टप्प्यात ही संघटना जातीच्या अस्मितेवर काम करु लागली. तिसऱ्या टप्प्यात ही संघटना जात व विदर्भ अशा दोन अस्मिंताच्या मिश्रणाचा प्रयोग करत आहे. या मुद्यांची जडण-घडण विकासाच्या अपेक्षाभंगातून झाली आहे. तसेच राजकीय संधी उपलब्ध नसण्यातूनही अशा तीन अस्मितांचे राजकारण संघटनेने केले. हा मुद्दा नेतृत्वाच्या भूमिकेवरून स्पष्ट होतो. उदा. विदर्भ तेली समाज महासंघांचे अध्यक्ष मधुकर वाघमारे आहेत. त्यांचे वडील स्वातंत्र्य सैनिक होते. तसेच उमरेड या विधानसभा मतदारसंघातून १९७२-१९७८ पर्यंत त्यांचे वडील आमदार होते. त्यांचा स्वातंत्र्याबद्दलचा अपेक्षाभंग झाला असे दिसते. याप्रमाणेच संयुक्त महाराष्ट्र स्थापन झाल्यानंतर विकास झाला नाही. या पार्श्वभूमिवर त्यांनी मंडल आयोगाच्या संदर्भात समर्थनाची बाजू घेतली होती. या घडामोडी मधुकर वाघमारे यांनी घरी अनुभवल्या होत्या. तेव्हा ते कृषी या विषयात पदविधर झाले होते. त्यांना विषमता जाणवत होती.

त्यांच्या वडिलांचे निधन १९८९ ला झाल्यानंतर त्यांनी कृतिशीलपणे राजकीय संघटन सुरू केले. रघुनाथ शेंडे (संघटक), विजय बाभुळकर (सरचिटणीस) हे नेते विदर्भ पातळीवर तेली समाजाचे, राजकीय संघटन करतात. प्रकाश देवतळेसारखे नेतेही महासंघाचे चंद्रपूर जिल्हा अध्यक्ष आहेत. या उदाहरणावरून असे दिसते की, पक्ष सामाजिक राजकीय न्याय देत नाही. त्यांच्याखेरीज सामाजिक न्याय मिळवण्याची यंत्रणा म्हणून पक्षात काम करणारे नेते संघटनेत आले आणि संघटनेत जात अस्मिता ठळक केली. हा मुद्दा संघटनेचे बळ ठरला आहे.

जात अस्मिता व हिंदू अस्मिता

विदर्भ तेली समाज महासंघाने जात, ओबीसी व हिंदू या तीन अस्मिता अभिव्यक्त केलेल्या आहेत. जात-अस्मिता संघटना स्वीकारते परंतु याबरोबरच विदर्भ तेली समाज महासंघाने हिंदू धर्माने त्यांची निर्माण केलेली अस्मिता नाकारली आहे. अशुभ, कनिष्ठ, अस्पृश्य, दर्शनत्याज्य या परंपरागत अस्मिता हिंदू धर्माने निर्माण केल्या आहेत. त्यांना संघटना नाकारते. या मुद्यांच्या विरोधात संघटनेने आंदोलन लढवले आहे. त्यावरून जातीची अस्मिता जास्त भावनिक व आक्रमक स्वरूपाची आहे, असे दिसते. निर्णयसागर या कॅलेंडरमध्ये तेली जातीचे बदनामीकरण केले म्हणून १९९२ मध्ये संघटनेने नागपूर येथे निर्णयसागर या कॅलेंडरची होळी केली होती. मनुस्मृती व सहदेव भाडळी यांच्या पुस्तकावर बंदी घालावी अशी भूमिका संघटनेने घेतली होती (डिसेंबर १९९३). जवाहर विद्यार्थी गृह येथे मनुस्मृतीची होळी करण्यात आली. सहदेव भाडळी यांच्या ग्रंथावर विधानसभेने बंदी घातली (डिसेंबर १९९३). या उदाहरणाचा अर्थ असा होतो की हिंदू धर्मातील जातीसंदर्भातील भेदभाव व तुच्छतावाचक गोष्टीस संघटनेचा विरोध आहे. या प्रकारचा वाद ऑक्टोबर २००५ मध्ये भारताच्या इन्कम टॅक्स खात्याने निर्माण केला होता. त्यांनी 'जिंदगी राजा भोज की, आयकर गंगू तेली का' असे शीर्षक वापरून जाहिरात दिली होती. यास अ.भा. तेली समाज कल्याण समितीने विरोध नोंदवला होता. समितीचे अध्यक्ष रामविलास गुप्ता यांनी राज्याचा मनुवादी विचार अशी टीका केली व आंदोलन केले होते (महाराष्ट्र टाईम्स, ४ नोव्हेंबर २००५). तर दुसऱ्या बाजूने संघटना हिंदू धर्माची शुद्ध प्रस्थापना करावी अशी भूमिका घेते. हिंदू धर्माची नवीन आचारसंहिता तयार करण्याची गरज व्यक्त करते. माणसाला केंद्रबिंदू ठेवून धर्माची आचारसंहिता व नियम तयार करावेत असे संघटनेचे मत आहे. याचा अर्थ संघटना हिंदू अस्मिता स्वीकारते. हिंदू अस्मितेच्या अंतर्गत डागडुजी करण्याची संघटनेची भूमिका दिसते (लोकसत्ता, चंद्रपूर १८ एप्रिल २०१०). हिंदू अस्मिता व जात अस्मिता संघटना सोडत नाही. त्यामुळे संघटना वर्णव्यवस्था व जातिव्यवस्था यांना नकार देत नाही.

वर्णव्यवस्थेत व जातिव्यवस्थेत फेरबदल करून तेली जातीच्या स्थान-निश्चिती संदर्भात संघटना मुद्दा मांडते. तेली समाज ओबीसी आत्मभान व्यक्त करण्याबरोबरच तो संत संताजी जगनाडे महाराज ही अस्मिता व्यक्त करतो. संत संताजी जगनाडे महाराजांना ही संघटना आराध्यदैवत मानते (लोकसत्ता, गोंदिया, २२ जानेवारी २०११). ही अस्मिता वारकरी स्वरूपाची आहे. त्यामुळे ही संघटना वारकरी परंपरेशी वैचारिक संबंध जोडते. परंतु तेव्हाच संतांना वारकरी विचारांबरोबरच जातीच्या चौकटीत बंदिस्त करण्याची प्रक्रिया घडते. याचे आत्मभान संघटनेला राहात नाही. याशिवाय संघटना सत्यशोधक परिषद घेते. म्हणजेच संघटनेत हिंदू अस्मिता स्वीकारावी की वारकरी किंवा सत्यशोधक अस्मिता स्वीकारावी या मुद्यांवर स्पष्ट एकमत दिसत नाही. वारकरी व सत्यशोधक अस्मितांच्या तुलनेत जातीची अस्मिता जास्त भावनिक व आक्रमक स्वरूपाची आहे. त्यामुळे जात निर्मूलनाचा मुद्दा संघटनेमध्ये नाही. जातीच्या गौरवीकरणाचा मुद्दा जात संघटनेत मध्यभागी राहातो.

ओबीसी अस्मिता

विदर्भ तेली समाज महासंघाला ओबीसी ही अस्मिता मंडल आयोगाच्या शिफारशींमधून आली. मंडल आयोगाचा लाभ तेली समाजाला मिळावा, त्यांचे हितसंबंध जपण्यासाठी संघटना ओबीसी अस्मितेच्या चौकटीत अनेक मुद्दे उठवते. मे १९९४ मध्ये विदर्भाच्या नऊ जिल्ह्यांत मंडल आयोगाच्या मागणीसाठी आंदोलन केले होते. नागपूर येथे मंडल आयोगाच्या मागणीसाठी राज्यपातळीवरील तेली समाजातील कार्यकर्त्यांचे शिबिर घेतले होते (१९९४). या शिबिरात १९ जिल्ह्यांतील ५०४ प्रतिनिधी आले होते. देवळी येथे १९९५ मध्ये मंडल आयोगाच्या मागणीसाठी तेली समाजाचा मेळावा घेतला होता. तेली जातीतील पोट जातीचा समावेश मंडलमध्ये करावा यासाठी त्यांनी आंदोलन केले (१९९६). विदर्भ तेली समाज महासंघांने शिष्यवृत्ती दुप्पट करा, ओबीसींच्या यादीत इतरांचा समावेश करू नये, सदुंबरे येथे संत संताजी जगनाडे महाराज यांचे राष्ट्रीय स्मारक करावे, जातनिहाय जनगणना करण्यात यावी असे मुद्दे विदर्भात मांडले आहेत. महासंघाने संपूर्ण शिक्षण, आरोग्य, रोजगाराचा समावेश मूलभूत अधिकारात करावा असा एक मुद्दा मांडला आहे. शिक्षणाच्या बाजारीकरणास संघटनेने विरोध केला आहे. आठवीपर्यंत बंद केलेली परीक्षा पुन्हा सुरू करावी असे संघटनेचे मत आहे (लोकसत्ता, नागपूर १५ जुलै २०१०). विलास मुत्तेमवार यांना नागपूर येथे या मुद्यावर संघटनेने घेराव घातला होता. या मागण्यासाठी एप्रिल २०१० मध्ये संघटनेने हंसराज अहीर यांना निवेदन दिले होते (लोकसत्ता, चंद्रपूर १८ एप्रिल २०१०). संघटनेने रोजगार परिषद घेतली. या परिषदेस गोविंद पानसरे यांना बोलवले होते. संत संताजी

आर्थिक विकास महामंडळाची स्थापना करण्यात यावी, ओबीसी वित्त व विकास महामंडळाच्या अनुदानात वाढ करण्यात यावी. या मागण्या संघटनेने केल्या आहेत. यावरून संघटना तीन प्रकारचे राजकारण करते. एक, ओबीसीचे हितसंबंध विरोधी इतरांचे हितसंबंध असा राजकीय संघर्ष उभा करते. ओबीसींचे हितसंबंध जपण्यासाठी राज्याकडे अनुदानांची मागणी करते. तसेच राज्य पुरेसा निधी उपलब्ध करून देत नाही या मुद्याला पुढे आणते. दोन, संघटना सर्वाजनिक धोरणात बदल करण्याचा मुद्दा मांडते. शिक्षणाच्या धोरणात बदल करावा असे संघटनेचे मत आहे. रोजगाराचा मुद्दा संघटना धोरणात बदल करण्याच्या पद्धतीने मांडते. त्यामुळे सरकारचे सार्वजनिक धोरण हे तेली समाजाच्या विरोधातील आहे. हा मुद्दा राजकारणाचा म्हणून संघटनेने पुढे रेटलेला दिसतो. तीन, संघटना अस्मितेचे राजकारण करते. संत संताजी जगनाडे महाराज ही जात व धर्मनिष्ठ अस्मिता संघटना विकसित करते. त्याबरोबरच संघटना सुशिक्षित बेकार ही अस्मिता पुढे करते. त्यामुळे संघटनेत दोन प्रकारच्या अस्मितांचा टकराव दिसतो. शिवाय तिसरी अस्मिता ओबीसी ही देखील संघटना स्वीकारते. संघटना यामुळे या तीन प्रमुख अस्मितांमध्ये जात, ओबीसी व बेरोजगार असा क्रम लावते. त्यामुळे वर्गीय अस्मिता तिसऱ्या स्थानावर जाते. संघटनेत शिवसेना, भाजप, काँग्रेस व राष्ट्रवादी काँग्रेस यांच्याबद्दल क्रमवारी दिसत नाही. जो पक्ष जातीतील व्यक्तीस उमेदवारी देतो त्यांचा प्रचार संघटना करते. जातीस उमेदवारी न देणाऱ्या पक्षाचा संघटना निषेध करते. उदा. २००४ च्या विधानसभा निवडणुकीत काँग्रेस पक्षाचा निषेध संघटनेने या मुद्यावर केला होता. यामुळे संघटना ओबीसी या अस्मितेच्या तुलनेत जात ही अस्मिता महत्त्वाची मानते.

संख्याबळाचा दावा

विदर्भ तेली समाज महासंघाने १३ टक्के संख्याबळाचा दावा केला आहे. या प्रमाणात लोकसभा, राज्यसभा, राज्यविधानसभा व परिषद, मंत्रिमंडळ, मंडळे, महामंडळे, स्थानिक शासनसंस्था यांमध्ये प्रतिनिधित्व मिळत नाही. संघटना या मुद्यांचा प्रचार करते. विधानसभेत दहापेक्षा जास्त व विधानपरिषदेत पाच पेक्षा जास्त आमदार तेली समाजाचे नव्हते, असे संघटनेचे मत आहे. २००३ पर्यंत तेली समाजाला राज्यमंत्री या पातळीवर ठेवले त्यापेक्षा वरची सत्ता मिळाली नाही, असा संघटनेचा दावा आहे. राज्यपाल, मुख्यमंत्री व राजदूत ही पदे तेली समाजाला मिळाली नाहीत. ही पदे लोकसंख्येच्या प्रमाणात मिळावीत असे संघटनेच्या नेत्यांचे मत आहे (वाघमारे, २८). यावरून असे दिसते की, संघटना बहुमताचा दावा करत आहे. लोकसंख्येच्या बळावर सत्ता मिळवण्याचा प्रयत्न संघटना करते.

महाराष्ट्रातील जळगाव, अकोला, अमरावती, वर्धा, नागपूर, भंडारा, गोंदिया,

जालना, बीड या नऊ जिल्ह्यांमध्ये तेली समाजाच्या संख्याबळाचा दावा जास्त आक्रमकपणे केला जातो. या दाव्याच्या भोवती जातसंघटना राजकारण करतात. वरील नऊ जिल्ह्यांमध्ये तेली समाजाचे उमेदवार विधानसभा पातळीवर निवडून आले आहेत. भुसावळ (२००४), बोरगाव मुंजू(१९९९), बाळापूर(१९८०), चांदूर(१९७८,१९९५ व २००४), वर्धा (१९७८, १९८०, १९८५, १९९५, १९९९, २००४), हिंगणघाट (१९९५, १९९९ व २००४), कामठी (२००४) नागपूर साऊथ (१९७८, १९९५ व २००४), रामटेक (१९७८, १९८०, १९८५, १९९०), तुमसर १९७८, १९८०, १९९०, भंडारा (१९८५), अड्याळ (१९७८, १९८०, १९९५, १९९९ व २००४), सावली (१९७८), अंबाड(१९९५) व चौसाळा (१९९० व १९९९) या विधानसभा मतदारसंघांतून तेली समाजातील उमेदवार निवडून आले होते. या मतदारसंघांमध्ये असे दिसते की, विदर्भात तेली विरुद्ध कुणबी किंवा ओबीसी, आणि मराठवाडा विभागात तेली विरुद्ध मराठा किंवा वंजारी अशी राजकीय स्पर्धा आहे. म्हणजेच एक स्पर्धक मराठा किंवा कुणबी आणि दुसरा स्पर्धक हा ओबीसी समूहातील तेली समाजासमोर असतो. त्यामुळे तेली समाजाची राजकीय स्पर्धा सामाजिकदृष्ट्या मराठा किंवा कुणबी विरोधी व ओबीसी विरोधी असते. त्यामुळे तेली समाजाचा राजकीय विरोधक केवळ मराठा असे चित्र निश्चित होत नाही. मराठ्यांच्या खेरीज ओबीसीमधील जातीही तेली समाजाच्या राजकीय स्पर्धक आहेत. या राजकीय पार्श्वभूमीवर जातसंघटना काम करतात असे दिसते.

महाराष्ट्र प्रांतिक तेली समाज महासभा

अखिल भारतीय तेली समाज महासभा ही राष्ट्रीय पातळीवर काम करते. या संघटनेच्या राज्यनिहाय शाखा आहेत. त्यामुळे महाराष्ट्र प्रांतिक तेली समाज महासभा ही संघटना अखिल भारतीय तेली समाज महासभा या राष्ट्रीय पातळीवरील संघटनेशी संलग्न राहून राज्यपातळीवर काम करते. सध्या अखिल भारतीय तेली समाज महासभा या संघटनेचे राष्ट्रीय अध्यक्ष जयदत्त क्षीरसागर हे आहेत. तर महाराष्ट्र प्रांतिक तेली समाज महासभेचे अध्यक्ष रामदास तडस हे आहेत. जयदत्त क्षीरसागर हे राष्ट्रवादी काँग्रेस पक्षाचे नेते आहेत. रामदास तडस हे पूर्वी राष्ट्रवादी काँग्रेसमध्ये होते. सध्या ते भाजपचे नेते आहेत. त्यामुळे ही संघटना राष्ट्रवादी काँग्रेस व भाजप या दोन पक्षांशी संबंधित राहून काम करते (लोकमत, भंडारा, ८-७-२००९). परंतु १९६९ मध्ये ही संघटना निष्ठावंत काँग्रेस पक्षाशी संबंधित होती. कारण सोनाजीराव क्षीरसागर व केशरकाकू क्षीरसागर यांचे या संघटनेवर आरंभी नियंत्रण होते. हे दोघेही निष्ठावंत काँग्रेस समर्थक होते. मात्र त्यांचा मुलगा जयदत्त क्षीरसागर सध्या राष्ट्रवादी काँग्रेसमध्ये आहे. त्यामुळे संघटना काँग्रेसकडून काँग्रेस परिवारातील

राष्ट्रवादी काँग्रेसकडे झुकलेली दिसते. या शिवाय भाजपशीही या संघटनेने जुळवून घेतले आहे. याखेरीज संघटनेत बहुजन समाज पक्षानेही एक गट तयार केला आहे. २००९ च्या निवडणुकीत विजय डांगरे यांनी महाराष्ट्र प्रांतिक तेली समाज संघटनेचे प्रमुख असल्याचा दावा केला होता. तसेच त्यांनी बहुजन समाज पक्षाला पाठिंबा दिला होता (लोकसत्ता, नागपूर, ९ एप्रिल २००९). थोडक्यात, संघटनेचे विभाजन पक्षनिहाय झाले आहे. हा राजकीय पक्षांमधील तीव्र अशा राजकीय स्पर्धाचा परिणाम दिसतो. याशिवाय नेतृत्वांच्या स्पर्धेमुळे संघटनेत असे विभाजन झाले आहे.

सत्तरीच्या दशकात तेली समाजाचे नव्याने राजकीय संघटन सुरू झाले. माधवराव पाटील, प्रकाश गुरुजी, सदानंद धोटे, बारवडे गुरुजी व संभाजीराव रायपूरे या विदर्भ विभागातील कार्यकर्त्यांचा त्यामध्ये पुढाकार होता. २२ डिसेंबर १९६९ रोजी संघटनेची कार्यकारिणी अस्तित्वात आली. या संघटनेला १९७२ मध्ये सोनाजीराव क्षीरसागर व केशरकाकू क्षीरसागर यांचे नेतृत्व मिळाले. केशरकाकू क्षीरसागर यांनी मोझरे, पुणे व नाशिक येथे राजकीय संघटन करण्यासाठी मेळावे घेतले. क्षीरसागर यांच्या नेतृत्वाखाली संघटना विस्तारली. माधवराव पाटील (प्रांतिक अध्यक्ष) व संभाजीराव रायपुरे (सचिव) यांनी सत्तरीच्या दशकात संघटनेचा विस्तार केला. हे दोन नेते अखिल भारतीय तैलिक महासभेवर प्रतिनिधी होते. याचा अर्थ, अखिल भारतीय तैलिक महासभा व महाराष्ट्र प्रांतिक तेली समाज महासभा यांच्यामध्ये संवाद होता. अखिल भारतीय तैलिक महासभेची महाराष्ट्र प्रांतिक तेली समाज महासभा ही एका अर्थाने राज्य शाखा होती. या संघटनेचे मुख्यालय माधवराव पाटील यांनी सीताबर्डी (नागपूर) येथे ठेवले होते. साठीच्या दशकाच्या शेवटी विदर्भात तेली समाज काँग्रेसपासून वेगळा होण्याची प्रक्रिया सुरू झाली. या टप्प्यावर यशवंतराव चव्हाण व वसंतराव नाईक यांचे नेतृत्व प्रभावी होते. केशरकाकू मराठवाडा विभागातील होत्या. त्यांच्या राजकीय महत्त्वाकांक्षांना केंद्राने हात घातला. त्यामुळे राज्यनिष्ठा व केंद्रनिष्ठा यांपैकी राजकीय महत्त्वाकांक्षेच्या मुद्यावर त्यांनी यशवंतराव चव्हाण व वंसतराव नाईक यांच्या नेतृत्वाखालील काँग्रेसपासून फारकत घेण्याची राजकीय तयारी केली. त्या कामी त्यांना हे राजकीय संघटन उपयोगास आले. यामध्ये एक भूमिका मराठाविरोधी तर दुसरी भूमिका ओबीसीविरोधी होती. मात्र या टप्प्यावर ओबीसी अशी अस्मिता पूर्णपणे अभिव्यक्त झाली नव्हती. सत्तरीच्या दशकांत क्षीरसागर यांनी संमेलन घेतले. त्या संमेलनास वसंतदादा पाटील उपस्थित होते. यावरून संघटनेचा कल काँग्रेसनिष्ठ गटाकडे झुकलेला दिसतो.

महाराष्ट्र राज्य तेली महासभा: काँग्रेस, राष्ट्रवादी ते भाजप

महाराष्ट्र राज्य तेली महासभा या संघटनेवर आरंभी काँग्रेसचे नियंत्रण होते. काँग्रेसचे

विभाजन दोन गटांत झाल्यामुळे महाराष्ट्र राज्य तेली महासभा या संघटनेत दोन्ही गटांचे नेते होते. त्यानंतर भाजप या पक्षाशी संबंधित नेते संघटनेत आहेत. त्यामुळे संघटना काँग्रेस ते भाजप अशी फिरताना दिसते. सध्या महाराष्ट्र राज्य तेली महासभेचे राज्य अध्यक्ष माजी आमदार रामदास तडस हे आहेत. रामदास तडस हे भाजपाचे नेते आहेत. त्यांची राजकीय स्पर्धा दत्ता मेघे यांच्याशी आहे. या संघटनेचे उपाध्यक्ष हिराकाका चौधरी हे आहेत. या संघटनेची महिला आघाडीदेखील आहे. त्यांच्या प्रमुख प्रिया महिन्द्रे या आहेत. या संघटनेच्या शाखा जिल्हा पातळीवर आहेत. विदर्भ विभागात मात्र या संघटनेच्या शाखा तालुका पातळीपर्यंत आहेत. या संघटनेत आमदार संतोष चौधरी व आमदार राजू तिमांडे हेदेखील काम करतात. रामदास तडस हे भाजपचे नेते आहेत. तर जयदत्त क्षीरसागर हे राष्ट्रवादी काँग्रेस पक्षाचे नेते आहेत. ते सध्या अखिल भारतीय तेली समाज महासभा या संघटनेचे नेते आहेत. २००९ च्या विधानसभेत तेली समाजातील उमेदवारांना उमेदवारी मिळावी म्हणून दिल्ली येथे राष्ट्रीय व राज्य शाखांची एकत्र सभा घेतली गेली होती (देशोन्नती, भंडारा, ८-७-२००९). यावरून असे दिसते की, पक्ष व जात संघटना या दोन गोष्टींमध्ये जातीच्या मुद्यावर पक्षाच्या सिमारेषा ओलांडल्या जातात. पक्षाच्या बाहेर जाऊन संघटना काम करते. महाराष्ट्र राज्य तेली महासभेने छगन भुजबळ यांच्याहस्ते जयदत्त क्षीरसागर, चंद्रशेखर बावनकुळे, अनिल बावनकर, कृष्णा खोपडे या आमदारांचा सत्कार केला. तेव्हा भुजबळ यांनी इतर मागासवर्गीय म्हणून एकत्र येण्याची भूमिका मांडली होती. यावरून जातसंघटना जातीच्या बाहेर ओबीसी ही अस्मिता स्वरकारते असे दिसते. याशिवाय माळी जातीच्या बाहेर तेली जातीमध्ये ओबीसी नेता ही प्रतिमा भुजबळ यांची स्वीकारली जावी, यासाठी प्रयत्न केले जातात असे दिसते (लोकसत्ता, नागपूर, २३ डिसेंबर २००९). जनगणना ओबीसी प्रवर्गाच्या निकषावर केली जावी, अशी मागणी या संघटनेने केली होती (देशोन्नती, देवळी, ८ एप्रिल २०१०). या संघटनेचा स्वतंत्र विदर्भ राज्य स्थापन करण्यास पाठिंबा आहे. या मुद्यावर ही संघटना समाजाचे प्रशिक्षण करत आहे (देशोन्नती, देवळी, ८ एप्रिल २०१०). राष्ट्रवादी काँग्रेस व भाजप या दोन पक्षांचाही वेगळ्या विदर्भ राज्यास संमती आहे. यामुळे या दोन पक्षांमधील महाराष्ट्र राज्य तेली महासभेचे कार्यकर्ते व नेते वेगळ्या विदर्भाची भूमिका घेऊ शकतात. विदर्भानंतर मराठवाडा येथे तेली समजाची लोकसंख्या प्रभावी ठरणारी आहे. वेगळ्या विदर्भाच्या मुद्यावर मराठवाडा विभागातील तेली जात संघटनांची भूमिका स्पष्ट झाली नाही. रामदास तडस यांच्यामते, तेली समाज ही कोणाला निवडून आणावयाचे व कोणाला पराभूत करावयाचे हे ठरवणारी ताकद आहे. मात्र वेगळा विदर्भ झाला, तर या समाजाचा विदर्भ राज्यातील प्रभाव वाढेल. वर्धा, चंद्रपूर, गोंदिया, नागपूर या जिल्ह्यांमधील ताकद विदर्भाच्या तुलनेत जास्त प्रभावी ठरेल असा कयास या संघटनेचा

दिसतो. त्यामुळे जातीच्या मुद्यावर या संघटनेचा वेगळ्या विदर्भ राज्यास पाठिंबा आहे.

तेली समाजातील जातसंघटना सामाजिक परिवर्तनापासून अलिप्त आहेत. तेली समाजात बदलास मोठा वाव आहे. कारण तेली समाजात विधवाविवाह रूढ आहे. त्यांच्यात घटस्फोट घेता येतो. तेली समाज व्यावसायिक स्वरूपाचा आहे. त्यामुळे हा समाज आधुनिक होण्याची प्रक्रिया समाजात घडते. मात्र जात संघटना या मुद्यावर काम करत नाहीत. जात संघटना आरंभी नोंदविल्याप्रमाणे केवळ राजकीय संघटन करतात. महाराष्ट्रातील राजकीय स्पर्धा गेली दोन दशके मुख्य दोन आघाड्यांमध्ये राहिली आहे. त्यामुळे काँग्रेस आघाडी व भाजप आघाडी अशा दोन चौकटींमध्ये तेली समाजातील संघटना विभागली गेली आहे. जात व ओबीसी अशा दोन अस्मिता वर आधारित महात्मा फुले समता परिषद ही संघटना राजकीय संघटन करते. हा मुद्दा तेली जात संघटनेला सोडविता आला नाही. या संघटनेत हिंदुत्व विरोध आणि हिंदुत्वाची बाजू अशा दोन्ही अस्मिता दिसतात. महात्मा फुले समता परिषदेत संत सावता माळी व तेली जात संघटनेत संत संताजी जगनाडे महाराज या दोन्ही वारकरी परंपरेतील अस्मिता जपल्या जातात. या मुद्यांवर राजकीय संघटन दोन्ही संघटनांमध्ये केले जाते. महात्मा फुले समता परिषदेचा वेगळ्या विदर्भाला पाठिंबा नाही. तर महाराष्ट्र राज्य तेली महासभेचा वेगळ्या विदर्भास पाठिंबा आहे. कोकण विभागात आगरी सेनेचा व कुणबी सेनेचा वेगळ्या कोकण राज्यास पाठिंबा आहे. या मुद्यांशी सुसंगत भूमिका महाराष्ट्र राज्य तेली महासभेची दिसते.

तेली ही जात महाराष्ट्रासह भारत, पाकिस्तान व दक्षिण आशियामध्ये वास्तव्य करणारी आहे. तेली ही व्यवसायवाचक जात आहे. हिंदूमध्ये तेली व मुस्लीम समाजात रोशनदार असे शब्द वापरले जातात. त्यामुळे तेली जातीशिवाय एक अस्मिता हिंदू आणि दुसरी अस्मिता मुस्लीम अशीदेखील आहे. याशिवाय इतर मगासवर्गीय अशी अस्मिता या समाजात आहे. मराठी संत संताजी जगनाडे (१६२४-१६८८) ही एक अस्मिता प्रबोधनाशी संबंधित आहे. या अस्मितेचा संबंध वारकरी परंपरेशी येतो. प्रबोधनाच्या क्षेत्रातून बाहेर पडून राजकारण करावे, असा दावा जात संघटनाकडून केला जातो. त्यासाठी टाळ टाकून तलवार घेणारा समाज अशी प्रतिमा तेली समाजातील जात संघटनाकडून तयार केली जाते. याशिवाय शास्त्रज्ञ (मेघराज साहा), क्रिकेटर (वेंकटेश प्रसाद) अशा आधुनिक अस्मिता समाजात आहेत. अर्थातच तेली समाजात विविध अस्मिता आहेत. त्या अस्मितांबद्दल तीव्र असे आत्मभान संघटनेत काम करणाऱ्या कार्यकर्त्यांना आहे. या अस्मितांकडे जात संघटना वैभवशाली वारसा म्हणून पाहातात. त्यामुळे संघटनांमध्ये आधुनिकता व परंपरा यांचे मिश्रण झालेले आहे. यातून संघटना जातीशी संबंधित मुद्यांचे पुनरुज्जीवन करते.

तेली समाजातील इतर मागासवर्गीय, वारकरी व मुस्लीम या अस्मिता प्रामुख्याने

हिंदुत्व विचारांच्या पक्ष व संघटनांच्या विरोधातील आहेत. इतर मागासवर्गीय, वारकरी व मुस्लीम या तीनही अस्मितांमध्ये एकसंघीकरण हे हिंदुत्वाचे एक खास वैशिष्ट्य दिसत नाही. मात्र जात या पातळीवर एकसंघीकरण हे खास वैशिष्ट्य दिसते. तेली जातीअंतर्गत पोट जातींमध्ये एकसंघीकरणाची प्रक्रिया संघटना राबवते. जात संघटना पोट जातीचे एकसंघीकरण करत आहेत. मात्र ही आर्थिक फायद्यासाठीची एकसंघीकरणाची प्रक्रिया आहे. राजकीय व सामाजिक राजकीय एकसंघीकरण मात्र दिसत नाही. तेली जात संघटनांमधील एक गट भाजपबरोबर आहे. मात्र त्यांचे आर्थिक हितसंबंध ओबीसी बरोबर आहेत. त्यामुळे जातवादी छगन भुजबळ आणि जयदत्त क्षीरसागर यांच्याशी रामदास तडस यांचे संबंध आहेत. जातवादाच्या खेरीज बहुजनवादाच्या चौकटीत राजकीय संघटन बसप व बहुजन महासंघ करतो. यामुळे तेली जात संघटनांचे दूरगामी आव्हान हिंदुत्ववादी पक्ष व संघटनाना आहे. तसेच ते विदर्भाच्या चौकटीत कुणबी समाजाला व महाराष्ट्राच्या संदर्भात मराठा समाजाला आहे. त्यामुळे अर्थातच जात संघटनांच्या राजकारणाची मांडणी इतर मागासवर्गीय विरुद्ध उच्च जाती व मराठा-कुणबी या हितसंबंधाच्या चौकटीत विकसित होत आहे. हा मुद्दा तेली समाजातील जात संघटनामधून पुढे येतो.

❒

संदर्भसूची

देशपांडे राजेश्वरी, २०१०, *कास्ट असोसिएशन इन द पोस्ट मंडल ऐरा :नोटस् फॉर्म महाराष्ट्र*, राज्यशास्त्र व लोकप्रशासन विभाग, पुणे, पुणे विद्यापीठ.

वाघमारे मधुकर आ (२००४). *तेली समाजाची दशा व दिशा, तेली समाज चरित्रमाला,* चौथे पुष्प नागपूर, २६ जुलै २००४.

❒

दलित जातसंघटनांच्या दोन अस्मिता : हिंदू दलित व नवबौद्ध दलित

महाराष्ट्राच्या राजकारणात अनुसूचित जातींमध्ये स्वातंत्र्यपूर्व काळापासून जातसंघटना होत्या. तेव्हा दलित समाजात वेगवेगळ्या अस्मिता होत्या. मात्र, पन्नाशीच्या दशकापासून हिंदू दलित व नवबौद्ध दलित अशा दोन अस्मितांमध्ये राजकारणाचे द्विध्रुवीकरण घडू लागले. या दोन अस्मितांचा आधार सर्वच राजकीय पक्षांनी घेतला. गेली पन्नास वर्षे या अस्मितांच्याभोवती राजकारण घडत राहिले. साठीच्या दशकात जातसंघटना विकास, शिक्षण व समाजसुधारणा या स्वरूपात काम करत होत्या. त्यांनी राजकीय संघटन काँग्रेस पक्षासाठी केले. मात्र, राजकीय मुद्दे फार व्यापक केले नाहीत. काँग्रेस पक्षाच्या विरोधात भूमिका घेतली नाही. सत्तरीच्या दशकात राजकीय सहभागाची संधी चर्मकार व मातंग समाजाला मिळावी या मुद्याची चर्चा झाली. अनुसूचित जातीगटातील राखीव जागांवर कोणाला राजकीय सहभागाची संधी मिळते, या मुद्यावर नवबौद्ध, चर्मकार व मातंग या तीन जातींमध्ये राजकीय स्पर्धा या दशकात वाढली. त्यामध्ये जातसंघटनांनी कृतिशीलपणे सहभाग घेतला होता. म्हणजेच शिक्षण, नोकरी व समाज उन्नती बरोबर राजकीय सहभागाची संधी हा मुद्दा सत्तरीच्या दशकात दलित जातसंघटनांनी मांडला.

मातंग समाजातील जातसंघटना

साठ, सत्तरी व ऐंशीच्या दशकात काँग्रेस, कम्युनिस्ट पक्ष व भारिप या तीन पक्षांशी संबंधित मातंग समाज राजकारण व समाजकारण करत होता. नव्वदीच्या दशकापासून भाजपा व शिवसेना या दोन पक्षांमध्ये देखील मातंग समाजातील कार्यकर्ते गेले. नव्वदीनंतर मातंग समाजाच्या राजकीय संघटनाची स्पर्धा तीव्र झाली. त्यामुळे मातंग समाजातील जातसंघटनांचे पक्षनिहाय विभाजन झाले. महाराष्ट्रात एकट्या मातंग समाजात जवळजवळ पन्नास संघटना गेल्या पन्नास वर्षांत स्थापन झाल्या. साठीच्या दशकात तात्यासाहेब भिंगारदिवे (विटा सांगली), के. एल. मोरे (कोल्हापूर), देवराम

कांबळे (पाथरी, परभणी) व बाबूराव भारस्कर हे प्रमुख चार नेते मातंग समाजातील होते. मातंग समाजातील तात्यासाहेब भिंगारदिवे हे पहिले आमदार व के. एल. मोरे (कोल्हापूर), देवराम कांबळे (पाथरी, परभणी) हे पहिले खासदार होते. यापैकी बाबूराव भारस्कर (कर्जत) हे मातंग समाजातील पहिले समाजकल्याणमंत्री (कॅबिनेट) झाले. यशवंतराव चव्हाणांनी सांगलीच्या बाहेरील नेत्यांकडे मंत्रीपद दिले. त्यामुळे तात्यासाहेब भिंगारदिवे यांना डावलले गेले. साठीच्या दशकात काँग्रेसचे नेते तात्यासाहेब भिंगारदिवे यांनी भारतीय मजदूर पक्ष स्थापन केला होता. तात्यासाहेब भिंगारदिवे हे मातंग समाजातील पहिले आमदार होते (विटा सांगली). तात्यासाहेब भिंगारदिवे व काँग्रेसचे कार्यकर्ते एकत्रितपणे काम करत होते. तात्यासाहेब भिंगारदिवे यांच्यावर निष्ठा म्हणजेच काँग्रेस पक्षावर निष्ठा असे या संघटनेचे सूत्र होते. या दशकात कांबळे यांनी परभणी येथे महाराष्ट्र युवक परिषद ही संघटना स्थापन केली होती (१९६५). या संघटनांचे व काँग्रेस पक्षाचे सलोख्याचे संबंध होते. मात्र, या संघटनेने अनुसूचित जातीगटातील राखीव जागांबद्दलमतभेद व्यक्त केला आणि मातंग समाजासाठी त्यांच्या लोकसंख्येच्या प्रमाणात राखीव जागांचा मुद्दा मांडला. याचा अर्थ संघटना अनुसूचित जातीगटातील राजकीय स्पर्धा तीव्र झाल्यामुळे अनुसूचित जातीगटांमध्ये समाजाची राजकीय महत्त्वाकांक्षा पूर्ण होणार नाही. या मुद्यावर आधारित वेगळ्या आरक्षणाचा मुद्दा मांडत होती. सत्तरीच्या दशकात विदर्भ विभागात अण्णा भाऊ साठे संघर्ष समिती ही संघटना स्थापन झाली होती. या संघटनेने देखील महाराष्ट्र युवक परिषदेप्रमाणे आरक्षणाचा मुद्दा मांडला होता. सत्तरीच्या दशकाच्या शेवटी दलित स्वयंसेवक संघ ही संघटना पश्चिम महाराष्ट्रात बांधण्यात आली होती.

अखिल भारतीय मातंग संघ व बहुजन विकास आघाडी

ऐंशीच्या दशकात आप्पासाहेब गोपले यांनी अखिल भारतीय मातंग संघ ही संघटना स्थापन केली होती. या संघटनेला मुंबई व मराठवाडा या दोन विभागात प्रतिसाद मिळाला होता. मात्र संघटना महाराष्ट्रभर संघटन करू शकली नाही. या संघटनेने अण्णा भाऊ साठे विकास महामंडळ व गायरान जमिनीचे मातंग समाजाला वाटप करावे, असे दोन आर्थिक मुद्दे मांडले होते (२३ एप्रिल १९८४). या मागण्यांसाठी गोपले यांनी उपोषण केले तेव्हा शिवाजीराव निलंगेकर मुख्यमंत्री होते. यानंतर वसंतदादा पाटील मुख्यमंत्री झाले तेव्हा अण्णा भाऊ साठे विकास महामंडळाची मागणी मान्य झाली. अण्णा भाऊ साठे विकास महामंडळ ही गोपले यांची देण मानली जाते. मात्र, त्यांना महामंडळाचे अध्यक्षपद दिले नाही. त्याऐवजी शिवाजीराव मोघे यांना महामंडळाचे अध्यक्षपद दिले गेले. 'झोपडीसाठी जागा' या मुद्याभोवती गोपले यांनी समाजाचे मुंबई शहरात संघटन

केले होते. गोपले यांनी बहुजन विकास आघाडी स्थापन केली. महाराष्ट्रातील कुटुंबाच्या परंपरेनुसार गोपले यांनी पत्नीसाठी बहुजन विकास महिला आघाडी व मुलासाठी युवा आघाडी बांधली होती. काँग्रेसच्या प्रभावाखालील गोपले शिवसेना पक्षाकडे झुकले (१९९२). अखिल भारतीय मातंग संघ व बहुजन विकास आघाडी या दोन संघटना शिवसेना पक्षाकडे सरकल्या. मातंग समाजाला आठ टक्के आरक्षण मिळावे म्हणून गोपले यांनी आझाद मैदानावर दीर्घ असे आंदोलन केले. या मुद्याचे श्रेय अखिल भारतीय मातंग संघ व बहुजन विकास आघाडी या संघटनांना मिळू नये म्हणून त्यांची मागणी मान्य केली नाही. गोपले यांच्या नेतृत्वाखालील या दोन संघटनांना मातंग समाजात चळवळ उभी करण्यात यश आले नाही. मात्र, या दोन संघटनांनी मातंग समाजाचे राजकीयीकरण केले. समाजात प्रबोधन केले. अखिल भारतीय मातंग संघ व बहुजन विकास आघाडी या दोन संघटनांच्या मार्फत मातंग समाजाचे राजकीय संघटन करूनही काँग्रेस व शिवसेना यांच्याकडून सत्तेत वाटा मात्र या दोन संघटनांच्या नेतृत्वास मिळाला नाही.

अस्मितांचे राजकारण

ऐंशीच्या दशकापासून पुढे तीन दशके मातंग समाजातील जातसंघटना राजकीय आत्मभान समाजाला प्राप्त करून देत आहेत. काँग्रेस परिवार व हिंदू परिवार आणि हिंदू दलित व नवबौद्ध दलित असे राजकीय विभाजन जातसंघटना करत आहेत. या शिवाय अण्णा भाऊ साठे यांच्या विचारांचा आधार घेत जातसंघटनेतील कार्यकर्ते कम्युनिस्ट विचारांचे समर्थन करतात. दलित स्वयंसेवक संघ, महाराष्ट्र युवक परिषद, अण्णा भाऊ साठे संघर्ष समिती, अखिल भारतीय मातंग महासभा, दलित महासंघ, लहुजी सेना, मानव हक्क अभियान, दलित समाज परिषद, बहुजन रयत परिषद, दलित विकास आघाडी, मातंग एकता आंदोलन, मातंग युवक संघटना, लहुजी साळवे कर्मचारी संघ, अण्णा भाऊ साठे कर्मचारी कल्याण महासंघ या संघटना गेली तीन दशके मातंग समाजाचे संघटन करत आहेत. या संघटनांपैकी दलित स्वयंसेवक संघ, दलित महासंघ, दलित समाज परिषद व दलित विकास आघाडी या संघटना दलित ही अस्मिता व्यक्त करतात; तर अखिल भारतीय मातंग महासभा, मातंग एकता आंदोलन व मातंग युवक संघटना या संघटना दलित अस्मितेपेक्षा मातंग ही अस्मिता व्यक्त करणे पसंत करतात. अण्णा भाऊ साठे संघर्ष समिती, लहुजी साळवे कर्मचारी संघ व अण्णा भाऊ साठे कर्मचारी कल्याण महासंघ या संघटना मातंग समाजातील प्रतीकांमधून त्यांची अस्मिता पुढे आणतात. महाराष्ट्र युवक परिषद ही संघटना जात, प्रदेश आणि युवक व मानव हक्क अभियान ही संघटना मानव हक्क अशा वेगळ्या अस्मिता देखील मांडतात.

दलित स्वयंसेवक संघ व मानवहक्क अभियान

दलित स्वयंसेवक संघ व मानव हक्क अभियान या दोन संघटनांनी अस्मिता, राजकारण आणि हितसंबंध अशा तीन पातळ्यावर व्यापक होण्याचा प्रयत्न गेली दोन दशके केला. मोहन ननावरे यांनी दलित स्वयंसेवक संघटनेचा विस्तार केला आहे. त्यांनी दलित स्वयंसेवक संघ आणि बाबा आढावांचे महात्मा फुले समता प्रतिष्ठान यांनी एकत्री प्रयत्न करून 'कागद-काच-पत्रा कष्टकरी पंचायतीचे प्रारूप उभ केले (१९९३). कचरावेचकांची ट्रेड युनियन बांधणे, टिकवणे आणि एका राजकीय दबावगटात रूपांतरित करणे ही कामे दलित स्वयंसेवक संघाने केली. या प्रयत्नामधून असंघटित कामगाराचे संघटन करण्याची भूमिका संघटनेची होती. शिवाय भौतिक हितसंबंधांच्या मुद्द्यावर व्यापक अस्मिता उभी करण्याचाही प्रयत्न होता (वाळिंबे अमृता, २०१० : १८८).

मानव हक्क अभियान संघटना मराठवाडा विभागात प्रभावी आहे. गायरानाच्या जमिनी, जातीय अत्याचार, सावकारकी, उस तोडणी कामगार, वेढबिगारी, रोजगार हमी जमिनीचा हक्क या क्षेत्रात या संघटनेने काम केले. पोतराज प्रथा मोडण्यासाठी सामाजिक संघर्ष केला. यांचे नेतृत्त्व एकथान आवाड यांनी केले. आवाड यांची व्यापक दृष्टी आहे. त्यांनी 'एक गाव एक पाणवठा', नामांतर आंदोलनास पाठिंबा, पोतराज प्रथा विरोधी आंदोलन अशी चळवळ उभी केली आहे. अशी सामाजिक संघर्षाची दृष्टि असलेल्या एकनाथ आवाड यांनी १० डिसेंबर १९९० रोजी 'मानवी हक्क अभियाना'ची स्थापना केली होती. नवबौद्ध अस्मितेशी जुळवून घेतले. १९९० साली महाराष्ट्रात अनुसूचित जाती-जमाती अत्याचार प्रतिबंधक कायदा लागू झाला. या कायद्याची प्रभावी अंमलबजावणी करण्यासाठी संघटनेने प्रयत्न केले. २००१ मध्ये बीड येथे गायरान परिषद संघटनेने घेतली होती. या परिषदेत 'जमीन अधिकार आंदोलना' ची स्थापना केली होती. जमीन अधिकार आंदोलनाने मराठवाड्यातील १६५० गावांतील ३८,७३० गायरान धारकांच्या लागवडीचे पुरावे तयार करून सरकारकडे त्यांचे प्रस्ताव दाखल केले आहेत. या मध्ये मांतगाच्या खेरीज मुस्लिम, पारधी, कैकाडी अशा विविध जाती-जमातींना जमिनीचा अधिकार संघटनेने दिला आहे. (खुंटे प्रशांत, २०१० : ४५-४६). या उदारहणांवरून मानव हक्क अभियान संघटनेने 'शोषित वंचत' अशी अस्मिता घडविली. अधिकारासाठी व हितसंबंधासाठी अभिजन वर्गांबरोबर संघर्ष केला.

दलित महासंघ

दलित महासंघाची स्थापना मच्छिंद्र सकटे यांनी ५ जुलै १९९२ रोजी केली होती. या संघटनेचा विस्तार जयंत साठे (बीड), काशिनाथ सुलाखे-पाटील (नगर), आनंद वैराट (पुणे), लालासाहेब नाईक (कोल्हापूर), विजय चांदणे (सांगली), प्रमोद

खंदाटे (सोलापूर), अनंत दोरवे (लातूर) व तूपसुदैर्य (उस्मनाबाद) या नेत्यांनी केला. या संघटनेचे मुख्य नेते मच्छिंद्र सकटे हे सांगली जिल्ह्यातील विटा येथील आहेत. ते कराडच्या संत गाडगे महाराज महाविद्यालयात प्राध्यापक आहेत. दलित महासंघ या संघटनेने केवळ मातंग समाजाचे संघटन करण्याऐवजी विविध दलित जातींचे संघटन केले. त्यामुळे संघटना मातंग समाजापुरती मर्यादित राहिली नाही. संघटनेच्या विचारात देखील आंबेडकर विचार स्वीकारला गेला. 'जयभीम' बरोबर 'जयभारत' हे अभिवादनाचे प्रतिक दिले. निळा झेंडा प्रतीक म्हणून घेतला. दलित पँथरची आक्रमकता व्यक्त करण्यासाठी व शिवसेनेला आक्रमकपणे विरोध करण्यासाठी सिंह हे प्रतीक संघटनेने निवडले. या मुद्यावर आधारित संघटनेने १७ जिल्ह्यांत व ७२ तालुक्यात संघटनेची बांधणी केली. अशा प्रकारची संघटना बांधणी त्यांनी अण्णा भाऊ साठे महामंडळाचे अध्यक्ष असताना केली (१९९९-२००२). नव्वदीच्या दशकाच्या उत्तरार्धात दलित महासंघ ही संघटना राष्ट्रवादी काँग्रेस सोबत राहिली. राष्ट्रवादी काँग्रेस बरोबर राहाण्याच्या मुद्यावर सुकुमार कांबळे यांचा गट वेगळा झाला. मच्छिंद्र सकटे यांच्या नेतृत्वाखालील महासंघ राष्ट्रवादी काँग्रेस बरोबर होता (१९९९). त्यामुळे लोकशाही आघाडीचे सरकार सत्तेवर आल्यानंतर मच्छिंद्र सकटेंना अण्णा भाऊ साठे महामंडळाचे अध्यक्षपद दिले. तीन वर्ष सकटे अण्णा भाऊ साठे महामंडळाचे अध्यक्ष होते. विशेषत: म्हणजे सकटे यांची स्पर्धा लक्ष्मण ढोबळे यांच्याशी होती. मातंग समाजात ढोबळेशिवाय दुसरा गट आकाराला येणे म्हणजे ढोबळे यांना आव्हान होते. त्यामुळे तुकाराम तुपे यांना अण्णा भाऊ साठे महामंडळाचे अध्यक्ष केले गेले. सध्या सत्तेशिवाय सामाजिक मुद्दे उठवत संघटना कृतिशील आहे. उदा. खैरलांजी प्रकरणाचा उच्च न्यायालयाने दिलेल्या निकालास संघटनेने विरोध केला (लोकसत्ता १९ जुलै २०१०) अशा प्रश्नाभोवती संघटना काम करते. दलित महासंघाच्या फुटीमुळे कोल्हापूर व औरंगाबाद येथे मातंग समाजात नव्या संघटना स्थापन झाल्या. सुकुमार कांबळे यांनी 'डेमॉक्रेटिक पार्टी ऑफ इंडिया' स्थापना केली होती. सुरेश चव्हाण यांनी दलित महासंघातून फुटून बहुजन क्रांतीसंघाची स्थापना औरंगाबाद येथे केली होती (२००३). या दोन्ही संघटना मातंग समाजाच्या बरोबर अन्य समाजात देखील काम करतात (पाटील सुनिल, २००३: १५).

बहुजन रयत परिषद

बहुजन रयत परिषद ही संघटना लक्ष्मण ढोबळे यांनी नव्वदीच्या दशकाच्या शेवटी बांधली आहे. या संघटनेचा भौतिक आधार राजकीय नेते, पक्ष व शाहू शिक्षण संस्था ही आहे. शाहू शिक्षण संस्थेचा पसारा शाळा, कॉलेज व वसतिगृह असा आहे. या संघटनेचे संस्थापक व अध्यक्ष लक्ष्मण ढोबळे हे आहेत. तर संघटनेचे उपाध्यक्ष राजू

आवळे आहेत. लक्ष्मण ढोबळे हे रयत शिक्षण संस्थेमध्ये पंढरपूर येथे प्राध्यापक होते. त्यांच्याकडे उत्कृष्ट वक्तृत्व कला असल्यामुळे यशवंतराव चव्हाण व शरद पवार यांच्याशी ते जोडले गेले. त्यांची महाराष्ट्रातील मुख्य प्रतिमा 'शरद पवार गटाचे' अशी सातत्याने राहिली आहे. त्यामुळे काँग्रेसनिष्ठ गट त्यांच्या विरोधात राहिला आहे. त्याचाच परिणाम म्हणजे १९९९ नंतर ते सोलापूर जिल्ह्यात पाटील विरोधी म्हणून परिचित होते. काँग्रेस व राष्ट्रवादी मध्ये स्पर्धा आणि मातंग समाजामधील स्पर्धेत राजकीय स्थान टिकवून ठेवणे मोठे आव्हान होते. यासाठी समाजातील पाठिंबा टिकवून ठेवण्यासाठी बहुजन रयत परिषद ही संघटना स्थापन झाली. ही संघटना २२ जिल्ह्यांत व शंभर तालुक्यांमध्ये काम करते. लक्ष्मण ढोबळे यांनी त्यांचे कार्यकर्ते या संघटनेच्या मार्फत बांधून ठेवले आहेत. कार्यकर्त्यांचा फौजफाट जपणे हा या मागचा हेतू असावा. या संघटनेचे कार्यकर्ते मोहोळ येथे दिपावली नंतर एकत्र येण्याची प्रथा संघटनेत आहे. मातंग समाजात पक्षीय पातळीवर राजकीय स्पर्धा तीव्र स्वरूपाची झाली आहे. २००३ मध्ये खुद्द लक्ष्मण ढोबळे यांच्या मते मातंग समाज शिवसेना-भाजपामध्ये २० टक्के, काँग्रेसमध्ये ३० टक्के व राष्ट्रवादी काँग्रेसमध्ये ५० टक्के आहे. हे प्रमाण कमी-जास्त होऊ शकते. परंतु, मातंग समाजाचे विभाजन पक्षनिहाय झाले हे यातून स्पष्ट होते. त्यामुळे लक्ष्मण ढोबळे यांनी राष्ट्रवादी काँग्रेस पक्ष आणि त्यांच्या नेतृत्वाचा एक आधार म्हणून 'बहुजन रयत परिषद' ही संघटना बांधली आहे. दलित स्वयंसेवक संघ, अण्णा भाऊ साठे संघर्ष समिती, अखिल भारतीय मातंग संघ, दलित महासंघ, लहुजी सेना, मानव हक्क अभियान, दलित समाज परिषद, दलित विकास आघाडी, मातंग एकता आंदोलन, मातंग युवक संघटना, लहुजी साळवे कर्मचारी संघ, अण्णा भाऊ साठे कर्मचारी कल्याण महासंघ या संघटनांची शक्ती रोखत व प्रतिवाद करत बहुजन रयत परिषद वाढली आहे (पाटील सुनील, २००३: ६-१५). दलित महासंघाच्या नेतृत्वाने या संघटनेच्या नेत्यांशी मतभेद व्यक्त केले आहेत. रमेश कदम हे या संघटनेच्या कार्यक्रमात सहभागी होतात. तसेच संघटनेने रमेश कदम यांच्या आयोगाच्या ८३ शिफारशी लागू कराव्यात अशी भूमिका घेतली आहे. रमेश कदम, विठ्ठल उमप, बाबूराव गुरव व राजेंद्र सोनवणे यांनी राष्ट्रपत्तीकडे १३ टक्क्यांपैकी स्वतंत्र ५ टक्के आरक्षण मातंग समाजासाठी मागितले आहे (सकाळ ९ ऑक्टोबर २०१०).

महाराष्ट्र मातंग विकास महामंडळ-दलित समता परिषद

महाराष्ट्र मातंग विकास महामंडळ ही संघटना ऐंशीच्या दशकात बांधली होती. मधुकर कांबळे कोणत्याही एका पक्षात स्थिर राहिले नाहीत. कांबळे यांनी तात्यासाहेब भिंगारदिवे यांना गुरू मानले व महाराष्ट्र मातंग विकास महामंडळाचे काम केले. या संघटनेचे काम करत कांबळे काँग्रेस पक्षात गेले. एक दशकापेक्षा जास्त काळ कांबळे

काँग्रेस पक्षात होते. त्यामुळे महाराष्ट्र मातंग विकास महामंडळ ही संघटना काँग्रेससाठी राजकीय संघटन करणारी ठरली. काँग्रेस पक्षाकडून राजकीय महत्त्वाकांक्षा पूर्ण झाली नाही. त्यामुळे कांबळे यांनी काँग्रेस पक्षातून जनता दलामध्ये पक्षांतर केले. यामुळे साहजिकच महाराष्ट्र मातंग विकास महामंडळ या संघटनेचा जनता दलास पाठिंबा राहिला. जनता दलाने कांबळे यांना वाशिम या विधानसभा मतदारसंघातून उमेदवारी दिली होती. कांबळे मात्र निवडून आले नाहीत. कांबळेनी जनता दलातून काँग्रेस पक्षात पक्षांतर नव्वदीच्या दशकाच्या आरंभी केले. सुधाकर नाईक यांच्याशी कांबळे यांचे संबंध सलोख्याचे होते. त्यामुळे महात्मा फुले विकास मंडळाचे अध्यक्ष कांबळे झाले. १९९५ मध्ये सत्तांतर झाल्यामुळे कांबळे यांनी शिवसेना पक्षात पक्षांतर केले. यानंतर लहुजी वस्ताद क्रांतीभूमी व दलित समता परिषद या दोन संघटना बांधण्याचा प्रयत्न केला. यापैकी लहुजी वस्ताद क्रांतीभूमी ही संघटना बांधता आली नाही. शिवसेना–भाजपाचे समर्थन करताना या संघटनांच्या व्यासपीठावरून नवबौद्धांवर टीका केली गेली. तसेच काँग्रेस व राष्ट्रवादी बरोबर असताना शिवसेना–भाजपाला 'धर्मांध' असे त्यांनी म्हटले. त्यामुळे या संघटनांमध्ये धर्मांधता विरोध आणि नवबौद्ध विरोध असे राजकारण घडले. कांबळे यांनी काशीराम मंदिरापासून 'हिंदू अस्मिता यात्रा' काढली होती. याचा अर्थ कांबळे प्रणीत जातसंघटना काँग्रेस, शिवसेना, राष्ट्रवादी काँग्रेस या पक्षांबरोबर राजकीय काम करत होत्या. त्यामुळे भारिपचा प्रतिवाद या संघनांनी केला. काँग्रेस नेते रमेश बागवे यांची मातंग एकता आंदोलन ही संघटना पुणे जिल्ह्यात कृतिशील आहे. तसेच काँग्रेसचे नेते जयवंत आवळेंची दलित विकास आघाडी ही राजकीय संघटन करते. दलित विकास आघाडीमध्ये कार्याध्यक्षपद विदर्भातील हरीस मोरे यांना दिले होते. हरीस मोरे हे काँग्रेसचे दोन वेळा आमदार होते. शिवाय शरद पवार गटाचेही होते. त्यांना आवळे यांनी काँग्रेस पक्षांशी जोडून घेतले. मातंग समाजाचे राजकीय संघटन 'जातसंघटना' करतात. मात्र, या जातसंघटनांमध्ये स्पर्धा आहे. पक्षीय पातळीवर संघटना विभागल्या गेल्या आहेत. पक्षीय स्पर्धेमुळे संघटना फुटल्या आहेत. तसेच हिंदू दलित आणि आंबेडकरवाद या दोन मुद्यांवरही संघटनांमध्ये अंतर्गत तणाव आहेत. असे राजकीय मुद्दे संघटनांमध्ये असूनही संघटना संपत्तीच्या न्याय वितरणाचा मुद्दा मांडत आहेत. शिवाय, आंबेडकरवादाशी जोडून घेण्याचाही प्रयत्न दलित महासंघात राहिला आहे.

चर्मकार समाजातील जातसंघटना

रोहिदास ज्ञानोदय समाज (१९२२) व रोहिदास सुधारक मंडळ (१९३३) या जातसंघटना चर्मकार समाजामध्ये स्वतंत्र्यपूर्व काळात स्थापन झाल्या होत्या. शिक्षण आणि व्यवसाय हे मुद्दे संघटना उठवित होती. तसेच महाराष्ट्र राज्याच्या स्थापनेपूर्वी

भारतीय हरिजन गिरीजन समाज उन्नती मंडळ (१९४८) ही संघटना चर्मकारांचे संघटन करत होती.

राष्ट्रीय नेतृत्वाचा प्रभाव

काँग्रेस पक्षात राष्ट्रीय पातळीवर बाबू जगजीवनराम यांचे नेतृत्व आकाराला आले होते. त्या नेतृत्वाचा महाराष्ट्रातील जात संघटनांवर प्रभाव होता. महाराष्ट्र राज्याच्या स्थापनेनंतर सर्वोदय विकास मंडळ (१९६१) व महाराष्ट्र चर्मकार परिषद (१९७२), संघटना चर्मकार समाजात साठ व सत्तरीच्या दशकात स्थापन झाल्या होत्या. या संघटनांवर बाबू जगजीवनराम यांचा प्रभाव होता. सर्वोदय विकास मंडळ ही संस्था सोलापूर येथे बाबू जगजीवनराम वसतिगृह चालवित होती. या संघटनेने असंघटित क्षेत्रातील चर्मकारांचे संघटन केले होते. गटई कामगार संघाची बांधणी सर्वोदय विकास मंडळ या संस्थेने केली होती. ही संघटना शैक्षणिक व आर्थिक मुद्याभोवती चर्मकार समाजाचे संघटन करत होती. सत्तरीच्या दशकात महाराष्ट्र चर्मकार परिषद (१९७२) ही संघटना स्थापन झाली होती. या संघटनेवर बाबू जगजीवनराम यांचा प्रभाव होता. या संघटनेचे काँग्रेस बरोबर सहकार्याचे संबंध होते. ही संघटना मुंबई, पुणे, सोलापूर व अहमदनगर येथे बांधली गेली होती. या संघटनेने पुणे (ऑगस्ट १९७२), सोलापूर (नोव्हेंबर १९७२), श्रीरामपूर (जानेवारी १९७३) मध्ये मेळावे घेतले होते. सोलापूर व श्रीरामपूर येथील मेळाव्यास बाबू जगजीवनराम उपस्थित होते. या मेळाव्यामध्ये आर. के. खैरे यांनी चर्मकार समाजाचे संघटन केले. राज्यसंस्थेकडे संघटनेने आर्थिक स्वरूपाच्या मागण्या केल्या होत्या. चर्मोद्योग महामंडळ स्थापन करावे, चर्मकारांना आर्थिक मदत करावी, चामड्यांच्या वस्तूंना राष्ट्रीय व आंतरराष्ट्रीय बाजारपेठ उपलब्ध करून द्यावी, बँकांनी कर्ज पुरवठा करावा, चामड्यांच्या वस्तूंवरील विक्रीकर रद्द करावा अशा प्रकारच्या मागण्या करून ही संघटना चर्मकार समाज व राज्यसंस्था यांचेशी नाते जोडत होती. काँग्रेस पक्षाशी जुळवून घेत होती. या प्रकारच्या भूमिकेमुळे संघटना व काँग्रेस यांचे संबंध अनुग्रहाचे आकाराला आले. या प्रक्रियेतून चर्मकार समाजावर काँग्रेसचे नियंत्रण वाढत गेले. 'महाराष्ट्र चर्मकार परिषद' ही संघटना राजकीय प्रश्नांच्या तुलनेत भैतिक प्रश्न जास्त मांडत होती. राजकीय सहभागाचा मुद्दा संघटनेने आक्रमकपणे मांडला नाही. राजकीय सहभागाच्या मागणीचा अवकाश ओळखून चांभार सामाजिक कार्यकर्ता सभा ही संघटना सातारा येथे बांधण्यात आली (१९७७). या संघटनेने राजकीय राखीव जागांवर चर्मकार समाजाला राजकीय सहभागाची संधी मिळावी, असा मुद्दा मांडला होता. मात्र, या संघटनेचा विस्तार या मुद्यामुळे झाला नाही. आर. के. खैरे व नितीन लवांगरे याच्या नंतर आर. के. खैरे यांनी महाराष्ट्र दलित समिति ही संघटना मुंबई येथे स्थापन केली होती (एप्रिल १९७८). ही संघटना देखील

भौतिक मुद्याभोवती संघटन करत होती. या संघटनेत देखील राजकीय सहभागाचा मुद्दा दुय्यम स्थानावर होता. ऐंशीच्या दशकात भारतीय चर्मकार संघ ही संघटना सत्यदेव शिंदे यांनी मुंबई येथे स्थापन केली होती (३ मे १९८४). या संघटनेच्या १९८६च्या अधिवेशनाला सुशीलकुमार शिंदे हे काँग्रेस पक्षाचे नेते उपस्थित होते. ही संघटना देखील भैतिक मुद्याभोवती संघटन करत होती. या संघटनेत देखील राजकीय सहभागाचा मुद्दा दुय्यम स्थानावर होता.

जातसंघटनांच्या या स्थापनेस साठ व सत्तरीच्या दशकातील राजकारणाचा एक संदर्भ आहे. साठच्या दशकात चर्मकार समाजातील नेते काँग्रेसमध्ये राहून राजकारण करत होते. मात्र, सत्तरीच्या दशकाच्या शेवटी चर्मकार समाज काँग्रेसपासून दूर जाण्याची प्रक्रिया घडू लागली. उदा. देवळाली व केज या दोन विधानसभा मतदारसंघात अपक्ष आणि कळंब या विधानसभा मतदारसंघात शेतकरी कामगार पक्षाचा उमेदवार निवडून आला होता (१९७८). सत्तरीच्या दशकाच्या शेवटाला बदल ऐंशीच्या दशकात राहिला नाही. ऐंशीच्या दशकात काँग्रेसने चर्मकार नेते व कार्यकर्ते यांना काँग्रेस पक्षाशी संबंधित राजकारण करण्यास भाग पाडले. देवळाली व हेर हे दोन विधानसभा मतदारसंघ पुन्हा काँग्रेसकडे सरकले (१९८०). मात्र, देवळाली हा काँग्रेसकडे व हेर हा विधानसभा मतदारसंघ काँग्रेस (एस) कडे होता. तर मुंबई येथील भांडूप या सर्वसाधारण विधानसभा मतदारसंघातून काँग्रेस (आय) चा चर्मकार समाजातील उमेदवार निवडून आला होता. याचाच अर्थ काँग्रेस पक्षाचे चर्मकार नेतृत्वावर नियंत्रण ऐंशीच्या दशकात होते. मात्र, काँग्रेस (आय) व काँग्रेस (एस) यांच्यात स्पर्धा असल्यामुळे चर्मकार समाजातही दोन गट राहिले होते. घोडके कुंडलिक यांनी शेकापमधून काँग्रेसमध्ये पक्षांतर केले(कळंब, उस्मानाबाद). त्यामुळे काँग्रेस (एस) पक्षाची चर्मकार समाजातील ताकद कमी झाली. ऐंशीच्या दशकाच्या उत्तरार्धात काँग्रेस पक्षाला चर्मकार समाजातून प्रतिसाद मिळाला. भांडूप, केज व कळंब या तीन विधानसभा मतदारसंघातून काँग्रेसचे चर्मकार समाजातील उमेदवार निवडून आले होते (१९८५). मुंबई व मराठवाडा येथे चर्मकार समाज काँग्रेस बरोबर राहिला होता. मात्र, ही राजकीय परिस्थिती नव्वदीच्या दशकात राहिली नाही. चर्मकार समाज काँग्रेसकडून शिवसेना, भाजपा व जनता दल या पक्षाकडे सरकला. देवळाली (शिवसेना), केज (भाजप) आणि हेर (जनता दल) या मतदारसंघात काँग्रेस विरोधातील चर्मकार निवडून आले होते (१९९०). काँग्रेस विरोधात चर्मकार समाजाने नव्वदीच्या शतकापासून राजकारण सुरू केले. गेली दोन दशके शिवसेना, भाजप व राष्ट्रवादी काँग्रेसकडून चर्मकार उमेदवार निवडून येतात. १९९५ मध्ये देवळाली, माझगाव, धारावी, कळंब या चार मतदारसंघात शिवसेनेकडून चर्मकार उमेदवार निवडून आले होते. केज, कर्जत या मतदारसंघात भाजपकडून चर्मकार उमेदवार निवडून आले होते.

वाशिम (काँग्रेस) व गंगाखेड (अपक्ष) यांचे उमेदवार निवडून आले होते. म्हणजेच काँग्रेस विरोधाचा प्रवाह १९९५ मध्ये होता. १९९५ मध्ये आठ चर्मकार आमदार होते. त्यापैकी बबनराव घोलप युतीच्या मंत्रिमंडळात कॅबिनेट मंत्री होते. सत्तेतील सहभागामुळे बबनराव घोलप यांना ताकद मिळाली. त्यांनी चर्मकार समाजाची संघटना बांधली. १९९९ मध्ये चर्मकार समाजाचे सात आमदार होते. देवळाली, माझगाव, कळंब व मुखेड येथून शिवसेना पक्षाकडून चर्मकार समाजाचे उमेदवार निवडून आले होते. कर्जत येथे भाजप आणि केज येथे राष्ट्रवादी काँग्रेस पक्षाकडून चर्मकार समाजाचे उमेदवार निवडून आले होते. गंगाखेड येथील अपक्ष आमदार चर्मकार समाजाचा होता. नव्वदीनंतर चर्मकार समाज शिवसेना व राष्ट्रवादी काँग्रेस अशा दोन पक्षात विभागला गेला. या दोन पक्षात चर्मकार समाजाचे नेते वाढले. तसेच 'महाराष्ट्र नवनिर्माण सेना' हा तिसरा पक्ष चर्मकार समाजात समकालीन दशकात राजकीय संघटन करत आहे. २००४ मध्ये शिवसेना व राष्ट्रवादी काँग्रेस असे स्पर्धेचे स्वरूप पुढे आले. कारण देवळाली, माझगाव व मुखेड येथे शिवसेना व केज येथे राष्ट्रवादी काँग्रेसचे चर्मकार आमदार होते. गंगाखेड येथे अपक्ष आमदार होते. विमल मुंदडा या राष्ट्रवादी काँग्रेस पक्षाच्या मंत्री होत्या. २००९ मध्ये चर्मकार समाजाचे बारा उमेदवार निवडून आले होते. दर्यापूर, भंडारा, देवळाली, हातकणंगले या चार मतदारसंघात शिवसेनेचे चर्मकार आमदार आहेत. भुसावळ, माळशिरस, फलटण व केज या मतदारसंघात राष्ट्रवादी काँग्रेसचे चर्मकार आमदार आहेत. मिरज–भाजप, श्रीरामपूर– काँग्रेस, शिवडी– मनसे आणि गंगाखेड–अपक्ष असे चर्मकार आमदार निवडून आले आहेत. २००९ च्या लोकसभा निवडणुकीत रामदास आठवले यांचा पराभव वाघमारे यांनी केला. या राजकीय प्रक्रियेतून चर्मकार विरोधी नवबौद्ध असे राजकीय ध्रुवीकरण झाले. हिंदू दलित अस्मितेने नवबौद्ध अस्मितेच्या राजकारणाची कोंडी केली. नवबौद्ध अस्मितेचे राजकारण करणारा आठवले गट राष्ट्रवादी काँग्रेस सोबत होता. मात्र, राष्ट्रवादी काँग्रेसमध्ये चर्मकार व मातंग जातीतील नेतृत्वाने जातसंघटनांच्या मार्फत प्रभाव निर्माण केला. त्यामुळे राष्ट्रवादी काँग्रेस व काँग्रेस पक्षात नवबौद्ध अस्मितेचे राजकारण घडण्यास अवकाश राहिला नाही. शिवसेना संघटनेत नामदेव ढसाळ वगळता पुरेसा अवकाश उपलब्ध होता. त्यामुळे ढसाळांच्या नंतर आठवले यांच्या नेतृत्वाखालील गट मे २०११ पासून शिवसेनेबरोबर सहकार्य करू लागला. यामुळे प्रचलित हिंदू दलित व नवबौद्ध दलित असे द्विध्रुवी ध्रुवीकरण शिवसेना पातळीवर कमी झाले. या प्रक्रियेस शिवसेना संघटनेचा गेली एक दशकभर पाठिंबा होता. या संदर्भात गेल्या दोन दशकांतील चर्मकार समाजातील जात संघटनांच्या पुढे नवबौद्ध गटांचे आव्हान निर्माण झाले आहे.

सत्ता, अधिकार व प्रतिष्ठा

नव्वदीच्या दशकातील राजकारणाचा आधार घेत नवयुवक चर्मकार संघटना (१९९०), संत रोहिदास युवक संघटना (१९९२) व महाराष्ट्र राज्य चर्मकार संघ (१९९५) या संघटना बांधण्यात आल्या. चामड्यांच्या वस्तूंना राष्ट्रीय व आंतरराष्ट्रीय बाजारपेठ उपलब्ध करून द्यावी, बँकांनी कर्जपुरवठा करावा, चामड्याच्या वस्तूंवरील विक्रीकर रद्द करावा अशा भौतिक मागण्यांचे संघटनेने सुसूत्रीकरण केले. रोहिदास यांची जयंती साजरी करण्याबरोबरच संघटनेने दैवतांची मंदिरे बांधण्याचा धार्मिक कार्यक्रम राबविला. 'फुले- आंबेडकर विचार मंच' स्थापन केला. या सांस्कृतिक कार्यक्रमातून संघटना हिंदू आणि फुले- आंबेडकर अशा दोन ओळखींमध्ये विभागली जात होती असे दिसते. या संघटनेने संघटनेत राजकीय सहभागाचा मुद्दा दुय्यम स्थानावर ठेवला नाही. चर्मकार समाजाने राखीव जागांवर निवडणुका लढवाव्यात अशी ठाम भूमिका घेतली होती. काँग्रेस पक्षाने चर्मकार समाजाला अकरा जागा द्याव्यात असे संघटनेचे १९९५ मध्ये मत होते. म्हणजेच सत्तर व ऐंशीच्या दशकात जातसंघटना राजकीय सहभागाचा मुद्दा दुय्यम स्थानावर ठेवत होत्या. नव्वदीनंतर राजकीय सहभागाच्या मुद्याभोवती राजकीय संघटन केले गेले. संत रोहिदास युवक संघटना ही सोलापूर जिल्ह्यात स्थापन झाली होती. या संघटनेने संत रोहिदास या अस्मितेच्या आधारे राजकीय संघटन केले. या संघटनेने खेळ आणि शिक्षण या क्षेत्रांच्या आधारे संघटन केले.

महाराष्ट्र राज्य चर्मकार संघ

महाराष्ट्र राज्य चर्मकार संघ ही संघटना २४ सप्टेंबर १९९५ रोजी स्थापन झाली. या संघटनेचे नेते बबनराव घोलप हे आहेत. बबनराव घोलप हे शिवसेनेचे एक नेते आहेत. राष्ट्रीय ऐक्य, बलिदान आणि मांगल्य हा संघटनेच्या प्रतीकाचा अर्थ लावला जातो (सोनवणे, २०१०: १०३). संघटनेने दलित नाट्य संमेलन प्रवरानगर येथे घेतले होते (१९९६). दलित साहित्यकार व कलावंतांना या संघटनेशी जोडून घेण्यात आले. उपेक्षित दलित व्यासपीठाची स्थापन केली. या मार्फत दलित समाजातील उपेक्षित साहित्यकारांचे संघटन संघटनेने केले (१९९८). पुणे येथे दोन रविदास साहित्य संमेलने संघटनेने घेतली (२००३ व २००४). अर्थातच संघटना या प्रक्रियेमधून हिंदू अस्मिता चर्मकार समाजाला देत होती. गटई कामगारांचा मोर्चा (१९९७), चैतन्य यात्रा (२०००), आरक्षण बचाव आंदोलन (२००१) अशा पद्धतीने संघटनेने चर्मकार समाजाचे संघटन केले. गेली दोन दशके या संघटनेपुढे राष्ट्रीय पातळीवरील बहुजन समाज पक्षाचे आव्हान होते. ऐंशीच्या दशकात कांशीराम यांनी जातीच्या पुढे जाण्याचा मुद्दा मांडला होता. कांशीराम यांच्या बहुजन समाज पक्षामुळे चर्मकार समाजात हिंदू आणि आंबेडकरवाद असे द्विध्रुवी ध्रुवीकरण

झाले. या पार्श्वभूमीवर आधारित महाराष्ट्र राज्य चर्मकार संघाचे नेते बबनराव घोलप शिवसेना संघटनेबरोबर राहिले. शिवसेना संघटनेने त्यांना पक्षातून आणि अपक्ष असले तरी पाठिंबा दिला. यामुळे महाराष्ट्र राज्य चर्मकार संघ या संघटनेची एक निष्ठा शिवसेनेशी घट्टपणे जोडली गेली आहे. या संघटनेच्या नेत्यांचा शिवसेनेला गेली दोन दशके कायमस्वरूपी पाठिंबा राहिला. मात्र, मे २०११ नंतर चर्मकार समाजातील जात संघटनांच्या पुढे नवबौद्ध गटांचे आव्हान निर्माण झाले आहे.

अनुसूचित जातींमधील जातसंघटनांमध्ये स्पर्धा आहे. पक्षीय पातळीवर संघटना विभागल्या गेल्या आहेत. पक्षीय स्पर्धेमुळे संघटना फुटल्या आहेत. तसेच हिंदू दलित आणि आंबेडकरवाद या दोन मुद्यांवरही संघटनांमध्ये अंतर्गत तणाव आहेत. असे राजकीय मुद्दे संघटनांमध्ये असूनही संघटना संपत्तीच्या न्याय वितरणाचा मुद्दा मांडत आहेत. शिवाय, आंबेडकरवादाशी जोडून घेण्याचा प्रयत्न चर्मकार व मातंग समाजातील जात संघटनांमध्ये भक्कमपणे झाला नाही. जात संस्थेच्या विषमतेस विरोध व उच्च जातींचा प्रतिकार हे मुद्दे जातसंघटनांमध्ये धारदार नाहीत. राजकीय सत्ता, अधिकार व प्रतिष्ठा या मुद्यांभोवती संवाद जातसंघटनांमध्ये व्यापकपणे घडतो. दलित जात समूह म्हणून एकसंघ राजकीय कृती घडण्याच्या ऐवजी सुट्या सुट्या जाती संघटित होऊन शिक्षण, नोकरी, आरक्षण, मालमत्ता आणि राजकीय सहभागाची संधी या मुद्यांच्या आधारे राजकारण करत आहेत. यामुळे जात या घटकावर आधारित राजकारण करण्याचा मुद्दा यामध्ये दिसतो. मात्र, जात या घटकाच्या आधारे मोठी राजकीय शक्ती उभी रहात नाही.

❐

संदर्भसूची

ऑमव्हेट गेल, १९९५, *वासाहतिक समाजातील सांस्कृतिक बंड*, पुणे, सुगावा.

ऑमव्हेट गेल, १९९५, *दलित व्हिजन*, दिल्ली, ओरिएंट लाँगमन प्रकाशन.

कुलकर्णी सुहास (संपा), २०१०, *खरेखुरे आयडॉल: भाग २*, पुणे, समकालीन प्रकाशन.

कसबे रावसाहेब, १९७८, *झोत*, पुणे, सुगावा.

गावस्कर महेश, १९९४, बहुजन अॅज वनगार्डस: बीएसपी अँड बीएमएस इन महाराष्ट्र, *इकॉनॉमिक अँड पॉलिटिकल वीकली*, २६ एप्रिल, पृ. ८९५–८९६.

पळशीकर सुहास, २००३, भीमशक्ती– शिवशक्ती: दलित राजकारणापुढील पेच, *परिवर्तनाचा वाटसरू*, १ ते ३० एप्रिल : २५–२९.

सोनवणे कैलास, २०१०, *महाराष्ट्रातील चर्मकार समाजाचे राजकारण*, नवीन उद्योग, पुणे.

पाटील सुनिल, २००३, मातंग समाज, महाराष्ट्र, ४ ऑगस्ट २००३, पृष्ट ६–१५.

❐

प्रकरण १६

निष्कर्ष : जातसंघटनांचे आधुनिक स्वरूप

नवहिंदुत्व व जातसंघटना यांचे राजकारण सत्तेचा कोणाकडे किती वाटा, धार्मिक व जातीच्या अस्मिता आणि हितसंबंधाचा दावा करण्यातून घडत गेले आहे. म्हणजेच अशा प्रकारे नवहिंदुत्व व जातसंघटनांचे राजकारण त्रिकोणी दिसते. या राजकारणात पारंपरिक रचनांचं आधुनिक समाजावर कलम केले गेले. परंतु या संघटना परंपरागत स्वरूपाच्या संघटना राहिल्या नाहीत. संघटना सत्ता, हितसंबंध, अस्मिता, विकास, शिक्षण अशा आधुनिक क्षेत्रात कामे करत आहेत. मराठा समाजाकडे सत्तेचा जास्त वाटा गेला. ओबीसी समूहाने सत्तेत वाटा मागितला. तसेच हिंदू दलितांनी सत्तेमध्ये वाट्याचा दावा केला. गेल्या तीन दशकांत नवबौद्ध समूहाचा सत्तेतील सहभाग कमी होत गेला. यामधून सत्ता वाटपाचा वाद आकाराला आला. हा एक जात-संघटनांच्या राजकारणाचा कोन आहे. तर साधनसामग्री उच्च जातींकडे केंद्रित झाल्याचा दावा करत ओबीसी व दलित यांनी आरक्षणाची मागणी केली. हा हितसंबंधाचा वाद जातसंघटनांनी लढवला. त्यास जातसंघटनांच्या राजकारणाचा दुसरा कोण म्हणता येईल. तर तिसरा कोण हा जातसंघटनांमधून नव्या अस्मितांची जडणघडण झाली हा आहे.

नवहिंदुत्व व जातसंघटना हे दोन्ही घटक राजकीय स्वरूपाचे आहेत. जातसंघटनांच्या राजकारणामध्ये तर जात घटकांच्या आधारे उघडपणे राजकीय कृतिसज्जता होते. मात्र, नवहिंदुत्वामध्ये 'हिंदुत्व की जात' या घटकावर आधारित राजकीय कृतिसज्जता करावी, या मुद्यावर मतभिन्नता आहे. ऐंशी व नव्वदीच्या दशकात जात हा घटक नवहिंदुत्वाने दुसऱ्या पातळीवर ठेवला होता. नवहिंदुत्वास प्रथम क्रमांक दिला होता. समकालीन दशकात यामध्ये बदल करण्याची चर्चा भारतीय पातळीवर हिंदुत्वाने केली. हिंदुत्वाच्या तुलनेत जात घटकाची राजकीय उपयुक्तता जास्त आहे, असे हिंदुत्वास समकालीन दशकात वाटले. यामुळे काँग्रेस परिवार, हिंदुत्व परिवार आणि बहुजनवादी परिवारातही जात घटकाच्या महत्त्वाबद्दल समकालीन दशकात दुमत राहिले नाही. मात्र, या घटकाच्या आधारे प्रत्येक परिवाराचे वेगवेगळे राजकारण घडते. सत्ता, अधिकार, प्रतिष्ठा आणि

आर्थिक उन्नतीचे राजकारण घडवण्याचा मुद्दा बहुजन परिवार पुढे करतो. यास वैचारिक आधार. म. फुले, म. शिंदे, छ. शाहू, डॉ. आंबेडकर व लोहिया यांच्या विचारांतून मिळतो. तर हिंदुत्व परिवार हिंदूराष्ट्र उभारणीसाठी नवहिंदुत्व व जात हे दोन्ही मुद्दे कृतिशील करतो. काँग्रेस परिवार हा मध्यममार्गी आहे. यामध्ये राजकीय सत्ता हा गाभा आहे. राजकीय सत्ता कोणाकडे असावी, याचे त्यांचे उत्तर वेगवेगळे असते. मात्र, राजकीय कृतिसज्जता जात या घटकाच्या आधारे घडवली जाते. या घटकावर आधारित राजकीय कृतिसज्जता घडवण्याचा दीर्घ अनुभव काँग्रेस परिवारास आहे. पन्नास व साठीच्या दशकात काँग्रेसने सार्वजनिक व्यवहारात व सार्वजनिक धोरणात जात घटकाचा मुद्दा राबवला होता. याच काळात वर्चस्वशाली जातीचे राजकारण घडले. शहरी व ग्रामीण हितसंबंध आणि 'गरिबी हटाव' यामध्ये जात होतीचं. म्हणजेच जातसंघटन हे आधुनिक स्वरूपाचे आहे. जातघटक परंपरागत कामाच्या खेरीज आधुनिक राजकीय कामे करत होता. यासंदर्भात रजनी कोठारी, एम. एन. श्रीनिवास, सुसान रुडॉल्फ आणि हेबर रुडॉल्फ यांचे अभ्यास सुप्रसिद्ध आहेत. जातींचे राजकियीकरण, जात संघटनांचे आधुनिक स्वरूप, साधनसामग्री व लोकसंख्येच्या आधारे वर्चस्वशाली किंवा प्रस्थापित जात असे निष्कर्ष नोंदवले गेले. महाराष्ट्रातील जातींच्या राजकारणासंदर्भात जयंत लेले, राजेंद्र व्होरा आणि सुहास पळशीकर यांनी लेखन केले आहे. त्यांनी जातीच्या वर्चस्वाचे भौतिक आधार स्पष्ट केले आहेत (पळशीकर, १९९८: २०–२१). मंडल नंतर जात अस्मिता व्यक्त होत गेल्या आणि जातसंघटनांच्या मार्फत आक्रमक राजकारण आकाराला आले; यांची मांडणी राजेश्वरी देशपांडे यांनी केली आहे (देशपांडे राजेश्वरी, २०१०: ४०–४४). या अभ्यासांमध्ये जात आणि राजकारण यांचे संबंध स्पष्ट केले आहेत. सत्तासंघर्षात जात कशी गुंतलेली असते यांचे विवेचन केले गेले. त्यामुळे जात हा घटक परंपरागत स्वरूपाची जातिव्यवस्थेची कामे करण्याखेरीज तो लोकशाही प्रक्रियेतील विविध कामेही करतो, असे दिसते.

जातसंघटनांच्या कामाचे आधुनिक स्वरूप

भारतीय राजकारणाच्या विविध आधारांपैकी 'जात' हा एक आधार आहे. साहजिकच महाराष्ट्राच्या राजकारणातदेखील जात हा घटक कृतिशील दिसतो. महाराष्ट्राच्या राजकारणात जातीचा घटक स्वातंत्र्यपूर्व काळापासून कार्यरत आहे. मात्र, जात हा घटक एकाच पद्धतीने कार्यरत नाही, किंवा प्रत्येक काळात एकसारखेच काम करतो असेही नाही. या घटकासदेखील विविध कंगोरे दिसतात. 'जात' घटकाचा राजकारणात वापर करण्यामुळे जात टिकली, अन्यत: जात केव्हाच नष्ट झाली असती. असे एक अत्यंत उथळ मत जात घटकाबद्दल दिसते. या मताबद्दल भारतीय राजकारणात

जास्त चर्चा केली जाते. आरंभी नोंदवल्याप्रमाणे यापेक्षा वेगळे कंगोरे राज्यशास्त्र व समाजशास्त्राचे अभ्यासक मांडतात. त्यांनी जात घटकाचे आधुनिक व लोकशाही संदर्भात विश्लेषण केले आहे. या अभ्यासकांनी जात हा घटक परंपरागत स्वरूपाची कामे करण्याऐवजी आधुनिक स्वरूपाची कामे करतो, हा विचार राजकारणाच्या संदर्भात मांडला आहे. जात या घटकाने आधुनिक स्वरूपाची कामे करण्यास चळवळीपासून प्रारंभ केला. त्यामुळे अर्थातच चळवळींचा आधार जात घटक ठरला. चळवळींमध्ये जातीच्या विषमतेविरुद्ध लढा उभा राहिला. त्यामुळे चळवळ व जात यांचे संबंध हा एक व्यापक मुद्दा जातीच्या राजकारणाचा राहिला आहे. उदा. सत्यशोधक चळवळ, ब्राह्मणेतर चळवळ, दलित चळवळ इत्यादी. यासारख्या चळवळींमध्ये जातीचा मुद्दा कळीचा होता. जातिव्यवस्थेच्या उच्छेदाचा मुद्दा या चळवळीमध्ये होता. जातिसंस्थेच्या विषमतेविरोधातील लढे लढविताना जात या घटकाचे आधुनिक लोकशाहीतील महत्त्व वाढले. सत्ता, अधिकार, प्रतिष्ठा, संपत्ती यांचे वाटप जातीच्या चौकटीत करण्यास तीव्र विरोध केला गेला. यातूनच जनसमूहाची राजकीय कृतिसज्जता होत गेली. तसेच राजकियीकरणदेखील झाले. चळवळीमध्ये जात घटकाच्या आधारे राजकीय प्रतिनिधित्वाचे दावे केले गेले. कायदेमंडळ, कार्यकारी मंडळ, न्यायमंडळ, नोकरशाही इत्यादींमध्ये कोणत्या जातीचे किती प्रतिनिधी असावेत? या मुद्याची चर्चा लोकशाही चौकटीत झाली. म. फुले, महर्षि. शिंदे, छ. शाहू आणि डॉ. आंबेडकर यांनी प्रतिनिधित्वाचा मुद्दा मांडला होता. जात घटकाच्या आधारे प्रतिनिधित्वाचा दावा करताना म. फुले, महर्षि शिंदे, छ. शाहू आणि डॉ. आंबेडकर यांनी व्यापक सामाजिक लोकशाहीशी त्यांचा संबंध जोडला होता. सत्तरीच्या दशकापासून राजकीय प्रतिनिधित्व मिळत नाही, म्हणून राजकीय प्रतिनिधित्वाचे दावे जात संघटना सुटे-सुटे करू लागल्या. राजकीय प्रतिनिधित्वाचा दावा लोकसंख्येतील प्रमाणाच्या आधारे सुटे-सुटे केले गेले. लोकसंख्येतील जातींचे प्रमाण किती असावे याचे अंदाज जातसंघटनांनी मोठ्या प्रमाणावर फुगवले. यातून जातसंघटनांमध्ये लोकशाहीचा अर्थ बहुसंख्यांकांची लोकशाही असा व्यक्त होतो. व्यापक सामाजिक लोकशाहीचा संदर्भ जातसंघटनांमध्ये अस्पष्ट किंवा धूसर होत जातो. व्यापक सामाजिक लोकशाहीला जातसंघटना केवळ जातीच्या रेषेवर उभ्या करतात. मात्र, सुटे-सुटे लोकसंख्येचे दावे सोडून सर्व जातसंघटनांचा राजकीय सहभागाचा संदर्भ हा बहुविध जातींच्या सहभागातून लोकशाहीचा अर्थ जास्त व्यापक होतो, असा दावा करणारा आहे. राजकीय पक्षांकडे जातीच्या आधारे उमेदवारी मागणे, जातीच्या उमेदवारास पाठिंबा देणे, पक्षाला जात किंवा जात संघटनेचा पाठिंबा देणे, जात संघटनांनी जातीच्या वतीने पक्षाचा प्रचार करणे अशी पक्ष पातळीवरील कामे आधुनिक स्वरूपाची जात संघटना करतात. शासन, राजकीय पक्ष व कायदेमंडळाची

सार्वजनिक धोरणे यांच्याबरोबर हितसंबंधी गट किंवा दबाव गटासारखे दबावाचे व सौदेबाजीचे राजकारण जातसंघटना करत आहेत. राजकीय अभिजन त्यांचा सामाजिक आधार पक्का करण्यासाठी जात संघटनांच्या मार्फत राजकीय कृतिसज्जता करतो. अभिजन वर्गाला स्पर्धेत टिकण्यासाठी जातसंघटना मदत करतात. राजकीय अभिजन वर्गांचे हितसंबंध जपण्याचे काम जातसंघटना करतात. अशा प्रकारच्या जातसंघटनांच्या कामाच्या यादीवरून जातसंघटनांची कामे आधुनिक स्वरूपाची आहेत हे उघडपणे दिसते.

जातसंघटना : हितसंबंधाचा दावा

जातसंघटना भिन्न हितसंबंधाचा दावा करतात. जातसंघटना त्या-त्या जातीच्या गरजा, अपेक्षा, साधन-सामग्रीतील त्यांचा वाटा यांच्या मागण्या करत आहेत. यातूनच जातसंघटनांचे राजकारण आकार घेते. जातीचे संबंध जातसंघटनांनी भौतिक घटकांशी जोडून घेतले आहेत. शिक्षण, नोकरी, आरक्षण व विकास इत्यादी मुद्द्यांच्या आधारे जातसंघटना आर्थिक मागासलेपणाचे दावे करत प्रश्न उठवतात. तर उच्च जातींच्या जातसंघटना शिक्षण व नोकरी यांसारख्या भौतिक घटकांचे वाटप जातीच्या चौकटीत करण्याचा आग्रह धरतात. सार्वजनिक मालमत्ता आणि नैसर्गिक मालमत्ता यांच्या पुनर्वाटपाचा मुद्दा मांडत आहेत. मराठा जातसंघटना मराठा आणि कुणबी- ओबीसी यांच्यात सत्ता, अधिकार व संपत्तीचे समान वाटप करण्याचा मुद्दा मांडते; तर कुणबी-ओबीसी जातसंघटना मराठा आणि कुणबी-ओबीसी यांच्यात सत्ता, अधिकार व संपत्तीचे वाटप समान तत्त्वावर केले; तर कुणबी- ओबीसी गटाला न्याय मिळत नाही; अशी भूमिका घेतली जाते. मातंग व चर्मकार या दोन समाजातील जातसंघटनांनी महामंडळाची मागणी आणि महामंडळाचा निधी, मातंग व चर्मकार समाजांसाठी स्वतंत्र आरक्षण, एकूण अनुसूचित जातींच्या आरक्षणात स्वतंत्र मातंग समाजासाठी आरक्षणाची मागणी ही उदाहरणे मालमत्तेच्या वाटपासंदर्भातील आहेत. गायरानाची जमीन, पाणी, भूसंपादन, भूसंपादनानंतरचे पुनर्वसन हे मुद्दे तर सार्वजनिक मालमत्तेचा वापर कसा करावा, सार्वजनिक मालमत्तेचा उपयोग सार्वजनिक हितासाठी केला जातो या मुद्यास विरोध नोंदवला आहे. सार्वजनिक हित या मुद्याच्या आडून विशिष्ट गटांचे हितसंबंध जपले जातात. हा मुद्दा आगरी सेना व कुणबी सेना यासारख्या जातसंघटनांनी व्यापक केला. याचाच अर्थ जात संघटना केवळ जातीच्या आधारे मागण्या करत नाहीत; तर जातींच्या संघटना जात व भौतिक घटक यांचा मेळ घालून मागण्या करत आहेत. यामध्ये जात संघटनांचे तर्कशास्त्र असे आहे की, स्वता:ची जात ही आर्थिकदृष्ट्या मागस आहे. या तर्कशास्त्राच्या आधारे जात संघटना मालमत्तेचा मुद्दा मांडत आहेत. या मुद्द्यावर जातसंघटनाचा लढा अभिजन व राज्यसंस्थेच्या विरोधात दिसतो. अशा प्रकारची जातसंघटनांची भूमिका ही आधुनिक

आहे. ही भूमिका परंपरागत राहात नाही.

जातसंघटनांनी भौतिक मागण्या गेल्या तीन दशकात केल्या असल्या, तरी अशा मागण्या करण्याची सुरुवात ब्रिटिश राजवटीत झाली होती. जात या घटकाने आधुनिक भौतिक स्वरूपाची कामे करण्यास ब्रिटिश राजवटीत प्रारंभ केला होता. भौतिक मागण्या करण्याचा एक संदर्भ लोकशाही हा आहे; कारण लोकशाही प्रक्रियेत लोकांचा सहभाग वाढत गेला. तस-तसा जात या घटकाचाही सहभाग वाढत गेला. उदा. म. फुले यांनी उच्च जातीचा प्रतिकार केला. तेव्हा त्यांनी जातिव्यवस्थे विरोधी लढे उभे केले. शिंदे यांनी अस्पृश्यतेचा मुद्दा राजकारणात आणला शिवाय बहुजनवाद हा विचार मांडला. यामध्ये जात घटक होता. छत्रपत्ती शाहू यांनी ब्राह्मणेतर चळवळीला पाठिंबा दिला आणि राखीव जागांचा मुद्दा मांडला या प्रक्रियेचा आधार जात हा घटक राहिला आहे. डॉ. बाबासाहेब आंबेडकर यांनी जातिव्यवस्थेची समीक्षा केली. जातीच्या विषमतेविरुद्ध लढा दिला. 'शेड्युल्ड कास्ट फेडरेशन' हा पक्ष स्थापन केला होता. या प्रक्रियेमध्ये उच्च जातीचा प्रतिकार, जातिसंस्थेच्या विषमतेस विरोध हे मुद्दे होते. याशिवाय राजकीय प्रतिनिधित्वाचा मुद्दादेखील होता. या मुद्याबरोबर शिक्षण, नोकरी आणि शासन या तीन क्षेत्रांमध्ये सत्ता कोणाकडे व किती असावी याबद्दल वाद साकारत गेला (पळशीकर, २००९ : १३०). जातसंघटनांनी यापैकी राजकीय प्रतिनिधित्व, शिक्षण, नोकरी आणि शासन या तीन क्षेत्रांमध्ये सत्ता कोणाकडे व किती असावी, हे मुद्दे उठवले आहेत. परंतु, या मुद्यांचे संदर्भ वेगवेगळे आहेत. मराठा जातसंघटना मंडलच्या व मराठा जातीच्या वर्चस्वाच्या संदर्भात गेली तीन दशके राजकीय प्रतिनिधित्व, शिक्षण, नोकरी आणि शासन या मुद्यांवर आंदोलन करत आहेत. तर माळी, धनगर, तेली, कुणबी, वंजारी इत्यादी समाजांतील जातसंघटना मंडलच्या संदर्भात परंतु मराठा जातीच्या वर्चस्वाला विरोध करत सत्ता, अधिकार, संपत्ती, प्रतिष्ठा या मुद्यांसाठी आंदोलन करत आहेत. हा ओबीसी जातसंघटनांचा प्रवास गेल्या तीन दशकांचा आहे. म्हणजेच ओबीसी जातसंघटना व मराठा जातसंघटनांचा कालावधी जवळजवळ एकच राहिला आहे. मराठा व ओबीसी यांच्या हितसंबंधात अंतर्विरोध आहे. या मुद्यांची जाणीव ओबीसी जातसंघटना व मराठा जातसंघटनांना झालेली दिसते. त्यामुळे ओबीसी जातसंघटना व मराठा जातसंघटनांमध्ये राजकीय संघर्ष झाले. मराठा अभिजनांच्या राजकीय वर्चस्वाविरोधी लढण्याची भूमिका ओबीसी जातसंघटनांमध्ये व्यक्त झाली; तर मराठा अभिजनांच्या राजकीय वर्चस्वाविरोधी लढा पुकारलेल्या संघटनांचा प्रतिकार करण्याची एक लढाऊ कृती मराठा जातसंघटनांच्या मार्फत घडली आहे. मराठा अभिजनांच्या राजकीय वर्चस्वाविरोधीचा लढा केवळ ओबीसींच्या मुद्यावर लढवणे अपुरे ठरले. म्हणून ओबीसी जातसंघटनांनी नवहिंदुत्ववादाची मदत घेतली. त्यामुळे ओबीसी जात-

संघटनांमध्ये नवहिंदुत्वाचाही एक प्रवास राहिला आहे. ओबीसी जातसंघटनांमध्ये त्या-त्या जातीतील नवशिक्षित व मध्यम वर्ग होता. त्यामुळे ओबीसी जातसंघटनांचा हिंदुत्व प्रवास सहज शक्य झाला. नवशिक्षित व मध्यम वर्गांची मुळे गेल्या तीन दशकांतील राजकीय अर्थकारणातदेखील होती.

आरक्षणाचे राजकारण

आरक्षणाचे राजकारण जातसंघटना, राजकीय पक्ष आणि शासन असे तीन घटक करतात. प्रत्येक जातसंघटना आरक्षणाच्या मुद्यासाठी राज्यसंस्थेवर दबाव आणते. उच्च जातीदेखील आरक्षणाचा मुद्दा आक्रमकपणे मांडतात. उच्च जाती तर या मुद्यावर जास्तच भावूक झाल्या आहेत. सर्व मराठा जात-संघटनांनी शिक्षण आणि नोकरी या दोन क्षेत्रांतील आरक्षणाचा दावा केला आहे. यामध्ये उच्च जाती मागे राहिल्या नाहीत. त्यांनीही आरक्षणाची मागणी केली. माळी समाज खासगी क्षेत्रात आरक्षण मागतो. धनगर समाज अनुसूचित जातीगटांत आरक्षणाची मागणी करतो. मातंग समाज स्वतंत्र पाच टक्के आरक्षणाची मागणी करतो. भटक्या-विमुक्त, जमाती संघटनेचा असा दावा आहे की, राज्यात मूळच्या भटक्या-विमुक्त जमाती साडेपाच टक्के आहेत. या अस्पृश्य आणि आदिवासी आहेत. त्या गावगाड्याचा किंवा वर्णव्यवस्थेचा भाग नाहीत. त्यामुळे राज्य सरकारने या जमातींचा समावेश अनुसूचित जातींमध्ये केला पाहिजे (सकाळ १२ सप्टेंबर २०१०). या उदाहरणावरून असे दिसते की, वर्गवाऱ्या कशा कराव्यात यावरून जातसंघटनांमध्ये वाद आहे. हा वाद राज्यसंस्थेने सोडवणे अपेक्षित आहे. त्यामुळे आरक्षणाच्या राजकारणात राज्यसंस्था हादेखील एक महत्त्वाचा घटक ठरतो. राज्यसंस्थेला आरक्षणाचा निर्णय देण्याचा अधिकार आहे. त्यामुळे राज्यसंस्थादेखील आरक्षणाच्या मुद्यावर त्यांचे नियंत्रण ठेवून आहे. आरक्षणाबद्दल निर्णय घेण्याचा अधिकार राज्यसंस्थेला असल्यामुळे सत्ताधारी राजकीय पक्ष व अभिजन वर्ग या मुद्यांचे राजकारण करतो. हा मुद्दा सामाजिक न्यायाचा असण्यापेक्षा राजकारणाचा जास्त होतो. राजकीय पक्ष व शासन प्रत्येक जातसंघटनेला त्यांच्या आरक्षणाची हमी देते किंवा दुसऱ्या वर्गवारीमध्ये सामील करण्याची खात्री देते. जातसंघटना आरक्षणाच्या मागण्याही अस्तित्वाचा मुद्दा किंवा सामाजिक न्यायाचा मुद्दा म्हणून अभिव्यक्त करतात. आरक्षण मुद्यावर अशा प्रकारचा आविष्कार घडण्यातून एक व्यापक प्रश्न उपस्थित होतो की, सामाजिक न्याय हा आरक्षणापुरता मर्यादित आहे का ? जातसंघटनांची मात्र खात्री दिसते की, सामाजिक न्याय हा केवळ आरक्षणातच आहे. सामाजिक न्यायाचा मुद्दा सामाजिक वंचितपणा आणि आर्थिक मागासलेपणा यांच्याशी जोडला आहे. परंतु, उच्च जातींतील जातसंघटना सामाजिक वंचितपणा वगळून केवळ आर्थिक मागासलेपणा या निकषांवर सामाजिक

न्यायाचा मुद्दा मांडावा असा आग्रह धरतात. म्हणजेच जातसंघटना, राज्यसंस्था आणि राजकीय पक्ष आरक्षणाच्या मुद्यांचे राजकारण करण्यात गुंतलेले आहेत.

सत्तेचे स्पर्धात्मक राजकारण

नवहिंदुत्व आणि ओबीसी समूहातील जातसंघटना मराठ्यांनी सार्वजनिक सत्ता बळकावल्याची तक्रार करतात. यातून सत्तेचा वाटा 'ओबीसी जातसंघटना' मागतात. शिवसेना तीन 'म' ने सत्ता बळकावल्याची तक्रार करत होती. यामुळे सत्तेतील समूहाच्या वाट्याचा वाद नवहिंदुत्व आणि जातसंघटनांमध्ये साकारतो. नवहिंदुत्व आणि जातसंघटना यांचे राजकारण स्पर्धात्मक स्वरूपाचे आहे. त्यामुळे नवहिंदुत्वामध्ये शिवसेनाप्रणीत आक्रमक हिंदुत्व आणि संघाचे हिंदू ऐक्याचे प्रयत्न यांच्या राजकारणात मूलभूत फरक ठेवला गेला आहे. नवहिंदुत्ववादी संघटनांमध्ये फरक ठेवल्यामुळेच या संघटना त्यांच्या राजकारणात विविध जातींचा सहभाग वाढवू शकल्या. हे हिंदुत्वाच्या अंतर्गत स्पर्धात्मक राजकारणाचे उदाहरण आहे. नवहिंदुत्व आणि जातसंघटना या चळवळीच्या स्वरूपात असण्यापेक्षाही त्या जास्त राजकीय स्वरूपाच्या आहेत. चळवळ आणि राजकारण दोन्हींमध्ये सत्तासंघर्ष असतो. हा मुद्दा तर या दोन्ही प्रकारच्या संघटनांमध्ये लपून राहात नाही. त्यामुळे गटबाजी, नेतृत्वामध्ये सुंदोपसुंदी, आक्रमकता, भावनिकता आणि राजकियीकरण या गोष्टी ओघाने दोन्ही संघटनांमध्ये दिसतात. मात्र, आरंभी नोंदवल्या प्रमाणे काँग्रेस, बहुजन आणि हिंदुत्व या तीनही परिवाराचे राजकरण वेगवेगळे घडते. बहुजन परिवार हा सत्ता, अधिकार, प्रतिष्ठा आणि आर्थिक उन्नतीचे राजकारण घडवतो; तर हिंदुत्व परिवार हा हिंदू राष्ट्र उभारणीसाठी नवहिंदुत्व व जात हे दोन्ही मुद्दे कृतिशील करतो. त्यामुळे हिंदू परिवार जातसंघटनांना हिंदू अस्मिता देतो. हिंदुत्वामध्ये समरस करतो. सुट्या जात संघटना कधी कधी हिंदू परिवाराच्या आश्रयाला जातात. ओबीसी व दलित नेते जातसंघटना बांधतात. त्या जातसंघटना नेतृत्वाच्या राजकीय महत्त्वाकांक्षेमुळे हिंदू परिवाराकडे सरकतात. तसेच काँग्रेस परिवार जातसंघटनांच्या नेतृत्वाला सत्तेत वाटा देऊन त्यांचा गट काँग्रेस परिवाराशी जोडून घेतो; तर बहुजन परिवार हा जात घटकाच्या आधारे उघडपणे संघटन करत असल्यामुळे तोही जातसंघटनांना बहुजन परिवारात सामील होण्याचे आवाहन सतत करत असतो. यामुळे महाराष्ट्राच्या राजकारणात जातसंघटनां या तीन परिवारात विभागल्या गेल्या आहेत. पक्षीय पातळीवरील राजकीय स्पर्धेचा परिणाम म्हणून जातसंघटनांमध्येही राजकीय स्पर्धा तीव्र झाली आहे. प्रत्येक जातसंघटनेत हिंदू व काँग्रेस परिवार असे कमीत कमी दोन गट आणि पक्षनिहाय जास्तीतजास्त पाच गट पडलेले आहेत. म्हणजेच स्पर्धात्मक राजकारण हे जातसंघटनांचेदेखील एक खास वैशिष्ट्य दिसत आहे. स्पर्धात्मक राजकारण हे संसदीय स्वरूपाचे राजकारण आहे.

त्यामुळे जातसंघटनांमध्ये संसदीय राजकारण घडवण्याचा कल जास्त आहे. सत्तासंघर्षामध्ये नवहिंदुत्व आणि जातसंघटना समर्थकांचा सहभाग राहिला आहे. १९९५ च्या सत्तांतरात अनेक घटकांबरोबर नवहिंदुत्व हा एक घटक होता. राज्यपातळीवरील सत्तेवर त्यांचे नियंत्रण होते. अशा प्रकारचे सत्तेवर सरळ नियंत्रण जातसंघटनांचे दिसत नसले, तरी सत्तेत जातसंघटनांनी वाटा मिळवलेला दिसतो. मुंडे, डांगे, भुजबळ, क्षीरसागर, मेटे, ढोबळे, इत्यादी नेत्यांच्या जातसंघटना आहेत. सत्तेत त्यांना वाटा मिळाला आहे. यांपैकी कित्येक नेते कॅबिनेट मंत्री होते. तसेच उपमुख्यमंत्री होते. याचा अर्थ केवळ त्यांनी जातसंघटनेच्या आधारे सत्ता हस्तगत केली असे नव्हे. परंतु त्यांच्या सत्तेतील सहभागास या संघटनांनी निश्चितचं मदत केली. याबद्दल कोणाचेच दुमत असणार नाही. जातसंघटना सत्तासंघर्षात नेतृत्वाच्या कामास आल्या. त्यामुळे जातसंघटनांची व्यूहरचना ही सत्तेत वाटा मिळवण्याची राहिली असे दिसते. सत्ता आणि जातसंघटना यांचे संबंध अन्य संबंधाच्या तुलनेत जास्त भक्कम राहिले आहेत.

अस्मितांचे राजकारण

ऐंशी व नव्वदीच्या दशकात जातसंघटनांनी नव्या अस्मिता घडवल्या. या दोन दशकात जातसंघटनांच्या साधनेमार्फत ओबीसी समूहाला आणि नवबौद्धेतर समूहाला राजकीय आत्मभान येऊ लागले. त्यांनी 'प्रतिष्ठा' आणि 'आत्मसन्मानाची मागणी' या दोन दशकांत केली. त्यांनी इतिहास, प्रतीके आणि ऐतिहासिक आठवणींना उजाळा दिला. त्यामधून ओबीसी आणि नवबौद्धेतर समूहामध्ये स्व-प्रतिमा तयार झाली. जातसंघटना तिची अभिव्यक्ती करू लागल्या. अस्मिता वेगळ्या व हितसंबंध वेगळे असे न होता. अस्मिता आणि हितसंबंध यांचा गुंता झालेला दिसतो. हितसंबंध जसजसे वेगळे होत गेले, तसतशा जाती फुटत गेल्या. जातिव्यवस्थेमध्ये पुनर्रचना झाली. या दोन दशकांत मराठा, वंजारी, चर्मकार अशा समाजांतून मोठा मध्यमवर्ग आकाराला आला. मध्यमवर्गाने परंपरागत अस्मितांपेक्षा नव्या अस्मितांची अभिव्यक्ती जातसंघटनांच्या मार्फत केली. त्यामुळे छत्रपती शिवाजी महाराजांच्या खेरीज छत्रपती संभाजी राजे ही हिंदू धर्मरक्षक अशी नवी अस्मिता घडली. मराठा म्हणजेच कुणबी अशी शेतकऱ्यांची धारणा होती. मात्र मंडलला विरोध करत ऐंशीच्या दशकात कुणबी अस्मिता अडगळीत गेली व स्वाभिमानी मराठा (मोडेल, पण वाकणार नाही किंवा ग्रेट मराठा) अशी अस्मिता ताठर झाली. मराठा व कुणबी यांच्यात बऱ्यापैकी समझौता होता, तो तुटला. यातून कुणबी ही स्वतंत्र अस्मिता रचली गेली. नव्वदीच्या दशकात कुणबी मराठा अशी मराठा समाजात पुन्हा नवी अस्मिता आकाराला आली. या उदाहरणावरून असे म्हणता येते की, अस्मितांमध्ये जलदपणे बदल झाले. अस्मिता जास्त आक्रमक झाल्या. अस्मितांमध्ये

भावनिकता होती. यांची दुसरीही उदाहरणे आहेत. उदा. उच्च जातींमध्ये परशुराम अस्मितेचा पुरस्कार केला गेला. नवबौद्धेतर दलितांनी दलित या अस्मितेपेक्षाही हिंदू दलित ही अस्मिता स्वीकारली. भटके-विमुक्त आणि आदिवासी समूहात संघाच्या राजकीय संघटनातून हिंदू व जात अशा दोन अस्मिता उभ्या राहिल्या. वारकरी परंपरेशी सांस्कृतिक संबंध जोडण्यात आले. वारकरी परंपरेतील संतांना जातसंघटनांनी प्रतीके म्हणून आपलेसे केले. अशा प्रकारच्या नव्या अस्मिता घडवण्यासाठी जातसंघटना साधन ठरल्या. अस्मितांमध्ये कधी उच्च स्थानाचा आग्रह तर कधी आरक्षणाच्या मुद्यावर कनिष्ठ स्थानाचा दावा होता. मराठा, धनगर इत्यादी समाजांतील जातसंघटना या मुद्यावर संदिग्ध राहिल्या. या मुद्यावर जातसंघटना हतबल झालेल्या दिसतात. अशी जातीतील समूहांची ओढाताण करण्याचे मुख्य कारण म्हणजे हितसंबंधांची कोंडी होत होती. हितसंबंधांची कोंडी फोडण्याचे डावपेच बदलत गेले की, अस्मितांची अभिव्यक्ती वेगवेगळी होत राहिली.

हिंदू सांस्कृतिक अवकाश

नवहिंदुत्व धार्मिक अस्मिता आणि जातसंघटना जातकेंद्रित अस्मिता यांच्या आधारे प्रतीकात्मक राजकारण करतात. व्यापक परिवर्तन, बदल, विकास किंवा धर्म चिकित्सा या मुद्यांचे स्थान तसे दुय्यम राहाते. नवहिंदुत्ववादी संघटना आणि जातसंघटना त्यांच्या संघटनांतर्गत समूहांशी देवाणघेवाण ही हिंदू सांस्कृतिक परिसरात करतात. त्यामुळे हिंदू सांस्कृतिक परिसर नवहिंदुत्ववादी संघटना आणि जातसंघटनांच्या राजकारणातून साकारतो. हिंदू सांस्कृतिक परिसरात बहुजन महासंघालादेखील राजकीय व्यवहार करावा लागला. हिंदू प्रतीकांना संघटनांच्या राजकारणात महत्त्व दिले गेले. जातींच्या अस्मितांमधून हिंदू प्रतीके पुढे आली. त्याचे स्वरूप प्रतिकात्मक स्वरूपाचे होते. उदा. परशुराम, छत्रपती शिवाजी महाराज, म. फुले, अहिल्याबाई होळकर, अण्णा भाऊ साठे अशा व्यक्तींचे उत्सव प्रत्येक जातसंघटना साजरे करते. पोस्टाचे तिकीट, भारतरत्न, विद्यापीठास नाव अशा प्रतीकात्मक मागण्यांसाठी जातसंघटना आंदोलन करतात. अशा सांस्कृतिक उत्सवांमधून या प्रतीकांची विभागणी जातीमध्ये होते. अर्थातच यातून पुढचा टप्पा म्हणजे जातींची कप्पेबंद विभागणी होते. त्यामुळे हिंदू संस्कृतीशी मूलभूत मतभिन्नता जातसंघटनांकडून व्यक्त झाली नाही. नवभांडवलशाही धोरणांशीही नवहिंदुत्ववादी संघटना आणि जातसंघटना यांची मूलभूत मतभिन्नता नाही. हिंदू धर्मविचारांची चिकित्साही या दोन्ही प्रकारच्या संघटना करत नाहीत. असे साम्य या दोन्ही प्रकारच्या संघटनांच्या राजकारणात असल्यामुळे जातसंघटना या हिंदू संघटनांच्या राजकारणाला आव्हान देत नाहीत किंवा प्रत्युत्तर देत नाहीत. अस्मितेच्या पातळीवर जातसंघटना उभार किंवा उभ्या रेषांमध्ये जातींचे संघटन करतात.

जातिसंस्थेबद्दल मोघम भूमिका व जातीचे गौरवीकरण

नवहिंदुत्व आणि जातसंघटनांमधील नवशिक्षित व मध्यमवर्ग जातसंस्था मोडण्याऐवजी जातसंस्थेचे समर्थन करतो. जातिभेद नष्ट झाला अशी भूमिका नवहिंदुत्ववादी संघटना घेतात. या नवहिंदुत्वावादी विचारांचा अर्थ असा होतो, की जात ही सार्वजनिक व्यवहारात आता फारशी प्रभावी राहिली नाही. तिचा प्रभाव केवळ खासगी जीवनात प्रभाव टिकून आहे. शेवटी नवहिंदुत्ववादी संघटना असाही युक्तिवाद करतात की, अनुलोमप्रतिलोम विवाह हा शैक्षणिक व आर्थिक राहणीचा स्तर समान झाल्यानंतर होईल. बेटीव्यवहारात व्यक्तिगत आवडी-निवडीचीही अडचण असते. त्यामुळे बेटीव्यवहाराबद्दल सर्व व्यक्ती लवकर निर्णय घेणार नाहीत. म्हणजेच आर्थिक स्थानाच्या आधारे जातिसंस्थेचे समर्थन नवहिंदुत्ववाद करतो. एवढेच नव्हे तर 'जात' व 'वर्ण' या दोन घटकांच्या आधारे राजकीय संघटन करतो. नवहिंदुत्ववादी संघटना राजकीय संघटन करताना जातींमध्ये वर्ण व्यवस्थांचा मुद्दा मांडतात. आदिवासी समूहामध्येदेखील संघटनांनी जात व वर्ण या मुद्यांचा विस्तार केला आहे. नवहिंदुत्ववादी संघटनांनी जातिसंस्थेबद्दल मोघम भूमिका घेतली आहे. या संघटना जातिभेद पाळत नाहीत. जातिभेद पाळण्यास विरोध हा नवहिंदुत्ववादी संघटनांचा हिंदू समाज सुधारणा विचार आहे. त्यामुळे जाती तोडा हिंदू जोडा, वर्ण व जात विरहित हिंदुत्व अशा घोषणा हिंदुत्ववादी संघटना वापरतात. जातिभेदापुरता मर्यादित विचार केला जातो; कारण समरसता व हिंदू या संकल्पनेत हिंदू राष्ट्रवाद ही मध्यवर्ती कल्पना आहे. त्यामुळे समरसता किंवा हिंदू यामध्ये विलीन होणे किंवा तादात्म्य पावणे म्हणजे जातिभेद नष्ट करणे होय. त्यामुळे सामाजिक व आर्थिक विषमता हा विषय नवहिंदुत्वाच्या कक्षेबाहेर राहातो. नवहिंदुत्ववादी संघटना ही जातीला सभासदत्व देतात. जातीचे सुटे-सुटे संघटन करतात. उदा. पतितपावन संघटना मराठा व इतर मागासवर्गीय जातीचे संघटन करते. शिवसेना मराठा, इतर मागासवर्गीय व चर्मकार समाजाचे संघटन करते. हिंदू एकता आंदोलन ही संघटना इतर मागासवर्गीय जातींचे संघटन करते. मराठा महासंघ मराठा जातीचे, वनवासी कल्याण आश्रम आदिवासी जातींचे संघटन करतात. सामाजिक समरसता मंच संघटना, चर्मकार, मातंग, पारधी यांचे संघटन करते. या जातींचे स्थान त्यांनी क्षत्रिय या वर्णामध्ये निश्चित केले आहे. एका बाजूने नवहिंदुत्ववादी संघटना जात व वर्ण विरहित हिंदुत्वाचा मुद्दा मांडतात; तर दुसऱ्या बाजूने क्षत्रिय वर्णात ब्राह्मणेतर जातींचे स्थान निश्चिती करतात. त्यामुळे नवहिंदुत्ववादी संघटना जातींमधील पोटजाती मोडणे, जातींमधील भेदभाव कमी करणे, जातींमध्ये समाजसुधारणा करणे अशा स्वरूपाची जाती व वर्णाच्या संदर्भात डागडुजीच्या स्वरूपाची कामे करतात. परंतु, जातिसंस्थेच्या विषमतेविरुद्ध कार्यक्रम या संघटनांमध्ये नाही. काही वेळा जातिसंस्थेचे समर्थन या संघटना करतात. जातीचे गौरवीकरण या

संघटना करतात. थोडक्यात, नवहिंदुत्ववादी संघटनांची जातीविषयक मोघम स्वरूपाची भूमिका आहे. याशिवाय जात या घटकाचा राजकीय कृतिसज्जतेसाठी वापर केला आहे. अर्थातच नवहिंदुत्वामध्येदेखील जात हा घटक राजकीय कृतिसज्जतेचा एक मोठा घटक ठरला आहे. जातसंघटनांनी या नवहिंदुत्वाच्या मुद्यांचा प्रतिकार केला नाही. नवहिंदुत्व जसे जातीच्या संदर्भात इतिहास, परंपरा, संस्कृती, धर्म, वर्ण व्यवस्था यांचे गौरवीकरण करते. नेमके तसेच जातसंघटना जातीच्या संदर्भात इतिहास, परंपरा, संस्कृती, धर्म, वर्ण व्यवस्था यांचे गौरवीकरण करतात. जात संघटनांमध्ये जाती अंतर्गत विवाह करण्यावरती भर दिला जातो. वधू-वर सूचक मेळावे घेणे हा जातसंघटनांचा एक मुख्य कार्यक्रमच असतो. 'जाती अंतर्गत विवाह म्हणजे प्रतिष्ठा' असे या संघटनांचे तर्कशास्त्र आहे. त्यामुळे एका अर्थाने या संघटना आंतरजातीय व आंतरधार्मिक विवाहाच्या विरोधात असतात. ओबीसी जातसंघटनांच्या शिवाय अनुसूचित जाती गटातील जातसंघटनांची भूमिका फार वेगळी नाही. चर्मकार, मातंग, खाटीक, बुरूड इत्यादी समाजातील जातसंघटना देखील जातीच्या संदर्भात इतिहास, परंपरा, संस्कृती, धर्म, वर्णव्यवस्था यांचे गौरवीकरण करतात. ओबीसी व अनुसूचित जाती गटातील जातसंघटनांनी इतिहास, परंपरा, संस्कृती, धर्म, वर्णव्यवस्था यांची समीक्षा म. फुले किंवा डॉ. आंबेडकर यांच्याप्रमाणे केली नाही. जातिसंस्थेचा उच्छेद करण्याचे उद्दिष्ट जातसंघटनाचे नाही. त्यामुळे जातसंघटना जातिव्यवस्थेच्या तात्त्विक आधाराची तपासणी करण्याच्या फंदात पडत नाहीत. हिंदू धर्माच्या तत्त्वज्ञानातून जातिव्यवस्थेला तात्त्विक आधार मिळतो. या डॉ. बाबासाहेब आंबेडकरांच्या मुद्यापासून जातसंघटना अलिप्त राहिल्या आहेत. दोन्ही गटांतील जातसंघटना राजकीय वर्चस्वाच्या संदर्भात मराठा अभिजन किंवा मराठा जातसंघटनांवर टीका करतात. परंतु उच्च जाती किंवा मराठा समाजाच्या सार्वजनिक हिंदू सांस्कृतिक परिसराची समीक्षा करत नाहीत. त्याविरोधी ठाम भूमिका घेत नाहीत. गेल्या पन्नास वर्षातील उच्च जाती किंवा मराठा समाजाचा इतिहास, परंपरा, संस्कृती, धर्म कसा जातीला हिंदू धर्माच्या तत्त्वज्ञानातून आधार प्राप्त करून देतो. यांचे नीटनेटके उत्तर ओबीसी व अनुसूचित जातसंघटनांच्याकडे नाही. त्यामुळे ओबीसी व अनुसूचित जातिगटातील जातसंघटना इतिहास, परंपरा, संस्कृती, धर्म, वर्णव्यवस्था यांमध्ये गुंतलेल्या आहेत. त्या हिंदू धर्माच्या तत्त्वज्ञानातून बाहेर पडून नवा पर्याय देत नाहीत. कारण त्यांनी जातिव्यवस्थेच्या तात्त्विक आधाराची तपासणी केली नाही. साहजिकच संघटनांचे हिंदू धर्माच्या तत्त्वज्ञानातून जातिव्यवस्थेला तात्त्विक आधार मिळतो का नाही, या विषयाचे आकलन आकाराला आलेले दिसत नाही. त्यामुळे त्याचा प्रतिकार करण्याचा मुद्दा गेल्या तीन दशकात उपस्थित होत नाही.

नवहिंदुत्व-जातसंघटनांचा पाया : नवे राजकीय अर्थकारण

महाराष्ट्राच्या राजकारणात गेली तीन दशके राजकीय कृतिसज्जता घडवणाऱ्या नवहिंदुत्व आणि जातसंघटनांचा मुख्य आधार नवभांडवलशाहीत आहे. ऐंशीच्या दशकात महाराष्ट्रातील भांडवलशाहीचे रूप बदलत होते. नव्वदीच्या दशकात खासगीकरण झाले. या बदलामुळे शेतीच्या क्षेत्रातील उत्पादन घटत गेले. उद्योग क्षेत्रातील उत्पादनही कमी झाले. मात्र सेवा क्षेत्राचा विस्तार जलद गतीने झाला. या राजकीय अर्थकारणातील बदलांचा आधार नवहिंदुत्व आणि जातसंघटनांना मिळाला. नवहिंदुत्ववादी संघटना आणि जातसंघटना यांच्यामध्ये ऐंशीनंतरचा नवशिक्षित व मध्यम वर्ग संघटित झाला होता. त्यांना राज्यसंस्था मदत करण्यास अपुरी ठरली. त्यामुळे राज्यसंस्था किंवा शासन यांच्या विरोधात नवशिक्षित व मध्यमवर्ग राजकीय आणि आर्थिक असंतोष व्यक्त करू लागला. राज्यसंस्था, शासन आणि काँग्रेस पक्षाच्या विरोधातील राजकीय आणि आर्थिक असंतोष नवहिंदुत्व आणि जातसंघटनांकडे संघटित स्वरूपात व्यक्त झाला. सेवा क्षेत्राचा विस्तार मोठा प्रमाणावर झाला. सेवा क्षेत्रावर राज्यसंस्थेचे पूर्णपणे नियंत्रण राहिले नाही. सेवा क्षेत्र हे खासगी असल्याकारणामुळे या क्षेत्रातून काँग्रेस व राज्यसंस्थेच्या विरोधातील नवशिक्षित व मध्यमवर्गाला राजकारण करण्याइतपत आर्थिक मदत झाली. काँग्रेसकडे सेवा क्षेत्रावर नियंत्रण ठेवण्याची कुवत नव्हती. नवशिक्षित व मध्यमवर्गाने या राजकीय अर्थकारणाचा फायदा उठवला. नवहिंदुत्ववादी संघटनांचे ६७२ नेते व कार्यकर्त्यांपैकी २६ टक्के नेते व कार्यकर्ते पांढरपेशा व्यवसायातील आहेत. तर याउलट ७४ टक्के नेते व कार्यकर्ते पांढरपेशा व्यवसायांच्याखेरीज इतर व्यवसाय करणारे आहेत. शेती व्यवसाय २२ टक्के, विविध प्रकारचे सेवा व्यवसाय ४३ टक्के नेते व कार्यकर्ते नवहिंदुत्ववादी संघटनांतील करतात. बेहिशोबी व्यवसाय ८ टक्के नेते करतात. उद्योगधंदे केवळ १ टक्के नेते करतात (पवार प्रकाश, २००५). म्हणजेच सेवा क्षेत्राचा आधार नवहिंदुत्ववादास होता. याप्रमाणेच मराठा महासंघातील नेते व कार्यकर्ते सेवा क्षेत्रातील जास्त आहेत. माळी समाजातील जात संघटनांचा पाया हा खासगी अर्थकारणात आहे. महाराष्ट्र माळी समाज महासंघाचे नेते दि. सासवड माळी शुगर फॅक्टरी लि., माळीनगर (ता. माळशिरस, जि. सोलापूर) या कारखान्याशी संबंधित होते. महाराष्ट्राचे सार्वजनिक बांधकाम खाते गेल्या दोन दशकांमध्ये सार्वजनिक-खासगी भागिदारीमध्ये कामे करून घेण्यासाठी सर्वात जास्त प्रसिद्ध आहे. या खात्यांचे कॅबिनेट मंत्री महात्मा फुले समता परिषदेचे प्रमुख नेते आहेत (भुजबळ). याशिवाय महात्मा फुले समता परिषदेने खासगी क्षेत्रातील राखीव जागांचा आग्रह धरलेला आहे. 'नॉलेज सिटी' ही संस्था जवळजवळ खासगी व्यवस्थापन असलेली शिक्षण संस्था आहे. ही संस्था सेवा क्षेत्र म्हणून विकसित केली गेली आहे. कुणबी सेना आणि आगरी सेना यांचा विस्तार खासगीकरणाविरोधातील

आंदोलनामधून झाला. कुणबी सेनेने तानसा-वैतरणा प्रकल्पग्रस्तांच्या प्रश्नावर आंदोलन केले. भूमिपुत्रांच्या रोजगारासाठी ठाणे जिल्ह्यातील कोका-कोला व ओनिडा कंपन्यांच्या विरोधात संघटनेने आंदोलन केले होते. विशेष आर्थिक क्षेत्रास विरोध, शेतकऱ्यांची कर्ज माफी, कारखानदारांच्या जमीन संपादन करण्याच्या धोरणास विरोध हे मुद्दे कुणबी सेना व आगरी सेनेने उठवले होते. आगरी, कुणबी, चर्मकार व मातंग या समाजातील जातसंघटनांनी राज्यसंस्थेने महामंडळ स्थापन करावे म्हणून आणि महामंडळाची स्थापना झाल्यानंतर आर्थिक निधी वाढवावा म्हणून आंदोलने केली. याचा अर्थ राज्यसंस्थेने कल्याणकारी भूमिकेतून माघार घेतली. त्यास एका बाजूने जातसंघटना विरोध नोंदवतात. तर दुसऱ्या बाजूने खासगी क्षेत्रातील राखीव जागांची मागणी करतात. तसेच सार्वजनिक-खासगी भागिदारीतून मिळणारे आर्थिक फायदे घेतात. म्हणजेच आधुनिक उदारमतवादी राजकीय अर्थकारणात निर्माण झालेला पेचप्रसंग हा देखील असंतोषाच्या स्वरूपात नवहिंदुत्व व जातसंघटनांचा आधार ठरतो. तसेच नव्याने विस्तारलेले नवअभिजात राजकीय अर्थकारणही नवहिंदुत्व व जातसंघटनांचा आधार ठरतो. म्हणजेच आधुनिक उदारमतवादी राजकीय अर्थकारणाच्या पाडावाचा आणि नवअभिजात राजकीय अर्थकारणाच्या विस्ताराच्या गेल्या तीन दशकांमध्ये नवहिंदुत्व-जातसंघटनांचा पाया विस्तारला. गेल्या दोन दशकात जमिनीचे भाव वाढले. शेतकरी व मूळ मालकाच्या वतीने जमिनीवरील हक्काचा दावा जातसंघटनांनी करण्याची पद्धत गेली दोन दशके पडली. यांचे उदाहरण कुणबी सेना, आगरी सेना आणि अखिल भारतीय बहुभाषिक ब्राह्मण सभा ही आहेत. कूळ कायद्याच्या प्रथेप्रमाणे पन्नास टक्के जमीन मूळ मालकांना परत द्यावी. या कायद्यामुळे सर्वात जास्त ब्राह्मण समाज भरडला गेला. हा कायदा मठ, मंदिर व ट्रस्ट यांना लागू नाही (सकाळ, नागपूर दि. ३ मे २०१०). तर कुणबी सेना बेदखल कुळाचा मुद्दा मांडत आहे. हे प्रश्न साठ व सत्तरीच्या दशकातही होते. मात्र, नव्वदीच्या दशकापासून या प्रश्नांना जास्त महत्त्व आले. या स्वरूपाचे प्रश्न उठवण्यातून जातसंघटनांना भौतिक आधार मिळत गेला. म्हणजेच आरंभी नोंदवल्याप्रमाणे हितसंबंधाचा दावा, सत्तेचा दावा आणि अस्मिता या त्रिकोणात जातसंघटनांचे राजकारण घडत गेले. अर्थातच हे जातसंघटनंचे राजकारण व सत्यशोधक-ब्राह्मणेतर व आंबेडकरी चळवळीतील राजकारण यांच्यात मूलभूत फरक आहे. जातसंघटना जातिव्यवस्थेचे गौरवीकरण करतात; तर सत्यशोधक-ब्राह्मणेतर व आंबेडकरी चळवळ जातिव्यवस्थेचा उच्छेद करण्याचा मुद्दा पुढे रेटतात. त्यामुळे जातसंघटनांचे राजकारण व्यापक परिवर्तनाला पूरक ठरणारे नाही.

❐

संदर्भसूची

कामत अ. र., १९८२, *स्वातंत्र्योतर भारतातील सामाजिक बदल*, पुणे, मागोवा प्रकाशन.

कॉर्बेट मायकेल व इतर, २००३, *रिसर्च मेथडस् इन पॉलिटिकल सायन्स, अॅन्ड इंट्रोडक्शन मुजींग मामक्रोकेस*, कॅनडा, थॉमसन लिरींग.

फडके य. दि., १९८२, *केशवराव जेधे*, पुणे, श्रीविद्या प्रकाशन.

फडके य. दि., १९९७, *विसाव्या शतकातील महाराष्ट्र, खंड ५*, पुणे श्रीविद्या प्रकाशन.

फुलर सी. जे., २००१, द विनायक चतुर्थी फेस्टीबल अँड हिंदुत्व इन तामिळनाडू, *इकॉनॉमिक अँड पॉलिटिकल वीकली*, १२ मे, १६०७–१६१५.

जयप्रसाद के.१९९१, *आरएसएस अँड हिंदू नॅशनॅलिझम*, दिल्ली, दिप अन्ड दिप.

जाफरलॉट खिस्तोफर, १९९६, *द हिंदू नॅशनॅलिस्ट मुव्हमेंट अँड इंडियन पॉलिटिक्स*, व्हामकिंग पेलिवन.

झोया हसन, १९९८, *केस्ट फॉर पावर ऑपोझिशिनल मुव्हमेंटस् अँड पोस्ट काँग्रेस पॉलिटिक्स इन उत्तर प्रदेश*, दिल्ली, ऑक्सफर्ड.

झोया हसन, २००१, स्टन्सफर ऑफ पॉवर पॉलिटिक्स ऑफ मास मोबिलायझेशन इन युपी, *इकॉनॉमिक अँड पॉलिटिकल वीकली*, २४ नोव्हेंबर, पृ. ४४०१–४४०८.

दीक्षित श्री. ह., १९९६, नवहिंदुत्व, *परामर्श*, पुणे तत्वज्ञान विभाग, पुणे विद्यापीठ, पृ. ४९–५४.

देशपांडे राजेश्वरी (२०१०), *कास्ट असोसिएशन इन द पोस्ट मंडल ऐरा : नोट्स फॉर्म महाराष्ट्र*, राज्यशास्त्र व लोकप्रशासन विभाग, पुणे, पुणे विद्यापीठ.

देसाई राधिका, १९९९, कल्चरॅलिझम् अँड कनटेम्पोररी राइट: इंडियन बुर्झ्वाझी अॅण्ड पॉलिटिकल हिंदुत्व, *इकॉनॉमिक अँड पॉलिटिकल वीकली*, २० मार्च, पृ. ६९५–७१०.

न्यूमन डब्लू लॉरेन्स, १९९७, *सोशल सिसर्च मेथडस्*, बोस्टन, अॅलन अॅन्ड बेकन.

पळशीकर सुहास (१९९८), *जात महाराष्ट्राचे सत्ताकारण*, पुणे सुगावा.

पळशीकर सुहास, १९९३, मंडल आयोग: सर्वोच्च न्यायालयाचा स्वागतार्ह निर्णय, *समाज प्रबोधन पत्रिका*, जानेवारी मार्च, पृ. ४९–५१.

पळशीकर सुहास, २००९, *भारताच्या राजकारणाचा ताळेबंद*, मराठी वाचनसाहित्य मालिका क्र. १, राज्यशास्त्र व लोकप्रशासन पुणे, पुणे विद्यापीठ.

पवार मखराम, १९९३, *बहुजन महासंघ कशासाठी– कोणासाठी ?*, मुंबई, बहुजन प्रकाशन.

पाटणकर भारत, १९९६, *मुक्त अर्थव्यवस्था आणि वर्गीय, जातीय, लैंगिक शोषण*, पुणे, सावित्रीबाई फुले प्रकाशन.

पीटर रोनाल्ड डिसूझा, ई श्रीधर, २००६, इंडियास पोलिटीकल पार्टीज, नवी दिल्ली, सेज प्रकाशन.

पाटणकर भारत, १९९३,*हिंदू की सिंधू ?*, पुणे, सुगावा.

बसू तपन, १९९३, *खाकी शॉटस् अँड सॅफ्रन फ्लॅगस् अ क्रिटिक आफ द हिंदू राइट*, नवी दिल्ली ओरिएंट लाँगमन.

बिडवई प्रफुल व हरबन्स मुखिमा, १९९६, *रिलीजन रिलीजीओसिटी अँड कम्युनॅमालिझम*, दिल्ली, मनोहर.

बेन्नूर फक्रुद्दीन, १९९३, धार्मिकतेच्या भोवऱ्यात मुस्लिम संघटना, *समाज प्रबोधन पत्रिका*, जुलै- सप्टेंबर, पृ. १३९-१४९.

भोळे भा. ल. व किशोर बेडकिहाळ, ३००३, बदलता महाराष्ट्र : साठोत्तर परिवर्तनाचा मागोवा, सातारा, आंबेडकर अकादमी.

महाराष्ट्र राज्य सांख्यिकी गोषवारा : १९८१-८२, १९८६, मुंबई, अर्थ व सांख्यिकी संचालनालय, महाराष्ट्र शासन.

महाराष्ट्र शासन, *१९९०, १९९५, १९९९, विधानसभा व विधान परिषद सदस्यांचा परिचय*, मुंबई.

महाराष्ट्र विधानमंडळ, १९९६, *महाराष्ट्र विधानपरिषद सदस्यांची यादी*, मुंबई.

महाराष्ट्रः मानव विकास अहवालः २००२, मुंबई, महाराष्ट्र राज्य.

महाराष्ट्रःराज्य निवडणूक आयोग, रिपोर्ट १९९४-२००३, २००४, मुंबई, महाराष्ट्र शासन.

रूद्रवार उत्तम, २००४, *वसंतराव नाईक*, मुंबई, महाराष्ट्र राज्य साहित्य आणि संस्कृती मंडळ.

रेगे मे. पुं., १९९४, *हिंदू धार्मिक परंपरा आणि सामाजिक परिवर्तन*, वाई, प्राज्ञ पाठशाळा मंडळ.

रोगर ट्रिक, १९९९, *अण्डरस्टॅण्डींग सोशल सायन्सः अ फिलॉसॉफीकल इन्ट्रोडक्शन टू द सोशल सायन्सेस*, युएसए, ब्लॅकवेल पब्लिकेशन.

लेन जेम्स, २००३, *शिवाजी हिंदू किंग इन इस्लामिक इंडिया*, दिल्ली, ऑक्सफर्ड युनिव्हर्सिटी प्रेस.

वनामक अचीन, १९९४, सिचुएटिंग थ्रेट ऑफ हिंदू नॅशनॅलिझम, प्रॉब्लेमस् विथ फॅसिस्ट पॅराडाइम, *इकॉनॉमिक अँड पॉलिटिकल वीकली*, ९ जुलै, १७२९-१७४८.

वार्ष्णेम आशुतोष, २००२, *एथनिक कॉनफ्लिक्ट अँड सिव्हील लाईफ हिंदू अँड मुस्लिमस् इन इंडिमा*, न्यू दिल्ली, ऑक्सफर्ड युनिव्हर्सिटी प्रेस.

विंकलर ॲन्थनी सी व इतर, १९९९, *राईटींग द रिसर्च पेपरः अ हॅण्डबुक*, न्यू यॉर्क, हर्कट कॉलेज पब्लिकेशन.

वैद्य भाई, *मंडल आयोग आणि अन्य मागासवर्गासाठी विशेष संधी*, पुणे, जनता पार्टी.

शहा घनश्याम, १९९६, *बीजेपी अँड द बॅकवर्ड कास्टस् इन गुजरात*, बिडवई प्रफुल्ल (संपा) दिल्ली, मनोहर, २१७-२३५.

शहा घनश्याम, १९९९, कनव्हर्शन रिकनव्हर्शन अँड द स्टेटः रिसेन्ट इव्हेन्ट इन डांगस्, *इकॉनॉमिक अँड पॉलिटिकल वीकली*, ६ फेब्रुवारी, ३१२-३१८.

शहा घनश्याम, २००३, *बीजेपीस् राइस टू पावर इन गुजरात*, चैतन्य कृष्णा (संपा), फॅशिझम इन इंडिया, मानक, पृ. २१९-२३४.

शहा घनश्याम, २००३, *कास्ट हिंदुत्व अँड हिंदूनेस*, चैतन्य कृष्णा (संपा), फॅशिझम इन इंडिया, मानक, पृ. ३०४-३१२.

सिंग व्ही. बी., मलिक योगेंद्र, १९९५, *हिंदू नॅशनॅलिझम इन इंडिया, दि राइज ऑफ द भारतीय जनता पार्टी*, नवी दिल्ली, विस्तार पब्लिशिंग.

हॅन्सन थॉमस, १९९९, *द सॅफ्रन वेव्हः डेमाक्रसी अॅन्ड हिंदू नॅशनॅलिझम इन मॉडर्न इंडिया*, न्यू दिल्ली, ऑक्सफर्ड युनिव्हर्सिटी प्रेस.

http://www.eci/gov.in

http://patitpavansanghatana.org

❐

वर्णानुक्रम सूची

वर्णानुक्रम सूची / ३११

क्ष

ज्ञ

❑

www.ingramcontent.com/pod-product-compliance
Lightning Source LLC
Chambersburg PA
CBHW072055020726
47501CB00003B/606
* 9 7 8 8 1 8 4 8 3 3 9 3 5 *